ಲುಷನ್‌ರ ಆಯ್ದ ಹತ್ತು ಕಥೆಗಳು

ಡಾ. ವಿಜಯಾ ಸುಬ್ಬರಾಜ್

ನಾಡಿನ ಪ್ರತಿಷ್ಠಿತ ವಿದ್ಯಾ ಸಂಸ್ಥೆಯಾದ ಎಂ.ಇ.ಎಸ್. ಕಾಲೇಜಿನಲ್ಲಿ 34 ವರ್ಷಗಳ ಕಾಲ ಕನ್ನಡ ಪ್ರಾಧ್ಯಾಪಕರಾಗಿ ಸೇವೆ ಸಲ್ಲಿಸುತ್ತಲೇ ಆಂಗ್ಲ ಪ್ರಾಧ್ಯಾಪಕರಾಗಿ, ಸ್ನಾತಕೋತ್ತರ ಪದವಿ ಪ್ರಾಧ್ಯಾಪಕರಾಗಿ, ನಾಟ್ಯ ಇನ್ಸ್ಟಿಟ್ಯೂಟ್ ಆಫ್ ಕಥಕ್ ಅಂಡ್ ಕೋರಿಯೋಗ್ರಫಿ ಸಂಸ್ಥೆಯಲ್ಲಿ ಇಂಡಿಯನ್ ಇನ್ಸ್ಟಿಟ್ಯೂಟ್ ಆಫ್ ಆಯುರ್ವೇದಿಕ್ ಮೆಡಿಸನ್ ಅಂಡ್ ರೀಸರ್ಚ್ ಕಾಲೇಜಿನಲ್ಲಿ ಹಾಗೂ ಶೇಷಾದ್ರಿಪುರಂ ಸ್ನಾತಕೋತ್ತರ ಪದವಿ ಕಾಲೇಜಿನಲ್ಲಿ ತಮ್ಮ ಅಮೂಲ್ಯವಾದ ಸೇವೆ ಸಲ್ಲಿಸಿದ್ದಾರೆ. ಹಂಪಿ ವಿಶ್ವವಿದ್ಯಾಲಯದಿಂದ ಮಾನ್ಯತೆ ಪಡೆದ ಬಿ.ಎಂ.ಶ್ರೀ ಪ್ರತಿಷ್ಠಾನದ ಎಂ.ಫಿಲ್ ಮತ್ತು ಪಿಎಚ್.ಡಿ ತರಗತಿಗಳಿಗೆ ಅತಿಥಿ ಉಪನ್ಯಾಸಕರಾಗಿಯೂ, ಸಂಯೋಜನಾಧಿಕಾರಿಯಾಗಿಯೂ ಸೇವೆ ಸಲ್ಲಿಸುತ್ತಿದ್ದಾರೆ. ಅವರ ಅಧ್ಯಾಪನ ಶೈಲಿ ಮತ್ತು ವೃತ್ತಿಪರತೆಗಾಗಿ, 2002ರಲ್ಲಿ ಕರ್ನಾಟಕ ರಾಜ್ಯ ಸರ್ಕಾರ ಕಾಲೇಜು ಶಿಕ್ಷಣ ಇಲಾಖೆಯೂ "ಆದರ್ಶ ಶಿಕ್ಷಕ" ಪ್ರಶಸ್ತಿ ನೀಡಿ ಗೌರವಿಸಿದೆ. ಸುಮಾರು 45 ವರ್ಷಗಳಿಂದಲೂ ನಿರಂತರವಾಗಿ ಸಾಹಿತ್ಯ ಸೇವೆಯಲ್ಲಿ ತೊಡಗಿಸಿಕೊಂಡಿದ್ದಾರೆ. ಬರಹ. ಕಾವ್ಯ, ಕಥೆ, ಕಾದಂಬರಿ, ನಾಟಕ, ವಿಮರ್ಶೆ, ಸಂಶೋಧನೆ, ಅನುವಾದ, ಪ್ರವಾಸ ಕಥನ, ಮಕ್ಕಳ ಸಾಹಿತ್ಯ ಹೀಗೆ ಸುಮಾರು 75ಕ್ಕು ಪ್ರಕಾರಗಳಲ್ಲಿ ಅಮೂಲ್ಯವಾದ ಕೊಡುಗೆ ನೀಡಿದ್ದಾರೆ. ಇವುಗಳ ಜೊತೆ ಜೊತೆಗೆ ರಂಗಭೂಮಿ, ಆಕಾಶವಾಣಿ, ದೂರದರ್ಶನ ಇತ್ಯಾದಿ ಚಟುವಟಿಕೆಗಳಲ್ಲಿ ನಿರಂತರ ತೊಡಗಿಸಿಕೊಂಡ ಹಲವಾರು ಕಾರ್ಯಕ್ರಮಗಳನ್ನು ರೂಪಿಸಿದ್ದಾರೆ. ಅಂತರಾಷ್ಟ್ರೀಯ ನಿರ್ದೇಶಕರಾದ ಬಿ.ವಿ. ಕಾರಂತ, ಬಿ. ಚಂದ್ರಶೇಖರ, ಎಂ.ಎಸ್. ಶ್ರೀನಿವಾಸ, ರಾಜಗೋಪಾಲ್ ಮೊದಲಾದವರ ನಿರ್ದೇಶನದಲ್ಲಿ ಹಲವಾರು ನಾಟಕಗಳಲ್ಲಿ ಅಭಿನಯಿಸಿದ್ದಾರೆ. ಹಲವು ನಾಟಕಗಳನ್ನು ನಿರ್ದೇಶಿಸಿದ್ದಾರೆ. ನಾಟಕಗಳನ್ನು ರಚಿಸಿದ್ದಾರೆ. ಹಲವಾರು ಪ್ರಶಸ್ತಿ ಪುರಸ್ಕಾರಗಳನ್ನೂ ಪಡೆದಿದ್ದಾರೆ. ಪುಸ್ತಕ ಪ್ರಶಸ್ತಿಗಳು, ಗೌರವ ಪ್ರಶಸ್ತಿಗಳೂ ಸೇರಿದಂತೆ 34ಕ್ಕೂ ಹೆಚ್ಚಿನ ಸಂಖ್ಯೆಯಲ್ಲಿವೆ. ಅವುಗಳಲ್ಲಿ ಅತ್ಯಂತ ಪ್ರತಿಷ್ಠಿತವೆಂದು ಗುರುತಿಸಿಕೊಂಡಿರುವ ಕರ್ನಾಟಕ ಸಾಹಿತ್ಯ ಅಕಾಡೆಮಿ ಗೌರವ ಪ್ರಶಸ್ತಿ, ಕುವೆಂಪು ಭಾಷಾ ಭಾರತಿ ಪ್ರಶಸ್ತಿ, ಅತ್ತಿಮಬ್ಬೆ ಪ್ರಶಸ್ತಿ, ಆರ್ಯಭಟ ಅಂತಾರಾಷ್ಟ್ರೀಯ ಪ್ರಶಸ್ತಿ, ಎಸ್.ವಿ. ಪರಮೇಶ್ವರ ಭಟ್ಟ ಪ್ರಶಸ್ತಿ, ಎಚ್.ವಿ. ಸಾವಿತ್ರಮ್ಮ ಪ್ರಶಸ್ತಿ, ಅನುವಾದ ಅಕಾಡೆಮಿ ಪ್ರಶಸ್ತಿ, ಸಿದ್ದವನಹಳ್ಳಿ ಕೃಷ್ಣಶರ್ಮ ಪ್ರಶಸ್ತಿ ಮುಂತಾದವುಗಳು. ಹಲವಾರು ರಾಜ್ಯ ಮಟ್ಟದ, ರಾಷ್ಟ್ರಮಟ್ಟದ ವಿಚಾರ ಸಂಕಿರಣಗಳಲ್ಲಿ ಪ್ರಬಂಧಗಳನ್ನು ಮಂಡಿಸಿದ್ದಾರೆ.ಹಲವಾರು ಪ್ರಶಸ್ತಿ ಆಯ್ಕೆ ಸಮಿತಿಗಳಲ್ಲಿ ಸದಸ್ಯರಾಗಿ, ತೀರ್ಪುಗಾರರಾಗಿ ಕೆಲಸ ನಿರ್ವಹಿಸಿದ್ದಾರೆ. ಮುಖ್ಯವಾಗಿ ಕರ್ನಾಟಕ ಸಾಹಿತ್ಯ ಅಕಾಡೆಮಿಯ ಪುಸ್ತಕ ಬಹುಮಾನ ಆಯ್ಕೆ ಸಮಿತಿಯಲ್ಲಿ 8 ಬಾರಿ ಸದಸ್ಯರಾಗಿಯೂ, ಕುವೆಂಪು ಭಾಷಾ ಭಾರತಿ ಆಯ್ಕೆ ಸಮಿತಿಯಲ್ಲಿ 2 ಬಾರಿ ಸದಸ್ಯರಾಗಿಯೂ, ಪುಸ್ತಕ ಪ್ರಾಧಿಕಾರದಲ್ಲಿ ಎರಡು ಬಾರಿ ಆಯ್ಕೆ ಸಮಿತಿಯಲ್ಲಿ ಸದಸ್ಯರಾಗಿ ಕಾರ್ಯ ನಿರ್ವಹಿಸಿದ್ದಾರೆ. ಜೊತೆಜೊತೆಗೆ ರತ್ನಮ್ಮ ಹೆಗಡೆ ಪ್ರಶಸ್ತಿ ಸಮಿತಿ, ಮುದ್ರಣ ಕಾವ್ಯ ಪ್ರಶಸ್ತಿ ಸಮಿತಿ ಇತ್ಯಾದಿಯಾಗಿ ಇನ್ನೂ ಹಲವಾರು ಖಾಸಗಿ ಸಂಸ್ಥೆಗಳು ನೀಡುವ ಪ್ರಶಸ್ತಿ ಸಮಿತಿಗಳಲ್ಲಿಯೂ ತೀರ್ಪುಗಾರರಾಗಿ ಕೆಲಸ ಮಾಡಿದ್ದಾರೆ.

LU HSUN
LU HSUN SELECTED TEN STORIES
ಲುಷನ್‌ರ ಆಯ್ದ ಹತ್ತು ಕಥೆಗಳು
(ಚೀನಿ ಕಥೆಗಳು)

ಕನ್ನಡಕ್ಕೆ
ವಿಜಯಾ ಸುಬ್ಬರಾಜ್

ವಿಜಯನಗರ, ಬೆಂಗಳೂರು ೫೬೦೦೪೦

ಲುಷನ್‌ರ ಆಯ್ದ ಹತ್ತು ಕಥೆಗಳು

LU HSUN SELECTED TEN STORIES

BY ; LU HSUN

This Book Originally published in 1960, In china

Philosophical fiction

TRANSLATED INTO KANNADA BY ; Dr. Vijaya Subbaraj

No.51, 1st A Cross, 35 th Main
Banagiri Nagara, BSK 3rd Stage
Bengaluru 560085,
Mob - 99869 28876, Res : 080-26793219

Published by
Srushti Nagesh
SRUSHTI PUBLICATIONS
121, 13th Main Road, M.C. Layout
Vijayanagara, Bengaluru - 560 040.
Ph : 080 - 23153558; Mob: 98450 96668
E-mail: srushtinagesh@gmail.com

First Impression: 2018
Page: xii + 140 = 152
Book Size : 1/4 Crown (23 x 15.5)
(International Standard Book Size)

© : Srushti
Paper used: 70 Gsm JK Book Print
ISBN: 978-93-81244-68-5
Dtp : Manjula
Cover Page : **G . Arunkumar**

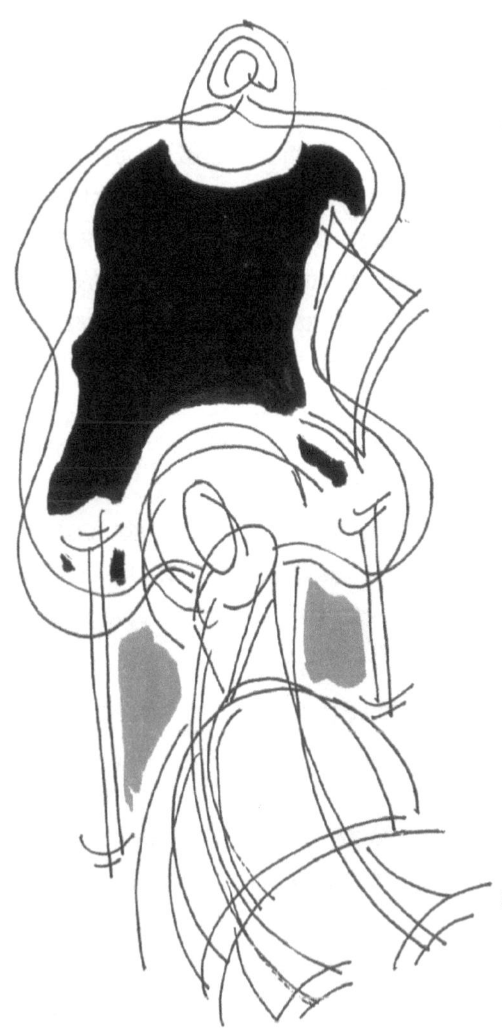

ಕನ್ನಡದ ಎಲ್ಲಾ ಎಲ್ಲಾ ಲೇಖಕ,
ಪ್ರಕಾಶಕರಿಗೆ
ಈ ಕೃತಿ ಅರ್ಪಿತ

ಲುಷನ್

1881–1936ರ ನಡುವಿನಲ್ಲಿ ಬದುಕಿದ್ದ ಲುಷನ್ ಚೀನಾದ ಅತ್ಯಂತ ಪ್ರಭಾವಿ ವ್ಯಕ್ತಿ ಚಿಂತಕ, ಕ್ರಾಂತಿಕಾರಿ ಮನೋಭಾವದ ಲುಷನ್ ಸಮಾಜದ ಕೆಳವರ್ಗದವರ ಬಗ್ಗೆ ಅತ್ಯಂತ ಕಾಳಜಿಯುಳ್ಳವನಾಗಿದ್ದ. ಇದೇ ಕಾರಣಕ್ಕಾಗಿ 1911ರಲ್ಲಿ ನಡೆದ ಪ್ರಜಾಪ್ರಭುತ್ವ ಕ್ರಾಂತಿಯಲ್ಲಿ ಸಕ್ರಿಯವಾಗಿ ಭಾಗವಹಿಸಿ, ತನ್ನ ಸೃಜನಶೀಲ ಬರವಣಿಗೆಯನ್ನು ಈ ಕ್ರಾಂತಿ, ಹೋರಾಟದಲ್ಲಿ ಪ್ರಬಲ ಅಸ್ತ್ರವಾಗಿ ಬಳಿಸಿಕೊಂಡ. 2000 ವರ್ಷಗಳಿಗೂ ಹೆಚ್ಚಾಗಿ ದೇಶವನ್ನಾಳಿದ 'ಕಿಂಗ್' ವಂಶವನ್ನು ಗದ್ದುಗೆಯಿಂದ ಇಳಿಸಿದರೂ ಊಳಿಗಮಾನ್ಯ ವ್ಯವಸ್ಥೆಯಿಂದ ಪೂರ್ತಿಯಾಗಿ ಬಿಡುಗಡೆ ಹೊಂದಲು ಸಾಧ್ಯವಾಗಲಿಲ್ಲ. ಇದರ ಬಗ್ಗೆ ಲುಷನ್ ಗಂಭೀರವಾಗಿ ಚಿಂತನೆ ನಡೆಸಿ ಕ್ರಾಂತಿ ಚಳುವಳಿಯ ಸೋಲಿಗೆ ಕಾರಣಗಳನ್ನು ಕಂಡುಕೊಳ್ಳಲು ಪ್ರಯತ್ನಿಸಿದ. ಈತ ಎಡ ಪಂಥೀಯ ಸಾಂಸ್ಕೃತಿಕ ಚಳುವಳಿಯ ಮುಂಚೂಣಿಯಲ್ಲಿ ನಿಂತ. ಅಧ್ಯಕ್ಷರಾಗಿದ್ದ ಮಾವೋರವರು ಲುಷನ್ ಬಗ್ಗೆ ಮಾತನಾಡುತ್ತ "ಆತ ಹಿಡಿದ ದಾರಿ ಚೀನಾದ ನವ ರಾಷ್ಟ್ರೀಯ ಸಂಸ್ಕೃತಿಯ ದಾರಿಯೇ ಆಗಿತ್ತು." ಎಂದು ಮುಕ್ತವಾಗಿ ಹೊಗಳಿದ್ದರು.

ಲುಷನ್ ಚೀನ ಸಂಸ್ಕೃತಿಗೆ ತನ್ನ ಅಪಾರವಾದ ಸಾಹಿತ್ಯ ರಾಶಿಯನ್ನು ಬಳುವಳಿಯಾಗಿ ಬಿಟ್ಟಿದ್ದಾನೆ. ತನ್ನ ಪ್ರಬಂಧಗಳನ್ನು ಸಣ್ಣಕತೆಗಳನ್ನು ಹೋರಾಟದ ಸಂದರ್ಭಕ್ಕೆ ಬಳಸಿಕೊಂಡ. ಬರೆದಿದ್ದು ಕೇವಲ ಎಪ್ಪತ್ತು ಕವಿತೆಗಳು ಮಾತ್ರವಾದರೂ ಚಿಕ್ಕ ಚಿಕ್ಕದಾದ ಆ ಕವಿತೆಗಳು ಕಲಾತ್ಮಕವಾಗಿ, ವೈಶಿಷ್ಟ್ಯ ಪೂರ್ಣವಾಗಿದ್ದು ಜನರ ಮನಸ್ಸನ್ನು ಸೆಳೆದುಕೊಂಡಿವೆ. ಬರೆಯುವುದಕ್ಕೆ ತೊಡಗಿಸಿಕೊಂಡಾಗ, ತನ್ನ ಕ್ರಾಂತಿ, ಹೋರಾಟಗಳನ್ನು ಮುಂದುವರೆಸಲು, ಪುಷ್ಟಿಗೊಳಿಸಲು ಕವಿತೆಗಳಲ್ಲಿರುವ ಪ್ರಚಂಡ ಶಕ್ತಿಯನ್ನು ಕಂಡುಕೊಂಡ. "ಆನ್ ಏ ಫೋಟೋಗ್ರಾಫ್ ಆಫ್ ಹಿಮ್ಸೆಲ್ಫ್" ಎಂಬ ಕವಿತೆಯಲ್ಲಿ ಆತನ

ದೇಶಾಭಿಮಾನ, ಜನರ ಬಗೆಗಿನ ಪ್ರೀತಿ, ಸ್ವಾತಂತ್ರ್ಯದೆಡೆಗೆ ಕೊಂಡೊಯ್ಯುಬೇಕೆಂಬ ತುಡಿತ ಇತ್ಯಾದಿಗಳು ಒಡೆದೆದ್ದು ಕಾಣುತ್ತದೆ.

1918ರಲ್ಲಿ, ಅಕ್ಟೋಬರ್ ಕ್ರಾಂತಿಯಿಂದ ಪ್ರಭಾವಿತವಾಗಿ ಚೀನ ದೇಶ ಕ್ರಾಂತಿಕಾರಿ ಸಾಹಿತ್ಯ ಚಳುವಳಿಯೊಂದನ್ನು ಹುಟ್ಟು ಹಾಕಿತು. ಊಳಿಗ ಮಾನ್ಯ, ವ್ಯವಸ್ಥೆಯನ್ನು ವಿರೋಧಿಸುವ ಹಿನ್ನೆಲೆಯೊಂದಿಗಿದ್ದ ಈ ಚಳುವಳಿ ಜನಸಾಮಾನ್ಯರ ಭಾಷೆಯಲ್ಲಿ ಸಾಹಿತ್ಯ ರಚನೆಯಾಗಬೇಕೆಂದು ಒತ್ತು ನೀಡಿತು. ಲುಷನ್ ಇದರಲ್ಲಿ ಸಕ್ರಿಯವಾಗಿ ತೊಡಗಿಸಿಕೊಂಡು ಕತೆಗಳನ್ನು ಪ್ರಬಂಧಗಳನ್ನು ಮತ್ತು ಕವಿತೆಗಳನ್ನು ಬರೆದ. ಅದೆಲ್ಲವೂ ಜನಸಾಮಾನ್ಯರ ಭಾಷೆಯಲ್ಲಿಯೇ ಇತ್ತು.

ಒಂದಷ್ಟು ಕವಿತೆಗಳನ್ನು ಬರೆದರೂ, ಕವಿತೆ ಅವನ ಪ್ರೀತಿಯ ಮಾಧ್ಯಮವಾಗಿರಲಿಲ್ಲ. ತನ್ನ ದುಗುಡ, ಒಂಟಿತನ, ಹತಾಶೆ, ಇತ್ಯಾದಿ ಸಂದರ್ಭಗಳಲ್ಲಿ ತನ್ನ ಬದುಕಿನ ಅನುಭವದ ಕಣಗಳನ್ನು ತಾನು ಭೇಟಿಯಾಗುತ್ತಿದ್ದ ವ್ಯಕ್ತಿಗಳನ್ನು ಕತೆಯಾಗಿಸುವ ಪ್ರಯತ್ನದಲ್ಲಿ ತೊಡಗಿಸಿಕೊಂಡ, ಲುಷ್‌ನರ ಕತೆಗಳಲ್ಲಿ ಕಾಣುವ ಸರಳತೆ, ವಾಸ್ತವತೆ, ಆಪ್ತತೆ, ಪ್ರಾಮಾಣಿಕತೆಗಳು– ಅವನ ಕತೆಗಳ ವೈಶಿಷ್ಟ್ಯಗಳಾಗಿವೆ. ತನ್ನ ಕತೆಗಳ ಬಗ್ಗೆ ಒಂದು ಕಡೆ ಆತ, "ನನ್ನ ಕತೆಗಳಲ್ಲಿ ಕಲಾತ್ಮಕತೆಯ ಕೊರತೆಯಿದೆ. ಆದರೂ ಅವುಗಳನ್ನು ಕತೆಗಳೆಂದು ಗುರುತಿಸಿ ಒಂದು ಸಂಕಲನವಾಗಿ ಹೊರತರುತ್ತಿರುವುದು ನನ್ನ ಅದೃಷ್ಟ. ಈ ಅದೃಷ್ಟವನ್ನು ನೆನೆಸಿಕೊಂಡಾಗಲೂ ನನಗೆ ಸಂಕೋಚವಾಗುತ್ತದೆ. ಆದರೆ ಇಷ್ಟೊಂದು ಸಂಖ್ಯೆಯ ಓದುಗರು ನನ್ನ ಕತೆಗಳಿಗಿದ್ದಾರೆಂಬುದೇ ನನಗೆ ಹೆಚ್ಚಿನ ಸಂತೋಷವನ್ನುಂಟು ಮಾಡಿದೆ" ಎಂದು ಹೇಳಿರುವಲ್ಲಿ ಲುಷನ್‌ರ ವಿನಯ ಎದ್ದು ಕಾಣುತ್ತದೆ.

ನನ್ನ ಮಾತು

ಕ್ರಾಂತಿಕಾರಿನಾಯಕ ಲುಷನ್‌ರ ಕತೆ, ಕವಿತೆಗಳನ್ನು ಬಹಳ ವರ್ಷಗಳಿಂದಲೂ ಓದುತ್ತಾ ಬಂದಿದ್ದೇನೆ. ತನ್ನದೇ ಸ್ವಂತವಾದ ಅನುಭವಗಳಿಗೆ ಸೃಜನಶೀಲ ಅಭಿವ್ಯಕ್ತಿ ಕೊಡುವುದರ ಮೂಲಕವೇ ತನ್ನ ಕಾಲದ ರಾಜಕೀಯ, ಸಾಮಾಜಿಕ, ಸಾಂಸ್ಕೃತಿಕ ಚರಿತ್ರೆಯನ್ನೂ ಪರಿಚಯಿಸುವ ಪರಿ ನನಗೆ ಮೆಚ್ಚುಗೆ ಎನಿಸಿತ್ತು. ಅಲ್ಲದೆ ಚೀನೀ ಸಾಹಿತ್ಯ ಸ್ವರೂಪವನ್ನೂ, ಅದರ ವೈವಿಧ್ಯತೆಯನ್ನು ಕಿಂಚಿತ್ತಾದರೂ ಕನ್ನಡ ಓದುಗರಿಗೆ ತಲುಪಿಸಬೇಕೆನ್ನುವ ತುಡಿತವೇ ಲುಷನ್‌ರ ಈ ಕತೆಗಳನ್ನು ಅನುವಾದಿಸಲು ಪ್ರಚೋದನೆ ನೀಡಿತು. ಈ ಮೊದಲೂ ಲುಷನ್‌ರ ಕವಿತೆಗಳನ್ನು ಕೆಲವನ್ನು ಅಕಾಡೆಮಿಯ ಅನಿಕೇತನಕ್ಕೆ ಅನುವಾದಿಸಿ ಕೊಟ್ಟಿದ್ದೇನೆ. ಈಗ ಈತನ ಹದಿನೆಂಟು ಕತೆಗಳಲ್ಲಿ ಹತ್ತು ಕತೆಗಳನ್ನು ಅನುವಾದಿಸಿ ತಮ್ಮ ಮುಂದಿಡುತ್ತಿದ್ದೇನೆ. ಸಹೃದಯ ಓದುಗರು ಇದನ್ನು ಪ್ರೀತಿಯಿಂದ ಸ್ವೀಕರಿಸುತ್ತೀರೆಂದು ನಂಬಿದ್ದೇನೆ.

ಹಾಗೆಯೇ ಪ್ರಕಾಶಕರಾದ ಸೃಷ್ಟಿ ನಾಗೇಶ್ ಅವರು, ಈ ಕಥಾ ಸಂಕಲನವನ್ನು ಸಂತೋಷದಿಂದ ಪ್ರಕಟಿಸಲು ಮುಂದಾಗಿರುವುದಕ್ಕಾಗಿ, ಅವರಿಗೆ ನನ್ನ ಹೃತ್ಪೂರ್ವಕ ಕೃತಜ್ಞತೆಗಳನ್ನು ಸಲ್ಲಿಸುತ್ತಿದ್ದೇನೆ.

ವಿಜಯಾ ಸುಬ್ಬರಾಜ್

x

01

ವಿಚ್ಛೇದನ

"ಓಹ್! ಅಂಕಲ್ ಮು! ಹೊಸ ವರ್ಷದ ಶುಭಾಶಯ, ಅದೃಷ್ಟ ನಿಮ್ಮದಾಗಲಿ!'

"ಹೇಗಿದ್ದೀಯ ಪಾ–ಸಾನ್? ಹೊಸ ವರ್ಷದ ಶುಭಾಶಯ!......"

"ಹೊಸ ವರ್ಷದ ಶುಭಾಶಯ, ಐ–ಕು ಮತ್ತೆ ಇಲ್ಲಿ...."

"ಭೇಟಿಯಾದದ್ದು ಒಳ್ಳೆದಾಯ್ತು. ಅಜ್ಜ!......"

ಚುಪಾಂಗ್ ಮೂ ಸಾನ್ ಮತ್ತು ಮಗಳು ಐ–ಕು ಮ್ಯಾಗಸೋಲಿಯಾ ಸೇತುವೆ ಕಟ್ಟೆಯಿಂದ ಬಂದಿದ್ದ ದೋಣಿಯೊಳಗೆ ಕಾಲಿರಿಸುತಿದ್ದಂತೆ ದೋಣಿಯಲ್ಲಿ ಕುಳಿತಿದ್ದ ಹಲವರ ಮಾತುಗಳು ಕೇಳಿ ಬಂದವು. ಕೆಲವರು ಕೈ ಮುಗಿದು ನಮಸ್ಕರಿಸಿದರು. ಕ್ಯಾಬಿನ್ನಿನ ಬೆಂಚುಗಳಲ್ಲಿ ನಾಲ್ಕು ಸ್ಥಳಗಳನ್ನು ಖಾಲಿ ಮಾಡಿದರು. ಎಲ್ಲರನ್ನೂ ಮಾತಾನಾಡಿಸುತ್ತ ಚುವಾಂಗ್ ಮೂ–ಸಾನ್ ಕುಳಿತುಕೊಂಡ. ತನ್ನ ಉದ್ದನೆಯ ಪೈಪನ್ನು ದೋಣಿಯ ಗೋಡೆಗೆ(ಪಕ್ಕಕ್ಕೆ) ಆನಿಸಿದೆ. ಐ–ಕು, ಪಾ–ಸಾನ್‌ಗೆ ಎದುರಾಗುವಂತೆ ಮೂಸಾನ್‌ನ ಪಕ್ಕದಲ್ಲಿ ಕುಳಿತಳು. ಕಾಲುಗಳನ್ನು 'v' ಆಕಾರಕ್ಕೆ ಸೇರಿಸಿದಳು.

"ಮೂ ಅಜ್ಜ, ಪಟ್ಟಣದ ಕಡೆ ಹೊರಟಿದ್ದಿರಾ?" ಆಮೆಯ ಚಿಪ್ಪಿನಂತೆ ಕೆಂಚುಮುಖದ ವ್ಯಕ್ತಿಯೊಬ್ಬ ವಿಚಾರಿಸಿದ.

"ಪಟ್ಟಣದ ಕಡೆ ಅಲ್ಲ." ಅವನ ಮಾತಿನಲ್ಲಿ ನಿರುತ್ಸಾಹದ ದಟ್ಟ ಕೆಂಪಿನ ಅವನ ಮುಖದಲ್ಲಿ ಎಷ್ಟೊಂದು ಸುಕ್ಕುಗಳು ಇದ್ದುವೆಂದರೆ, ಅದರಲ್ಲಿ ಯಾವ ಭಾವನೆಯೂ ಕಾಣಿಸಿಕೊಳ್ಳದೆ ಮೊದಲಿನಂತೆಯೇ ಇರುತ್ತಿತ್ತು. "ಪಾಂಗ್ ಹಳ್ಳಿಗೆ ಹೊರಟಿದ್ದೇವೆ."

ದೋಣಿಯಲ್ಲಿದ್ದ ವ್ಯಕಿಗಳೆಲ್ಲ ಮಾತನ್ನು ನಿಲ್ಲಿಸಿ ಅವರನ್ನು ಗಮನಿಸುತ್ತಿದ್ದರು.

"ಏನು ಮತ್ತೆ ಪಿ–ಕು ಸಮಸ್ಯೆಯೇ?" ಪಾ–ಸಾನ್ ಕೇಳಿದ.

"ಹೌದು......ಇದಂತೂ ನನ್ನ ಪಾಲಿಗೆ ಸಾವಾಗಿದೆ. ಈಗ ಮೂರು ವರ್ಷದಿಂದ ಎಳಿತಾನೇ ಇದೆ. ನಾವು ಜಗಳ ಆದ ಮೇಲೆ ಸರಿ ಮಾಡೋಕೆ ಮತ್ತೆ ಮತ್ತೆ ಪ್ರಯತ್ನಿಸಿದ್ದೇವೆ. ಆದರೂ ಇನ್ನೂ ತೀರ್ಮಾನ ಆಗಿಲ್ಲ...."

"ನೀವು "ವೀ" ಮನಗೆ ಮತ್ತೆ ಹೋಗುತ್ತಿರೇನು?"

"ನಿಮ್ಮ ಊಹೆ ಸರಿ ಇದೆ. ಒಪ್ಪಂದಕ್ಕೆ ಪ್ರಯತ್ನಿಸುತ್ತಿರುವುದು ಅವನಿಗೆ ಇದೇ ಮೊದಲ ಸಲವಲ್ಲ. ಅವನ ಷರತ್ತುಗಳಿಗೆ ನಾನೆಂದೂ ಒಪ್ಪಲಿಲ್ಲ. ಆದರೂ ಪರವಾಗಿಲ್ಲ. ಈ ಅವರ ಮನೆಯಲ್ಲಿ ಕುಟುಂಬದವರ ಹೊಸ ವರ್ಷದ ಸಂತೋಷ ಕೂಟವಿದೆ. ನಗರದಿಂದ ಎಳನೆ ಯಜಮಾನ ಕೂಡಾ ಬರುವವನಿದ್ದಾನೆ.....

"ಎಳನೇ ಯಜಮಾನ" ಪಾ–ಸಾನ್ ಕಣ್ಣರಳಿಸಿ ಹಾಗಾದರೆ ಅವನೂ ಈ ವಿಚಾರದಲ್ಲಿ ತಲೆ ಹಾಕ್ತಾನೆ, ಹೌದಲ್ಲ?....ಆಯ್ತು. ಹೇಳಬೇಕೂಂದ್ರೆ ಹೋದ ವರ್ಷ ಅವರ ಅಡಿಗೆ ಮನೆಸಾಲನ್ನು ಕೆಡವಿ ಉರುಳಿಸುವುದರೊಂದಿಗೆ, ನಮ್ಮ ಸೇಡು ಪೂರ್ತಿಯಾಯಿತು. ಜೊತೆಗೆ ಏನು ಹೇಳೋದಂದ್ರೆ, ಐ–ಕು ಮತ್ತೆ ಅಲ್ಲಿಗೆ ಕಳಿಸೋದ್ರಲ್ಲಿ ಅರ್ಥ ಇಲ್ಲ ಅನ್ನುತ್ತೆ" ಹೇಳುತ್ತ ದೃಷ್ಟಿ ಕೆಳಗೆ ಮಾಡಿದ.

"ನಾನು ಅಲ್ಲಿಗೆ ಹೋಗಲೆ ಬೇಕೂಂತ ಹಟ ಹಿಡಿದಿಲ್ಲ ಅಣ್ಣ" ಹತಮಾರಿಯಂತೆ ಹೇಳಿದಲು, ಐ–ಕು. "ನಾನು ಹೋಗುತ್ತಿರುವುದು ಅವರಿಗೆ ಬುದ್ಧಿ ಕಲಿಸೋಕೆ ಗೊತ್ತಾ! ಆ ಪ್ರಾಣಿ ಆ ವಿಧವೆ ಜೊತೆ ಸಂಬಂಧ ಮುಂದುವರಿಸಿ, ನನ್ನನ್ನು ಬೇಡಾಂತಾನೆ! ಅದು ಅಷ್ಟು ಸುಲಭ ಅಂತ ತಿಳ್ಕೊಡಿದ್ದಾನೆ. ಸಾಲದ್ದಕ್ಕೆ ಅವನ ಅಪ್ಪ ದೊಡ್ಡ ಪ್ರಾಣಿ ಕೂಡ, ಅವನ ಜೊತೆ ಸೇರಿ ಹೇಗಾದರೂ ನನ್ನನ್ನು ಅವನಿಂದ ದೂರ ಮಾಡಬೇಕಂತ ಪ್ರಯತ್ನಿಸಿದ್ದಾನೆ..... ಅದೆಲ್ಲ ಅವರಿಗಿದು ಬಹಳ ಸುಲಭ ಅಂತ ಅನ್ನಿಸಿರಬೇಕು! ಇನ್ನು ಆ ಎಳನೇ ಯಜಮಾನ ? ಮ್ಯಾಜಿಸ್ಟ್ರೇಟ್ ಜೊತೆ ಸೇರಿರೋದರಿಂದ, ನಮ್ಮ ಮನಸ್ಸನ್ನು ಅರ್ಥ ಮಾಡಿಕೊಳ್ಳೋಕೆ ಆಗೊಲ್ಲ! ಅವನೂ ಕೂಡ 'ವೀ'ನ ರೀತಿಯಲ್ಲಿ ಬುದ್ಧಿಯಿಲ್ಲದೆ ಬೇರೆ ಆಗೋದೇ ಒಳ್ಳೇದು! ಬೇರೆ ಆಗೋದೆ ಒಳ್ಳೆಯದು" ಅಂತಾನೆ. ಇಷ್ಟು ವರ್ಷಗಳೂ ನಾನು ಹೇಗೆ ಅನುಭವಿಸಿದ್ದೇನಿ ಅನ್ನೋದನ್ನ ಹೇಳ್ತೇನಿ. ಆಗ ನೋಡೋಣ, ಅವನು ಯಾರು ಸರಿ ಅಂತ ಹೇಳ್ತಾನೆ !"

ಪಾ–ಸಾನ್‌ಗೆ ಎಲ್ಲ ಅರ್ಥ ಆಯ್ತು. ಮುಂದೆ ಸುಮ್ಮನಾದ. ದೋಣಿಯಲ್ಲಿ ಮೌನವಿತ್ತು. ದೋಣಿ ನಡೆಸುವಾಗ ಚಿಮ್ಮುತ್ತಿದ್ದ ನೀರು ದೋಣಿಗೆ ಬಡಿಯುತ್ತಿದ್ದ ಸದ್ದು ಮಾತ್ರವೇ

ಕೇಳಿಸುತ್ತಿತ್ತು. ಚುವಾಂಗ್ ಮಾ-ಸಾನ್ ಪೈಪನ್ನು ಎಳೆದುಕೊಂಡು ಅದನ್ನು ತುಂಬಿದ. ಪಾಸಾನ್ ಪಕ್ಕದಲ್ಲಿ ಎದುರಿಗೆ ಕುಳಿತಿದ್ದ ದಪ್ಪನೆಯ ಮನುಷ್ಯ ಸೊಂಟದಲ್ಲಿ ಹುಡುಕಾಡಿ ಚಕಮಕಿ ಕಲ್ಲನ್ನು ತೆಗೆದು ಉಜ್ಜಿ ಹೊತ್ತಿಸಿ ಮೂ-ಸಾನ್‌ನ ಪೈಪಿಗೆ ಹಚ್ಚಿದ.

"ಧನ್ಯವಾದಗಳು! ಧನ್ಯವಾದಗಳು" ತಲೆ ತೂಗುತ್ತ ಮೂಸಾನ್ ಆತನಿಗೆ ಹೇಳಿದ.

"ನಾನು ನಿಮ್ಮನ್ನು ಬೇಟಿಯಾಗುತ್ತಿರುವುದು ಇದೇ ಮೊದಲ ಸಲವಾದರೂ, ನಿಮ್ಮ ಬಗ್ಗೆ ಕೇಳಿದ್ದೇನೆ, ಬಹಳ ಹಿಂದೆ! ಇದರ ತೀರಕ್ಕೆ ಸೇರಿದ ಹದಿನೆಂಟು ಹಳ್ಳಿಗಳಲ್ಲಿ ಅಂಕಲ್ ಮೂ ಬಗ್ಗೆ ತಿಳಿಯದವರು ಯಾರಿರಲು ಸಾಧ್ಯ? ಕಿರಿ ವಯಸ್ಸಿನ ವಿಧವೆಯ ಜೊತೆ 'ಷಿಹ್' ಸಂಬಂಧವಿರಿಸಿಕೊಂಡಿರುವುದರ ಬಗ್ಗೆ ನಿಮಗೂ ಗೊತ್ತಿದೆ. ನಿಮ್ಮ ಆರು ಜನ ಮಕ್ಕಳೊಂದಿಗೆ ನೀವು ಅವರ ಅಡಿಗೆ ಮನೆಸಾಲನ್ನು ಕೆಡವಿದಾಗ, ಯಾರೂ ನಿಮ್ಮದು ತಪ್ಪು ಅಂತ ಹೇಳಲಿಲ್ಲ. ನಿಮಗೆ ಸಾಕಷ್ಟು ಸಹಕಾರ ಇದೆ. ಅವಕಾಶಗಳು ಇವೆ. ನೀವು ಅವರಿಗೆ ಯಾಕೆ ಹೆದರಬೇಕು?...."

"ಈ ಅಂಕಲ್ ಎಲ್ಲವನ್ನೂ ಅರ್ಥ ಮಾಡಿಕೊಳ್ಳಬಲ್ಲರು" ಎಂದಲು. ಒಪ್ಪಿಗೆ ಸೂಚಿಸುತ್ತ "ಅವರು ಯಾರೂಂತ ನನಗೆ ಸರಿಯಾಗಿ ಗೊತ್ತಿಲ್ಲ ಆದರೂ....."

"ನನ್ನ ಹೆಸರು ವಾಂಗ್-ತೇ-ಕು-ಇ" ದಪ್ಪನೆಯ ಮನುಷ್ಯ ಕೂಡಲೇ ಉತ್ತರಿಸಿದ.

"ನನ್ನನ್ನು, ಸುಮ್ಮನೆ ಹೊರಗೆ ದಬ್ಬೋಕೆ ಆಗೊಲ್ಲ! ಎಳನೆ ಯಜಮಾನ ಆಗಲಿ, ಎಂಟನೆ ಯಜಮಾನ ಆಗಲಿ, ನಾನು ಅವರೆಲ್ಲ ಸಾಯೋತನಕ, ಹಾಳಾಗೋ ತನಕ ಅವರನ್ನು ಹಿಂಸಿಸುತ್ತಲೇ ಇರುತ್ತೇನೆ. ಬಿಡುವುದಿಲ್ಲ." "ವೆ" ನಾಲ್ಕು ಸಲ ಕೈ ಮಾಡಿದ. ಅಲ್ಲ? ಆ ಸೆಟಲ್‌ಮೆಂಟ್ ಹಣ ನೋಡಿದ್ದೇನೆ. ಅಪ್ಪ ಕೂಡ ತನ್ನ ಸಮತೋಲನ ಕಳೆದುಕೊಂಡ......"

ಚುವಾಂಗ್ ಮೂ-ಸಾನ್ ತನ್ನೊಳಗೇ ಮೆಲ್ಲಗೆ ಪ್ರತಿಜ್ಞೆ ಮಾಡಿದ, "ಆದರೆ ಮೂ ಅಜ್ಜ ಷಿಹ್ ಕುಟುಂಬದ "ವೆ" ಗೆ ಹೋದ ವರುಷದ ಕಡೇಲಿ ಕೂಡ ಹಬ್ಬ ಮಾಡಿ ಕಳಿಸಿರಬೇಕಲ್ಲ" ಎಡಿ ಮುಖಿದವ ಕೇಳಿದ. ಅದರಿಂದೇನಾಗುತ್ತೆ? -ವಾಂಗ್‌ತೇ ಕೀ ಉತ್ತರಿಸಿದ. "ಕೇವಲ ಹಬ್ಬದಿಂದಲೇ ಒಬ್ಬ ಮನುಷ್ಯ ಹೀಗೆ ಪೂರ್ತಿ ಕಣ್ಣುಚ್ಚಿ ಕೂರಬಹುದೇ? ವಿದೇಶಿ ಔತಣ ನೀಡಿದ ಮಾತ್ರಕ್ಕೆ ಏನಾಗುತ್ತೆ? ಸತ್ಯ ಏನೂಂತ ತಿಳಿದವರು, ನ್ಯಾಯದ ಕಡೆಗೇ ಇರ್ತಾರೆ. ಅನಾವಶ್ಯಕವಾಗಿ ಯಾರನ್ನಾದರೂ ಅವಮಾನ ಮಾಡಿದರೆ ಲಾಭ ಇರಲಿ ಬಿಡಲಿ, ನ್ಯಾಯದ ಪರವಾಗಿಯೇ ಮಾತಾಡ್ತಾರೆ ಹೋದ ವರುಷದ ಕಡೇಲಿ ನಮ್ಮ ಸಣ್ಣ ಗ್ರಾಮದವನಾದ ಯಂಗ್ ಹೀಕಿಂಗ್‌ನಿಂದ ವಾಪಸ್ ಬಂದ. ಅವನು ನಮ್ಮಂತಹ ಹಳ್ಳಿ ಮುಕ್ಕ ಅಲ್ಲ. ಪ್ರಪಂಚಾನ ನೋಡಿ ಬಂದಿದ್ದಾನೆ. ಆತ ಹೇಳಿದ್ದ, ಮೇಡಂ ಕುವಾಂಗ್ ಅಂತ ಒಬ್ಬರು, ಅವರು ಎಲ್ಲರಗಿಂತ....."

"ವ್ಯಾಂಗ್ ಚೆಟ್ಟ"! ದೋಣಿಯವನು, ದೋಣಿ ಕಟ್ಟಿ ಹಾಕಲು ಪ್ರಯತ್ನಿಸುತ್ತ "ಯಾರಾದರೂ ವ್ಯಾಂಗ್ ಚೆಟ್ಟಿಗೆ ಹೋಗುವವರಿದ್ದೀರಾ?"

"ನಾನಿದ್ದೇನೆ!" ಎನ್ನುತ್ತಾ ದಪ್ಪನೆಯ ಮನುಷ್ಯ ತನ್ನ ಪೈಪನ್ನು ತೆಗೆದುಕೊಳ್ಳುತ್ತಾ ಕ್ಯಾಬಿನ್‌ನಿಂದ ಜಿಗಿದು ದಡ ತಲುಪಿದ.

"ಕ್ಷಮಿಸಿ"– ಎನ್ನುತ್ತಾ ಉಳಿದ ಪ್ರಯಾಣಿಕರಿಗೂ ಕೂಗಿ ಹೇಳಿದ. ನೀರು ಅಪ್ಪಳಿಸುತ್ತಿದ್ದ ಸದ್ದು ಬಿಟ್ಟರೆ ದೋಣಿ ಮೌನವಾಗಿ ಸಾಗುತ್ತಿತ್ತು. ಐ–ಕುಳ ಷೂ ಕಡೆಗೆ ಮುಖವಿರಿಸಿ, ನಿದ್ದೆ ತೆಗೆದ, ಕ್ರಮೇಣ ಅವನ ಬಾಯಿ ಬಿಚ್ಚಿಕೊಂಡಿತು. ಮುಂದಿದ್ದ ಕ್ಯಾಬಿನ್‌ನಲ್ಲಿದ್ದ ಇಬ್ಬರು ಹೆಂಗಸರು ಮೆಲುದನಿಯಲ್ಲಿ ಪ್ರಾರ್ಥನೆ ಹೇಳುತ್ತಾ, ಜಪಿಸತೊಡಗಿದರು. ಐ–ಕುಳ ಕಡೆ ಒಮ್ಮೆ ನೋಡಿ ಅರ್ಥ ಪೂರ್ಣವಾಗಿ ಒಬ್ಬರ ಮುಖ ಒಬ್ಬರು ನೋಡಿಕೊಂಡರು. ಆದರೆ ತುಟಿ ಬಿಚ್ಚದೆ ತಲೆಯಾಡಿಸಿದರು.

ಐ–ಕು ದೋಣಿಯ ಮೇಲ್ಭಾಗದಲ್ಲಿ ಹಾಸಿದ ಬಟ್ಟೆ ಭಾವಣಿಯನ್ನೇ ದಿಟ್ಟಿಸುತ್ತ ಕ್ರೂರ ಪ್ರಾಣಿಗಳಂತಿದ್ದ ಮಗ ಮತ್ತು ಅವರು ಕುಟುಂಬವನ್ನು ಯಾವ ರೀತಿ ಗೋಳಾಡಿಸಿ, ನಾಶಮಾಡಬೇಕೆಂದು ಯೋಚಿಸಿತ್ತಿದ್ದಳು. "ವೀ" ನಿಗೆ ಹೆದರುತ್ತಿರಲಿಲ್ಲ ಅವಳು. ಈ ಮೊದಲೂ ಅವನನ್ನು ನೋಡಿದ್ದಳು. ಅವನೇನಿದ್ದರೂ ಗುಂಡಗೆ ದಪ್ಪಕ್ಕೆ ಇದ್ದ ಒಂದು ಮುದ್ದೆ ಥರ. ಅವನಂಥವರು, ಆದರೆ ಸ್ವಲ್ಪ ಬಣ್ಣದಲ್ಲಿ ಕಪ್ಪಿದ್ದವರು ಅವಳ ಊರಿನಲ್ಲಿಯೇ ಬೇಕಾದಷ್ಟು ಮಂದಿ ಇದ್ದರು.

ಚುವಾಂಗ್ ಮೂ–ಸಾನ್ ಪೈಪನ್ನು ಪೂರ್ತಿಯಾಗಿ ಮುಗಿಸುವಲ್ಲಿಗೆ ಬಂದಿದ್ದ. ಅದರಲ್ಲಿದ್ದ ಎಣ್ಣೆ ಸಿಡಿಯುತ್ತಿದ್ದರೂ ಅವನು ಸೇದುತ್ತಲೇ ಮುಂದುವರಿದ. ವ್ಯಾಂಗ್ ಬರುತ್ತ ಅನ್ನೋದು ಅವನಿಗೆ ಗೊತ್ತಿತ್ತು. ಆಗಲೇ ಊರಿಗೆ ಮೊದಲಲ್ಲಿದ್ದ ಸ್ಟಾರ್ ಪೆವಿಲಿಯನ್ ಅನ್ನು ಅಲ್ಲಿಂದಲೇ ನೋಡಬಹುದಿತ್ತು. ವೀ ಬಗ್ಗೆ ಪದೇ ಪದೇ ಮಾತಾಡಿದ್ದಕ್ಕಿಂತ ಹೆಚ್ಚು ಸಲ ಇಲ್ಲಿಗೆ ಬಂದು ಹೋಗಿದ್ದ. ಆದ್ದರಿಂದ ಅದೇನೂ ದೊಡ್ಡ ವಿಷಯವಾಗಿರಲಿಲ್ಲ. ತನ್ನ ಮಗಳನ್ನು ಅವರ ಮನೆಯವರು ಮಾವ, ಗಂಡ ಮೊದಲಾಗಿ ಎಲ್ಲರೂ ಹೇಗೆ ಹಿಂಸೆ ಮಾಡಿದರು. ಅಳುತ್ತ ಹೇಗೆ ಮನೆಗೆ ಬಂದಿದ್ದಳು. ತಾನು ಹೇಗೆ ಅವರನ್ನೆಲ್ಲ ಮುಖಕ್ಕೆ ಮಂಗಳಾರತಿ ಮಾಡಿ ಕಳಿಸಿದ್ದು–ಎಲ್ಲ ನೆನಪಾಯಿತು. ನಡೆದದ್ದೆಲ್ಲ ಮತ್ತೊಮ್ಮೆ ಕಣ್ಣುಂದೆ ಸುಳಿಯಿತು. ಸಾಮಾನ್ಯವಾಗಿ, ತಾನು, ಕೆಟ್ಟದ್ದು ಮಾಡಿದ ಅವರಿಗೆ ಹೇಗೆ ಬುದ್ಧಿ ಕಲಿಸಿದೆ ಎಂದುಕೊಳ್ಳುವಾಗೆಲ್ಲ ಅವನ ತುಟಿಗಳಲ್ಲಿ ನಗೆ ಮಿಂಚು ಸುಳಿಯುತ್ತಿತ್ತು. ಆದರೆ ಈ ಸಲ ಹಾಗಲಿಲ್ಲ. ದಪ್ಪನೆಯ ಎಳನೇ ಯಜಮಾನ ತನ್ನ ಅಲೋಚನೆಗಳ ನಡುವೆ ತೂರಿ ಬಂದು ಏನೇನೋ ಅಸ್ತವ್ಯಸ್ಥವಾದಂತೆನಿಸುತ್ತಿತ್ತು.

ದೋಣಿ ಮೌನದಿಂದ ಸಾಗಿತು. ಬುದ್ಧನ ಪ್ರಾರ್ಥನೆ ಮಾಡುವವರು ಮಾತ್ರ ಹೆಚ್ಚಿದ್ದರು. ಐ–ಕು ಮತ್ತು ಆಕೆಯ ತಂದೆಯ ರೀತಿಯಲ್ಲಿ ಮಿಕ್ಕವರೂ ಗಾಢವಾದ ಯೋಚನೆಗಳಲ್ಲಿ ಮುಳುಗಿದ್ದರು.

"ಅಂಕಲ್ ಮೂ ಇದೋ "ಪಾಂಗ್ ಊರು ಬಂತು."

ದೋಣಿಯವನ ಕರೆಗೆ ಎಚ್ಚರಗೊಂಡು, ಸ್ಟಾರ್ ಪೆವಲಿಯನ್ ಅತ್ತ, ತಲೆ ಎತ್ತಿ ದೃಷ್ಟಿ ಹಾಯಿಸಿದರು.

ಚುವಾಂಗ್ ದಡಕ್ಕೆ ಜಿಗಿದ. ಐ-ಕೂ ಅವನನ್ನೇ ಹಿಂಬಾಲಿಸಿದಳು. ಪೆವಿಲಿಯನ್ ದಾಟಿ "ವೀ' ಮನೆಯತ್ತ ನಡೆದರು. ದಕ್ಷಿಣದ ಹಾದಿಯಲ್ಲಿದ್ದ ಒಂದು ಮೂವತ್ತು ಮನೆಗಳನ್ನು ದಾಟಿ, ಮೂಲೆ ತಿರುಗಿ ಕಡೆಗೆ ತಮ್ಮ ಗುರಿ ತಲುಪಿದರು. ಕಪ್ಪನೆಯ ಭಾವಣೆಯನ್ನು ಹಾಸಿದ್ದ ನಾಲ್ಕು ದೋಣಿಗಳು ಸಾಲಾಗಿ ಗೇಟಿನ ಬಳಿ ನಿಂತವು. ಕಪ್ಪು ಬಣ್ಣದಿಂದ ಹೊಳೆಯುತ್ತಿದ್ದ ದೊಡ್ಡ ಗೇಟನ್ನು ಸಮೀಪಿಸಿದ್ದಂತೆ. ಗೇಟಿನ ಮನೆಯನ್ನು ತೋರಲಾಯಿತು. ಅದಂತೂ ದೋಣಿ ನಡೆಸುವುದರಿಂದ ಮತ್ತು ಹೊಲ ಗದ್ದೆ ಮಾಡುವುದರಿಂದ ತುಂಬಿ ಹೋಗಿತ್ತು. ಅವರೆಲ್ಲ ಎರಡು ಟೇಬಲ್‌ಗಳ ಬಳಿ ಕುಳಿತಿದ್ದರು. ಐ-ಕು ಅವರತ್ತ ನೋಡುವ ಸಾಹಸ ಮಾಡಲಿಲ್ಲವಾದರೂ ಒಂದು ಸಲ ಸುತ್ತ ಕಣ್ಣು ಹಾಯಿಸಿದಳು. ಅವಳ ಗಂಡನಾಗಲೀ, ಮಾವನಾಗಲೀ ಕಾಣಿಸಲಿಲ್ಲ. ಕೆಲಸದವನೊಬ್ಬ ಒಂದು ಟ್ರೇನಲ್ಲಿ ಸೂಪ್ ಮತ್ತು ಹೊಸ ವರುಷದ ಸಿಹಿ ಕೇಕನ್ನು ತಂದುಕೊಟ್ಟಾಗ ಐ-ಕುಗೆ ಕಾರಣ ತಿಳಿಯದೆ ಕಸಿವಿಸಿಯೆನಿಸಿತು. ಮ್ಯಾಜಿಸ್ಟ್ರೇಟ್ ಜೊತೆ ಸ್ನೇಹ, ವ್ಯವಹಾರ ಇಟ್ಟುಕೊಂಡಿದ್ದಾನೆಂದ ಮಾತ್ರಕ್ಕೆ, ನಮ್ಮನ್ನು ಅರ್ಥ ಮಾಡಿಕೊಂಡಿಲ್ಲ ಅಂತ ಆಗೊಲ್ಲ. ತಿಳಿದವರು, ವಿದ್ವಾಂಸರು ಸತ್ಯ ಏನೂಂತ ತಿಳಿದ ಮೇಲೆ ಸತ್ಯದ ಪರವಾಗಿಯೇ ಇರ್ತಾರೆ. ಆ ಎಳೇ ಯಜಮಾನನಿಗೆ ನನ್ನ ಕತೇನೆಲ್ಲ ಹೇಳಬೇಕು. ಮೊದಲಿಂದ ಕೊನೆತನಕ......ಹೇಗೆ ನನ್ನ ಹದಿನೈದನೇ ವರ್ಷಕ್ಕೆ ಮದುವೆಯಾಯ್ತು....."

ಸೂಪ್ ಕುಡಿದ ನಂತರ, ಇನ್ನೂ ಸಮಯ ಇದೆ ಅಂತ ಅನಿಸಿತು. ಅಂದು ಕೊಳ್ಳೋಕೆ ಮೊದಲೇ ರೈತನೊಬ್ಬ ಅವಳನ್ನು, ಮತ್ತು ಅವಳ ತಂದೆಯನ್ನು ದೊಡ್ಡ ಹಜಾರದೆಡೆ ಕರೆದೊಯ್ದು, ಅಲ್ಲಿಯೇ ಮೂಲೆಯೊಂದಕ್ಕೆ ಅಂಟಿಕೊಂಡಂತಿದ್ದ ಸ್ವಾಗತ ಕೊಠಡಿಗೆ ಕರೆದೊಯ್ದ.

ಆ ಕೋಣೆ ಎಷ್ಟೊಂದು ವಸ್ತುಗಳಿಂದ ಇಡಿಕಿರಿದು ಇಕ್ಕಟ್ಟಾಗಿತ್ತೆಂದರೆ, ಅವಳಿಗೆ ಸಹಿಸಿಕೊಳ್ಳಲಾಗಲಿಲ್ಲ. ತುಂಬ ಜನ ಅತಿಥಿಗಳಿದ್ದರು. ಅವರು ಧರಿಸಿದ್ದ ಕೆಂಪು ಮತ್ತು ನೀಲಿ ಜಾಕೆಟ್‌ಗಳು (ಅಂಗಿಗಳು) ಅವಳ ಸುತ್ತ ಹೊಳೆಯುತ್ತಿದ್ದವು. ಅವರೆಲ್ಲರ ಮಧ್ಯೆ ಒಬ್ಬ ವ್ಯಕ್ತಿ ಕುಳಿತಿದ್ದ. ಆತ ಎಳನೆಯ ಯಜಮಾನ ಇರಬೇಕೆನಿಸಿತು. ದುಂಡನೆಯ ತಲೆ, ದುಂಡನೆಯ ಮುಖವಿದ್ದರೂ, "ವೀ" ಮತ್ತು ಬೇರೆಯವರಿಗಿಂತ ಗಾತ್ರದಲ್ಲಿ ದೊಡ್ಡವನೆನಿಸಿದ. ದೊಡ್ಡದಾದ ಮುಖಿದಲ್ಲಿ ಕಿರಿದಾದ ಕಣ್ಣುಗಳಿದ್ದವು. ಕಪ್ಪು ಮೀಸೆಯೂ ಇತ್ತು. ಕೂದಲಿಲ್ಲದೆ ಬೊಕ್ಕ ತಲೆಯಾಗಿದ್ದರು. ಅವನ ಮುಖ ಮಾತ್ರ ಕೆಂಪಾಗಿ ಹೊಳೆಯುತ್ತಿತ್ತು. ಒಂದು ಕ್ಷಣ ಐ-ಕು ಗೆ ಏನೂ ಹೊಳೆಯಲಿಲ್ಲ. ನಂತರ ಅವನೇನಾದರೂ ತನ್ನ ಚರ್ಮವನ್ನು ಹಂದಿ ಕೊಬ್ಬಿನಿಂದ ಉಜ್ಜಿರಬೇಕು ಅನಿಸಿತು.

ಇದು "ಏನಸ್ ಸ್ಟಾಫ್" (ಹೆಣಗಳು ಕೊಳೆಯದಂತೆ ಉಳಿಸಲು ಉಪಯೋಗಿಸುತ್ತಿದ್ದ ಒಂದು ಮಣಿ) ಹಿಂದಿನವರು ಇದನ್ನು ಹೆಣ ಹೂಳುವಲ್ಲಿ ಇರಿಸುತ್ತಿದ್ದರು ಎನ್ನುತ್ತಾ, ಎಳನೆ ಯಜಮಾನ, ಮುಕ್ಕಾಗಿದ್ದ ಒಂದು ಕಲ್ಲನ್ನು ಮೇಲಕ್ಕೆ ಹಿಡಿದು ಹೇಳಿದ. ಅದರಿಂದ ಒಂದೆರೆಡು ಬಾರಿ ತನ್ನ ಮೂಗನ್ನು ಕೆರೆದುಕೊಂಡು ಇತ್ತೀಚಿಗೆ ಅಗೆದಾಗ ಸಿಕ್ಕಿದೆ

ಹಾಳಾದ್ದು. ಆದರೂ ಇದು ಹತ್ತಿರ ಇರೋದು ಒಳ್ಳೇದು. ಇದರಲ್ಲಿರೋ ಪಾದರಸ ನೋಡಿ...... ಇದು ಹ್ಯಾನ್ ಕಾಲಕ್ಕಿಂತ ನಂತರದ್ದು ಇರಲಾರದು......"

ಪಾದರಸ ಗುರುತಿನ ಸುತ್ತ ಅನೇಕ ತಲೆಗಳು ಒಟ್ಟುಗೂಡಿದ್ದವು. ಅದರಲ್ಲಿ ಒಂದಂತೂ "ವೀ" ನ ತಲೆಯಾಗಿತ್ತು. ಅವರಲ್ಲಿ ಆ ಮನೆಯ ಗಂಡು ಮಕ್ಕಳು ಅನೇಕರು ಇದ್ದರು. ಆದರೆ ಐ-ಕುಗೆ ಅವರ ಪರಿಚಯ ಇರಲಿಲ್ಲ. ಎಳನೆಯ ಯಜಮಾನನಿಂದ ಅವರು ಎಷ್ಟು ಬೇಸರಗೊಂಡಿದ್ದರೆಂದರೆ, ಅವರೆಲ್ಲ ಹೊಸಕೆ ಹಾಕಿದ ತಿಗಣೆಗಳಂತಿದ್ದರು.

ಆತ ಹೇಳಿದ್ದು ಏನೂ ಅವಳಿಗೆ ಅರ್ಥವಾಗಿರಲಿಲ್ಲ. ಆ ಪಾದರಸದ ಕರೆ ಬಗ್ಗೆ ಅಂತೂ ಅವಳಿಗೆ ತಿಳಿದುಕೊಳ್ಳೋಕೂ ಆಸಕ್ತಿ ಇರಲಿಲ್ಲ. ಆ ಅವಕಾಶವನ್ನು ಉಪಯೋಗಿಸಿಕೊಂಡು ಸುತ್ತಲೂ ಗಮನಿಸಿದಳು. ತಾನು ನಿಂತಿದ್ದ ಹಿಂಬದಿಗೆ ಸೇರಿದ ಗೋಡೆಗೆ ಒರಗಿ "ದೊಡ್ಡ ಪ್ರಾಣಿ, ಚಿಕ್ಕಪ್ರಾಣಿ"– ಎರಡೂ ಕೂತಿದ್ದವು. ಆರು ತಿಂಗಳ ಹಿಂದೆ ಆಕಸ್ಮಿಕವಾಗಿ ಅವರನ್ನು ನೋಡಿದ್ದಾಗಿಂತ ಈಗ ಸ್ವಲ್ಪ ವಯಸ್ಸಾದವರಂತೆ ಕಾಣಿಸಿದರು.

ಪಾದರಸದ ಕರೆ ಇದ್ದ ಕಲ್ಲಿನಿಂದ ಕಾಣುತ್ತಿದ್ದ ಆ ಮಣೆಯಿಂದ ಜನ ದೂರ ಸರಿದರು. "ವೀ" ಎನಸ್ ಸ್ಟಾಫ್ ಮಣೆಯನ್ನು ತೆಗೆದುಕೊಂಡು, ಅದರ ಮೇಲೆ ತಟ್ಟಲೆಂದು ಕುಳಿತುಕೊಂಡ. ಚುವಾಂಗ್ ಮೂಸಾನ್‌ನನ್ನು ಮಾತಾಡಿಸಲು ತಿರುಗಿದ.

"ನೀವಿಬ್ಬರು ಮಾತ್ರವೇ ಬಂದಿದ್ದೀರಾ?"

"ಹೌದು ನಾವಿಬ್ಬರೇ"

"ನಿನ್ನ ಮಕ್ಕಳೇಕೆ ಬರಲಿಲ್ಲ?'

"ಅವರಿಗೆ ಬಿಡುವಿರಲಿಲ್ಲ"

"ಈ ಕಾರಣಕ್ಕೆ ಅಲ್ಲದೆ ಇದ್ದಿದ್ದರೆ ಹೊಸ ವರ್ಷದಲ್ಲಿ ನಿಮ್ಮನ್ನು ಇಲ್ಲಿಗೆ ಬರಮಾಡಿಕೊಳ್ಳುತ್ತಿರಲಿಲ್ಲ. ನನಗನಿಸುತ್ತೆ. ನೀವು ಸಾಕಷ್ಟು ಇದನ್ನು ಅನುಭವಿಸಿರಬೇಕೂಂತ. ಎರಡು ವರ್ಷಕ್ಕಿಂತ ಹೆಚ್ಚಾಗಿಯೇ ಆಗಿರಬೇಕಲ್ಲ? ಸುಮ್ಮನೆ ಎಳೀತಾ ಹೋಗೋಕಿಂತ ಶತ್ರುತ್ವವನ್ನ ದೂರ ಮಾಡ್ಕೊಂಡು ಬಿಡೋದೇ ಒಳ್ಳೇದು, ಐ-ಕು ಜೊತೆ ಅವಳ ಗಂಡ ಇರೋಕೆ ಇಷ್ಟ ಪಡಲಿಲ್ಲ. ಅಲ್ಲದೆ ಅವಳ ಮಾವನಿಗೂ, ಅತ್ತೆಗೂ ಅವಳನ್ನು ಕಂಡರೆ ಆಗೋದಿಲ್ಲ. ಹೀಗಿರುವಾಗ ನಾನು ಮೊದಲೇ ಹೇಳಿದ ಹಾಗೆ, ಇಬ್ಬರೂ ಬೇರೆ ಆಗೋದೆ ಒಳ್ಳೇದು. ಇನ್ನು ನಿಮಗೆ ಬುದ್ಧಿ ಹೇಳೋಕೆ ನನಗೆ ಮುಖ ಇಲ್ಲ. ನಿಮಗೆ ಗೊತ್ತಿದ್ದ ಹಾಗೆ ಎಳನೇ ಯಜಮಾನ ಯಾವಾಗಲೂ ನ್ಯಾಯದ ಪರವೇ" ಆತನ ಅಭಿಪ್ರಾಯವೂ ನನ್ನದೇ ಆಗಿದೆ, ಆದರೆ ಎರಡೂ ಕಡೆಯವರೂ ಎಲ್ಲೋ ಒಂದೊಂದು ಕಡೆ ರಾಜಿ ಆಗಬೇಕಾಗುತ್ತದೆ. ಷೀಹ್ ಕುಟುಂಬದವರಿಗೆ ಪರಿಹಾರ ಹಣಕ್ಕೆ ಇನ್ನೊಂದು ಹತ್ತು ಡಾಲರ್ ಹಾಕಲು ಹೇಳಿದ್ದಾನೆ. ಒಟ್ಟು ತೊಂಬತ್ತು ಡಾಲರ್ ಆಗುತ್ತೆ."

'......'

"ತೊಂಬತ್ತು ಡಾಲರ್!.....ಈ ಕೇಸನ್ನು ಚಕ್ರವರ್ತಿಗಳ ಬಳಿಗೆ ತೆಗೆದುಕೊಂಡು ಹೋದರೂ ಇಷ್ಟು ದೊಡ್ಡ ಮೊತ್ತದ ಪರಿಹಾರಧನ ಸಿಗುತ್ತಿರಲಿಲ್ಲ. ಆ ಏಳನೇ ಯಮಾನನೊಬ್ಬನಿಗೆ ಮಾತ್ರವೇ ಇದು ಸಾಧ್ಯವಾಗಿದೆ!

ಏಳನೇ ಯಜಮಾನ, ಕೇವಲ ರಂಧ್ರಗಳಂತಿದ್ದ ಕಣ್ಣುಗಳನ್ನು ಅಗಲಿಸಿ ಮೂಂಸಾಂಗ್ ಕಡೆ ಒಪ್ಪಿಗೆ ಸೂಚಿಸುವಂತೆ ನೋಡಿದ.

ಐ-ಕುಗೆ ಪರಿಸ್ಥಿತಿ ಗಂಭೀರ ಅನ್ನಿಸಿತು. ತೀರ ಪ್ರದೇಶದ ಕುಟುಂಬದವರೆಲ್ಲ ತನ್ನ ತಂದೆಯೆದುರು ಭಯ ಭಕ್ತಿಯಿಂದ ನಿಲ್ಲುತ್ತಿದ್ದರು. ಅಂತಹ ತಂದೆಗೆ ಇಲ್ಲಿ ಬಂದು ಮಾತಾಡಲು ಆಗದೆ ಇದ್ದುದಕ್ಕೆ ಅವಳಿಗೆ ದಿಗ್ಬ್ರಮೆಯಾಯಿತು. ಇಂಥಾದ್ದನ್ನು ಅವಳು ನಿರೀಕ್ಷಿಸುತ್ತಿರಲಿಲ್ಲ. ಏಳನೆಯ ಯಜಮಾನ ಹೇಳಿದ್ದೇನೂಂತ ಸರಿಯಾಗಿ ಅರ್ಥವಾಗಲಿಲ್ಲವಾದರೂ ಒಟ್ಟಾರೆಯಾಗಿ ಆತ ದಯಾವಂತ, ತಾನು ಊಹಿಸಿಕೊಂಡಷ್ಟು ಹೆದರಿಕೆ ಹುಟ್ಟಿಸುವ ಹಾಗೆ ಇಲ್ಲವೆಂಬುದು ಮಾತ್ರ ಅವಳಿಗೆ ಮನವರಿಕೆಯಾಯಿತು.

"ಏಳನೆಯ ಯಜಮಾನ ಸತ್ಯವೇನೆಂದು ಬಲ್ಲ."–ಎಂದು ಧೈರ್ಯವಾಗಿ ಹೇಳಿದಳು. "ನಮ್ಮಂಥ ಹಳ್ಳಿಗರ ಹಾಗಲ್ಲ. ನಾನು ಅನುಭವಿಸಿದ್ದನ್ನೆಲ್ಲ ಹೇಳಿಕೊಳ್ಳೋಕೆ ಯಾರೂ ಇಲ್ಲ. ಆದರೆ ಈಗ ಏಳನೆ ಯಜಮಾನನಿಗೆ ಎಲ್ಲ ಹೇಳ್ತೀನಿ. ಮದುವೆಯಾದಾಗಿನಿಂದ ಒಳ್ಳೆಯ ಹೆಂಡತಿಯಾಗಿ ಬಾಳಬೇಕೆಂದೇ ಪ್ರಯತ್ನಪಟ್ಟೆ. ಒಳಗೆ ಹೋದಾಗ, ಬಂದಾಗಲೆಲ್ಲ ತಲೆ ಬಗ್ಗಿಸಿಕೊಂಡೇ ಓಡಾಡುತ್ತಿದ್ದೆ. ಹೆಂಡತಿಯಾಗಿ ನಿರ್ವಹಿಸಬೇಕಿದ್ದ ಯಾವ ಕರ್ತವ್ಯವನ್ನೂ ಬಿಡಲಿಲ್ಲ. ಆದರೂ ತಪ್ಪುಗಳನ್ನು ಹುಡುಕುವುದೇ ಅವರ ಕೆಲಸವಾಗಿತ್ತು. ಪ್ರತಿಯೊಬ್ಬರೂ ನನ್ನನ್ನು ಹಂಗಿಸಿ ಅವಮಾನ ಮಾಡುತ್ತಿದ್ದರು. ಆ ವರ್ಷ ಮುಂಗುಲಿ(ವೀಸಲ್) ಒಂದು ದೊಡ್ಡ ಹುಂಜವನ್ನು ಸಾಯಿಸಿತು. ಅದಕ್ಕೆ ಹುಂಜದ ಮೇಲೆ ಬುಟ್ಟಿ ಯಾಕೆ ಮುಚ್ಚಲಿಲ್ಲ ಅಂತ ನನ್ನನ್ನು ಬಯ್ಯೋದೆ? ಆ ಮುಂಡೇದು ಅಕ್ಕಿ ತಿನ್ನೋಕ್ಕೆಂತ ಗೂಡಿಂದ ಆಚೆ ಬಂದಿತ್ತು. ಆದರೆ ನನ್ನ ಗಂಡ ಅನ್ನೋ ಪ್ರಾಣಿಗೆ ಸತ್ಯ ಏನೂಂತ ಗೊತ್ತಿದ್ದರೆ ತಾನೆ! ಕೆನ್ನೆ ಮೇಲೆ ಜೋರಾಗಿ ಬಿಗಿದ...."

ಏಳನೆಯ ಯಜಮಾನ ಅವಳತ್ತ ನೋಡಿದ.

"ನಂಗೊತ್ತು, ಏನಾದರೂ ಕಾರಣ ಇರಬೇಕು. ಏಳನೆ ಯಜಮಾನರು ಇದನ್ನು ಗಮನಿಸುತ್ತಾರೇಂತ ನಂಬಿದ್ದೇನಿ. ಸತ್ಯ ಏನೂಂತ ತಿಳಿದವರು ಎಲ್ಲವನ್ನೂ ತಿಳಿದಿರುತ್ತಾರೆ." ಚೆನ್ನಾಗಿ ಅವಳು ಮೋಡಿ ಮಾಡಿರಬೇಕು. ನನ್ನನ್ನು ಓಡಿಸೋಕೆ ನೋಡಿದ! ಶಾಸ್ತ್ರೋಕ್ತವಾಗಿ ನಾನು ಮದುವೆಯಾಗಿದ್ದೇನಿ. ಮೂರು ರಾಶಿ ಟೀ, ಆರು ಉಡುಗೊರೆ– ಎಲ್ಲವನ್ನೂ ವಧುವಿನ ಪಲ್ಲಕ್ಕಿಯಲ್ಲಿ ಹೊತ್ತು ಅವರ ಮನೆಗೆ ತಂದಿದ್ದಾಯಿತು. ನನ್ನನ್ನು ಆಚೆಗೆ ಎಸೆಯೋದು ಅಷ್ಟು ಸುಲಭ ಅಂತ ತಿಳ್ಕೊಂಡಿದ್ದಾನೇನು?..... ನಾನು ಕೋರ್ಟಿಗೆ ಹೋಗೋಕೂ ಹೆದರುವುದಿಲ್ಲ ಅನ್ನೋದನ್ನು ಅವರಿಗೆ ತೋರಿಸಬೇಕಿದೆ. ಜಿಲ್ಲಾ ಕೋರ್ಟಿನಲ್ಲಿ ಇದರ ತೀರ್ಮಾನ ಆಗುತ್ತೆ. ಜಿಲ್ಲಾ ನ್ಯಾಯಾಧೀಶರ ಬಳಿ ಹೋಗೋಣೆ."

"ಎಳನೆಯ ಯಜಮಾನನಿಗೆ ಎಲ್ಲಾ ಗೊತ್ತಿದೆ"– ವೀ ತಲೆ ಎತ್ತಿ ಹೇಳಿದ.

"ನೀನು ಹೀಗೇ ಮಾಡಬೇಕೂಂತ ಹಟ ಹಿಡಿದರೆ, ಇದರಿಂದ ನಿನಗೇನೂ ಲಾಭ ಇಲ್ಲ. ನೀನಂತೂ ಒಂದು ಚೂರು ಬದಲಾಗಿಲ್ಲ. ನಿಮ್ಮ ತಂದೆ ನೋಡು, ಹೇಗಿದ್ದಾನೆ. ನೀನು ನಿನ್ನ ಅಣ್ಣಂದಿರು ಹೀಗಿರೋದು ದುರಾದೃಷ್ಟ. ನೀನು ಹೇಳಿದ ಹಾಗೆ ಜಿಲ್ಲಾ ನ್ಯಾಯಾದೀಶರ ಬಳಿ ಹೋದರೆ, ಎಳನೆಯ ಯಜಮಾನನ ಜೊತೆ ಚರ್ಚೆ ಮಾಡೋದಿಲ್ಲ ಅಂದ್ಕೊಂಡಿದ್ದೀಯ? ಈಗ ಈ ಕೇಸು ಎಲ್ಲರಿಗೂ ಗೊತ್ತಾಗುತ್ತೆ. ಯಾರ ಭಾವನೆಗಳೂ ಲೆಕ್ಕಕ್ಕೆ ಬರೋಲ್ಲ.....ಇದು ಈ ರೀತಿ ಇರುವಾಗ.....

"ನನ್ನ ಪ್ರಾಣ ಹೋದರೂ ಎರಡು ಕುಟುಂಬಗಳು ನಾಶವಾದರೂ ಚಿಂತೆಯಿಲ್ಲ!"

ಇಷ್ಟು ಅತಿರೇಕಕ್ಕೆ ಹೋಗಬೇಕಾದ ಅಗತ್ಯ ಇಲ್ಲ." ಎಳನೆಯ ಯಜಮಾನ ನಿಧಾನವಾಗಿ ಹೇಳಿದ. "ನೀನು ಇನ್ನೂ ಚಿಕ್ಕವಳು. ಶಾಂತಿಯಿಂದ ಇರಬೇಕು. ಶಾಂತಿಯಿಂದ ಐಶ್ವರ್ಯ ಸಾಧ್ಯ–ಹೌದೋ ಅಲ್ಲೋ? ನಾನು ನಿನ್ನ ಪರಿಹಾರಧನಕ್ಕೆ ಹತ್ತು ಡಾಲರ್‌ಗಳನ್ನು ಸೇರಿಸಿದ್ದೇನಿ. ನಾನು ಉದಾರವಾಗಿದ್ದೇನಿಂತ ಅನಿಸಲಿಲ್ಲವೆ? ನಿನ್ನ ಅತ್ತೆ ಮಾವ ನಿನ್ನನ್ನು ಹೋಗು ಅಂದರೆ, ಹೋಗಲೇ ಬೇಕು. ಜಿಲ್ಲಾಧಿಕಾರಿ, ಅದೂ ಇದೂಂತ ಮಾತಾಡಬೇಡ. ಪೀಕಿಂಗ್‌ನ ವಿದೇಶಿ ಶಾಲೆಯಿಂದ ಈಗಷ್ಟೇ ಬಂದಿದ್ದಾನೆ. ಚೂಪಾದ ಗದ್ದದ ಮನೆ ಹುಡುಗನ ಕಡೆ ನೋಡಿ ಕೇಳಿದ. "ಹೌದಲ್ಲೋ?"

ಚೂಪು ಗದ್ದದ ಹುಡುಗ ಮೆಲುದನಿಯಲ್ಲಿ ಗೌರವ ಪೂರ್ಣವಾಗಿ "ಖಂಡಿತಾ" ಎಂದು ಮರು ನುಡಿದ.

ಐ–ಕುಗೆ ಈಗ ನಾನು ಒಬ್ಬೊಂಟಿ ಎನಿಸಿತು. ಅಪ್ಪ ಮಾತಾಡಲು ಮುಂದಾಗಲಿಲ್ಲ. ಅಣ್ಣಂದಿರು ಬರುವುದಕ್ಕೇ ಹೆದರಿದರು. "ವೀ" ಅಂತೂ ಯಾವಾಗಲೂ ತನ್ನ ವಿರೋಧಿ ಪಕ್ಷವೇ! ಈಗ ಎಳನೆಯ ಯಜಮಾನನೂ ಜೊತೆಗೆ ನಿಲ್ಲಲಿಲ್ಲ. ಚೂಪು ಗದ್ದದ ಹುಡುಗ ಕೂಡಾ, ಕಡೆಗೆ ಅವನಿಂದ ಏನನ್ನು ನಿರೀಕ್ಷಿಸಲಾಗಿತ್ತೋ ಅದನ್ನೇ ಹೇಳಿದ. ಅವಳಿಗೆ ದಿಕ್ಕು ತೋಚಲಿಲ್ಲವಾದರೂ, ತನ್ನ ಕಡೆಯ ನಿಲುವನ್ನು ವ್ಯಕ್ತಪಡಿಸ ಬೇಕೆಂದುಕೊಂಡಳು.

"ಏನೂ! ಎಳನೆಯ ಯಜಮಾನರೂ......" ಅವಳ ಕಣ್ಣುಗಳಲ್ಲಿ ಆಶ್ಚರ್ಯ ನಿರಾಶೆಗಳು ಕಾಣಿಸಿದವು. "ಹೌದು, ನಾವು ಹಳ್ಳಿಜನ ಒರಟರು. ಅಜ್ಞಾನಿಗಳು, ಯಾರ ಜೊತೆಗೆ ಹೇಗೆ ನಡೆದುಕೊಳ್ಳಬೇಕೂಂತ ತಿಳಿದಿರೋ ನನ್ನ ತಂದೆಯನ್ನು ಅನ್ನಬೇಕು. ಅವರಲ್ಲಿದ್ದ ಹಿಂದಿನ ಬುದ್ಧಿಯೆಲ್ಲ ಹಾಳಾಗಿ ಹೋಯ್ತು. ಆ ದೊಡ್ಡ ಪ್ರಾಣಿ, ಚಿಕ್ಕ ಪ್ರಾಣಿ ಹೇಗೆ ಬಯಸಿದ್ದರೋ ಹಾಗೇ ಆಯ್ತು. ತಮಗೆ ಬೇಡಾದವರು ಎದುರಿದ್ದಾಗ ಅವರ ಮೇಲೆ ಹಾಯುವುದಕ್ಕೆ ಯಾವ ಮಟ್ಟಕ್ಕೆ ಬೇಕಾದರೂ ಹೋಗ್ತಾರೆ.

"ನೋಡಿರಾ ಎಳನೆಯ ಯಜಮಾನರೇ"–ಅವಳ ಹಿಂದೆ ನಿಂತಿದ್ದ ಅವಳ ಗಂಡ ತಕ್ಷಣ ಹೇಳಿದ. ಈ ಯಜಮಾನರ ಮುಂದೆ ಹೀಗೆ ಮಾತಾಡೋಕೂ ಹೆದರೊಲ್ಲ! ಮನೆಯಲ್ಲಂತೂ ಇವಳು ಯಾರೂ ನೆಮ್ಮದಿಯಾಗಿ ಇರೋಕೇ ಬಿಡಲಿಲ್ಲ ನಮ್ಮಪ್ಪನನ್ನು

ದೊಡ್ಡ ಪ್ರಾಣಿ, ನನ್ನನ್ನು ಚಿಕ್ಕ ಪ್ರಾಣಿ ಅಥವಾ ಸೂಳೆಮಗ ಅಂತ ಕರೀತಾಳೆ."

"ಯಾರೋ ನಿನ್ನನ್ನು ಸೂಳೆಮಗ ಅಂತ ಕರೆದದ್ದು?" ಭಯಂಕರವಾಗಿ ಕಿರುಚುತ್ತಾ ಅವನೆಡೆ ತಿರುಗಿದಳು. ನಂತರ ಎಳನೆಯ ಯಜಮಾನನ ಕಡೆ ತಿರುಗಿ, "ನನಗೆ ಎಲ್ಲರ ಮುಂದೆ ಹೇಳಬೇಕಾದ ಒಂದು ವಿಷಯ ಇದೆ. ಯಾವಾಗಲೂ ನನ್ನನ್ನು ಬಹಳ ಕೀಳಾಗಿ ಕಾಣುತ್ತಿದ್ದ. ರಂಡೆ, ಮುಂಡೆ ಅಂತಲೇ ನನ್ನನ್ನು ಕರೀತಿದ್ದದ್ದು. ಆ ಸೂಳೆ ಇವನಿಗೆ ಗಂಟು ಬಿದ್ದ ಮೇಲಂತೂ ನನ್ನ ವಂಶದವರನ್ನೆಲ್ಲಾ ಬೈದು ಶಾಪ ಹಾಕುತ್ತಿದ್ದ ಈಗ ತಾವೇ ತೀರ್ಮಾನ ಮಾಡಿ, ತೀರ್ಪುಕೊಡಿ ಯಜಮಾನರೇ!"

ಒಮ್ಮೆಲೇ ಬೆಚ್ಚಿದಳು. ಮಾತು ಹೊರಡದೇ ತುಟಿ ಮೇಲೇ ನಿಂತವು. ಎಳನೆಯ ಯಜಮಾನ ತನ್ನ ದುಂಡನೆಯ ಮುಖ ಎತ್ತಿದ. ಮೀಸೆಯಿಂದ ಸುತ್ತುವರೆದಿದ್ದ ಬಾಯಿಂದ ಒಮ್ಮೆಲೇ ಸೀಳುದನಿಯಲ್ಲಿ.

"ಬಾ ಇಲ್ಲಿ!" ಎಂದು ಕರೆದ.

ನಿಂತು ಹೋದ ಎದೆ ಬಡಿತ ಮತ್ತೆ ಶುರುವಾಗಿ, ಹೊಡೆದು ಕೊಳ್ಳಲಾರಂಭಿಸಿತು. ಅವಳು ಸೋತಳು. ಎಲ್ಲ ತಿರುಗು ಮುರುಗಾಯಿತು. ತಪ್ಪು ಹೆಜ್ಜೆ ಹಾಕಿ ಕಡೆ ಕಡೆಗೆ ಜಾರಿ ನೀರಿಗೆ ಬಿದ್ದಳು. ಈಗ ಅವಳಿಗೆ ತಾನು ಮಾಡಿದ ತಪ್ಪಿನ ಅರಿವಾಯಿತು.

ನೀಲಿ ಗೌನು, ಕಪ್ಪು ಜಾಕೆಟ್ ಹಾಕಿದ ವ್ಯಕ್ತಿಯೊಬ್ಬ ನೇರವಾಗಿ ಬಂದು ಒಂದು ಕೋಲಿನಂತೆ ತನ್ನೆರಡೂ ಕೈಗಳನ್ನು ಜೇಬಿನಲ್ಲಿರಿಸಿ ಎಳನೆ ಯಜಮಾನನ ಮುಂದೆ ನಿಂತುಕೊಂಡ.

ಎಳನೇ ಯಜಮಾನ ಮಾತಾಡಲು ತುಟಿ ಅಲುಗಾಡಿಸಿದ. ಆದರೆ ಆತ ಏನು ಹೇಳುತ್ತಿದ್ದಾನೆಂಬುದು ಯಾರಿಗೂ ಕೇಳಿಸಲಿಲ್ಲ. ಆತನ ಕೆಲಸದಾಳಿಗೆ ಮಾತ್ರ ಕೇಳಿಸಿತು. ಆತನ ಮಾತಿನ ಬಿರುಸು ಅವನಲ್ಲಿ ಇಳಿಯುತ್ತಿದ್ದಂತೆನಿಸುತ್ತಿತ್ತು. ಅವನು (ಕೆಲಸದಾಳು) ಉತ್ತರಿಸಿದ.

"ಆಯ್ತು ಯಜಮಾನರೇ" ಎಂದು ಹೇಳಿ, ನಂತರ ಒಂದು ನಾಲ್ಕು ಹೆಜ್ಜೆ ಹಿಂದೆ ಸರಿದು ಹೊರಟೇ ಹೋದ. ಏನೋ ಆಗಬಾರದ್ದು ಆಗಲಿದೆಂತ. ಐ-ಕುಗೆ ಅನಿಸಿತು. ಆಗುವುದನ್ನು ತನ್ನಿಂದ ತಡೆಯುವುದಕ್ಕ ಬಹುಶಃ ಆಗಲಾರದೆನಿಸಿತು. ಎಳನೆಯ ಯಜಮಾನನ ಸಾಮರ್ಥ್ಯ ಎನೆನ್ನುವುದು ಈಗ ಅವಳಿಗೆ ತಿಳಿದು ಬಂತು. ತಾನು ಮೊದಲು ತಪ್ಪು ಮಾಡಿದೆ, ಒರಟಾಗಿ, ಕ್ರೂರವಾಗಿ ನಡೆದುಕೊಂಡೆ ಎನಿಸಿತು. ತೀವ್ರವಾಗಿ ಪಶ್ಚಾತ್ತಾಪ ಪಟ್ಟಳು. ತನ್ನೊಳಗೇ. ಹೇಳಿಕೊಳ್ಳುವಂತೆ, "ಎಳನೆಯ ಯಜಮಾನ ಹೇಳಿದ್ದನ್ನು ಒಪ್ಪಿಕೊಳ್ಳಬೇಕೆಂದು ಯಾವಾಗಲೋ ಯೋಚಿಸಿದ್ದೆ" ಎಂದಳು.

ಅವಳ ಧ್ವನಿ ಕೀಚು ಧ್ವನಿಯಂತೆ, ಕೇಳಿಯೂ ಕೇಳಿಸದಂತೆ ಇದ್ದರೂ ತೆಳು ರೇಶಿಮೆಯಂತೆ ಮೃದುವಾಗಿದ್ದರೂ, "ಏೀ"ಗೆ ಮಾತ್ರ ಗುಡುಗಿನಂತೆ ಕೇಳಿಸಿದವು.

"ತುಂಬ ಒಳ್ಳೇದು" ಎಂದು ಭಾವೋದ್ವೇಗದಿಂದ ಜಿಗಿದು ಒಪ್ಪಿಗೆ ಸೂಚಿಸುವಂತೆ ನುಡಿದ. "ಎಳನೆಯ ಯಜಮಾನ ನಿಜವಾಗಿಯೂ ನ್ಯಾಯ ಸಲ್ಲಿಸಿದ್ದಾನೆ. ಐ-ಕು ಕೂಡಾ ಸಾಕಷ್ಟು ಉದಾರವಾಗಿದ್ದಾಳೆ. ಆದ್ದರಿಂದ ಮೂ-ಸಾನ್, ನಿನ್ನ ಮಗಳೇ ಒಪ್ಪಿಗೆ ನೀಡಿರುವಾಗ ನಿನ್ನದೇನೂ ಅಭ್ಯಂತರವಿಲ್ಲ ಎಂದುಕೊಳ್ಳುತ್ತೇನೆ. ಮದುವೆಯ ಪ್ರಮಾಣ ಪತ್ರಗಳನ್ನು, ನಾನು ಹೇಳಿದಂತೆ ತಂದಿದ್ದೀಯಾಂತ ಭಾವಿಸುತ್ತೇನೆ. ಈಗ ಎರಡೂ ಕಡೆಯವರು ಅವುಗಳನ್ನು ತಂದು ಮುಂದಿರಿಸಲಿ....."

ಐ-ಕು, ತನ್ನ ತಂದೆ ಸೊಂಟದಲ್ಲಿ ಏನನ್ನೋ ಹುಡುಕುತ್ತಿರುವುದನ್ನು ಗಮನಿಸಿದಳು. ಕಡ್ಡಿಯಂತೆ ಇದ್ದ ಕೆಲಸದಾಳೊಬ್ಬ ಬಂದು, ಚಿಕ್ಕದಾದ, ಚಪ್ಪಟೆಯಾದ ಆಮೆಯಾಕಾರದ ಕಪ್ಪು ವಸ್ತುವೊಂದನ್ನು ಎಳನೆಯ ಯಜಮಾನನ ಕೈಗೆ ನೀಡಿದ. ಏನೋ ಆಗಬಾರದ್ದು ಆಗುತ್ತೇಂತ, ಐ-ಕು ಹೆದರಿದಳು. ತಂದೆಯ ಕಡೆಗೊಮ್ಮೆ ದೃಷ್ಟಿ ಹಾಯಿಸಿದಳು. ಆದರೆ ಅವನು ಮೇಜಿನ ಮೇಲಿದ್ದ ನೀಲಿ ಪೊಟ್ಟಣದಿಂದ ಬೆಳ್ಳಿ ನಾಣ್ಯಗಳನ್ನು ತೆಗೆಯುತ್ತಿದ್ದ.

ಎಳನೆಯ ಯಜಮಾನ ಆಮೆಯಂತಿದ್ದ ಮುಚ್ಚಳವನ್ನು ತೆಗೆದು ಅದರೊಳಗಿದ್ದ ವಸ್ತುವನ್ನು ಅಂಗೈಯಲ್ಲಿ ಸುರಿದುಕೊಂಡು ಉಜ್ಜಿ, ಮೂಗಿನ ಹೊಳ್ಳೆಗಳೊಳಕ್ಕೆ ಏರಿಸಿದ. ಏರಿಸುವಾಗ ಮೂಗು ಮತ್ತು ಮೇಲ್ತುಟಿಯನ್ನು ಕೆರೆ ಮಾಡಿಕೊಂಡ, ನಂತರ ಮೂಗನ್ನೇರಿಸುತ್ತಾ ಸೀನುವುದಕ್ಕೆ ಸಿದ್ಧವಾದ.

ಚುವಾಂಗ್ ಮೂ ಸಾನ್ ನಾಣ್ಯಗಳನ್ನು ಎಣಿಸತೊಡಗಿದ. "ಏ" ಎಣಿಸದೆ ರಾಶಿಯಲ್ಲಿದ್ದ ಮತ್ತೊಂದಷ್ಟು ನಾಣ್ಯಗಳನ್ನು ಅದರಿಂದ ತೆಗೆದು ಮುದಿ ಪ್ರಾಣಿಗೆ ನೀಡಿದ. ಕೆಂಪು ಮತ್ತು ಹಸಿರು ಪ್ರಮಾಣ ಪತ್ರಗಳನ್ನು ಮೊದಲಿದ್ದವರ ವಶಕ್ಕೆ ಒಪ್ಪಿಸಿದ.

"ಅದನ್ನು ಇಟ್ಟು ಬಿಡು." ಆತನೆಂದ, ಮೂ ಸಾನ್ ಮೊದಲು ಹಣ ಸರಿ ಇದೆಯೇ ಎಂದು ನೋಡಿಕೊ. ಬೆಳ್ಳಿ ನಾಣ್ಯಗಳು, ಅಷ್ಟು ಸುಲಭ ಅಲ್ಲ!"

"ಆಕ್ಷಿ....!"

ಎಳನೆಯ ಯಜಮಾನ ಸೀನಿದ್ದೆಂದು ಐ-ಕುಗೆ ತಿಳಿಯಿತು. ಆ ಕಡೆ ನೋಡದೆ ಇರಲು ಸಾಧ್ಯವಾಗಲಿಲ್ಲ. ಬಾಯಿ ಅಗಲವಾಗಿ ತೆರೆದಿತ್ತು. ಮೂಗು ಮುಲುಗುತ್ತಿತ್ತು. ತನ್ನೆರಡು ಬೆರಳುಗಳ ಮಧ್ಯೆ ಹಿಂದಿನವರು ಗೋರಿಗಳಲ್ಲಿ ಇರಿಸುತ್ತಿದ್ದ ಆ ವಸ್ತುವನ್ನು ಹಿಡಿದೇ ಇದ್ದ. ಆ ವಸ್ತುವಿನಿಂದ ಮೂಗನ್ನು ಕೆರೆದುಕೊಳ್ಳುತ್ತಿದ್ದ.

ಕಷ್ಟಪಟ್ಟು ಮೂ ಸಾನ್ ನಾಣ್ಯ ಎಣಿಸುವುದನ್ನು ಮುಗಿಸಿದ್ದ. ಎರಡೂ ಕಡೆ ಕೆಂಪು ಹಸಿರು ಪ್ರಮಾಣ ಪತ್ರಗಳನ್ನು ಪಕ್ಕಕ್ಕೆ ಇಟ್ಟು ಬಿಟ್ಟರು. ಅವರ ನಡುವೆ ಇದ್ದ ಬಿಗುವು ಈಗ ಸಡಿಲವಾಯಿತು. ನೆಮ್ಮದಿಯ ಉಸಿರಾಡಿದರು. ಪೂರ್ತಿಯಾಗಿ ರಾಜಿಯಾಗಿತ್ತು.

"ಒಳ್ಳೆಯದಾಯಿತು... ಅಂತೂ ಈ ಸಮಸ್ಯೆ ಸಮಾಧಾನವಾಗಿ ಪರಿಹಾರವಾಯಿತು." ವಿ ಹೇಳಿದ. ಅವರು ಅಲ್ಲಿಂದ ಹೋಗುತ್ತಿರುವುದನ್ನು ಗಮನಿಸಿ ನಿರಾಳವಾಗಿ ಉಸಿರಾಡಿದ.

"ಈಗ ಇನ್ನು ಮಾಡೋದೇನೂ ಇಲ್ಲ. ಈ ಸಮಸ್ಯೆ, ಸಮಸ್ಯೆಯ ಗಂಟು ಬಿಡಿಸಿದ್ದಕ್ಕೆ ಅಭಿನಂದನೆಗಳು!.... ನೀವೂ ಹೊರಟರೇನೂ? ಹೊಸ ವರ್ಷದ ಸಂತೋಷ ಸಮಾರಂಭಕ್ಕೆ ನೀವೂ ಯಾಕೆ ಇರಬಾರದು. ಅಪರೂಪದ ಅವಕಾಶವಲ್ಲವೇ!

"ಇಲ್ಲ ನಾವು ಇರಬಾರದು. ಮುಂದಿನ ವರುಷದ ಸಂತೋಷ ಕೂಟಕ್ಕೆ ಬರುತ್ತೇನೆ" ಐ–ಕು ಹೇಳಿದಳು.

"ಧನ್ಯವಾದಗಳು ಮಿಸ್ಟರ್ ವೀ. ನಮಗೆ ಬೇರೆ ಕೆಲಸವಿದೆ." ಮೂ ಸಾನ್, ಮುದಿ ಪ್ರಾಣಿ, ಯುವ ಪ್ರಾಣಿ ಎಲ್ಲರೂ ಗೌರವ ಪೂರ್ವಕವಾಗಿ ಅಲ್ಲಿಂದ ಬೀಳ್ಕೊಂಡರು.

ನೀವು ಹೋಗೋಕೆ ಮುಂಚೆ ಒಂದು ಗುಟುಕು?" ಹಿಂದೆ ನಿಂತಿದ್ದ ಐ–ಕು ಲತ್ತ ವೀ ಕಣ್ಣ ಹಾಯಿಸಿದ.

"ನಿಜವಾಗಿಯೂ ನಾವು ತಗೋಬಾರದು, ಧನ್ಯವಾದಗಳು ವೀ ಅವರೇ."

●●

02

ಹುಚ್ಚನ ದಿನಚರಿ

ನನಗೆ ಹೈಸ್ಕೂಲಿನಲ್ಲಿ ಇಬ್ಬರು ತುಂಬ ಒಳ್ಳೆ ಗೆಳೆಯರಿದ್ದರು. ಅವರು ಹೆಸರು ಹೇಳೋ ಅಗತ್ಯ ಇಲ್ಲಾನ್ನಿ, ಆದರೆ ಬಹಳ ದಿವಸಗಳ ಅಂತರವಿದ್ದುದರಿಂದ ಒಬ್ಬರನ್ನೊಬ್ಬರು ಭೇಟಿಯಾಗಲಿಲ್ಲ. ಆಮೇಲೆ ಎಷ್ಟೋ ದಿವಸಗಳ ಮೇಲೆ ಆ ಇಬ್ಬರಲ್ಲಿ ಒಬ್ಬರಿಗೆ ಬಹಳ ಹುಷಾರಿಲ್ಲ ಅನ್ನೋ ಸುದ್ದಿ ಮುಟ್ಟಿತು. ನಾನು ನನ್ನ ತವರಿಗೆ ಹೊರಟಿದ್ದೆ. ಆದ್ದರಿಂದ ಮಧ್ಯದಲ್ಲಿಯೇ ನನ್ನ ಪ್ರಯಾಣವನ್ನು ನಿಲ್ಲಿಸಿ, ನನ್ನ ಆರೋಗ್ಯದ ಗೆಳೆಯನನ್ನು ನೋಡಲು ಹೋದೆ. ಅಲ್ಲಿ ಒಬ್ಬನನ್ನು ಮಾತ್ರ ನೋಡಿದೆ. ಆಮೇಲೆ ಗೊತ್ತಾಯಿತು. ಹುಷಾರಿಲ್ಲದವನು ಅವನ ತಮ್ಮಾಂತ.

"ಅಷ್ಟು ದೂರದಿಂದ ನಮ್ಮನ್ನು ನೋಡೋಕೇಂತ ಬಂದದ್ದು ನನಗೆ ತುಂಬಾ ಸಂತೋಷವಾಗಿದೆ. ಸ್ವಲ್ಪ ದಿನಗಳ ಹಿಂದೆ ಅವನ ಆರೋಗ್ಯ ಸರಿ ಇರಲಿಲ್ಲ. ಈಗ ಸುಧಾರಿಸಿದ್ದಾನೆ. ಬೇರೆ ಕಡೆಗೆ ಪೋಸ್ಟಿಂಗ್ ಆಗಿ ಹೋಗಿದ್ದಾನೆ" ಎಂದು ಹೇಳಿ ನಂತರ ನಗುತ್ತಲೇ ನನ್ನ ಕೈಗೆ ಎರಡು ಪುಸ್ತಕಗಳನ್ನು ಕೊಟ್ಟು ಹೇಳಿದ. ಇದರಿಂದ ಅವನ ಹಿಂದಿನ ಖಾಯಿಲೆಯ ಸ್ವರೂಪ ತಿಳಿಯುತ್ತೆ. ಅಲ್ಲದೆ ಹಳೆ ಸ್ನೇಹಿತನಾದವನಿಗೆ ಇದನ್ನು ತೋರಿಸುವುದರಿಂದ ಅಂತಹ ತೊಂದರೆಯೇನೂ ಆಗುವುದಿಲ್ಲ ಎಂದೂ ತಿಳಿಸಿದ. ನಾನು ಆ ದಿನಚರಿ ಪುಸ್ತಕಗಳ ಪುಟಗಳನ್ನು ತಿರುವಿ ಹಾಕಿದೆ. ಅವನು ಒಂದು ರೀತಿಯಲ್ಲಿ persecution complex ಅನ್ನೋ ಖಾಯಿಲೆಯಿಂದ ನರಳುತ್ತಿದ್ದಂತಹ ಅನುಭವವಾಯಿತು. ಬರವಣಿಗೆ

ಅಸಂಬದ್ಧವಾಗಿತ್ತು. ಹುಚ್ಚುಚ್ಚಾದ ಹೇಳಿಕೆಗಳಿದ್ದವು. ಆದರೆ ಅವುಗಳಲ್ಲಿ ದಿನಾಂಕಗಳನ್ನು ಬರೆದಿಡಬೇಕೆಂದು ಊಹಿಸಿಕೊಳ್ಳಬಹುದಾಗಿತ್ತು, ಬರವಣಿಗೆಯ ಕೆಲವು ಭಾಗಗಳ ನಡುವೆ ಸ್ವಲ್ಪ ಸಂಬಂಧವಂತೂ ಇತ್ತು. ಒಂದು ಭಾಗವನ್ನು, ವೈದ್ಯಕೀಯ ಪರೀಕ್ಷೆಗೆ ಒಳಪಡಿಸಲು ಅನುಕೂಲವಾಗುತ್ತದೆಂದು ನಕಲು ಮಾಡಿಕೊಂಡೆ. ಅದರಲ್ಲಿ ಅಸಂಬದ್ಧವಾದ ತರ್ಕವಿಲ್ಲದೆ ಯಾವೊಂದು ಅಕ್ಷರವನ್ನೂ ಬದಲಿಸಲಿಲ್ಲ. ಹೆಸರುಗಳನ್ನು ಮಾತ್ರವೇ ಬದಲಾಯಿಸಿದೆ. ಅದರಲ್ಲಿದ್ದ ಹೆಸರುಗಳು ಸರಿ ಸುಮಾರು ಹಳ್ಳಿಗಾಡಿನವರದು. ಪ್ರಪಂಚಕ್ಕೆ ಯಾರೂ ತಿಳಿದವರಲ್ಲವಾದ ಕಾರಣ ಅಂತಹ ತೊಂದರೆಯೇನೂ ಇರಲಿಲ್ಲ. ದಿನಚರಿ ಬರೆದವನೇ ತನಗೆ ಖಾಯಿಲೆ ವಾಸಿಯಾದ ನಂತರ ಶೀರ್ಷಿಕೆಯನ್ನು ಕೊಟ್ಟಿದ್ದ. ಆದ್ದರಿಂದ ಅದನ್ನು ನಾನು ಬದಲಾಯಿಸಲು ಹೋಗಲಿಲ್ಲ.

ಮೂವತ್ತು ಮೂರು ವರ್ಷಗಳಿಂದ ಅದನ್ನು ನೋಡಿರಲಿಲ್ಲ. ಇವತ್ತು ಅದನ್ನು ನೋಡಿದಾಗ ನನ್ನಲ್ಲಿ ಏನೋ ಉತ್ಸಾಹ ಬಂದಂತೆನಿಸಿತ್ತು. ಈ ಮೂರು ವರ್ಷಗಳು ಏನೂ ತಿಳಿಯದೆ ಕತ್ತಲಲ್ಲಿದ್ದೆ. ಆದರೆ ಈಗ ಎಚ್ಚರಿಕೆಯಿಂದ ಇರಬೇಕೆನಿಸಿತು. ಅದಕ್ಕೆ ಬಹುಶಃ ಚಾವೂೋನ ಮನೆಯ ನಾಯಿ ನನ್ನನ್ನು ಎರಡು ಸಲ ದುರುಗುಟ್ಟಿ ನೋಡಿರಬೇಕು. ನನ್ನ ಭಯಕ್ಕೆ ಕಾರಣವಿದೆ.

—II—

ಈ ದಿನ ರಾತ್ರಿ ಚಂದ್ರನಿರಲಿಲ್ಲ. ಇದು ಕೆಡಕೆನಿಸಿತು. ಬೆಳಗ್ಗೆ ಎಚ್ಚರಿಕೆಯಿಂದ ಹೊರ ಹೊರಟೆ. ಚಾವೂೋನ ಕಣ್ಣುಗಳಲ್ಲಿ ವಿಚಿತ್ರ ನೋಟವಿತ್ತು. ನನ್ನಿಂದ ಹೆದರಿದಂತೆ, ನನ್ನನ್ನು ಕೊಲೆ ಮಾಡಲು ಬಯಸುತ್ತಿದ್ದಂತೆ ಆ ನೋಟವಿತ್ತು. ಇನ್ನೂ ಏಳೆಂಟು ಜನ ಅಲ್ಲಿದ್ದರು. ನನ್ನ ಬಗ್ಗೆ ಪಿಸುಮಾತಿನಲ್ಲಿ ಚರ್ಚೆ ನಡೆಸುತ್ತಿದ್ದರು. ನನ್ನನ್ನು ನೋಡಲು ಹೆದರಿದಂತೆನಿಸಿತು. ನಾನು ಹಾದು ಹೋದ ಜನರೆಲ್ಲರೂ ನನ್ನ ಬಗ್ಗೆ ಇದೇ ರೀತಿಯಲ್ಲಿ ವರ್ತಿಸುತ್ತಿದ್ದರು. ಅವರಲ್ಲಿ ಭಯಂಕರವಾಗಿ ಕಾಣಿಸುತ್ತಿದ್ದ ವ್ಯಕ್ತಿಯೊಬ್ಬ ನನ್ನತ್ತ ದುರುಗುಟ್ಟಿ ನೋಡಿದ. ಅವರ ಕೆಲಸಗಳೆಲ್ಲ ಪೂರ್ತಿಯಾಗಿರಬೇಕೆಂದೆನಿಸಿ ನಾನು ಅಡಿಯಿಂದ ಮುಡಿಯುವರೆಗೆ ಹೆದರಿದೆ.

ಆದರೂ ನಾನು ಮುಂದೆ ಸಾಗುತ್ತಲೇ ಇದ್ದೆ. ನನ್ನ ಮುಂದೆ ನಿಂತಿದ್ದ ಮಕ್ಕಳ ಗುಂಪೊಂದು ನನ್ನ ಬಗ್ಗೆಯೇ ಮಾತಾಡುತ್ತಿದ್ದರು. ಚಾವೂೋನ ಕಣ್ಣುಗಳಲ್ಲಿ ಕಂಡಿದ್ದಂತಹ ನೋಟವೇ ಇವರ ಕಣ್ಣುಗಳಲ್ಲೂ ಕಾಣಿಸಿತು. ಇವರೆಲ್ಲ ನನ್ನ ಬಗ್ಗೆ ಹೀಗೆ ವರ್ತಿಸಲು ಕಾರಣ ಏನಿರಬಹುದೆಂದು ಯೋಚಿಸುತ್ತಿದ್ದೆ. "ಹೇಳಿ ನನಗೆ!" ಎಂದು ಕಿರುಚದೆ ಇರಲು ನನಗೆ ಸಾಧ್ಯವಾಗಲಿಲ್ಲ. ಆದರೆ ಅವರೆಲ್ಲ ಓಡಿ ಹೋದರು.

ಚಾವೂೋ ಆಗಲಿ, ರಸ್ತೆ ಮೇಲಿನ ಜನ ಆಗಲಿ ನನ್ನ ಮೇಲೆ ಈ ರೀತಿ ದ್ವೇಷ ಸಾಧಿಸುವುದಕ್ಕೆ ಕಾರಣ ಏನಿರಬಹುದೊಂತ ಆಶ್ಚರ್ಯ ಪಟ್ಟೆ. ಒಂದಿಪ್ಪತ್ತು ವರ್ಷಗಳ ಹಿಂದೆ ಮಿಸ್ಟರ್ ಕು ಚಿಯಾ ನ ಲೆಕ್ಕದ ಹಾಳೆಗಳ ಮೇಲೆ ಕಾಲಿರಿಸಿದ್ದನ್ನು ಬಿಟ್ಟರೆ ಮತ್ತೇನೂ ಕಾರಣ ಇದ್ದಂತೆಸಿಸಲಿಲ್ಲ. ಕು ಗೆ ಅಸಮಾಧಾನ ಆಗಿತ್ತು. ಆದರೆ ಚಾವೂೋಗೆ ಅವನು

ಗೊತ್ತಿರಲಿಲ್ಲ. ಬಹುಶಃ ಇದರ ಬಗ್ಗೆ ಜನ ಮಾತಾಡುವುದನ್ನು ಕೇಳಿ ಸೇಡು ತೀರಿಸಿಕೊಳ್ಳಲು ಯೋಚಿಸಿರಬೇಕು. ಹಾಗಾಗಿ ಬೀದಿ ಜನರ ಜೊತೆ ಸೇರಿ ಪಿತೂರಿ ನಡೆಸುತ್ತಿದ್ದಾನೆ. ಆದರೆ ಮಕ್ಕಳು? ಅವರಿನ್ನೂ ಆಗ ಹುಟ್ಟಿಯೇ ಇರಲಿಲ್ಲ. ಅಂಥಾದ್ದರಲ್ಲಿ ಅವರೂ ಕೂಡಾ ನನ್ನತ್ತ ಹಾಗೆ ವಿಚಿತ್ರವಾಗಿ ಯಾಕೆ ನೋಡಬೇಕು. ಏನೋ ನನ್ನಿಂದ ಹೆದರಿದವರ ಹಾಗೆ!? ನನ್ನನ್ನು ಕೊಲೆ ಮಾಡಲು ನೋಡ್ತಿರೋ ಹಾಗೆ!? ನನಗೆ ತುಂಬಾ ಹೆದರಿಕೆಯಾಗಿದೆ. ಜೊತೆಗೆ ಗಾಭರಿ, ತಲೆಚಿಟ್ಟು.

ನನಗೆ ಗೊತ್ತಾಯಿತು. ಅವರ ತಂದೆ ತಾಯಿಗಳಿಂದ ಇದನ್ನೆಲ್ಲ ಕೇಳಿ ತಿಳಿದಿರಬೇಕು.

-III-

ರಾತ್ರಿ ನಿದ್ದೇನೇ ಇರೊಲ್ಲ. ಎಲ್ಲವನ್ನೂ ಜಾಗರೂಕತೆಯಿಂದ ಗಮನಿಸಿ ಅರ್ಥ ಮಾಡ್ಕೊಳ್ಳಬೇಕಾಗುತ್ತೆ.

ಅವರಲ್ಲಿ ಕೆಲವರನ್ನು ಮ್ಯಾಜಿಸ್ಟ್ರೇಟ್ ಗಲ್ಲಿಗೇರಿಸಿದಾಗ, ಸ್ಥಳೀಯ ಜೆಂಟ್ರಿ ಮುಖದ ಮೇಲೆ ಹೊಡೆದಾಗ, ದಂಡಾಧಿಕಾರಿ ಅವರ ಹೆಂಡಂದಿರನ್ನು ಎಳೆದುಕೊಂಡು ಹೋದಾಗ, ಇಲ್ಲವೆ ಸಾಲಗಾರರು ಅವರ ತಂದೆ ತಾಯಿಗಳನ್ನು ಆತ್ಮಹತ್ಯೆಗೆ ತಳ್ಳಿದಾಗಲೂ ಕಾಣದಿದ್ದ ಕ್ರೌರ್ಯ ನೆನ್ನೆ ಕಾಣಿಸಿತು.

ಎಲ್ಲಕ್ಕಿಂತ ವಿಶೇಷವಾಗಿ ಅನಿಸಿದ್ದು, ಬೀದಿ ಮೇಲಿನ ಆ ಹೆಂಗಸು ತನ್ನ ಮಗನಿಗೆ ಒಂದೆರಡೇಟು ಅಪ್ಪಳಿಸಿ, "ಪಿಶಾಚಿ, ನಿನ್ನ ಹರಿದು ಮುಕ್ಕಿ ತಿನ್ನುವವರೆಗೆ ನನಗೆ ಸಮಾಧಾನಾನೇ ಆಗೊಲ್ಲ" ಅಂತ ಹೇಳ್ತಾ ನನ್ನತ್ತಲೇ ನೋಡುತ್ತಿದ್ದಲು. ನನಗೂ ಇನ್ನೇನು ತಿರುಗಿ ಬೀಳೋಣ ಅನ್ನಿಸಿತು. ಆದರೆ ನಾನೇ ನಿಯಂತ್ರಿಸಿಕೊಂಡೆ, ಆಗ ಹಸಿರು ಮುಖದ, ಉದ್ದನೆಯ ಹಲ್ಲುಗಳ ಆ ಮಂದಿ ಒಂದು ಥರಾ ವ್ಯಂಗವಾಗಿ ನಗುವುದಕ್ಕೆ ತೊಡಗಿದರು. ಮುದಿ ಚೆನ್ ಮುಂದೆ ಬಂದು ನನ್ನನ್ನು ಬೇಗ ಎಳೆದುಕೊಂಡು ಹೋದ.

ನನ್ನನ್ನು ಮನೆಗೆ ಎಳೆದು ತಂದ ಮನೆಯಲ್ಲಿದ್ದವರು ನನ್ನ ಪರಿಚಯವೇ ಇಲ್ಲದವರಂತೆ ನಡೆದುಕೊಂಡರು. ಅವರ ಕಣ್ಣುಗಳಲ್ಲೂ ಅದೇ ನೋಟವಿತ್ತು. ನಾನು ನನ್ನ ಕೋಣೆಗೆ ಹೋದೆ. ಕೂಡಲೇ ಅವರು ಕೋಳಿನ್ನೋ ಬಾತನ್ನೋ ಭದ್ರ ಪಡಿಸುವ ಹಾಗೆ, ಹೊರಗಡೆಯಿಂದ ಬೀಗ ಹಾಕಿದರು. ಇದರಿಂದ ನನಗೆ ಇನ್ನಷ್ಟು ಸಿಟ್ಟು ಬಂತು.

ಕೆಲವು ದಿವಸಗಳ ಹಿಂದೆ "ವುಲ್ಫ್ ಕಬ್" ಹಳ್ಳಿಯಿಂದ ನಮ್ಮ ಬಾಡಿಗೆದಾರನೊಬ್ಬ ಬಂದು, ಬೆಳೆಯಿಲ್ಲದೆ ವಿಚಾರವನ್ನು ನನ್ನ ಅಣ್ಣನಿಗೆ ಹೇಳಿದ. ಜೊತೆಗೆ ತನ್ನ ಹಳ್ಳಿಗೆ ಬಂದಿದ್ದ ಕುಪ್ರಸಿದ್ಧ ವ್ಯಕ್ತಿಯೊಬ್ಬನನ್ನು ಸಾಯುವಂತೆ ಹೊಡೆದು ಅವನ ಎದೆ ಭಾಗ, ಪಿತ್ತಕೋಶಗಳನ್ನು ತೆಗೆದು ಎಣ್ಣೆಯಲ್ಲಿ ಹುರಿದು, ತಮ್ಮ ಧೈರ್ಯ ಹೆಚ್ಚಿಸಿಕೊಳ್ಳುವ ಸಲುವಾಗಿ ತಿಂದರೆಂದು ವಿವರಿಸಿದ. ಮಧ್ಯೆ ನಾನು ಬಾಯಿ ಹಾಕಲು ಹೋದಾಗ ಆ ವ್ಯಕ್ತಿ ಮತ್ತು ನನ್ನ ಅಣ್ಣ ಇಬ್ಬರೂ ದುರುಗಟ್ಟಿ ನನ್ನತ್ತ ನೋಡಿದರು. ಇವತ್ತು ನನಗೆ ಅರ್ಥವಾಯಿತು. ಆ ನೋಟ ಹೊರಗೆ ಬೀದಿ ಜನರಲ್ಲಿ ಕಾಣಿಸಿದ್ದೇ ಆಗಿತ್ತು.

ಅದನ್ನು ಯೋಚನೆ ಮಾಡಿದರೆ ಸಾಕು, ಅಡಿಯಿಂದ ಮುಡಿವರೆಗೆ ಕಂಪಿಸುವಂತಾಗುತ್ತದೆ.

ಅವರು ಮನುಷ್ಯರನ್ನು ತಿನ್ನುತ್ತಾರೆ. ಹಾಗಾದರೆ ನನ್ನನ್ನೂ ತಿನ್ನಬಹುದು.

ನಿನ್ನನ್ನು ಮುಕ್ಕಿ ತಿಂದು ಬಿಡುತ್ತೇನೆ ಎನ್ನುವ ಆ ಹೆಂಗಸಿನ ಮಾತು, ಹಸಿರು ಮುಖದ ಉದ್ದನೆಯ ಹಲ್ಲುಗಳ ಆ ಜನರ ನಗು, ಆ ಬಾಡಿಗೆದಾರನ ಅಂದಿನ ಕತೆ, ಎಲ್ಲಕ್ಕೂ ಏನೋ ಅರ್ಥವಿರಬೇಕು, ಎನಿಸಿತು. ಅವರ ಮಾತಿನಲ್ಲಿರುವ ವಿಷ, ಅವರ ನಗೆಯಲ್ಲಿರುವ ಚೂರಿಗಳು ಎಲ್ಲವೂ ನನಗೆ ಅರ್ಥವಾಗುತ್ತೆ ಅವರ ಹಲ್ಲುಗಳು ಬೆಳ್ಳಗೆ ಹೊಳೆಯುತ್ತದೆ, ಅವರು ನರಮಾಂಸ ಭಕ್ಷಕರು.

ನನ್ನ ಮಟ್ಟಿಗೆ ನಾನೇನೂ ಕೆಟ್ಟವನಲ್ಲ. "ಕು" ನ ಲೆಕ್ಕದ ಹಾಳೆಗಳ ಮೇಲೆ ಹೆಜ್ಜೆಯಿಟ್ಟಿದ್ದು ಅಂದರೆ ಸುಮ್ಮನೆ ದಾಟಿ ಹೋದದ್ದಷ್ಟೆ. ಅಂದಿನಿಂದ ನಾನು ಕೆಟ್ಟವನು ಅನಿಸಿಕೊಂಡೆ. ಅವರಲ್ಲಿ ಏನೇನೋ ರಹಸ್ಯಗಳಿವೆ. ನನಗೆ ಊಹಿಸುವುದಕ್ಕೆ ಸಾಧ್ಯವಿಲ್ಲ. ಅವರಿಗೆ ಕೋಪ ಬಂದರೆ ಸಾಕು, ಯಾರನ್ನಾದರೂ ಕೆಟ್ಟವರೂಂತ ಮಾಡಿ ಬಿಡ್ತಾರೆ. ನನಗೆ ನೆನಪಾಗುತ್ತೆ, ನನ್ನಣ್ಣ ನನಗೆ ಕಾಂಪೋಸಿಷನ್ ಬರೆಯೋದು ಹೇಗೆಂತ ಕಲಿಸುತ್ತಿದ್ದ. ಒಬ್ಬ ವ್ಯಕ್ತಿ ಎಷ್ಟೇ ಒಳ್ಳೆಯವನಾದರೂ, ನಾನು ಅದಕ್ಕೆ ತದ್ವಿರುದ್ಧವಾಗಿ ಬರೆದರೆ, ನನ್ನ ಅಣ್ಣ ಆ ಭಾಗವನ್ನು ಗುರುತಿಸಿ, ಒಪ್ಪಿಗೆ ಸೂಚಿಸುತ್ತಿದ್ದ. ಕೆಟ್ಟದ್ದನ್ನು ಮಾಡಿದವರನ್ನು ನಾನು ಕ್ಷಮಿಸಿದ್ದೇನೆಂದರೆ, "ನೀನು ಒಳ್ಳೆಯದು ಮಾಡಿದೆ. ನಿನ್ನ ಸ್ವಂತಿಕೆಯನ್ನು ಅದು ತೋರಿಸುತ್ತದೆ" ಎನ್ನುತ್ತಿದ್ದ. ಮನುಷ್ಯರನ್ನೇ ತಿನ್ನಲು ಸಿದ್ಧವಾಗಿ ನಿಂತಿರುವ ಅವರ ರಹಸ್ಯ ಆಲೋಚನೆಗಳನ್ನು ಊಹಿಸುವುದಾದರೂ ಹೇಗೆ?

ಎಲ್ಲವನ್ನೂ ಅರ್ಥಮಾಡಿಕೊಳ್ಳಬೇಕಾದರೆ ಬಹಳ ಸೂಕ್ಷ್ಮವಾಗಿ ಗಮನಿಸಬೇಕು. ಹಿಂದಿನ ಕಾಲದಲ್ಲಿ ಮನುಷ್ಯರು ಮನುಷ್ಯರನ್ನು ತಿನ್ನುತ್ತಿದ್ದರಂತೆ ಎಂಬ ಮಾತು ನೆನಪಾಯಿತು. ಆದರೆ ಅಸ್ಪಷ್ಟ, ಇದನ್ನು ತಿಳಿದುಕೊಳ್ಳಲು ಹುಡುಕಿದೆ. ನನ್ನ ಇತಿಹಾಸಕ್ಕೆ ಒಂದು ಕ್ರಮವಿಲ್ಲ. ಪುಟ ಪುಟದಲ್ಲೆಲ್ಲ ಗುಣ ಮತ್ತು ನೈತಿಕತೆ ಎಂದು ಗೀಚಿ ಗೀಚಿ ಬರೆದಿದ್ದೆ. ಹೇಗಿದ್ದರೂ ನಿದ್ದೆ ಬರೊಲ್ಲಾಂತ ಮಧ್ಯರಾತ್ರಿಯವರೆಗೆ ಓದುವುದರಲ್ಲಿ ಮಗ್ನನಾಗಿದ್ದೆ. ಸಾಲುಗಳ ನಡುವೆ, ಪುಸ್ತಕದ ತುಂಬೆಲ್ಲ "ಮನುಷ್ಯರನ್ನು ತಿನ್ನು" ಎಂಬ ಶಬ್ದಗಳು ಕಾಣಿಸಿಕೊಳ್ಳುವವರೆಗೆ ಓದುತ್ತಿದ್ದೆ.

ಪುಸ್ತಕದಲ್ಲಿ ಬರೆದಿರುವ ಈ ಶಬ್ದಗಳು ನಮ್ಮ ಬಾಡಿಗೆದಾರ ಹೇಳಿದ ಶಬ್ದಗಳು ವಿಚಿತ್ರವಾಗಿ, ಓಗಟೊಗಟಾಗಿ ನಗುತ್ತ ನನ್ನತ್ತ ನೋಡುತ್ತಿವೆ.

ನಾನೂ ಮನುಷ್ಯನೇ, ನನ್ನನ್ನೂ ಅವರು ತಿನ್ನುತ್ತಾರೆ.

–IV–

ಬೆಳಗ್ಗೆ ಸ್ವಲ್ಪ ಹೊತ್ತು ಸುಮ್ಮನೆ ಕುಳತಿದ್ದೆ. ಮುದುಕ ಚೆನ್ ಊಟ ತಂದ. ಬೇಯಿಸಿದ ಒಂದು ಬಟ್ಟಲು ತರಕಾರಿ ಮತ್ತು ಒಂದ ಬಟ್ಟಲು ಮೀನು. ಮೀನಿನ ಕಣ್ಣುಗಳು ಬೆಳ್ಳಗೆ,

ಗಟ್ಟಿಯಾಗಿದ್ದವು. ಅದರ ಬಾಯಿ, ಮನುಷ್ಯ ಮಾಂಸವನ್ನು ತಿನ್ನಬೇಕೆಂದು ತೆರೆದುಕೊಂಡಿದ್ದ ಮನುಷ್ಯರ ಬಾಯಿಯಂತಿತ್ತು. ಒಂದೆರಡು ತುತ್ತು ತಿಂದಮೇಲೆ ಅದು ಮೀನಿನ ಮಾಂಸವೋ. ಮನುಷ್ಯರ ಮಾಂಸವೋ ಎಂದು ತಿಳಿಯಲಾಗಲಿಲ್ಲ. ಅದಕ್ಕೇ ಎಲ್ಲವನ್ನೂ ವಾಂತಿ ಮಾಡಿಬಿಟ್ಟೆ.

'ಚೆನ್, ನನ್ನ ಅಣ್ಣನಿಗೆ ಹೇಳು. ನನಗೆ ಇಲ್ಲಿ ಉಸಿರುಕಟ್ಟುವ ಹಾಗೆ ಆಗ್ತಾ ಇದೆ. ಹೊರಗಡೆ ತೋಟದಲ್ಲಿ ಸ್ವಲ್ಪ ಸುತ್ತಾಡಿ ಬರ್ತೇನೆ" ಎಂದು ಹೇಳಿದೆ. ಚೆನ್ ಏನನ್ನೂ ಮಾತಾಡದೆ ಹೊರಗೆ ಹೋದ. ಮತ್ತೆ ಬಂದು ಗೇಟ್ ತೆಗೆದ.

ನಾನು ಕದಲಲಿಲ್ಲ. ನನ್ನ ಬಗ್ಗೆ ಹೇಗೆ ನಡೆದುಕೊಳ್ಳುತ್ತಾರೋ ನೋಡೋಣಾಂತ ಇದ್ದೆ. ನನಗೆ ಗೊತ್ತು. ಅವರು ನನ್ನನ್ನು ಹೋಗಲು ಬಿಡುವುದಿಲ್ಲ. ನನ್ನ ದೊಡ್ಡಣ್ಣ ಒಬ್ಬ ಮುದುಕನನ್ನು ಜೊತೆಗೆ ಇರಿಸಿಕೊಂಡು ಬಂದ. ಅವನ ಕಣ್ಣುಗಳಲ್ಲಿ ಕೊಲೆಗಡುಕನ ಭಾವವಿತ್ತು. ನಾನೆಲ್ಲಿ ಅದನ್ನು ನೋಡಿಬಿಡುತ್ತೇನೋ ಎಂದು ಹೆದರಿ ದೃಷ್ಟಿಯನ್ನು ಕೆಳಗಿಳಿಸಿದ. ಕನ್ನಡಕದೊಳಗಿಂದ ನನ್ನತ್ತ ಕಳ್ಳನೋಟ ಬೀರುತ್ತಿದ್ದ.

"ಇವತ್ತು ಆರಾಮಾಗಿ ಇರುವ ಹಾಗಿದೆ" ನನ್ನಣ್ಣ ಹೇಳಿದ.

"ಹೌದು" ಎಂದೆ.

"ನಿನ್ನನ್ನು ಪರೀಕ್ಷೆ ಮಾಡಲು ಹೋ ಅನ್ನು ಇವತ್ತು ಕರೆದುಕೊಂಡು ಬಂದಿದ್ದೇನೆ." ನನ್ನಣ್ಣ ಹೇಳಿದ.

"ಆಗಬಹುದು" ಎಂದೆ. ನನಗೆ ಚೆನ್ನಾಗಿ ಗೊತ್ತು. ತಿಳಿಯಲು ಈತ ಮಾರುವೇಷದಲ್ಲಿರುವ ಕೊಲೆಗಾರ! ನನ್ನ ಕೊಬ್ಬು ಎಷ್ಟಿದೆಂತ ತಿಳಿಯಲು ನನ್ನ ನಾಡಿಯನ್ನು ನೋಡುತ್ತಿರುವಂತೆ ಸುಮ್ಮನೆ ನಾಟಕವಾಡುತ್ತಿದ್ದಾನೆ. ಹೀಗೆ ಮಾಡುವುದರಿಂದ ನನ್ನ ಮಾಂಸದ ಭಾಗ ಸಿಗುತ್ತಲ್ಲ! ನಾನೇನೂ ಭಯ ಪಡಲಿಲ್ಲ. ಮನುಷ್ಯರ ಮಾಂಸವನ್ನು ತಿನ್ನದೆ ಇದ್ದರೂ ಅವರಿಗಿಂತ ಧೈರ್ಯಶಾಲಿಯಾಗಿದ್ದೆ. ಅವನು ಏನು ಮಾಡಬಹುದೆಂದು ನೋಡಲು ನಾನು ಎರಡೂ ಮುಷ್ಟಿ ಬಿಗಿ ಹಿಡಿದೆ. ಮುದುಕ ಕೆಳಗಡೆ ಕುಳಿತುಕೊಂಡ. ಕಣ್ಣು ಮುಚ್ಚಿ ಸ್ವಲ್ಪ ಹೊತ್ತು ಏನೇನೋ ಮಣಮಣಿಸಿದ. ನಂತರ ಕಣ್ಣು ತೆಗೆದು ಹೇಳಿದ— "ಏನೇನೋ ಹುಚ್ಚುಚ್ಚಾಗಿ ಕಲ್ಪಿಸಿಕೊಳ್ಳಬೇಡ. ಒಂದೆರಡು ದಿವಸ ಸುಮ್ಮನೆ ರೆಸ್ಟ್ ತಗೋ, ಎಲ್ಲಾ ಸರಿಹೋಗುತ್ತೆ."

"ಹುಚ್ಚುಚ್ಚು ಕಲ್ಪನೆಗೆ ಅವಕಾಶ ಕೊಡಬೇಡ! ಸ್ವಲ್ಪ ದಿವಸ ರೆಸ್ಟ್ ತಗೋ!..... ನಾನು ಇನ್ನಷ್ಟು ಪುಷ್ಟಿಯಾದಾಗ, ಅವರಿಗೆ ತಿನ್ನೋಕೆ ಜಾಸ್ತಿ ಮಾಂಸ ಸಿಗುತ್ತಿಲ್ಲ!.... ಆದರೆ ಅದರಿಂದ ನನಗೇನು ಪ್ರಯೋಜನ? ಹೇಗೆ ಸರಿಹೋಗುತ್ತೆ?" ಇವರೆಲ್ಲ ಮನುಷ್ಯರ ಮಾಂಸ ತಿನ್ನುವ ಹುನ್ನಾರದಲ್ಲಿದ್ದರೂ ಕಾಣಿಸಿಕೊಳ್ಳೋದು ಮಾತ್ರ ಹೀಗೆ! ನೆನೆಸಿಕೊಂಡರೆ, ನಕ್ಕು ನಕ್ಕು ಸಾಯುವ ಹಾಗೆ ಆಯ್ತು. ಅಟ್ಟಹಾಸದಿಂದ ನಗದೆ ಇರಲು ಸಾಧ್ಯವಾಗಲಿಲ್ಲ. ನಂಗೋಂಥರಾ ತಮಾಷೆ ಎನಿಸಿತು. ನನ್ನ ಈ ನಗುವಿನಲ್ಲಿ ಶಕ್ತಿ ಮತ್ತು ಧೈರ್ಯ

ಇರೋದೂಂತ ನನಗೆ ಗೊತ್ತಿತ್ತು. ನನ್ನ ರೀತಿ ನೋಡಿ ಆ ಮುದುಕ ಮತ್ತು ನನ್ನಣ್ಣ ಬಿಳುಚಿಕೊಂಡರು.

ನಾನು ಧೈರ್ಯಶಾಲಿ ಆಗಿರುವುದರಿಂದಲೇ, ನನ್ನನ್ನು ತಿನ್ನಲು ಅವರಿಗೆ ಹೆಚ್ಚಿನ ಆತುರ. ತಿಂದು ಅವರೂ ಸ್ವಲ್ಪ ಧೈರ್ಯಗಳಿಸಿಕೊಳ್ಳೋ ತಯಾರಿ! ಮುದುಕ ಗೇಟಿನ ಹೊರಗೆ ನಡೆದ. ಆದರೆ ತುಂಬಾ ದೂರ ಹೋಗೋ ಮುಂಚೆ ನನ್ನಣ್ಣನ ಕಡೆ ತಿರುಗಿ ಹೇಳಿದ.– "ಒಂದೇ ಸಲಕ್ಕೆ ತಿಂದು ಬಿಡಬೇಕು." ಹಾಗಾದರೆ ನೀನೂ ಶಾಮೀಲು! ಇದನ್ನು ಕೇಳಿ ನನಗೆ ಶಾಕ್ ಆದರೂ ಗುಟ್ಟನ್ನು ಅರಿತಂತಾಯಿತು. ಇದು ನನ್ನ ನಿರೀಕ್ಷೆಗೆ ಮೀರಿದ್ದಾಗಿತ್ತು. ನನ್ನಣ್ಣನೇ ಅವನ ಜೊತೆಗಾರನಾಗಿದ್ದ!

ಮನುಷ್ಯ ಮಾಂಸ ತಿನ್ನುವವನು ನನ್ನಣ್ಣ!

ನರಮಾಂಸ ತಿನ್ನುವ ಇಂತಹ ಅಣ್ಣನಿಗೆ ನಾನು ತಮ್ಮ! ಬೇರೆಯವರೆಲ್ಲ ನನ್ನನ್ನು ತಿಂತಾರೆ ಸರಿ, ಆದರೆ ನರಮಾಂಸ ತಿನ್ನುವ ಆ ಅಣ್ಣನಿಗೇ ನಾನು ತಮ್ಮ!!

–V–

ಇತ್ತೀಚಿನ ಕೆಲವು ದಿನಗಳಿಂದ ಮತ್ತೆ ಆಲೋಚಿಸುತ್ತಿದ್ದೇನೆ. ಆ ಮುದುಕ ಮಾರುವೇಷದ ಕೊಲೆಗಡುಕನಲ್ಲದೆ, ನಿಜವಾದ ಡಾಕ್ಟರೇ ಆಗಿದ್ದರೂ, ನರಮಾಂಸ ಭಕ್ಷಕನಿಗಿಂತ ಕಡಿಮೆಯೇನೂ ಆಗರಲಾರ, ಮೂಲಿಕೆಗಳ ಬಗ್ಗೆ ಬರೆದ ಪುಸ್ತಕದಲ್ಲಿ ಲೀ ಷಿನ್‌ನ ಪೂರ್ವಿಕರು ಬರೆಯುವಾಗ, ಮನುಷ್ಯ ಮಾಂಸವನ್ನು ಬೇಯಿಸಿ ತಿನ್ನಬಹುದು ಎಂದು ಬರೆದಿದ್ದಾರೆ. ಹಾಗಿರುವಾಗ ಈ ಮನುಷ್ಯ, ಮನುಷ್ಯರನ್ನು ತಿನ್ನುವುದಿಲ್ಲ ಎನ್ನುವುದಕ್ಕೆ ಏನು ಖಾತರಿ?

ನನ್ನಣ್ಣನ ವಿಚಾರಕ್ಕೆ ಬಂದರೆ, ಅವನ ಬಗ್ಗೆ ಅನುಮಾನಕ್ಕೆ ಸಾಕಷ್ಟು ಆಸ್ಪದವಿದೆ. ನನ್ನಣ್ಣ ನನಗೆ ಪಾಠ ಮಾಡುತ್ತಿದ್ದಾಗ ಅವನೇ ಖುದ್ದಾಗಿ ತನ್ನ ಬಾಯಿಂದಲೇ ಹೇಳಿದ್ದ "ಜನ ತಿನ್ನೋಕೆ ಅಂತ ತಮ್ಮ ಮಕ್ಕಳನ್ನು ವಿನಿಯಮ ಮಾಡಿಕೊಳ್ತಾರೆ" ಎಂದು. ಕೆಟ್ಟ ವ್ಯಕ್ತಿಯ ಬಗ್ಗೆ ಮಾತಾಡುವಾಗಲೆಲ್ಲ ಹೇಳ್ತಾನೇ ಇದ್ದ. –ಅಂಥವನನ್ನು ಬರಿ ಸಾಯಿಸಿದರೆ ಸಾಕಾಗೋದಿಲ್ಲ. ಅವನ ಮಾಂಸಾನ ಕಿತ್ತು ತಿನ್ನಬೇಕು; ಚರ್ಮಾನ ಹಾಸಿ ಮಲಕ್ಕೋ ಬೇಕು" ಅಂದ. ನಾನು ಆಗ ಬಹಳ ಚಿಕ್ಕವನಾಗಿದ್ದೆ. ನನ್ನೆದೆ ಬಡಿದುಕೊಳ್ತಿತ್ತು. ಬಾಡಿಗೆದಾರನ ಮಾತುಗಳು ಅವನಿಗೆ ಆಶ್ಚರ್ಯ ಎನಿಸಲೇ ಇಲ್ಲ. ಮನುಷ್ಯ ಮಾಂಸ ತಿನ್ನುವುದರ ಬಗ್ಗೆ ವಿವರಿಸುತ್ತ ಹೋದಾಗೆಲ್ಲ ತಲೆ ತೂಗುತ್ತಿದ್ದ. ಮೊದಲು ಹೇಗೆ ಕ್ರೂರಿಯಾಗಿದ್ದನೋ ಹಾಗೇ ಕ್ರೂರಿಯಾಗಿರುವುದು ಸ್ಪಷ್ಟವಾಗಿತ್ತು. ಸ್ವಂತ ಮಕ್ಕಳನ್ನೇ ತಿನ್ನೋಕೆಂತ ಬದಲಾಯಿಸಿಕೊಳ್ಳುವಾಗ, ಯಾರನ್ನು ಬೇಕಾದರೂ ಬದಲಾಯಿಸಿಕೊಳ್ಳ ಬಹುದಾಗಿತ್ತು. ಮೊದಲು ಇದನ್ನೆಲ್ಲ ಕೇಳಿದಾಗ, ಸುಮ್ಮನೆ ಆ ಕಡೆ ಮರೆತು ಬಿಟ್ಟಿದ್ದೆ. ಆದರೆ ಈಗ ಅವನು ವಿವರಿಸಿ ಹೇಳುವಾಗ, ಅವನ ತುಟಿಗಳ ಮೇಲೆ ಮನುಷ್ಯನ ಕೊಬ್ಬು ಇರೋದು ಕಾಣಿಸುತ್ತಿತ್ತಲ್ಲದೆ, ಮನುಷ್ಯರನ್ನು ತಿನ್ನಬೇಕೂಂತ ಮನಸ್ಸೂ ಮಾಡಿಬಿಟ್ಟೆದ್ದಂತೆನಿಸಿತು.

–VI–

ದಟ್ಟವಾದ ಕತ್ತಲು. ಬೆಳಗೋ ರಾತ್ರೀನೋ ಒಂದೂ ಗೊತ್ತಾಗಲಿಲ್ಲ. ಚಾವೋನ ಮನೆಯ ನಾಯಿ ಬೊಗಳುವುದಕ್ಕೆ ಶುರುಮಾಡಿಬಿಟ್ಟಿತ್ತು.

ಸಿಂಹದ ಭಯಂಕರತೆ, ಮೊಲದ ಹೆದರಿಕೆ, ನರಿಯ ಬುದ್ಧಿ......

–VII–

ಅವರು ಏನ್ಮಾಡ್ತಾರೆಂತ ನನಗೆ ಗೊತ್ತು. ಯಾವ ಮನುಷ್ಯನನ್ನೂ ಒಮ್ಮೆಲೇ ಕೊಲ್ಲುವುದಕ್ಕೆ ಹೋಗೊಲ್ಲ. ಯಾಕೆಂದರೆ ಪರಿಣಾಮ ಏನಾಗಬಹದು ಅನ್ನೋ ಭಯ. ಅದಕ್ಕೆ ಎಲ್ಲರೂ ಒಟ್ಟಿಗೆ ಸೇರಿ ಅಲ್ಲಲ್ಲಿ ಬಲೆ, ಬೋನು ಇರಿಸಿದ್ದಾರೆ. ನಾನಾಗಿ ಸಾಯುವ ಹಾಗೆ ನಡೆಸಿದ ಹುನ್ನಾರ, ಕೆಲವು ದಿವಸಗಳ ಹಿಂದೆ ಬೀದೀಲಿ ಹೆಂಗಸರು ಗಂಡಸರು ನನ್ನನ್ನು ನೋಡಿ ನಡೆದುಕೊಂಡ ರೀತಿ, ಇತ್ತೀಚೆಗೆ ಕೆಲವು ದಿನಗಳಿಂದ ನನ್ನಣ್ಣ ನಡೆದುಕೊಳ್ಳುತ್ತಿರೋ ಸ್ವಭಾವ ಎಲ್ಲವೂ ನನ್ನ ಊಹೆಯನ್ನು ಸಮರ್ಥಿಸುತ್ತದೆ. ಅವರು ಬಯಸುವುದು ಇಷ್ಟೆ. ವ್ಯಕ್ತಿ ತನ್ನ ಬೆಲ್ಟ್ ತೆಗೆದು ನೇಣು ಹಾಕಿಕೊಳ್ಳಬೆಕು. ಅವರೆಲ್ಲ ಕೊಲೆಯ ಅಪವಾದಕ್ಕೆ ಸಿಕ್ಕದೆ, ಮನಃಪೂರ್ತಿಯಾಗಿ ಖುಷಿ ಪಡಬಹುದೂಂತ ಹೀಗೆಲ್ಲ ಮಾಡ್ತಾರೆ. ಸಹಜವಾಗಿ ಅವರೆಲ್ಲ ಜೋರಾಗಿ ಖುಷಿಯಿಂದ ನಗುವುದಕ್ಕೆ ಆರಂಭಿಸುತ್ತಾರೆ. ಒಂದು ವೇಳೆ ವ್ಯಕ್ತಿ ಸಾವಿಗೆ ಹೆದರಿ, ನವೆದಿದ್ದರೂ ಪರವಾಗಿಲ್ಲ. ಅವರೆಲ್ಲರಿಗೂ ಒಪ್ಪಿಗೆಯಾಗಿತ್ತು.

ಅವರು ಸತ್ತವರ ಮಾಂಸ ಮಾತ್ರ ತಿಂತಾರೆ, ಎಲ್ಲೋ ಓದಿದ ನೆನಪು, ತೋಳ ಜಾತಿಯ ಕ್ರೂರ ಪ್ರಾಣಿಯೊಂದು ಸತ್ತ ಹೆಣದ ಮಾಂಸವನ್ನೇ ತಿನ್ನುತ್ತಂತೆ! ಅಲ್ದೆ ದೊಡ್ಡ ದೊಡ್ಡ ಗಟ್ಟಿಯಾದ ಮೂಳೆಗಳನ್ನು ಪುಡಿ ಪುಡಿಯಾಗಿಸಿ ನುಂಗಿ ಬಿಡುತ್ತಂತೆ. ನೆನೆಸಿಕೊಂಡರೇನೇ ಮೈ ಕಂಪಿಸುತ್ತೆ. ತೋಳ ಜಾತಿಗೆ ಸೇರಿದ ಈ ಹಯೀನಾ ಕ್ಯಾನ್ಫೈನ್ ವರ್ಗಕ್ಕೆ ಸೇರಿದೆಯಂತೆ. ಅವೂತ್ತೊಂದು ದಿನ ಚಾವೂನ ಮನೆಯ ನಾಯಿ ನನ್ನತ್ತ ಹಲವು ಸಲ ದೃಷ್ಟಿ ನೋಡಿತು. ಅವರೆಲ್ಲರ ಹುನ್ನಾರದಲ್ಲಿ ಅದರದೂ ಭಾಗ ಇದೆ. ಆ ಮುದುಕ ತಲೆ ಬಗ್ಗಿಸಿ ಕಣ್ಣ ತಪ್ಪಿಸಿದರೂ ನನ್ನನ್ನು ಮೋಸ ಮಾಡಲು ಆಗಲಿಲ್ಲ!.

ನನ್ನ ಅಣ್ಣನನ್ನು ಕಂಡರೆ ನನಗೆ ಅಸಹ್ಯ. ಅವನೂ ಮನುಷ್ಯ ಅಲ್ಲವೇ! ಅವನಿಗೆ ಯಾಕ ಭಯ ಇಲ್ಲ. ಬೇರೆಯವರೆಲ್ಲರ ಜೊತೆ ಸೇರಿ ತಾನೂ ಯಾಕೆ ಹುನ್ನಾರದಲ್ಲಿ ಭಾಗಿಯಾಗಿದ್ದಾನೆ? ಬಹುಶಃ ಇಂಥಾದ್ದಕ್ಕೆಲ್ಲ ಅಭ್ಯಾಸ ಆಗಿರುವವನಿಗೆ, ತಾನು ಮಾಡುವುದು ಅಪರಾಧ ಅಂತ ಅನ್ನಿಸದಿರಬಹುದೇ? ಇಲ್ಲವೆ ತಾನು ಮಾಡುತ್ತಿರುವುದು ತಪ್ಪೂಂತ ತಿಳಿದೂ ಮನಸ್ಸನ್ನು ಕಲ್ಲು ಮಾಡಿಕೊಂಡಿರಬಹುದೇ?

ನರಭಕ್ಷಕರನ್ನು ಬೈಯ್ಯುವಾಗ, ಅಥವಾ ಅದರಿಂದ ಅವರನ್ನು ತಪ್ಪಿಸುವಾಗ ನನ್ನಣ್ಣನಿಂದಲೇ ಪ್ರಾರಂಭಿಸುತ್ತೇನೆ.

ವಾಸ್ತವವಾಗಿ ಇಂತಹ ಚರ್ಚೆ ಈಗಾಗಲೇ ಅವರಿಗೆ ಅರ್ಥವಾಗಿರಬೇಕು.

ದೀಢೀರನೆ ಯಾರೋ ಬಂದರು. ಬಂದವನಿಗೆ ಇಪ್ಪತ್ತು ವರ್ಷ ಇದ್ದಿರಬಹುದು. ಅವನ ಆಕಾರ ಸ್ಪಷ್ಟವಾಗಿ ಕಾಣಿಸಲಿಲ್ಲ. ಅವನ ಮುಖದಲ್ಲಿ ನಗುವಿನ ಅಲೆಗಳು ಕಾಣಿಸಿದವು. ನನ್ನನ್ನು ನೋಡಿ ಒಂದು ಮುಗುಳು ನಗೆ ನಕ್ಕ. ಆದರೆ ಅದರಲ್ಲಿ ಪ್ರಾಮಾಣಿಕತೆ ಇರಲಿಲ್ಲ. ನಾನು ಅವನನ್ನು ಕೇಳಿದೆ– "ಮನುಷ್ಯರ ಮಾಂಸ ತಿನ್ನುವುದು ಸರೀನಾ?"

ಮುಗುಳು ನಗುತ್ತಲೇ ಇದ್ದು ಹೇಳಿದ–"ಬರವೇ ಇಲ್ಲದಿರುವಾಗ, ಮನುಷ್ಯ ಮನುಷ್ಯನನ್ನು ಹೇಗೆ ತಾನೇ ತಿಂದಾನು?"

ನನಗೆ ತಕ್ಷಣ ಗೊತ್ತಾಯಿತು. ಇವನೂ ಕೂಡ ಅವರಲ್ಲಿ ಒಬ್ಬನಾಗಿದ್ದ. ನನ್ನೆಲ್ಲ ಧೈರ್ಯವನ್ನು ತಂದುಕೊಂಡು ನನ್ನ ಪ್ರಶ್ನೆಯನ್ನು ಮತ್ತೆ ಕೇಳಿದೆ. "ಸರಿನಾ?"

"ಇಂಥಾ ಪ್ರಶ್ನೆ ಯಾಕೆ ಕೇಳ್ತಿದ್ದೀಯ?" ನಿಂಗೆ ನಿಜವಾಗಿಯೂ ತಮಾಶೆ ಮಾಡೋಕೆ ಇಷ್ಟೇನಾ?.... ಇವತ್ತು ತುಂಬಾ ಚೆನ್ನಾಗಿದೆ ಅನ್ಸುತ್ತೆ.

"ಹೌದು ಇವತ್ತು ಬಹಳ ಚೆನ್ನಾಗಿದೆ. ಚಂದ್ರ ಕೂಡ ಚೆನ್ನಾಗಿ ಹೊಳೀತಿದ್ದಾನೆ. ಆದರೆ ನೀನು ನನ್ನ ಪ್ರಶ್ನೆಗೆ ಉತ್ತರ ಹೇಳು. ಇದು ಸರೀನಾ?"

ದಿಗ್ಭ್ರಾಂತನಾದಂತೆ ಕಾಣಿಸಿದ. ಮತ್ತೇ ಹೇಳಿದ–"ಇಲ್ಲ"

"ಇಲ್ಲ ಅಲ್ವ?.... ಆದರೆ ಇವರೆಲ್ಲ ಯಾಕೆ ಹಾಗೆ ಮಾಡ್ತಾರೆ?"

"ನೀನು, ಏನು ಮಾತಾಡ್ತಾ ಇದ್ದೀಯ?"

"ಏನು ಮಾತಾಡ್ತಾ ಇದ್ದೀನಿ?..... ಅವರೆಲ್ಲ ವುಲ್ಫ್‌ಕ್ಲಬ್ ಹಳ್ಳೀಲಿ ಮನುಷ್ಯರನ್ನು ತಿಂತಿದ್ದಾರೆ. ನೀನು ಬೇಕಾದರೆ ನೋಡಬಹುದು. ಪುಸ್ತಕದ ತುಂಬೆಲ್ಲ ಕೆಂಪು ಮಸೀಲಿ ಬರೆದಿದ್ದಾರೆ."

ಅವನ ಮುಖಭಾವ ಬದಲಾಯಿತು. ಯಾಕೋ ಬಿಳುಚಿಕೊಂಡ. "ಇದ್ದರೂ ಇರಬಹುದು" ಅಂತ ನನ್ನ ಕಡೆ ನೋಡಿದ. "ಹೀಗೆ ನಡೀತಾನೆ ಬಂದಿದೆ."

"ಯಾವಾಗಿನಿಂದಲೂ ಇದೆ ಅಂತ ಹಾಗೆ ಮಾಡೋದು ಸರೀನಾ?"

"ಇದರ ವಿಚಾರವಾಗಿ ನಿನ್ನ ಹತ್ತಿರ ನಾನು ಮಾತಾಡೋದಿಲ್ಲ. ಆದರೆ ಒಂದು ವಿಷಯ...... ನೀನು ಇದರ ಬಗ್ಗೆ ಎಲ್ಲೂ ಮಾತಾಡಬಾರದು. ಯಾರು ಇದರ ಬಗ್ಗೆ ಮಾತಾಡ್ತಾರೆ, ಅವರದೇ ತಪ್ಪಾಗುತ್ತೆ!"

ನಾನು ಕುಪ್ಪಳಿಸಿ ಎದ್ದು ಕಣ್ಣರಳಿಸಿ ನೋಡಿದೆ. ಆತ ಕಣ್ಮರೆಯಾಗಿದ್ದ. ಬೆವರಿನಿಂದ ತೋಯ್ದು ಮುದ್ದೆಯಾಗಿದ್ದೆ. ನನ್ನ ಅಣ್ಣನಿಗಿಂತ ಅವನು ತೀರ ಚಿಕ್ಕವನು. ಆದರೂ ಇದರಲ್ಲಿ ಅವನೂ ಸೇರಿದ್ದ. ಬಹುಶಃ ಅವನ ತಂದೆ ತಾಯಿಗಳಿಂದ ಅದನ್ನು ಕಲಿತಿರಬೇಕು. ಅವನು

ಆಗಲೇ ತನ್ನ ಮಗನಿಗೂ ಕಲಿಸಿರಬಹುದೇನೋ! ಅದಕ್ಕೇ ಅವತ್ತು ಮಕ್ಕಳು ಕೂಡಾ ಕ್ರೂರವಾಗಿ ನನ್ನ ಕಡೆ ನೋಡುತ್ತಿದ್ದರು. !

–VIII–

ಮನುಷ್ಯರನ್ನು ತಿನ್ನಬೇಕು ಅನ್ನೋ ಆಸೆ ಆದರೆ ತಮ್ಮನ್ನೂ ಯಾರಾದರೂ ತಿಂದು ಬಿಟ್ಟರೆ ಅನ್ನೋ ಭಯ! ಅವರವರಲ್ಲೇ ಒಬ್ಬರ ಮೇಲೆ ಒಬ್ಬರಿಗೆ ಸಂದೇಹ!

ಇಂಥಾ ಆಲೋಚನೆಗಳನ್ನು ಬಿಟ್ಟು, ಕೆಲಸಕ್ಕೆ ಹೋಗೋದು, ನಡೆಯೋದು, ತಿನ್ನೋದು, ನಿದ್ದೆಮಾಡೋದು, ಮಾಡಿದರೆ ಎಷ್ಟು ಹಾಯಾಗಿ ಇರಬಹುದಾಗಿತ್ತಲ್ಲ. ಆದರೆ ಏನು ಮಾಡೋದು. ಇದೆಲ್ಲ ಆಗಬಾರದೂಂತ ತಂದೆ, ಮಕ್ಕಳು, ಗಂಡಂದಿರು ಹೆಂಡಿರು, ಸ್ನೇಹಿತರು, ಅಣ್ಣ ತಮ್ಮಂದಿರು, ಅಧ್ಯಾಪಕರು, ವಿದ್ಯಾರ್ಥಿಗಳು, ಆಗರ್ಭ ಶತ್ರುಗಳು, ಅಪರಿಚಿತರು ಎಲ್ಲರೂ ಒಟ್ಟಿಗೆ ಪಿತೂರಿ ನಡೆಸಿದ್ದಾರೆ. ಒಬ್ಬರೊನ್ನೊಬ್ಬರು ತಡೀತಿದಾರೆ.

–IX–

ಬೆಳಗಿನ ಜಾವ ಅಣ್ಣನನ್ನು ಹುಡುಕಿಕೊಂಡು ಹೋದೆ. ಹಜಾರದ ಬಾಗಿಲಿನಿಂದ ಹೊರಗೆ ನಿಂತು ಆಕಾಶವನ್ನೇ ನೋಡುತ್ತಿದ್ದ. ನಾನು ಮೆಲ್ಲನೆ ಹಿಂದಿನಿಂದ ಹೋಗಿ ಅವನಿಗೂ ಬಾಗಿಲಿಗೂ ಮಧ್ಯೆ ನಿಂತೆ. ಬಹಳ ನಯ ವಿನಯದಿಂದ ಹೇಳಿದೆ. – “ಅಣ್ಣ ನಿಂಜೊತೆ ಸ್ವಲ್ಪ ಮಾತಾಡೋದಿದೆ.”

“ಆಯ್ತು ಏನು ಹೇಳು” ಎಂದು ನನ್ನತ್ತ ತಿರುಗಿ ಒಪ್ಪಿಗೆ ಸೂಚಿಸಿದ.

“ಒಂದೆರಡೇ ಎರಡು ಮಾತು. ಹೇಳೋಕೆ ಕಷ್ಟ ಆಗಿದೆ. ಅಣ್ಣ ಪ್ರಾರಂಭಾವಸ್ಥೆಯಲ್ಲಿ ಎಲ್ಲ ಆದಿ ಮಾನವರು ಸ್ವಲ್ಪ ಸ್ವಲ್ಪ ನರಮಾಂಸ ತಿಂದಿರಬೇಕಲ್ಲ! ಆಮೇಲೆ ಅವರ ದೃಷ್ಟಿ! ಬದಲಾಗಿ, ಒಳ್ಳೆಯವರಾಗಿ, ನಿಜವಾದ ಮನುಷ್ಯರಾಗಿ ರೂಪಾಂತರ ಆಗಿರಬೇಕಲ್ಲ! ಆದರೆ ಕೆಲವರಂತೂ ಸರೀಸೃಪಗಳ ಫರಾ ಇನ್ನೂ ನರಮಾಂಸ ತಿನ್ನುತ್ತಲೇ ಇದ್ದಾರೆ. ಕೆಲವರು ಮೀನಾಗಿ, ಹಕ್ಕಿಗಳಾಗಿ, ಕೋತಿಗಳಾಗಿ ಕಡೆಯಲ್ಲಿ ಮನುಷ್ಯರಾಗಿ ವಿಕಾಸಗೊಂಡಿದ್ದಾರೆ. ಆದರೆ ಕೆಲವರಂತೂ ಇನ್ನೂ ಸರೀಸೃಪಗಳ ಅವಸ್ಥೆಯಲ್ಲೇ ಉಳಿದ್ದಿದ್ದಾರೆ. ನರಮಾಂಸ ತಿನ್ನುವವರನ್ನು, ತಿನ್ನದೆ ಇರುವವರ ಜೊತೆ ಹೋಲಿಸಿದರೆ ಎಷ್ಟು ನಾಚಿಕೆಗೇಡು ಎನಿಸುತ್ತೆ ಅಲ್ವಾ ? ಕೋತಿಗಳ ಮುಂದೆ ಸರೀಸೃಪಗಳು   ನಾಚಿಕೆ ಪಡೋಕ್ಕಿಂತ ಹೆಚ್ಚಾಗಿ ನಾಚಿಕೆಪಟ್ಟಿರಬೇಕು. ಹಿಂದಿನ ಕಾಲದಲ್ಲಿ ಯಿ ಯು, ಚಿಕ್ಕ ಮತ್ತು ಜೋ ಗೆ ತನ್ನ ಮಗನನ್ನೇ ಬೇಯಿಸಿ ಉಣ ಬಡಿಸಿದ. ಅದಂತೂ ಹಳೆ ಕತೆ, ಆದರೆ ಪಾನ್ ಕೂ ನಿಂದ ಸೃಷ್ಟಿಯಾದಾಗಿನಿಂದ ಮನುಷ್ಯರು ಒಬ್ಬರನ್ನೊಬ್ಬರು ತಿನ್ನುತ್ತಲೇ ಇದ್ದಾರೆ. ಯಿ ಯಾ ಮಗನ ಕಾಲದಿಂದ ಸೂಸಿಲಿನ್, ಸೂಸಿಲಿನ್ ಕಾಲದಿಂದ ವುಲ್ಫ್ ಕ್ಲಬ್ ಹಳ್ಳಿಯಲ್ಲಿ ಸಿಲುಕಿಕೊಂಡ ಮನುಷ್ಯನ ವರೆಗೆ ಈ ಪದ್ಧತಿ ಮುಂದುವರೆದು ಬಂದಿದೆ. ಹೋದ ವರುಷ ನಗರದಲ್ಲಿ ಒಬ್ಬ ಅಪರಾಧಿಗೆ ಮರಣ ದಂಡನೆ ಆಯಿತು. ಒಬ್ಬನಂತೂ ರೊಟ್ಟಿಯನ್ನು ಅವರ ರಕ್ತದಲ್ಲಿ ನೆನೆಸಿ ಚಪ್ಪರಿಸಿದನಂತೆ.

"ಅವರಿಗೆ ನನ್ನನ್ನು ತಿನ್ನಬೇಕೆನಿಸಿದೆ. ಆದರೆ ನೀನೊಬ್ಬನೇ ಏನೂ ಮಾಡೋಕೆ ಆಗೊಲ್ಲ. ಆದರೂ ನೀನು ಅವರ ಜೊತೆ ಸೇರಿರುವುದು ಯಾಕೆ? ನರಭಕ್ಷಕರಾಗಿ ಅವನು ಏನು ಬೇಕಾದರೂ ಮಾಡಬಲ್ಲರು. ನನ್ನನ್ನು ತಿಂದ ಮೇಲೆ ನಿನ್ನನ್ನೂ ತಿನ್ನಬಹುದು. ಒಂದೇ ಗುಂಪಿನಲ್ಲಿ ಇರುವವರೂ ಕೂಡಾ ಒಬ್ಬರೊನ್ನಬ್ಬರು ತಿನ್ನಬಹುದು. ನೀನು ತಕ್ಷಣಕ್ಕೆ ನಿನ್ನ ರೀತಿಯನ್ನು ಬದಲಾಯಿಸಿಕೊಂಡರೆ ಎಲ್ಲರಿಗೂ ನೆಮ್ಮದಿ. ಇಂಥ ಪದ್ಧತಿ ಬಹಳ ಹಿಂದಿನಿಂದ ನಡೀತಾ ಬಂದಿರಬಹುದು. ಆದರೆ ನಾವು ಈಗ ಪ್ರಯತ್ನಿಸಿ ಒಳ್ಳೆಯವರಾಗಬಹುದು. ಇಂಥಾದ್ದನ್ನು ಮಾಡಬಾರದೂಂತ ಹೇಳು. ಖಂಡಿತ ಇದನ್ನು ನಿನಗೆ ಹೇಳೋಕೆ ಸಾಧ್ಯವಿದೆ. ಮೊನ್ನೆ ನಮ್ಮ ಬಾಡಿಗೆದಾರ, ಬಾಡಿಗೆ ಕಡಿಮೆ ಮಾಡಲು ಹೇಳಿದಾಗ ನೀನು ಆಗೋದಿಲ್ಲ ಎಂದೆ."

ಮೊದಲು ಒಂದು ಥರಾ ವಿಚಿತ್ರವಾಗಿ ನಕ್ಕ. ಆಮೇಲೆ ಕೊಲೆ ಪಾತಕನಂತೆ ಕಾಣಿಸಿದ. ಅವನ ಮುಖದ ಭಾವದ ಅರ್ಥವನ್ನು ತಿಳಿಸಿದಾಗ ಅವನು ಬಿಳುಚಿಕೊಂಡ. ಹೊರಗಡೆ ಬಾಗಿಲಿನಾಚೆ ಒಂದು ಗುಂಪಿನ ಜನ ಇದ್ದರು. ಅದರಲ್ಲಿ ಚಾವ್ಓ ಮತ್ತು ಅವನ ನಾಯಿಯಾ ಇತ್ತು. ಎಲ್ಲರೂ ಕತ್ತುಗಳನ್ನು ಮೇಲಕ್ಕೆ ಚಾಚಿ ಒಳಗೆ ಇಣುಕಿ ನೋಡುತ್ತಿದ್ದರು. ಅವರ ಮುಖಗಳು ಬಟ್ಟೆಯಿಂದ ಮುಚ್ಚಿದ್ದರಿಂದ ಸರಿಯಾಗಿ ಕಾಣಲಿಲ್ಲ. ಕೆಲವರು ತಮ್ಮ ನಗೆಯನ್ನು ಹತ್ತಿಕ್ಕಿ ಬಿಳುಚಿಕೊಂಡು ಮತ್ತು ಭಯಂಕರವಾಗಿ ಕಾಣುತ್ತಿದ್ದರು. ಆದರೆ ನನಗೆ ಗೊತ್ತಿತ್ತು. ಮನುಷ್ಯ ಮಾಂಸವನ್ನು ತಿನ್ನುವ ಒಂದು ಗುಂಪಿಗೆ ಸೇರಿದವರಾಗಿದ್ದರೂ ಅವರ ಆಲೋಚನೆಗಳು ಮಾತ್ರ ಬೇರೆ ಬೇರೆಯಾಗಿದ್ದಂತೆನಿಸಿತು. ಕೆಲವರು ಹಿಂದಿನಿಂದ ಬಂದ ಪದ್ಧತಿಯಂತೆ ನರಮಾಂಸ ತಿನ್ನಲೇ ಬೇಕು ಎಂಬಂತೆ ಕಾಣಿಸಿಕೊಳ್ಳುತ್ತಿದ್ದರೆ, ಮತ್ತೆ ಕೆಲವರು ತಿನ್ನಬಾರದೂಂತ ಗೊತ್ತಿದ್ದೂ ತಿನ್ನುವಂತೆ ಇದ್ದರು. ಜನಕ್ಕೆ ತಮ್ಮ ರಹಸ್ಯ ತಿಳಿದು ಬಿಟ್ಟರೆ?......ಎಂಬ ಭಯದಿಂದ ಕೂಡಿದ್ದಂತೆ ಕಾಣಿಸಿತು. ಹಾಗಾಗಿ ನನ್ನ ಸದ್ದು ಕೇಳಿದ್ದೇ ಕೋಪಗೊಂಡರು. ಆದರೂ ವಿಚಿತ್ರವಾಗಿ ವ್ಯಂಗ್ಯವಾಗಿ ನನ್ನತ್ತ ನೋಡಿ ನಕ್ಕರು.

ಇದ್ದಕ್ಕಿದ್ದಂತೆ ನನ್ನಣ್ಣ ಬಹಳ ಸಿಟ್ಟುಗೊಂಡು ಜೋರಾಗಿ ಅಬ್ಬರಿಸಿ ಹೇಳಿದ. "ಹೋಗ್ರೋ. ಎಲ್ಲಾ ಆಚೆ ಹೋಗ್ರೋ. ಹುಚ್ಚನನ್ನು ನೋಡುವುದರಿಂದ ನಿಮಗೇನು ಸಿಗುತ್ತೆ?"

ಅವರೆಲ್ಲರ ಉಪಾಯ ನನಗೆ ಗೊತ್ತಾಯಿತು. ಅವರೆಂದೂ ತಮ್ಮ ನಿಲುವನ್ನು ಬದಲಾಯಿಸಿಕೊಳ್ಳುವುದಿಲ್ಲ. ಅವರು ತಮ್ಮೆಲ್ಲಾ ಯೋಜನೆಗಳನ್ನು ಸಿದ್ಧಗೊಳಿಸಿದ್ದರು. ನನ್ನನ್ನು ಹುಚ್ಚ ಅಂತ ಪಟ್ಟಿ ಕಟ್ಟಿ ಬಿಟ್ಟರು. ಮುಂದೆ ನನ್ನನ್ನು ತಿಂದು ಬಿಟ್ಟರೆ ತೊಂದರೆ ತಪ್ಪುತ್ತೆ. ಜೊತೆಗೆ ಜನ ಅವರಿಗೆ ಬಹಳ ಕೃತಜ್ಞರಾಗಿ ಇರ್ತಾರೆ. ನಮ್ಮ ಬಾಡಿಗೆದಾರ ಕೆಟ್ಟವನ್ನೊಬ್ಬನನ್ನು ಅವನ ಊರಿನ ಜನ ತಿಂದು ಬಿಟ್ಟರು. ಅಂತ ಹೇಳಿದ್ದರಲ್ಲಿ ಇದೇ ತಂತ್ರವಿದ್ದಿರಬೇಕು. ಇದು ಅವರ ಹಳೆ ತಂತ್ರ, ಉಪಾಯ.

ವಯಸ್ಸಾದ ಚೆನ್ ಕೋಪದಿಂದಲೇ ಒಳಬಂದ. ಆದರೆ ನನ್ನ ಬಾಯಿ ಮುಚ್ಚಿಸಲು ಆಗಲಿಲ್ಲ. ಜನರನ್ನು ಉದ್ದೇಶಿಸಿ ನನಗೆ ಹೇಳಲೇ ಬೇಕಿತ್ತು.

"ನೀವು ಬದಲಾಗಬೇಕು. ಮನಸ್ಸಿನಿಂದ ಬದಲಾಗಬೇಕು." ಇನ್ನು ಮುಂದೆ ನರಮಾಂಸ ಭಕ್ಷಕರಿಗೆ ಈ ಪ್ರಪಂಚದಲ್ಲಿ ಜಾಗ ಇರೋದಿಲ್ಲ.

"ನೀವು ಬದಲಾಗದೆ ಇದ್ದರೆ, ನಿಮ್ಮಲ್ಲಿ ನೀವೇ ಒಬ್ಬೊಬ್ಬರೂ ತಿಂದು ಬಿಟ್ಟೀರ ಹೀಗಾದರೆ ಎಷ್ಟು ಜನ ಹುಟ್ಟಿದರೂ ಅವರೆಲ್ಲ ನಿರ್ನಾಮವಾಗಿ ಬಿಡ್ತಾರೆ. ನಿಜವಾದ ಮನುಷ್ಯರಿಂದ ಯಾರೊಬ್ಬರೂ ಉಳಿಯದ ಹಾಗೆ, ಬೇಟೆಗಾರರು ತೋಳಗಳು ಬೇಟೆಯಾಡಿ ಸಾಯಿಸುವ ಹಾಗೆ ಸಾಯಿಸಿ ಬಿಡ್ತಾರೆ, ಸರೀಸೃಪಗಳ ಹಾಗೆ!"

ಚೆನ್ ಎಲ್ಲರನ್ನೂ ಆಚೆ ಕಳಿಸಿದ. ನನ್ನಣ್ಣ ಕಾಣಿಸಲಿಲ್ಲ. ಚೆನ್ ನನ್ನನ್ನು ರೂಮೊಳಗೆ ಹೋಗಲು ಹೇಳಿದ. ರೂಮಿನಲ್ಲಿ ದಟ್ಟವಾದ ಕತ್ತಲು ತುಂಬಿತ್ತು. ನನ್ನ ತಲೇ ಮೇಲೆ ತೊಲೆಗಳು, ದಂಡಗಳು ಅಲುಗಾಡಿದವು. ಅಲುಗಾಡಿದ ಸ್ವಲ್ಪ ಹೊತ್ತಿಗೆ ದೊಡ್ಡದಾದವು. ಅವೆಲ್ಲ ನನ್ನ ಮೇಲೆ ರಾಶಿಯಾಗಿ ಬಿದ್ದವು.

ಅವುಗಳ ಭಾರದಿಂದ ನನಗೆ ಚಲಿಸಲು ಆಗಲಿಲ್ಲ. ನಾನು ಸಾಯಬೇಕು ಅನ್ನೋದೇ ಅವರ ಆಸೆಯಾಗಿತ್ತು. ಆ ಭಾರ ನನ್ನ ಕಲ್ಪನೆಯಾಗಿತ್ತು. ಆದ್ದರಿಂದ ಅದರಿಂದ ಹೊರಗೆ ಬಂದೆ. ಮೈಯೆಲ್ಲ ಬೆವರಿನಿಂದ ತೊಯ್ದಿತ್ತು. ಆದರೂ ನನಗೆ ಹೇಳಲೇಬೇಕೆನಿಸಿತು.

"ನೀವೆಲ್ಲ ಬದಲಾಗಬೇಕು. ಮನದಾಳದಿಂದ ಬದಲಾಗಬೇಕು. ಇಲ್ಲವಾದರೆ ಈ ಪ್ರಪಂಚದಲ್ಲಿ ಮುಂದೆ ನಿಮಗೆ ಜಾಗ ಇರೋದಿಲ್ಲ."

–X–

ಸೂರ್ಯ ಮೂಡಲಿಲ್ಲ. ಬಾಗಿಲು ತೆಗೆಯಲಿಲ್ಲ. ಪ್ರತಿದಿನ ಎರಡು ಊಟ,

ನನ್ನ ಬಡಿಗೋಲು ತೆಗೆದುಕೊಂಡೆ. ನನ್ನಣ್ಣನ ನೆನಪಾಯಿತು. ನನ್ನ ತಂಗಿ ಹೇಗೆ ಸತ್ತಳು ಅನ್ನೋದು ಗೊತ್ತಿತ್ತು. ಎಲ್ಲವೂ ಅವನಿಂದಲೇ, ಆಗ ನನ್ನ ತಂಗಿಗೆ ಕೇವಲ ಐದು ವರ್ಷ. ಎಷ್ಟು ಮುದ್ದಾಗಿ ಮತ್ತು ದೈನ್ಯವಾಗಿ ಇದ್ದಳು. ಅನ್ನೋದು ಇನ್ನೂ ನೆನಪಿದೆ. ಅಮ್ಮ ಅತ್ತು ಅತ್ತು ಸುಸ್ತಾದಳು. ಅವನು ಅಮ್ಮನನ್ನು ಅಳಬೇಡ ಎಂದ. ಯಾಕೆಂದ್ರೆ ಅವನೇ ಅವಳನ್ನು ತಿಂದಿದ್ದಿರಬೇಕು. ಅವನಿಗೆ ಅಮ್ಮ ಅಳುವುದರಿಂದ ನಾಚಿಕೇಂತ ಅನಿಸಿರಬೇಕು. ಅದಕ್ಕೇ ಅಳಬೇಡ, ಎಂದದ್ದು. ಅವನಿಗೆ ನಾಚಿಕ ಅನ್ನೋದೇನಾದ್ರೂ ಇದ್ರೆ......

ನನ್ನ ತಂಗೀನ ಅವನೇ ತಿಂದದ್ದು. ಆದರೆ ಅಮ್ಮನಿಗೆ ಇದು ಗೊತ್ತಿತ್ತೋ ಇಲ್ಲೋ.

ಅಮ್ಮನಿಗೂ ಬಹುಶಃ ಗೊತ್ತಿದ್ದಿರಬಹುದು. ಅವಳು ಅತ್ತಾಗ ಒಂದು ಮಾತನ್ನು ನೇರವಾಗಿ ಹೇಳಲಿಲ್ಲ. ಯಾಕೆಂದ್ರೆ ಅವಳಿಗೂ ಅದು ಸರಿ ಎನಿಸಿರಬೇಕು.

ನನಗೆ ಇನ್ನೂ ನೆನಪಿದೆ. ಬಹುಶಃ ನನಗೆ ನಾಲ್ಕೋ, ಐದೋ ವರ್ಷ ಇದ್ದಿರಬೇಕು. ಹಜಾರದಲ್ಲಿ ತಣ್ಣಗೆ ಕೂತಿದ್ದೆ. ನನ್ನಣ್ಣ ನನಗೆ ಹೇಳಿದ ಯಾವನಾದರೂ ವ್ಯಕ್ತಿಯ ತಂದೆ ತಾಯಿಗಳಿಗೆ ಅನಾರೋಗ್ಯ ಆದರೆ, ಆತ ಒಳ್ಳೆ ಮಗ ಅಂತ ಗುರುತಿಸಿಕೊಳ್ಳಬೇಕಾದರೆ ತನ್ನ ದೇಹದ ಮಾಂಸದ ಚೂರೊಂದನ್ನು ಚೆನ್ನಾಗಿ ಬೇಯಿಸಿ, ತಂದೆ ತಾಯಿಗಳಿಗೆ ತಿನ್ನಿಸಬೇಕೆಂದಿದ್ದ. ನನ್ನ ತಾಯಿ ಕೂಡಾ ಅದನ್ನು ವಿರೋಧಿಸಲಿಲ್ಲ. ಒಂದು ತುಂಡು ತಿನ್ನುವಾಗ, ಇಡೀ ದೇಹಾನೇ ತಿನ್ನಬಹುದು! ಆದರೆ ಅವಳ ಶೋಕವನ್ನು ನೆನಪಿಸಿಕೊಂಡರೆ ನನ್ನೆದೆ ಹಿಂಡಿದಂತಾಗುತ್ತದೆ. ಅದೇ ಅದರ ವಿಶೇಷತೆ!

–XI–

ಅದನ್ನು ಯೋಚನೆ ಮಾಡೋಕೆ ನನ್ನಿಂದಾಗೊಲ್ಲ. ನನಗೆ ಈಗ ತಾನೇ ಗೊತ್ತಾಯಿತು. ಸುಮಾರು ನಾಲ್ಕು ಸಾವಿರ ವರ್ಷಗಳಿಂದ ಮನುಷ್ಯ ಮಾಂಸವನ್ನು ತಿನ್ನುತ್ತಾ ಬಂದಿರುವ ಜಾಗದಲ್ಲಿ ಇದ್ದೇನೆ. ನನ್ನ ತಂಗಿ ಸತ್ತಾಗ ನನ್ನಣ್ಣ ಮನೆ ಜವಾಬ್ದಾರಿ ತಗೊಂಡಿದ್ದ. ನನ್ನ ತಂಗಿ ಮಾಂಸವನ್ನು ಅನ್ನ, ಸಾರು ಇತ್ಯಾದಿ ಅಡಿಗೆ ಪದಾರ್ಥಗಳಲ್ಲಿ ಬಳಸಿರಬೇಕು. ನಮಗೆ ಯಾರಿಗೂ ತಿಳಿಯದಂತೆ, ನಮ್ಮನ್ನು ತಿನ್ನುವ ಹಾಗೆ ಮಾಡಿರಬೇಕು.

ನನಗೆ ಗೊತ್ತಿಲ್ಲದೆಯೇ ನನ್ನ ತಂಗಿಯ ಮಾಂಸದ ಹಲವಾರು ತುಂಡುಗಳನ್ನು ನಾನು ತಿಂದಿರಬೇಕು..... ಈಗ ನನ್ನ ಸರದಿ.

ಹೀಗೆ ನನ್ನಂತಹ ಮನುಷ್ಯ ನರಮಾಂಸವನ್ನು ತಿನ್ನುತ್ತಾ ಬಂದಿದ್ದ ನಾಲ್ಕು ಸಾವಿರ ವರುಷಗಳ ಚರಿತ್ರೆಯ ನಂತರ, ನನಗೆ ಅದರ ಬಗ್ಗೆ ಏನೂ ತಿಳಿಯದಿದ್ದರೂ, ನಿಜವಾದ ಮನುಷ್ಯರನ್ನು ಮುಖಾ ಮುಖಿ ಯಾಗುವುದಾದರೂ ಹೇಗೆ?

–XII–

ಬಹುಶಃ ನರಮಾಂಸವನ್ನು ತಿನ್ನದಿರುವ ಮಕ್ಕಳು ಇದ್ದರೂ ಇರಬಹುದು! ದೇವರೇ ಅವರನ್ನು ಕಾಪಾಡು.

●●

03

ಮೆಡಿಸನ್

ಶರಧ್ಯತವಿನ ಬೆಳಗ್ಗೆಯ ಸಮಯ. ಚಂದ್ರ ಕಾಣದಾಗಿದ್ದರೂ ಇನ್ನೂ ಸೂರ್ಯ ಉದಯಿಸಿರಲಿಲ್ಲ. ಆಕಾಶ ದಟ್ಟ ನೀಲಿ ಬಣ್ಣದ ಪದರದಂತೆ ಕಾಣುತ್ತಿತ್ತು. ರಾಶಿಯಲ್ಲಿ ಅಲೆದಾಡುವ ಕಳ್ಳಕಾಕರು ಬಿಟ್ಟರೆ ಮಿಕ್ಕೆಲ್ಲರೂ ಇನ್ನೂ ನಿದ್ದೆಯಲ್ಲಿದ್ದರು. ಮುದಿ ಚುವಾನ್ ತನ್ನ ಹಾಸಿಗೆಯಲ್ಲಿ ದಿಢೀರನೆ ಎದ್ದು ಕುಳಿತು. ಕಡ್ಡಿಗೀರಿ ಎಣ್ಣೆ ದೀಪವನ್ನು ಹಚ್ಚಿದ. ಅದು ಎರಡು ಟೀಹೌಸ್‌ನ ಗೋಡೆಗಳ ಮೇಲೆ ಬೆಳಕು ಚೆಲ್ಲಿತ್ತು.

"ಅಪ್ಪ ಈಗ ಹೊರಟೆಯೇನು?" ಮುದಿ ಹೆಂಗಸೊಬ್ಬಳು ವಿಚಾರಿಸಿದಳು. ಒಳಗಿನ ಒಂದು ಸಣ್ಣ ಕೋಣೆಯೊಳಗಿಂದ ಒಂದೇ ಸಮನೆ ಕೆಮ್ಮುವುದು ಕೇಳಿಸಿತು.

"ಹೂಂ"

ಮುದುಕ ಚುವಾನ್ ಬಟ್ಟೆ ಹಾಕಿಕೊಳ್ಳುತ್ತಲೇ ಕೈ ಮುಂದಕ್ಕೆ ಚಾಚಿ, "ಕೊಡು ಅದನ್ನಿಲ್ಲಿ" ಎಂದ.

ದಿಂಬಿನ ಕೆಳಗೆ ಸ್ವಲ್ಪ ಹೊತ್ತು ಕೈ ಆಡಿಸಿ ಹುಡುಕಿ ತೆಗೆದು ಬೆಳ್ಳಿ ನಾಣ್ಯಗಳ ಪೊಟ್ಟಣವೊಂದನ್ನು ನೀಡಿದಳು. ಚುವಾನ್ ಸ್ವಲ್ಪ ಭಯದಿಂದಲೇ ಆ ಪೊಟ್ಟಣವನ್ನು ಜೇಬಿಗೆ ಇಳಿಸಿ. ಎರಡು ಮೂರು ಬಾರಿ ಅದನ್ನು ಮುಟ್ಟಿ ನೋಡಿಕೊಂಡ. ಪೇಪರ್ ಲಾಟೀನು ಹಚ್ಚಿದ ನಂತರ ದೀಪವನ್ನು ಆರಿಸಿ ಒಳ ಕೋಣೆಗೆ ಹೋದ. ಸರಸರ ಶಬ್ದ ಕೇಳಿಸಿತು. ಜೊತೆಗೆ ಕೆಮ್ಮುವುದೂ

ಕೇಳಿ ಬಂತು. ಎಲ್ಲವೂ ಸ್ತಬ್ಧವಾದ ಮೇಲೆ, ಚುವಾನ್ ಮೆಲ್ಲಗೆ, "ಮಗು ಎಳಬೇಡ.... ನಿನ್ನ ಅಮ್ಮ ಅಂಗಡಿ ಕಡೆ ನೋಡ್ಕೋತಾಳೆ....."

ಉತ್ತರ ಭಾರದಿದ್ದುದನ್ನು ಗಮನಿಸಿ, ಮತ್ತೆ ಎಲ್ಲೋ ನಿದ್ದೆ ಹೋಗಿರಬೇಕು ಎಂದುಕೊಂಡ. ಬೀದಿ ಕಡೆ ನಡೆದ. ಊದಿ ಬಣ್ಣದ ರಸ್ತೆಯೊಂದು ಬಿಟ್ಟರೆ ಮತ್ತೇನೂ ಕಾಣುತ್ತಿರಲಿಲ್ಲ. ಲಾಟೀನಿನ ಬೆಳಕು ಅವನು ನಡೆಯುತ್ತಿದ್ದ ಹೆಜ್ಜೆಗಳ ಮೇಲೆ ಬೀಳುತ್ತಿತ್ತು. ಅಲ್ಲಲ್ಲಿ ನಾಯಿಗಳು ಕಾಣಿಸಿದವಾದರೂ ಯಾವುದೂ ಬೊಗಳಲಿಲ್ಲ. ಒಳಗಿದ್ದುದಕ್ಕಿಂತ ಹೆಚ್ಚು ಭಳಿ ಎನಿಸುತ್ತಿತ್ತು. ಆದರೂ ಚುವಾನ್‌ನ ಉತ್ಸಾಹ ಕಡಿಮೆಯಾಗಲಿಲ್ಲ. ಇದ್ದಕ್ಕಿದ್ದಂತೆ ಮತ್ತೊಮ್ಮೆ ಪ್ರಾಯ ಬಂದು ಜೀವನೋತ್ಸಾಹ ಪುಟಿದೇಳುತ್ತಿರುವಂತೆನಿಸಿತು. ದಾಪುಗಾಲು ಹಾಕುತ್ತ ನಡೆದ. ರಸ್ತೆ ಸ್ಪಷ್ಟವಾಗಿ ಕಾಣುತ್ತಿತ್ತು. ಬೆಳಕೂ ಹೆಚ್ಚಾಗುತ್ತಿತ್ತು.

ನಡಿಗೆಯಲ್ಲಿ ಮೈ ಮರೆತಿದ್ದ ಚುವಾನ್ ತನ್ನೆದುರು ಅಡ್ಡರಸ್ತೆಯೊಂದು ಕಾಣಿಸಿದ್ದೆ ಬೆಚ್ಚಿಬಿದ್ದ. ಒಂದೆರಡು ಹೆಜ್ಜೆ ಹಿಂದೆ ನಡೆದು ಅಂಗಡಿಯ ಸೂರಿನ ಕೆಳಗೆ ನಿಂತುಕೊಂಡ. ಅಂಗಡಿ ಬಾಗಿಲು ಮುಚ್ಚಿತ್ತು. ಸ್ವಲ್ಪ ಹೊತ್ತಿನ ನಂತರ ಅವನಿಗೆ ಭಳಿ ಎನಿಸಿತು.

"ಓಹ್ ಯಾರೋ ಮುದುಕ"

"ಆದರೂ ಗೆಲುವಾಗಿಯೇ ಕಾಣ್ತಾನೆ."

ಮತ್ತೆ ನಡೆಯಲು ಆರಂಭಿಸಿದ. ಒಂದಷ್ಟು ಜನ ಓಡಾಡುತ್ತಿದ್ದುದನ್ನು ನೋಡಿದ ಅವರಲ್ಲಿ ಒಬ್ಬ ಮುದುಕನ ಕಡೆ ತಿರುಗಿ ನೋಡಿದ. ಸ್ಪಷ್ಟವಾಗಿ ಯಾರೂಂತ ಮುಖ ಕಾಣಿಸದಿದ್ದರೂ, ಹಸಿವಿನಿಂದ ಕಂಗಾಲಾಗಿರುವ ವ್ಯಕ್ತಿಯೊಬ್ಬ ಆಹಾರವೇನಾದರೂ ಕಂಡರೆ, ನೋಡುವಂತೆ ನೋಡಿದ. ಲಾಟೀನಿನ ಕಡೆ ನೋಡಿದಾಗ ಅದು ಹಾರಿಹೋಗಿತ್ತು. ತನ್ನ ಜೇಬುಗಳನ್ನು ತಟ್ಟಿ ನೋಡಿದಾಗ ಅದು ಆರಿಹೋಗಿತ್ತು. ತನ್ನ ಜೇಬುಗಳನ್ನು ತಟ್ಟಿ ನೋಡಿಕೊಂಡ. ಪೊಟ್ಟಣ ಅಲ್ಲೆಯೇ ಇತ್ತು. ಸುತ್ತಲೂ ಒಮ್ಮೆ ಕಣ್ಣು ಹಾಯಿಸಿದಾಗ ತುಂಬಾ ಅಪರಿಚಿತರು ಇದ್ದರು. ಇಬ್ಬಿಬ್ಬರು, ಮೂವರು ಜೊತೆ ಜೊತೆಯಾಗಿ ದಾರಿತಪ್ಪಿದ ಆತ್ಮಗಳಂತೆ ಅಲೆದಾಡುತ್ತಿದ್ದರು. ಗಂಭೀರವಾಗಿ ಅವರನ್ನು ಗಮನಿಸಿದಾಗ, ಅವರಲ್ಲಿ ಅಂತಹ ವಿಚಿತ್ರವಾದ್ದೇನೂ ಇರಲಿಲ್ಲ.

ಸದ್ಯಕ್ಕೆ ಒಂದಷ್ಟು ಮಂದಿ ಸೈನಿಕರು ಅಡ್ಡಾಡುತ್ತಿದ್ದರು. ಅವರು ಧರಿಸಿದ್ದ ಸಮವಸ್ತ್ರಗಳ ಮೇಲೆ ಮುಂದೆ ಮತ್ತು ಹಿಂದೆ ಇದ್ದ ಬಿಳಿ ವೃತ್ತಗಳು ಸ್ಪಷ್ಟವಾಗಿ ಕಾಣಿಸುತ್ತಿದ್ದವು. ತೀರಾ ಹತ್ತಿರ ಬಂದಾಗ ದಟ್ಟ ಕೆಂಪಿನ ಅಂಚುಗಳೂ ಕಾಣಿಸಿದವು. ಮರುಕ್ಷಣದಲ್ಲಿ ಕಾಲಿನ ಹೆಜ್ಜೆ ಸಪ್ಪಳದೊಂದಿಗೆ ಒಂದು ಗುಂಪು ಹಾದು ಹೋಯಿತು. ಇದಾದ ನಂತರ ಸಣ್ಣ ಸಣ್ಣ ಗುಂಪುಗಳಲ್ಲಿ ಇದ್ದವರೆಲ್ಲ ಒಂದು ಕಡೆ ಒಟ್ಟಾಗಿ ಸೇರಿದರು. ಮತ್ತು ಮುಂದಕ್ಕೆ ಹೆಜ್ಜೆ ಹಾಕಿದರು. ಅಡ್ಡರಸ್ತೆಗೆ ಸ್ವಲ್ಪ ಮೊದಲು ಅವರೆಲ್ಲ ನಿಲುಗಡೆಗೆ ಬಂದರು. ಮತ್ತು ಅರ್ಧವೃತ್ತಗಳಲ್ಲಿ ಗುಂಪುಗಳಾದರು. ಮುದುಕ ಚುವಾನ್ ಆ ದಿಕ್ಕಿಗೆ ನೋಡಿದರೂ, ಮುಖಗಳು ಕಾಣಿಸದೇ ಕೇವಲ ಅವರ ಬೆನ್ನು ಕಾಣುತ್ತಿತ್ತು. ಕೊಕ್ಕರೆಗಳಂತೆ ತಮ್ಮ

ಕೊಕ್ಕುಗಳನ್ನು ಎಷ್ಟು ಎತ್ತರಕ್ಕೆ ಸಾಧ್ಯವೋ ಅಷ್ಟು ಎತ್ತರಕ್ಕೆ, ಯಾರದೋ ಅದೃಶ್ಯ ಕೈಯೊಂದು ಕೆಳಗಿನಿಂದ ಮೇಲಕ್ಕೆ ಎತ್ತಿದಂತೆ, ಎತ್ತಿದರು. ಒಂದು ಕ್ಷಣ ಎಲ್ಲವೂ ನಿಸ್ತಬ್ಧ. ನಂತರ ಸದ್ದೊಂದು ಕೇಳಿಸಿತು. ನೋಡುತ್ತಿದ್ದವರಲ್ಲಿ ಸ್ವಲ್ಪ ಸಂಚಲನ ಕಾಣಿಸಿತು. ಅವರೆಲ್ಲ ಹಿಂದಕ್ಕೆ ಸರಿಯುತ್ತಿದ್ದಂತೆ ಗಡಗಡ ಸದ್ದೊಂದು ಕೇಳಿಸಿತು. ಹಿಂದು ಹಿಂದಕ್ಕೆ ಸರಿಯುತ್ತಿದ್ದಂತೆ ಮುದುಕನನ್ನು ಇನ್ನೇನು ಬೀಳಿಸಿಯೇ ಬಿಡುವಂತಾಯಿತು.

"ಹೇ, ನನಗೆ ಹಣ ಕೊಟ್ಟು ಸಾಮಾನು ತೆಗೆದುಕೊಂಡು ಹೋಗು." ಕಪ್ಪು ಉಡುಪು ಧರಿಸಿದ್ದ ವ್ಯಕ್ತಿಯೊಬ್ಬ ಚುವಾನ್ ಮುಂದೆ ನಿಂತಿದ್ದ. ಬಾಕುವಿನಂತೆ ಹೊಳೆಯುತ್ತಿದ್ದ ಅವನ ಕಣ್ಣುಗಳನ್ನು ನೋಡಿ ಅರ್ಧಕ್ಕೆ ಕುಸಿದು ಹೋದ. ದಪ್ಪನೆಯ ಕೈಯೊಂದನ್ನು ಆ ವ್ಯಕ್ತಿ ಚುವಾನ್‌ನತ್ತ ಚಾಚಿದ. ಇನ್ನೊಂದು ಬೇಯಿಸಿದ ರೊಟ್ಟಿ ಇತ್ತು. ಅದರಿಂದ ಕೆಂಪು ಬಣ್ಣದ ದ್ರವ ತೊಟ್ಟಿಡುತ್ತಿತ್ತು.

ಆತುರವಾಗಿ ಚಿವಾನ್ ಜೇಬಿನಲ್ಲಿ ಡಾಲರ್‌ಗಳಿಗಾಗಿ ತಡಕಾಡಿದ. ನಡುಗುತ್ತಲೇ ಇನ್ನೇನು ಆ ಹಣವನ್ನು ವ್ಯಕ್ತಿಗೆ ಕೊಟ್ಟು ಬಿಡುವುದರಲ್ಲಿದ್ದ. ಆದರೆ ಆ ಪೊಟ್ಟಣವನ್ನು ಹೊರಗೆ ತೆಗೆಯಲು ಧೈರ್ಯವಾಗಲಿಲ್ಲ. ವ್ಯಕ್ತಿ ಅಸಹನೆಯಿಂದ ಗದರಿಸಿದ, "ಯಾಕೆ ಅಷ್ಟು ಹೆದರ್ತಾ ಇದ್ದೀ? ತೆಗೆಯಬಾರದೇನು?" ಚುವಾನ್ ಇನ್ನೂ ಹಿಂಜರಿಯುತ್ತಲೇ ಇದ್ದ. ಅಷ್ಟರಲ್ಲಿ ಆ ವ್ಯಕ್ತಿ, ಲಾಟೀನ್‌ನ್ನು ಕಸಿದುಕೊಂಡು, ಅದರಿಂದ ಕಾಗದವನ್ನು ಕಿತ್ತೆಳೆದು, ತನ್ನಲ್ಲಿದ್ದ ರೊಟ್ಟಿಯನ್ನು ಸುತ್ತಿ, ರೊಟ್ಟಿ ಪೊಟ್ಟಣವನ್ನು ಮುದುಕನ ಕೈಗೆ ತುರುಕಿದ. ಅವನಿಂದ ಬೆಳ್ಳಿಯನ್ನು ಕಸಿದುಕೊಂಡು ಒರೆನೋಟ ಬೀರಿದ. 'ಒಳ್ಳೆ ಮುದುಕ' ಎಂದು ಗೊಣಗುತ್ತುತ್ತ ಅಲ್ಲಿಂದ ಹೊರಟ.

"ಯಾರ ಖಾಯಿಲೆಗೋಸ್ಕರ ಇದು?" ಚುವಾನ್‌ಗೆ ಯಾರೋ ಈ ಪ್ರಶ್ನೆ ಕೇಳಿದ ಹಾಗಾಯಿತು. ಆದರೆ ಉತ್ತರ ಕೊಡಲಿಲ್ಲ. ಅವನ ಜ್ಞಾನವೆಲ್ಲ ಜೇಬಿನಲ್ಲಿದ್ದ ಪೊಟ್ಟಣದ ಮೇಲಿತ್ತು. ಅವನಿಗೆ ಅದರ ಬಗ್ಗೆ ಎಷ್ಟು ಕಾಳಜಿ ಇತ್ತೊಂದ್ರೆ, ತನ್ನ ಹಳೆ ಮನೆಗೆ ಇರುವ ಏಕೈಕ ವಾರಸುದಾರ ಅನ್ನೋ ಹಾಗೆ!

ಅದು ಬಿಟ್ಟು, ಬೇರೆಯುದರ ಕಡೆ ಗಮನವೇ ಇರಲಿಲ್ಲ. ಈ ಹೊಸ ಜೀವವನ್ನು ತನ್ನ ಸ್ವಂತ ಮನೆಯಲ್ಲಿ ನೆಟ್ಟು, ಸುಖಿ, ಸಂತೋಷದ ಫಸಲನ್ನು ತೆಗೆಯುವುದಕ್ಕೆ ಹೊರಟಿದ್ದ. ಸೂರ್ಯ ಮೇಲೇರಿ ಬಂದಿದ್ದ. ಅವನ ಮುಂದಿದ್ದ ರಸ್ತೆಯೆಲ್ಲ ಆಲೋಕಿತವಾಗಿತ್ತು. ಈ ರಸ್ತೆ ನೇರವಾಗಿ ಮನೆಕಡೆಗೆ ಸಾಗಿತ್ತು. ಅವನಿಗೆ ಹಿಂದೆ ಒಂದು ಸಣ್ಣ ಫಲಕವಿತ್ತು. ಅದರಲ್ಲಿ ಪ್ರಾಚೀನ ಕ್ರೀಡಾ ಮೈದಾನ ಎಂದು ಬರೆದಿತ್ತು.

* * * *

ಮುದುಕ ಚುವಾನ್ ಮನೆ ತಲುಪಿದಾಗ ಚಹದಂಗಡಿ ಬಾಗಿಲು ತೆಗೆದು ಶುಭ್ರಮಾಡಿ, ಚಹದ ಮೇಜುಗಳನ್ನು ಹಾಕಲಾಗಿತ್ತು. ಆದರೆ ಇನ್ನೂ ಗಿರಾಕಿಗಳು ಯಾರೂ ಬಂದಿರಲಿಲ್ಲ. ಗೋಡೆಗಿದ್ದ ಮೇಜಿನ ಬಳಿಯಲ್ಲಿ ಮಗನೊಬ್ಬನೇ ತಿನ್ನುತ್ತಾ ಕುಳಿತಿದ್ದ. ಬೆವರಿದ ಹನಿಗಳು

ಹಣೆಯ ಮೇಲೆ ಕಾಣಿಸುತ್ತಿದ್ದವು. ಅವನ ಜಾಕೆಟ್ ಚೆನ್ನಾಗಿ ಅಂಟಿಕೊಂಡ ಹಾಗಿತ್ತು. ಭುಜಗಳು 'v' ಆಕಾರದಲ್ಲಿ, ಆದರೆ ಮೇಲು ಕೆಳಗಾಗಿದ್ದವು. ಇದನ್ನು ನೋಡಿದಾಗ, ಮುದುಕನ ಹುಬ್ಬು ಗಂಟಿಕ್ಕಿತು. ಆತನ ಹೆಂಡತಿ ಅಡಿಗೆ ಮನೆಯಿಂದ ವೇಗವಾಗಿ ಬಂದಳು. ನಿರೀಕ್ಷೆ, ತಲ್ಲಣ ತುಂಬಿಕೊಂಡಿದ್ದ ನೋಟದೊಂದಿಗೆ ತುಟಿ ಬಿಗಿ ಹಿಡಿದು ಕೇಳಿದಳು.

"ಸಿಕ್ತಾ?"

"ಹೌದು."

ಜೊತೆಯಾಗಿ ಇಬ್ಬರೂ ಅಡಿಗೆ ಕೋಣೆಯೊಳಕ್ಕೆ ಹೊರಟರು. ಸ್ವಲ್ಪ ಹೊತ್ತು ಚರ್ಚೆಯಾದ ನಂತರ, ಮುದುಕಿ ಹೊರಗೆ ಹೋಗಿ ಒಂದು ತಾವರೆ ಎಲೆಯನ್ನು ಮೇಜಿನ ಮೇಲೆ ಹರಡಿದಳು. ಮುದುಕ ಕಂದು ಕೆಂಪಿನ ಕಲೆಯೊಂದಿಗಿದ್ದ ಪೊಟ್ಟಣ ಬಿಡಿಸಿ, ಲಾಟೀನಿನ ಕಾಗದವನ್ನು ಎಸೆದು, ತಾವರೆ ಎಲೆ ಮೇಲೆ ಆ ರೊಟ್ಟಿಯನ್ನು ಇರಿಸಿದ. ಕಿರಿ ಚುವಾನ್ ತನ್ನ ತಿಂಡಿ ಮುಗಿಸಿದ್ದ. ಆದರೆ ಮುದುಕಿ ಕೂಗಿ ಹೇಳಿದಳು. "ಕೂತುಕೋ ಮರಿ ಚುವಾನ್, ಇಲ್ಲಿಗೆ ಬರಬೇಡ."

ಒಲೆಯನ್ನು ಸರಿಯಾಗಿ ಉರಿಸಲು ಪ್ರಯತ್ನಿಸುತ್ತ ಮುದಿ ಚುವಾನ್ ಹಸಿರು, ಕೆಂಪು, ಬಿಳಿ ಕಾಗದಗಳನ್ನೆಲ್ಲ ಒಲೆ ಒಳಗೆ ದೂಡಿದ. ಕೆಂಪು ಕಪ್ಪು ಮಿಶ್ರಿತ ಜ್ವಾಲೆಗಳು ಭುಗಿಲೆದ್ದವು. ಒಂದು ವಿಧವಾದ ವಿಚಿತ್ರ ವಾಸನೆ ಅಂಗಡಿಯಲ್ಲೆಲ್ಲ ತುಂಬಿತು.

"ತುಂಬಾ ಚೆನ್ನಾಗಿದೆ ವಾಸನೆ," "ಏನು ನೀನು ತಿನ್ನುತ್ತಿರೋದು?" ಗೂನು ಬೆನ್ನಿನ ವ್ಯಕ್ತಿ ಕೇಳಿದ. ಚಹದಂಗಡಿಗೆ ಬರುವ ಗಿರಾಕಿಗಳಲ್ಲಿ ಎಲ್ಲರಿಗಿಂತ ಮೊದಲು ಬಂದು, ಎಲ್ಲರಿಗಿಂತ ಕೊನೆಗೆ ಹೋಗುವವನು ಇವನಾಗಿದ್ದ. ರಸ್ತೆಯ ಕಡೆಗಿದ್ದ ಮೂಲೆಯ ಮೇಜಿನ ಮುಂದೆ ಹೋಗಿ ಕೂತ. ಅವನ ಪ್ರಶ್ನೆಗೆ ಯಾರೂ ಉತ್ತರಿಸಲಿಲ್ಲ.

"ಹುರಿದ ಅಕ್ಕಿ ಗಂಜಿ."

ಮತ್ತೆ ಯಾರಿಂದಲೂ ಉತ್ತರವಿಲ್ಲ. ಚುವಾನ್ ಆತುರವಾಗಿ, ಅವನಿಗೆ ಚಹಾ ಮಾಡಿ ಕೊಡಲು ಒಳಗೆ ಹೋದ.

"ಮಗು ಚುವಾನ್ ಬಾ ಇಲ್ಲಿ ಒಳಗೆ." ಎಂದು ಕರೆದು ಅವನಿಗಾಗಿ ಒಳಗಿನ ಕೋಣೆಯ ಮಧ್ಯದಲ್ಲಿ ಒಂದು ಸ್ಟೂಲು ಹಾಕಿ ಮಗುವನ್ನು ಕೂರಿಸಿದಳು. ಒಂದು ತಟ್ಟೆಯಲ್ಲಿ ದುಂಡಗೆ, ಕಪ್ಪಾಗಿದ್ದ ವಸ್ತುವನ್ನು ಇರಿಸಿಕೊಂಡು ಬಂದು ಮೆದುವಾಗಿ ಹೇಳಿದಳು.

"ತಿಂದು ಬಿಡು.... ಆಮೇಲೆ ಎಲ್ಲಾ ಸರಿ ಹೋಗುತ್ತೆ."

ಚಿಕ್ಕ ಚುವಾನ್ ತಟ್ಟೆಯಲ್ಲಿದ್ದದ್ದನ್ನು ಕೈಗೆತ್ತಿಕೊಂಡು ನೋಡಿದ. ತನ್ನ ಪ್ರಾಣನೇ ಕೈಯಲ್ಲಿರಿಸಿಕೊಂಡಿದ್ದಾನೋ ಎಂಬಂತೆ ಒಂದು ಥರಾ ಅದನ್ನು ನೋಡಿದ. ಈಗ ಅದನ್ನು ಎರಡು ಹೋಳಾಗಿಸಿದ. ಅದರಲ್ಲಿ ಮಧ್ಯದಲ್ಲಿ ಸೀದು ಹೋದಂತಿದ್ದ ಭಾಗದಿಂದ ಒಂದು

ಬಗೆಯ ಹೊಗೆ ಹೊರಗೆ ಬಂತು. ಎಲ್ಲ ಕಡೆ ಆ ಹೊಗೆ ಹಬ್ಬಿತು. ಹಬೆಯಲ್ಲಿ ಬೇಯಿಸಿದ ರೊಟ್ಟಿಯ ಎರಡು ತುಂಡುಗಳು ಮಾತ್ರವೇ ಉಳಿದವು. ಪೂರ್ತಿ ತಿಂದು ಮುಗಿಸಿದ್ದಾಯಿತು. ಅದರ ವಾಸನೆ ಪೂರ್ತಿಯಾಗಿ ಮರೆತು ಹೋಯಿತು. ಖಾಲಿ ತಟ್ಟೆ ಮಾತ್ರವೇ ಉಳಿಯಿತು. ಅವನ ತಂದೆ ತಾಯಿ ಅವನ ಎರಡೂ ಪಕ್ಕಗಳಲ್ಲಿ ನಿಂತಿದ್ದರು. ಅವನ ಕಣ್ಣಗಳೊಳಗೆ ಏನನ್ನೋ ಇಳಿಸುತ್ತ. ಮತ್ತೇನನ್ನೋ ಅವನಿಂದ ಹೊರಗೆ ತೆಗೆಯುತ್ತಿದ್ದಂತೆ, ಅವರ ಕಣ್ಣುಗಳು ಕಾಣುತ್ತಿದ್ದವು. ಅವನ ಪುಟ್ಟ ಎದೆ ಹೊಡೆದುಕೊಳ್ಳಲಾರಂಭಿಸಿತು. ತನ್ನೆರಡೂ ಕೈಗಳನ್ನು ಎದೆ ಮೇಲೆ ಇರಿಸಿಕೊಂಡು ಮತ್ತೆ ಕೆಮ್ಮುವುದಕ್ಕೆ ಆರಂಭಿಸಿದ.

"ಸ್ವಲ್ಪ ಮಲಗು. ಆಮೇಲೆ ಎಲ್ಲಾ ಸರಿಹೋಗುತ್ತೆ." ಅವನ ತಾಯಿ ಹೇಳಿದಳು.

ಬಹಳ ವಿಧೇಯನಾಗಿ ಕಿರಿಯ ಚುವಾನ ಕೆಮ್ಮುತ್ತ ನಿದ್ದೆಗಿಳಿದ. ಅವನ ಉಸಿರಾಟ ಕ್ರಮಬದ್ಧವಾಗುವವರೆಗೆ ಅಲ್ಲಿಯೇ ಇದ್ದು ನಂತರ ಹಲವಾರು ತೇಪೆಗಳಿಂದ ಕೂಡಿದ ಹೊದಿಕೆ ಹೊದಿಸಿದಳು.

* * * * *

ಅಂಗಡಿಯಲ್ಲಿ ಜನ ತುಂಬಿದ್ದರು. ಹಿರಿಯ ಚುವಾನ ದೊಡ್ಡ ತಾಮ್ರದ ಕೆಟಲ್‌ನಲ್ಲಿ ಟೀ ಮಾಡಲು ಕಾರ್ಯನಿರತನಾಗಿದ್ದ. ಅವನ ಕಣ್ಣಗಳ ಸುತ್ತ ಕಪ್ಪು ಉಂಗುರಗಳಿದ್ದವು.

"ಹುಷಾರಿಲ್ವೆ ಚುವಾನ್? ಏನಾಗಿದೆ" ಎಂದು ಬೂದು ಬಣ್ಣದ ಗಡ್ಡದವ ಕೇಳಿದ.

"ಏನಾಗಿಲ್ಲ, ಚೆನ್ನಾಗಿದ್ದೇನೆ."

"ಏನಾಗಿಲ್ಲ?........ ಇಲ್ಲ. ನಿನ್ನ ಮುಗುಳ್ನಗೆಯಿಂದ ನನಗೆ ಅನಿಸಿದ್ದು........" ಮುದುಕ ತನ್ನ ಮಾತನ್ನು ತಿದ್ದಿಕೊಂಡ.

"ಏನಿಲ್ಲ, ಚುವಾನ್‌ಗೆ ಬಹಳ ಕೆಲಸ." ಗೂನು ಬೆನ್ನಿನವ ಹೇಳಿದ. "ಅವನ ಮಗನೇನಾದರೂ...." ಅವನು ಮಾತು ಮುಂದುವರೆಸುತ್ತಿದ್ದಂತೆ, ಉಬ್ಬಿದ ಕೆನ್ನೆಯ ವ್ಯಕ್ತಿಯೊಬ್ಬ ಒಳಗೆ ನುಗ್ಗಿದ. ದಟ್ಟ ಕಂದು ಬಣ್ಣದ ಅಂಗಿಯನ್ನು ಹೆಗಲ ಮೇಲೆ ಹಾಕಿಕೊಂಡಿದ್ದನ್ನು ತೆಗೆದು ಆತುರಾತುರವಾಗಿ, ಗುಂಡಿಗಳನ್ನೂ ಹಾಕಿಕೊಳ್ಳದೆ, ತೊಟ್ಟು ಮುಗಿಸಿದ. ಅವನು ಒಳಗೆ ಬರುತ್ತಿದ್ದಂತೆ, ಹಿರಿಯ ಚುವಾನ್‌ಗೆ ಜೋರಾಗಿ ಕೇಳಿದ.

"ಅವನು ತಿಂದಾಯಿತಾ?... ಏನಾದರೂ ವಾಸೀನಾ ಹೇಗೆ? ನಿನ್ನ ಅದೃಷ್ಟ ಚುವಾನ್; ಅದೃಷ್ಟ. ಇಷ್ಟು ಬೇಗ ನನ್ನ ಕಿವಿಗೆ ಬೀಳದೆ ಇರೋದು...."

ಒಂದು ಕೈಯಲ್ಲಿ ಕೆಟಲ್ ಹಿಡಿದು, ಇನ್ನೊಂದನ್ನು ತನ್ನ ಪಕ್ಕಕ್ಕೆ ನೇರಾಗಿ ಇಳಿಬಿಟ್ಟು ಗೌರವದಿಂದ ಆತನ ಮಾತುಗಳನ್ನು ಮುಗುಳು ನಗುತ್ತ ಕೇಳಿಸಿಕೊಂಡ. ಅವನು ಮಾತ್ರ ಅಲ್ಲ ಅಲ್ಲಿದ್ದವರೆಲ್ಲರೂ ಗೌರವ ಪೂರ್ವಕವಾಗಿ ಮಾತನ್ನು ಕೇಳಿಸಿಕೊಂಡರು. ಮುದುಕಿಯೂ ಮುಂದೆ ಬಂದು, ಮುಗುಳು ನಗುತ್ತ ಟೀಸೊಪ್ಪಿದ್ದ ಒಂದು ಪಾತ್ರೆಯನ್ನು

ತಂದು ಅದರೊಳಕ್ಕೆ ಆಲೀವ್ ಸೊಪ್ಪನ್ನು ಸೇರಿದಳು. ಚುವಾನ್ ಅದರ ಮೇಲೆ ಕುದಿಯುತ್ತಿದ್ದ ನೀರನ್ನು ಸುರಿದ. ಇದು ಹೊಸದಾಗಿ ಬಂದ ವ್ಯಕ್ತಿಗಾಗಿ ತಯಾರಿಸಿದ್ದಾಗಿತ್ತು.

"ಖಂಡಿತ ಇದರಿಂದ ವಾಸಿಯಾಗುತ್ತೆ. ಇದು ಬೇರೆಲ್ಲದರ ಥರ ಅಲ್ಲ!" ಉಬ್ಬು ಕೆನ್ನೆಯ ವ್ಯಕ್ತಿ ಉತ್ತರಿಸಿದ. "ಬಿಸಿಮಾಡಿ, ಬಿಸಿಯಾಗಿ ತಿನ್ನಿಸಿದೆ ತಾನೇ?"

"ಹೌದು ಹಾಗೇ ಮಾಡಿದ್ದೀವಿ. ಅಂಕಲ್ ಕಾಂಗ್‍ನ ಸಹಾಯ ಇಲ್ಲದಿದ್ದರೆ ಆಗ್ತಾನೇ ಇರಲಿಲ್ಲ." ಮುದುಕಿ ಕೃತ್ಯೂರ್ವಕವಾಗಿ ಕೃತಜ್ಞತೆ ಹೇಳಿದಳು.

"ಇದರಿಂದಂತೂ ನೂರಕ್ಕೆ ನೂರು ಖಾತ್ರಿಯಾಗಿ ವಾಸಿಯಾಗುತ್ತೆ. ಆ ಸುರುಳಿಯನ್ನು ಮನುಷ್ಯ ರಕ್ತದಲ್ಲಿ ಅದ್ದಿ ತಿಂದರೆ ಕ್ಷಯದಂತಹ ಜಾಡ್ಯ ಕೂಡ ವಾಸಿಯಾಗುತ್ತೆ!"

'ಕ್ಷಯ' ಎನ್ನುವ ಶಬ್ದ ಕಿವಿಗೆ ಬಿದ್ದದ್ದೇ, ಮುದುಕಿಗೆ ಒಂದು ಥರಾ ಆಯ್ತು. ಮುಖ ಬಿಳಿಚಿಕೊಂಡಿತು. ಆದರೂ ಹೇಗೋ ಬಲವಂತದಿಂದ ಮುಖದ ಮೇಲೆ ನಗು ತಂದುಕೊಂಡಳು. ಒಳಗೆ ಹೋಗಲು ಒಂದು ನೆನಪೂ ಸಿಕ್ಕಿತು. ಈ ವ್ಯಕ್ತಿ ಮಾತ್ರ ಮಾತಾಡುವುದನ್ನು ನಿಲಿಸಲೇ ಇಲ್ಲ. ಉತ್ತರದ ದನಿಯಲ್ಲಿ ಮಾತು ಮುಂದುವರೆಸಿದ ಮಗು ಎದ್ದು ಕೆಮ್ಮುವುದಕ್ಕೆ ಶುರು ಮಾಡುವವರೆಗೆ ಮಾತು ಮುಂದುವರೆಯುತ್ತಲೇ ಹೋಯಿತು.

"ಹಾಗಾದರೆ, ನಿನ್ನ ಮಗನ ವಿಚಾರದಲ್ಲಿ ನಿನ್ನ ಅದೃಷ್ಟದ ಬಾಗಿಲು ತೆರೆಯಿತು. ಅವನ ಖಾಯಿಲೆ ಸಂಪೂರ್ಣ ವಾಸಿಯಾಗುತ್ತೆ. ನೀನು ನಗುತ್ತ ಇರೋದ್ರಲ್ಲಿ ಆಶ್ಚರ್ಯವಿಲ್ಲ." ಅವನು ಮಾತಾಡುತ್ತಿರುವಾಗ ಬೂದು ಗಡ್ಡದವನು, ಕೆಂದು ಬಣ್ಣದ ಬಟ್ಟೆ ತೊಟ್ಟಿದ್ದ ವ್ಯಕ್ತಿಯ ಬಳಿ ಬಂದು, ತಗ್ಗಿದ ದನಿಯಲ್ಲಿ ಕೇಳಿದ. "ಮಿಸ್ಟರ್ ಕಾಂಗ್, ಇವತ್ತು ಗಲ್ಲಿಗೇರಿಸಿದ ಅಪರಾಧಿ ಷಿಯಾ ವಂಶದವನಂತೆ ಹೌದಾ? ಯಾರು ಅವನು? ಯಾಕೆ ಅವನನ್ನು ಗಲ್ಲಿಗೇರಿಸಿದ್ದು?"

"ಯಾರೂಂತಲೇ? ಷಿಯಾ ವಿಧವೆಯ ಮಗ! ಬಡ್ಡಿ ರ್ಯಾಸ್ಕಲ್!"

ತನ್ನ ಮಾತಿನ ಬಗ್ಗೆ ಜನ ತೋರಿಸುತ್ತಿದ್ದ ಕುತೂಹಲ ಗಮನಿಸಿ ಇನ್ನಷ್ಟು ಜೋರಾಗಿ ಮಾತಾಡಿದ. ಅವನ ಕೆನ್ನೆಗಳು ಅಲುಗಿದವು. ಎಷ್ಟು ಎತ್ತರಕ್ಕೆ ಸಾಧ್ಯವೋ ಅಷ್ಟು ಎತ್ತರಕ್ಕೇರಿಸಿದ ದನಿಯನ್ನು.

"ಆ ಬಡ್ಡಿ ಮಗ ಬದುಕುವುದನ್ನು ಬಯಸಲಿಲ್ಲ. ಅವನಿಗೆ ಬದುಕು ಬೇಡವಾಯಿತು. ಈ ಸಲ ಇದರಲ್ಲಿ ನನಗೇನೂ ಇಲ್ಲ. ಅವನಿಂದ ಕಳಚಿದ ಬಟ್ಟೆಗಳನ್ನೂ ಕೂಡಾ ಆ ಕೆಂಪು ಕಣ್ಣಿನ ಜೈಲರ್ ತೆಗೆದುಕೊಂಡು ಬಿಟ್ಟ. ನಮ್ಮ ಹಿರಿಯ ಚುವಾನ್ ಅದೃಷ್ಟವಂತ; ನಂತರ ಮೂರನೆ ಅಂಕಲ್ ಷಿಯಾ, ಬಹುಮಾನವಾಗಿ ಬಂದದ್ದನ್ನೆಲ್ಲಾ ಜೇಬಿಗಿಳಿಸಿದ, ಇಪ್ಪತ್ತೈದು ಬೆಳ್ಳಿಯ ಹೊಳೆಹೊಳೆವ ನಾಣ್ಯಗಳು!..... ಅವನಿಗಂತೂ ಒಂದು ಕಾಸಿನ ಖರ್ಚೂ ಬರಲಿಲ್ಲ!"

ಕಿರಿಯ ಚುವಾನ್ ಒಳಕೋಣೆಯಿಂದ ಎದೆಯ ಮೇಲೆ ಕೈಯಿರಿಸಿಕೊಂಡು ಕೆಮ್ಮುತ್ತಲೇ ಹೊರಗೆ ಬಂದ. ಅಡಿಗೆಮನೆ ಒಳಗೆ ಹೋಗಿ ಒಂದು ತಟ್ಟೆಯಲ್ಲಿ ತಣ್ಣಗಿದ್ದ ಅನ್ನವನ್ನು ಇಟ್ಟುಕೊಂಡು. ಅದರ ಮೇಲೆ ಬಿಸಿ ನೀರು ಸುರಿದು, ಕೆಳಗೆ ಕುಳಿತು ಮೆಲ್ಲತೊಡಗಿದ. ತಾಯಿ ಮೃದುವಾಗಿ ಅವನೆಡೆ ಬಗ್ಗಿ ಕೇಳಿದಳು.

"ಏನಾದರೂ ವಾಸೀನಾ ಮರಿ?" ಮೊದಲಿದ್ದ ಹಾಗೇ ಇದೆಯೇನು ನಿನ್ನ ಹಸಿವು?"

"ಖಂಡಿತಾ ವಾಸಿಯಾಗುತ್ತೆ!" ಹುಡುಗನ ಕಡೆ ನೋಡಿ, ಮತ್ತೆ ಜನರತ್ತ ತಿರುಗಿದ. "ಮೂರನೇ ಅಂಕಲ್ ಷಿಯಾ ಬಹಳ ಬುದ್ಧಿವಂತ! ಆತ ತಿಳಿಸದೆ ಇದ್ದಿದ್ದರೆ, ಅವನ ಕುಟುಂಬವನ್ನೇ ಗಲ್ಲಿಗೇರಿಸುತ್ತಿದ್ದರು, ಅವರ ಆಸ್ತಿ ಪಾಸ್ತಿನೆಲ್ಲ ಕಸಿದುಕೊಳ್ಳುತ್ತಿದ್ದರು. ಆದರೆ, ಬದಲಾಗಿ? ಬೆಳ್ಳಿ! ಆ ಯುವಕ ಸ್ಕೌಂಡ್ರಲ್! ಜೈಲರ್ ಕೂಡಾ ಬಂಡೇಳುವ ಹಾಗೆ ಪ್ರಚೋದಿಸಿದ!"

"ಇಲ್ಲ! ನಿಜವಾಗಲೂ ಹೇಳೋದಾದ್ರೆ!" ಹಿಂದಿನ ಸಾಲಿನಲ್ಲಿ ಕುಳಿತಿದ್ದ ಇಪ್ಪತ್ತು ವರುಷದ ಯುವಕ ಸಿಟ್ಟಿನಿಂದ ಹೇಳಿದ.

"ನಿಮಗೆ ಗೊತ್ತಾ, ಕೆಂಗಣ್ಣ ಅವನನ್ನು ಎಚ್ಚರಿಸಲು ಹೋದವನು ಹರಟೆ ಹೊಡೀತಾ ಕೂತ. ಚಿಂಗ್ ಸಾಮ್ರಾಜ್ಯ ನಮಗೆ ಸೇರಿದ್ದು ಎಂದ. ಇಂಥಾದ್ದನ್ನೆಲ್ಲ ಮಾತಾಡೋದು ಸರೀನಾ? ಯೋಚನೆ ಮಾಡಿ. ಕೆಂಗಣ್ಣನಿಗೆ ಗೊತ್ತಿತ್ತು. ಅವನಿಗೆ ಒಬ್ಬಳು ವಯಸ್ಸಾದ ತಾಯಿ ಇದ್ದಾಳೇಂತ. ಆದರೆ ಅವನು ಅಷ್ಟೊಂದು ಬಡವನಾಗಿದ್ದಾನೆ ಅನ್ನೋದನ್ನು ಊಹಿಸಿಕೊಂಡೇ ಇರಲಿಲ್ಲ. ಅವನಿಂದ ಏನೂ ಪಡೆಯೋಕೆ ಆಗಲಿಲ್ಲ. ಅವನು ಅಲ್ಲಿವರೆಗೆ ಒಳ್ಳೆಯವನಾಗಿದ್ದ. ಕೋಪಾನೂ ಬಂದಿತ್ತು. ಆಗ ಮೂರ್ಖ ಯುವಕ ಸುಮ್ಮನಿರಲಾರದೆ ಕಪಾಳಕ್ಕೆ ಒಂದೆರಡು ಬಿಟ್ಟ.

"ಕೆಂಗಣ್ಣ ಒಳ್ಳೆ ಬಾಕ್ಸರ್, ಆ ಏಟುಗಳು ಅವನಿಗೆ ನೋವುಂಟು ಮಾಡಿರಬೇಕು!" ಗೂನು ಬೆನ್ನಿನವ ತಾನು ಕೂತಿದ್ದ ಮೂಲೆಯಿಂದ, ಗೆದ್ದವನಂತೆ ಎದ್ದ.

"ಹಾಳಾದ ಆ ಯುವಕ ತನಗೆ ಒದೆ ಬೀಳುತ್ತೆ ಅನ್ನೋದು ತಿಳಿದಿದ್ದೂ ಹೆದರಲಿಲ್ಲ ಅವನು ಹೊಡೆದದ್ದಕ್ಕೆ ಕ್ಷಮೆ ಕೇಳಿದ.

"ಅಂಥ ಪಿಶಾಚೀನ ಹೊಡೆಯೋದಕ್ಕೆ, ಕ್ಷಮೆ ಯಾಕೆ ಕೇಳಬೇಕು?" ಬೂದು ಗಡ್ಡದವನು ಹೇಳಿದ.

ಕಾಂಗ್ ತಿರಸ್ಕಾರದಿಂದ ನೋಡುತ್ತ ಹೇಳಿದ. ನೀನು ತಪ್ಪು ತಿಳಿದುಕೊಂಡಿದ್ದಿ ಅವನು ಹೇಳಿದ ರೀತಿಯಿಂದ ಕೆಂಗಣ್ಣನಿಗೆ 'ಸಾರಿ' ಹೇಳಿರಬೇಕು ಅನಿಸಿತು.

ಅವನನ್ನು ಕೇಳಿಸಿಕೊಳ್ಳುತ್ತಿದ್ದವರ ಕಣ್ಣುಗಳು ಹೊಳೆದವು. ಆದರೆ ಯಾರೊಬ್ಬರೂ ಉತ್ತರಿಸಲಿಲ್ಲ. ಚಿಕ್ಕ ಚುವಾನ್ ಊಟ ಮುಗಿಸಿದ. ವಿಪರೀತ ಬೆವರುತ್ತಿದ್ದ. ತಲೆಯಲ್ಲಿ ಏನೋ ಒಂದು ಥರಾ ಅನಿಸುತ್ತಿತ್ತು.

"ಕೆಂಗಣ್ಣನಿಗೆ 'ಸಾರಿ' ಹೇಳೋದೇ....ಎಲ್ಲೋ ತಲೆ ಕೆಟ್ಟಿರಬೇಕು. ನಿಜವಾಗಿಯೂ ತಲೆ ಕೆಟ್ಟಿರಬೇಕು." ಬೂದು ಗಡ್ಡದವ ತನಗೆ ಥಟ್ಟನೆ ಏನೋ ನೆನಪಾದಂತೆ ಹೇಳಿದ.

"ನಿಜವಾಗಿಯೂ ತಲೆ ಕೆಟ್ಟಿರಬೇಕು!"– ಇಪ್ಪತ್ತರ ಯುವಕನೂ ದನಿಗೂಡಿಸಿದ.

ಮತ್ತೊಮ್ಮೆ ಗಿರಾಕಿಗಳಲ್ಲಿ ಚಲನವಲನ ಉಂಟಾಯಿತು. ಮಾತೂ ಆರಂಭವಾಯಿತು. ಈ ಗದ್ದಲದಲ್ಲಿ ಹುಡುಗನ ಕೆಮ್ಮು ವಿಪರೀತವಾಯಿತು. ಕಾಂಗ್ ಅವನ ಬಳಿ ಹೋಗಿ, ಅವನ ಭುಜ ಹಿಡಿದು ಹೇಳಿದ–

"ಖಂಡಿತ ವಾಸಿ ಆಗುತ್ತೆ ಚುವಾನ್, ಖಂಡಿತ. ಈ ರೀತಿ ಕೆಮ್ಮಬೇಡ. ಖಂಡಿತ ವಾಸಿ ಆಗುತ್ತೆ."

"ಹುಚ್ಚು!" ಗೂನು ಬೆನ್ನಿನವ ತಲೆಯಾಡಿಸುತ್ತ ಒಪ್ಪಿಗೆ ಸೂಚಿಸಿದ.

–x x x x –

ಪಶ್ಚಿಮ ಗೇಟಿನ ಹೊರಗೆ ಊರಿನ ಗೋಡೆ ಪಕ್ಕಕ್ಕೆ ಇದ್ದ ಜಮೀನು ಅಥವಾ ಭೂಮಿ, ಸಾರ್ವಜನಿಕರಿಗೆ ಸೇರಿದ್ದಾಗಿತ್ತು. ಅಂಕುಡೊಂಕಾಗಿ ಸಾಗಿದ್ದ ಆ ರಸ್ತೆ ಹೋಗಿ ಬರುವವರ ಕಾಲು ಹಾದಿಯಾಗಿತ್ತು. ಹತ್ತಿರದ ದಾರಿ ಇದಾಗಿದ್ದರಿಂದ ಹೋಗಿ ಬರುವ ಜನರ ಹೆಜ್ಜೆಗಳು ಮೂಡಿದವು. ಹಾಗೆ ನೋಡಿದರೆ ಇದೇ ಗಡಿ ರೇಖೆಯಾಗಿತ್ತು. ರಸ್ತೆಯ ಎಡಬದಿಯಲ್ಲಿ ಮರಣ ದಂಡನೆಗೆ ಒಳಗಾಗಿದ್ದವರ ಹೆಣಗಳನ್ನು ಕೇಳುವವರಿಲ್ಲದೆ ಸೆರೆಮನೆಯಲ್ಲಿಯೇ ಸತ್ತವರ ಹೆಣಗಳನ್ನು ಹೂಳಲಾಗಿತ್ತು. ಬಲಬದಿಗೆ ನಿರ್ಗತಿಕರ ಸಮಾಧಿಗಳಿದ್ದವು. ಅವುಗಳ ಮೇಲಿದ್ದ ಮಣ್ಣಿನ ದಿಬ್ಬಗಳ ಸಾಲು ಶ್ರೀಮಂತನೊಬ್ಬನ ಹುಟ್ಟುಹಬ್ಬಕ್ಕೆ ಹಾಸಿದ ಸುರುಳಿಗಳಂತಿದ್ದವು.

ಚಿಂಗ್ ಮಿಂಗ್ ಹಬ್ಬ. ಆ ವರ್ಷ ಎಂದಿಗಿಂತಲೂ ತಣ್ಣಗಿತ್ತು. ಎಲ್ಲೋ ಮರಗಳಲ್ಲಿ ಆಗತಾನೇ ಕಾಳಿನಷ್ಟು ಚಿಕ್ಕದಾದ ಎಲೆಗಳು ಮೂಡುತ್ತಿದ್ದವು. ಬೆಳಗಾದ ಸ್ವಲ್ಪ ಹೊತ್ತಿಗೆ ಹಿರಿಯ ಚುವಾನ್‌ನ ಹೆಂಡತಿ, ನಾಲ್ಕು ಬಗೆಯ ತಿಂಡಿಗಳು, ಒಂದು ಬಟ್ಟಲು ಅನ್ನ ತಂದು ಒಂದು ಸಮಾಧಿ ಮುಂದೆ ಇಟ್ಟು ದುಃಖಿಸತೊಡಗಿದಳು. ಕಾಗದ ರೂಪದ ಹಣವನ್ನು ಸುಟ್ಟು ಯಾವುದೋ ಲೋಕದಲ್ಲಿ ಕಳೆದು ಹೋಗಿ, ಯಾರಿಗೋ ಕಾಯುತ್ತಿರುವಂತೆ ಕುಳಿತಿದ್ದಳು. ಯಾತಕ್ಕೆ ಎನ್ನುವುದು ಅವಳಿಗೂ ತಿಳಿದಿರಲಿಲ್ಲ. ದೊಡ್ಡದಾಗಿ ಗಾಳಿ ಬೀಸಿ, ಗಿಡ್ಡಾಗಿದ್ದ ಅವಳ ಕೂದಲು ಚದುರಿತು. ಹೋದ ವರುಷಕ್ಕಿಂತ ಈ ಕೂದಲು ಇನ್ನೂ ಬೆಳ್ಳಗಾಗಿತ್ತು. ಅದೇ ಹಾದಿಯಿಂದ ಇನ್ನೂ ಒಬ್ಬ ಹೆಂಗಸು ಬಂದಳು. ಅವಳ ಕೂದಲು ಬೆಳ್ಳಗಾಗಿತ್ತು. ಚಿಂದಿ ಧರಿಸಿದ್ದಳು. ಅವಳು ಒಂದು ಹಳೇ ಕೆಂಪು ದಂಡನೆಯ ಬುಟ್ಟಿ ಹಿಡಿದಿದ್ದಳು. ಅದರಿಂದ ಕಾಗದದ ಹಣದ ಸರ ಇಳಿಬಿದ್ದಿತ್ತು. ತಡವರಿಸುತ್ತ ನಡೆದಳು. ಮುದುಕ ಚುವಾನ್‌ನ ಹೆಂಡತಿ ಕೆಳಗೆ ನೆಲದ ಮೇಲೆ ಕುಳಿತು ಅವಳನ್ನು ಗಮನಿಸುತ್ತಿದ್ದಳು. ಅವಳಿಗೆ ಒಂದು ಥರ ಸಂಕೋಚವಾಯಿತು. ಬಿಳಿಚಿಕೊಂಡಿದ್ದ ಆ

ಮುಖದಲ್ಲೆಲ್ಲ ನಾಚಿಕೆ ಕಾಣಿಸಿಕೊಂಡಿತು. ಹಾಗೂ ಹೀಗೂ ಧೈರ್ಯ ತಂದುಕೊಂಡು, ಎಡಗಡೆಯಿದ್ದ ಸಮಾಧಿಯ ಬಳಿಗೆ ಬುಟ್ಟಿ ಇಟ್ಟಿದ್ದೆಡೆಗೆ ದಾಟಿ ಹೋದಳು.

ಸಮಾಧಿ ಕಿರಿಯ ಚುವಾನ್‌ನ ಸಮಾಧಿಗೆ ಎದುರಾಗಿತ್ತು. ಎರಡು ಸಮಾಧಿಗಳು ರಸ್ತೆಯಿಂದ ಬೇರ್ಪಡಿಸಲಾಗಿತ್ತು. ಅಷ್ಟೆ ಹಿರಿಯ ಚುವಾನ್‌ನ ಹೆಂಡತಿ, ಆ ಇನ್ನೊಬ್ಬ ಹೆಂಗಸೂ ನಾಲ್ಕು ಬಗೆಯ ತಿಂಡಿಗಳನ್ನು, ಒಂದು ಬಟ್ಟಲು ಅನ್ನವನ್ನು ಇರಿಸಿ, ಗೋಳಾಡುವುದನ್ನು ಮತ್ತು ಕಾಗದದ ಹಣವನ್ನು ಸುಡುವುದನ್ನೂ ನೋಡಿದಳು. ಮುದುಕಿಗೆ, ಅದು ಅವಳ ಮಗನ ಸಮಾಧಿಯೇ ಇರಬೇಕೆನ್ನಿಸಿತು. ಇಬ್ಬರು ಹೆಂಗಸರಲ್ಲಿ ಹಿರಿಯ ಹೆಂಗಸು ಗುರಿಯಿಲ್ಲದೆ ಒಂದೆರಡು ಹೆಜ್ಜೆ ಶತಪಥ ಹಾಕಿದಳು. ಮತ್ತು ಶೂನ್ಯ ದೃಷ್ಟಿಯಿಂದ ಸುತ್ತಲೂ ಒಮ್ಮೆ ಕಣ್ಣು ಹಾಯಿಸಿದಳು. ಇದ್ದಕ್ಕಿದ್ದಂತೆ ನಡುಗುವುದಕ್ಕೆ ಪ್ರಾರಂಭಿಸಿದಳು. ಸ್ವಲ್ಪದರಲ್ಲಿಯೇ ತಡವರಿಸಿ, ತಲೆಸುತ್ತಿ ಬೀಳುತ್ತಿರುವಳೇನೋ ಎನಿಸಿತು.

ಮಗನ ಅಗಲಿಕೆಯ ದುಃಖದಿಂದ ಹೀಗಾಗಿರಬಹುದೆಂದೆನಿಸಿ, ಮುದುಕ ಚುವಾನ್‌ನ ಹೆಂಡತಿ ಎದ್ದು ಒಂದೆರಡು ಹೆಜ್ಜೆ ನಡೆದು ರಸ್ತೆ ದಾಟಿ ಬಂದು ಅವಳಿಗೆ ಮೆಲ್ಲಗೆ ಹೇಳಿದಳು. – "ದುಃಖಿಸಬೇಡ, ಮನೆಗೆ ಹೋಗೋಣ."

ಆ ಹೆಂಗಸು ತಲೆಯಾಡಿಸಿದಳು. ಆದರೆ ಇನ್ನೂ ಅವಳು ಒಂದೇ ಸಮನೆ ನೋಡುವುದನ್ನು ಮುಂದುವರೆಸಿದ್ದಳು. ಅವಳು ಗೊಣಗಿದಳು, "ನೋಡು ಅದೇನದು?"

ಚುವಾನ್‌ನ ಹೆಂಡತಿ, ಆ ಹೆಂಗಸು ತೋರಿದ ದಿಕ್ಕಿನ ಕಡೆ ನೋಡಿದಾಗ ಇನ್ನೂ ಹುಲ್ಲು ಬೆಳೆದಿರದಿದ್ದ ಸಮಾಧಿ ಕಾಣಿಸಿತು. ಅಲ್ಲಲ್ಲಿ ಮಣ್ಣಿನ ಅಸಹ್ಯವಾದ ತೇಪೆಗಳು ಕಾಣಿಸಿದವು. ಸ್ವಲ್ಪ ಗಮನವಿರಿಸಿ ನೋಡಿದಾಗ ಒಂದು ಕಡೆ ಮಣ್ಣಿನ ದಿಬ್ಬದ ಮೇಲೆ ಕೆಂಪು ಮತ್ತು ಬಿಳಿ ಹೂಗಳ ದಂಡೆ ನೋಡಿ ಆಶ್ಚರ್ಯಪಟ್ಟಳು.

ಇಬ್ಬರ ಕಣ್ಣೂ ಮಂಜಾಗಿದ್ದರೂ, ಈ ಕೆಂಪು ಮತ್ತು ಬಿಳಿ ಹೂಗಳನ್ನು ಸ್ಪಷ್ಟವಾಗಿ ನೋಡಲು ಸಾಧ್ಯವಾಯಿತು. ಹೂಗಳು ಹೆಚ್ಚಾಗಿ ಇಲ್ಲದಿದ್ದರೂ, ಅವುಗಳನ್ನು ವೃತ್ತಾಕಾರದಲ್ಲಿ ಪೇರಿಸಲಾಗಿತ್ತು. ತಾಜಾ ಹೂಗಳಾಗಿಲ್ಲದಿದ್ದರೂ ಅಚ್ಚುಕಟ್ಟಾಗಿ ಪೇರಿಸಲಾಗಿತ್ತು. ಕಿರಿಯ ಚುವಾನ್‌ನ ತಾಯಿ ಸುತ್ತಲೂ ನೋಡಿ ತನ್ನ ಮಗನ ಸಮಾಧಿಯನ್ನು ಗುರುತಿಸಿದಳು. ಅದರ ಮೇಲೆ ಸಾಮಾನ್ಯವಾಗಿ ಎಲ್ಲ ಸಮಾಧಿಗಳ ಮೇಲೆ ಕಾಣುವಂತೆ ಅಲ್ಲಲ್ಲಿ ಒಂದೊಂದು ಹೂವು ಕಾಣಿಸಿತು. ಅವು ನಡುಗುತ್ತಿದ್ದಂತಿತ್ತು. ಏನೋ ಕಳೆದುಕೊಂಡಂತೆನಿಸಿದರೂ, ತಾನಿಟ್ಟ ಹೂವಿನ ದಂಡೆ ಎಲ್ಲಿ ಹೋಯಿತೆಂಬುದರ ಬಗ್ಗೆ ಇದ್ದ ಕುತೂಹಲವನ್ನು ಮರೆತಳು.

ಅಷ್ಟರಲ್ಲಿ ಆ ವಯಸ್ಸಾದ ಹೆಂಗಸು, ಸಮಾಧಿಯ ತೀರಾ ಹತ್ತಿರಕ್ಕೆ ಹೋಗಿ ನೋಡಿದಳು. "ಅವುಗಳಿಗೆ ಬೇರುಗಳೇ ಇಲ್ಲ." ತನ್ನಲ್ಲೇ ಹೇಳಿಕೊಂಡಳು. ಅವು ಇಲ್ಲಿ ಬೆಳೆದಿರಲು ಸಾಧ್ಯವಿಲ್ಲ. "ಯಾರು ಇಲ್ಲಿಗೆ ಬಂದಿರಬಹುದು? ಮಕ್ಕಳು ಇಲ್ಲಿಗೆ ಆಡೋಕೂ ಬರೊಲ್ಲ, ನಮ್ಮ ಬಂಧುಗಳು ಯಾರೂ ಇಲ್ಲಿಗೆ ಬರೊಲ್ಲ ಏನಾಗಿರಬಹುದು?" ಅವಳಿಗೆ

ಎನೂ ಅರ್ಥವಾಗಲಿಲ್ಲ. ದಿಕ್ಕು ತೋಚದಂತೆ ಕಣ್ಣೀರು ಬರುವವರೆಗೂ ನಿಂತಳು. ನಂತರ ಎತ್ತರದ ದನಿಯಲ್ಲಿ ಹೇಳಿದಳು.

"ಮಗು ನಿನಗೆ ಎಲ್ಲರಿಂದ ಅನ್ಯಾಯ ಆಗಿದೆ. ನೀನದನ್ನು ಮರೆತಿಲ್ಲ. ನಿನ್ನ ದುಃಖ ಮರೆಯಲು ಸಾಧ್ಯವಿಲ್ಲದಷ್ಟು ದೊಡ್ಡದು ಅನ್ನುವುದನ್ನು ತೋರಿಸಲೆಂದೇ ಈ ಅದ್ಭುತ ಮಾಡಿದೆಯಾ?"

ಸುತ್ತಲೂ ನೋಡಿದಾಗ, ಒಂದೂ ಎಲೆಗಳಿಲ್ಲದ ಕೊಂಬೆಯ ಮೇಲೆ ಕಾಗೆಯೊಂದು ಕುಳಿತಿರುವುದು ಮಾತ್ರ ಕಾಣಿಸಿತು.

"ನನಗೆ ಗೊತ್ತಿದೆ. ಅವರು ನಿನ್ನ ಕೊಲೆ ಮಾಡಿದ್ದಾರೆ." ಮಾತು ಮುಂದುವರೆಸಿದಳು. ವಿಚಾರಣೆಯ ದಿನ ಬಂದೆ ಬರುತ್ತೆ. ದೇವರು ನೋಡಿಕೊಳುತ್ತಾನೆ. ಶಾಂತಿಯಿಂದ, ನೆಮ್ಮದಿಯಿಂದ ಕಣ್ಣು ಮುಚ್ಚು. ನೀನು ನಿಜವಾಗಿಯೂ ಇಲ್ಲಿ ಉಪಸ್ಥಿತನಿದ್ದರೆ, ಈ ಕಾಗೆ ಬಂದು ನಿನ್ನ ಗೋರಿಯ ಮೇಲೆ ಕುಳಿತುಕೊಳ್ಳಲಿ. ಅದೇ ನನಗೆ ಸಂಕೇತ!"

ಗಾಳಿ ಬೀಸುವುದು ನಿಂತಿತ್ತು. ಒಣ ಹುಲ್ಲಿನ ಕಡ್ಡಿಗಳು ತಾಮ್ರದ ತಂತಿಗಳಂತೆ ಬಾಗದೆ ಸೆಟೆದು ನಿಂತಿದ್ದವು. ಕ್ಷೀಣವಾದ ನಡುಗುವ ದನಿಯೊಂದು ಗಾಳಿಯಲ್ಲಿ ಅನುರಣಿತವಾಯಿತು. ಮತ್ತು ಹಾಗೆಯೇ ಕರಗಿ ಹೋಯಿತು. ಸುತ್ತಲೂ ಭಯಂಕರ ಮೌನ ಕವಿದಿತ್ತು. ಒಣ ಹುಲ್ಲಿನ ಮೇಲೆ ಇಬ್ಬರೂ ನಿಂತಿದ್ದರು. ಕಾಗೆಯನ್ನು ಗಮನಿಸುತ್ತಿದ್ದರು. ಕಾಗೆಯೂ ಕೂಡ ಮರದ ಎಲ್ಲೆಯಿಲ್ಲದ ಕೊಂಬೆಯ ಮೇಲೆ ಚಲನವಿಲ್ಲದೆ ಕಬ್ಬಿಣದಂತೆ ಕೂತಿತ್ತು.

ಕಾಲ ಸರಿಯಿತು. ದೊಡ್ಡವರು, ಚಿಕ್ಕವರು, ವಯಸ್ನಾದವರು, ಯುವಕರು ಎಲ್ಲರೂ ಸಮಾಧಿಗಳನ್ನು ದರ್ಶಿಸಲು ಬಂದರು.

ಚುವಾನ್ ಮಡದಿಗೆ ಏನೋ ಭಾರ ಇಳಿದು ಹಗುರವಾದಂತೆ ಎನಿಸಿತು. ಅಲ್ಲಿಂದ ಹೊರಡೋಣವೆನಿಸಿ, ಮತ್ತೊಬ್ಬ ಹೆಂಗಸನ್ನು "ಹೋಗೋಣ ಬಾ" ಎಂದು ಕರೆದಳು.

ಆ ಮುದಿ ಹೆಂಗಸು ನಿಟ್ಟುಸಿರಿನೊಂದಿಗೆ ಎದ್ದು ಅಸಮಾಧಾನದಿಂದ ಅನ್ನ ಮತ್ತು ಇತರ ಪದಾರ್ಥಗಳನ್ನು ಕೈಗೆತ್ತಿಕೊಂಡಳು. ಒಂದು ನಿಮಿಷ ಹಿಂಜರಿದು, ಹೆಜ್ಜೆ ಹಾಕತೊಡಗಿದಳು. ಇನ್ನೂ ತನ್ನೊಳಗೆ 'ಇದರ ಅರ್ಥ ಏನು?" ಎಂದು ಪ್ರಶ್ನಿಸಿಕೊಳ್ಳುತ್ತಿದ್ದಳು.

ಇನ್ನೂ ಒಂದು ಮೂವತ್ತು ಹೆಜ್ಜೆ ಮುಂದೆ ಹೋಗಿದ್ದರೋ ಇಲ್ಲವೋ, ಹಿಂದಿನಿಂದ ಜೋರಾಗಿ ಕಾಗೆ ಕೂಗು ಕೇಳಿಸಿತು. ಅಚ್ಚರಿಯಿಂದ ನೋಡಲು, ಕಾಗೆ ತನ್ನ ರೆಕ್ಕೆಗಳನ್ನು ಬಿಚ್ಚಿ ಹರಡಿ ಹಾರುವುದಕ್ಕೆ ಸಿದ್ಧವಾಗಿ ನಿಂತದ್ದು ಕಾಣಿಸಿತು. ನಂತರ ಅದು ಬಾಣದಂತೆ ಕ್ಷಿತಿಜದಾಚೆಗೆ ನೆಗೆಯಿತು.

●●

04

ನಾಳೆ

"ಸ್ವಲ್ಪವೂ ಸದ್ದಿಲ್ಲ. ಮಗೂಗೆ ಏನಾಗಿದೆ?"

ಕೈಯಲ್ಲಿ ಹಳದಿ ಹೆಂಡದ ಬಟ್ಟಲು ಹಿಡಿದ, ಕೆಂಪು ಮೂಗಿನ ಕುಂಗ್ ಮಾತಾಡುತ್ತಲೇ, ಮುಂದಿನ ಮನೆ ಕಡೆ ತನ್ನ ತಲೆ ತಿರುಗಿಸಿದ. ಆಹ್‌–ವ್ಹೋ ತನ್ನ ಕೈಯಲಿದ್ದ ಬಟ್ಟಲನ್ನು ಕೆಳಗಿರಿಸಿ, ಎದುರಿಗಿದ್ದವನ ಬೆನ್ನಿಗೆ ಒಂದು ಗುದ್ದು ಗುದ್ದಿದ.

"ಬಾಹ್" ತಿರಸ್ಕಾರದಿಂದ ನುಲಿದ. "ಮತ್ತೆ ಭಾವುಕನಾಗುತ್ತಿದ್ದೀಯ?" ಲುಷನ್ ಸ್ವಲ್ಪ ಬೇರೆಯವರಿಗಿಂತ ಹಳೆ ಕಾಲದವನಾಗಿದ್ದ. ಮೊದಲ ಗಂಟೆ ಹೊಡೆಯುವುದಕ್ಕೆ ಮುಂಚೆಯೇ ಜನ ಮನೆ ಬಾಗಿಲುಗಳನ್ನು ಮುಚ್ಚಿಕೊಂಡು ಮಲಗಲು ಹೊರಡುತ್ತಿದ್ದರು. ಮಧ್ಯರಾತ್ರಿವರೆಗೆ ಎದ್ದಿರುತ್ತಿದ್ದ ಕುಟುಂಬಗಳು ಎರಡು ಮಾತ್ರವೇ ಆಗಿದ್ದವು. ಪ್ರಾಸ್‌ಪರೆಟಿ ಟ್ಯಾವರ್ನ್‌ನಲ್ಲಿ ಒಂದಿಬ್ಬರು ಹೊಟ್ಟೆಬಾಕರು ತಿನ್ನುತ್ತಾ, ಕುಡಿಯುತ್ತಾ ಬಾರ್‌ನ ಸುತ್ತ ತಿರುಗುತ್ತಿದ್ದರು. ಇನ್ನೊಂದು ಪಕ್ಕದ ಮನೆ, ಇದರಲ್ಲಿ ನಾಲ್ಕನೇ ಷಾನ್‌ನ ಹೆಂಡತಿ ವಾಸಿಸುತ್ತಿದ್ದರು. ಎರಡು ವರ್ಷಗಳ ಹಿಂದೆ ವಿಧವೆಯಾದಳು. ಹತ್ತಿಯಿಂದ ದಾರ ತೆಗೆದು ಜೀವಿಸುತ್ತಿದ್ದಳು. ಇದರ ಹೊರತು ಅವಳಿಗೆ ಬೇರೆ ಆದಾಯವಿರಲಿಲ್ಲ. ಅವಳಿಗೆ ಮೂರು ವರ್ಷದ ಮಗನಿದ್ದ. ಆದ್ದರಿಂದಲೇ ಅವಳು ಮಲಗುವುದು ತಡವಾಗುತ್ತಿತ್ತು.

ಇತ್ತೀಚೆಗೆ ಕೆಲವು ದಿನಗಳಿಂದ ಯಾಕೋ ಏನೋ ನೂಲುವ ಸದ್ದು ಕೇಳಿಸುತ್ತಿರಲಿಲ್ಲ. ತಡವಾಗಿ ಮಲಗುತ್ತಿದ್ದ ಕುಟುಂಬಗಳು ಎರಡೇ ಆಗಿದ್ದ

ಕಾರಣ, ಈ ಇಬ್ಬರಿಗೆ ಯಾರ ಮನೇಲಿ ಏನಾಗುತ್ತಿದೆ? ಸದ್ದು ಕೇಳಿಸುವುದೇ? ಇಲ್ಲವೇ? ಎನ್ನುವುದನ್ನೆಲ್ಲ ಗಮನಿಸುವುದಕ್ಕೆ ಸಾಧ್ಯವಾಗುತ್ತಿತ್ತು.

ಬೆನ್ನಿನ ಮೇಲೆ ಗುದ್ದು ತಿಂದ ಮೇಲೆ, ಮುದಿ ಕುಂಗ್ ನಿರಾಳವಾಗಿ ನೋಡುತ್ತಾ ಒಂದೆರಡು ಗುಟುಕು ಹೆಂಡ ಕುಡಿದು ಜನಪದ ಹಾಡನ್ನು ಗುಣುಗುಣಿಸಿದ.

ಅದೇ ಸಮಯದಲ್ಲಿ ನಾಲ್ಕನೇ ಷಾನ್‌ನ ಹೆಂಡತಿ ಹಾಸಿಗೆಯ ಅಂಚಿನಲ್ಲಿ ಕುಳಿತಿದ್ದಳು. ಮಗನನ್ನು ತೊಡೆಯಲ್ಲಿರಿಸಿಕೊಂಡಿದ್ದಳು. ಅವಳ ಲಾಲ ಮೌನವಾಗಿ ಕುಳಿತಿತ್ತು. ಮಂದವಾದ ದೀಪದ ಬೆಳಕು ಮಗು ಪಾವ್ಫೋಎರ್ಡ್‌ನ ಮೇಲೆ ಬಿತ್ತು. ಆ ಬೆಳಕಲ್ಲಿ ಜ್ವರದ ಮುಖ ಸ್ಪಷ್ಟವಾಗಿ ಕಾಣಿಸಿತು.

"ದೇವರ ಮುಂದೆ ತುಂಬಾ ಕೇಳಿಕೊಂಡಿದ್ದೇನೆ" ಅನಿಸಿತು. ಅವನಿಗೆ ಎಷ್ಟೊಂದು ಹರಕೆ ಹೊತ್ತಿದ್ದೇನೆ. ಖಂಡಿತ ವಾಸಿಯಾಗುತ್ತೆ ಅನ್ನೋ ಭರವಸೆ ಇತ್ತು. ಆದರೂ ಇನ್ನೂ ಸರಿ ಹೋಗಿಲ್ಲ ಅಂದರೆ ನಾನು ಏನು ಮಾಡಲಿ? ಅವನನ್ನು ಡಾಕ್ಟರ್ ಹೋಸಿಯಾವೋ ಸಿಯೆನ್ ಬಳಿ ಕರೆದೊಯ್ಯಬೇಕಾಗುತ್ತೆ. ಬಹುಶಃ ರಾತ್ರಿಗಳಲ್ಲಿ ಮಾತ್ರ ಹೆಚ್ಚಾಗುತ್ತಾ, ಬೆಳಗಾಗುತ್ತಿದ್ದಂತೆ ಕಡಿಮೆಯಾಗಿ ಅವನು ಸರಿ ಹೋಗಬಹುದು. ಕೆಲವು ಜ್ವರಗಳು ಹಾಗೇ ಇರೋದು."

ನಾಲ್ಕನೆ ಷಾನ್‌ನ ಹೆಂಡತಿ ಏನೂ ತಿಳಿದವಳಲ್ಲ. 'ಆದರೆ' ಅನ್ನುವುದರಲ್ಲಿ ಇರಬಹುದಾದ ಭಯ ಅವಳಿಗೆ ಗೊತ್ತಾಗೊಲ್ಲ. ಈ 'ಆದರೆ' ಅನ್ನೋ ಪದಕ್ಕೆ ಧನ್ಯವಾದ ಹೇಳಬೇಕು. ಯಾಕೇಂದ್ರೆ ಎಷ್ಟೋ ಸಲ 'ಆದರೆ' ಅಂದಾಗ ಒಳ್ಳೇದೂ ಆಗಿದೆ. ಕೆಟ್ಟದ್ದೂ ಆಗಿದೆ. ಬೇಸಿಗೆಯ ರಾತ್ರಿಗಳು ಕಿರಿದು. ಮುದಿ ಕುಂಗ್ ಮತ್ತು ಇತರರು ಹಾಡನ್ನು ನಿಲ್ಲಿಸಿದಾಗ ಆಕಾಶದಲ್ಲಿ ಬೆಳಕು ಮೂಡಿತ್ತು. ಕಿಟಕಿಗಳ ಸಂದುಗಳ ಮೂಲಕವಾಗಿ ಬೆಳ್ಳಿ ಬೆಳಕಿನ ಕಿರಣಗಳು ಹಾದು ಬರುತ್ತಿದ್ದವು.

ನಾಲ್ಕನೇ ಷಾನ್‌ನ ಹೆಂಡತಿಗೆ ಬೆಳಗಿನ ನಿರೀಕ್ಷೆ, ಬೇರೆಯವರಿಗೆ ಸಾಮಾನ್ಯವೆನಿಸಿದ ಹಾಗೆ ಅನ್ನಿಸಲಿಲ್ಲ. ಅವಳಿಗೆ ಕ್ಷಣಗಳನ್ನು ಕಳೆಯುವುದೂ ಕಷ್ಟವಾಗಿತ್ತು. ಪಾವ್ಫೋ ಎರ್ ತೆಗೆದುಕೊಳ್ಳುವ ಉಸಿರು ಒಂದು ವರ್ಷದಷ್ಟು ದೀರ್ಘವ್ಫೋ ಎನಿಸುವಂತಿತ್ತು. ಈಗ ಸ್ವಲ್ಪ ಆಶಾದಾಯಕವೆನಿಸಿತು. ಹಗಲಿನ ಬೆಳಕು ದೀಪದ ಬೆಳಕನ್ನು ನುಂಗಿ ಬಿಟ್ಟಿತು. ಪಾವ್ಫೋ ಎರ್‌ನ ಹೊಳ್ಳೆಗಳು ಕಂಪಿಸಿದವು. ಉಸಿರಾಡಲು ಹೆಣಗುತ್ತಿದ್ದ.

ನಾಲ್ಕನೇ ಷಾನ್ ಹೆಂಡತಿ ಗಟ್ಟಿಯಾಗಿ ಕಿರುಚಿದಳು. ಇದು ಖಾಯಿಲೆಯ ಲಕ್ಷಣವಾಗಿತ್ತು. ಆದರೆ ಅವಳಿಗೆ ಏನು ಮಾಡುವ ಹಾಗಿದೆ? ಅವಳಿಗೆ ಅಚ್ಚರಿ ಎನಿಸಿತು. ಈಗ ಉಳಿದಿದ್ದ ದಾರಿಯೆಂದರೆ, ಡಾಕ್ಟರ್ ಬಳಿಗೆ ಹೋಗುವುದು.

ಅವಳು ಸಾಧಾರಣ ಹೆಣ್ಣಿರಬಹುದು. ಆದರೆ ಅವಳಿಗೆ ಅವಳದೇ ಆದ ಮನಸ್ಸಿನಲ್ಲಿ ಎದ್ದು ಕಪಾಟಿನ ಬಳಿ ಹೋದಳು. ತಾನು ಉಳಿಸಿದ್ದ ಹಣವನ್ನೆಲ್ಲ ತೆಗೆದುಕೊಂಡಳು.

ಹದಿಮೂರು ಹೊಳೆವ ಬೆಳ್ಳಿ ನಾಣ್ಯಗಳು ನೂರ ಎಂಬತ್ತು ತಾಮ್ರದ್ದು. ಅಷ್ಟೂ ಹಣವನ್ನು ತನ್ನ ಜೇಬಿನಲ್ಲಿ ಇರಿಸಿಕೊಂಡಳು. ಬಾಗಿಲಿಗೆ ಬೀಗ ಹಾಕಿದಳು. ಪಾವ್ಲೋ ಎರ್ಡನ್ನು ಕಂಕುಳಿಗೇರಿಸಿಕೊಂಡು ಡಾ. 'ಹೋ' ಬಳಿಗೆ ನಡೆದಳು.

ಹೊತ್ತಿಗೆ ಮುಂಚೆಯೇ ಆಗಿದ್ದರೂ ಆಗಲೇ ನಾಲ್ಕು ಜನ ರೋಗಿಗಳು ಕುಳಿತಿದ್ದರು. ರಿಜಿಸ್ಟ್ರೇಷನ್‌ಗೆ ನಲ್ವತ್ತು ನಾಣ್ಯಗಳನ್ನು ನೀಡಿದಳು. ಪರೀಕ್ಷೆಗೆ ಒಳಗಾದವಳರಲ್ಲಿ ಪಾವ್ಲೋ ಎರ್ಡ್ ಐದನೆಯ ರೋಗಿಯಾಗಿದ್ದ. ಡಾಕ್ಟರ್ ಹೋ ಮಗುವಿನ ಪಲ್ಸ್ ನೋಡಿದರು. ಆತನ ಬೆರಳುಗಳಲ್ಲಿನ ಉಗುರು ನಾಲ್ಕು ಅಂಗಲ ಉದ್ದವಿದ್ದುದನ್ನು ನೋಡಿ ಅವಳಿಗೆ ಆಶ್ಚರ್ಯವಾಯಿತು. "ನಿಜವಾಗಿಯೂ ನನ್ನ ಪಾವ್ಲೋ ಎರ್ಡ್ ಬದುಕುತ್ತಾನೆ" ಎಂದು ಒಳಗೇ ಯೋಚಿಸಿದಳು. ಉದ್ದಕ್ಕೂ ಅವಳಲ್ಲಿ ಕಾತುರತೆ ಹೆಚ್ಚಾಯಿತು. ಭಯದಿಂದಲೇ ವಿಚಾರಿಸಿದಳು. –ನನ್ನ ಮಗನಿಗೆ ಏನಾಗಿದೆ ಡಾಕ್ಟರ್?"

"ಅನ್ನ ನಾಳದಲ್ಲಿ ಸ್ವಲ್ಪ ತೊಂದರೆ ಇದೆ."

"ಅದೇನಾದರೂ ಸೀರಿಯಸ್ಸೇ?...... ಅವನು......?"

"ಸಧ್ಯಕ್ಕೆ ಈ ಔಷಧಿ ಬರೆದು ಕೊಡುತ್ತೇನೆ."

"ಉಸಿರಾಡೋಕ್ಕೆ ಆಗ್ತಿಲ್ಲ. ಅವನ ಮೂಗಿನ ಹೊಳ್ಳೆಗಳು ಬಡಿದುಕೊಳ್ಳುತ್ತಿವೆ."

"ಲೋಹಕ್ಕಿಂತ ಬೆಂಕಿಯ ಶಕ್ತಿ ಜಾಸ್ತಿ......."

ಈ ಮಾತನ್ನು ಪೂರ್ತಿಯಾಗಿಸದೆ, ಡಾ.ಹೋ, ಕಣ್ಣುಮುಚ್ಚಿಕೊಂಡರು. ಷಾನ್‌ನ ಹೆಂಡತಿ ಮುಂದೆ ಮಾತಾಡಲು ಇಷ್ಟ ಪಡಲಿಲ್ಲ. ಡಾಕ್ಟರ್‌ಗೆ ಎದುರಾಗಿ ಮೂವತ್ತು ವಯಸ್ಸಿನ ವ್ಯಕ್ತಿಯೊಬ್ಬ ಕುಳಿತಿದ್ದು ಪ್ರಿಸ್ಕ್ರಿಪ್ಷನ್ ಮುಗಿಸಿದ್ದ.

ಕಾಗದದ ಒಂದು ತುದಿಗೆ ಬರೆದಿದ್ದುದರ ಕಡೆಗೆ ತೋರಿಸುತ್ತಾ "ಇನ್‌ಫ್ಯಾಂಟ್ ಪ್ರಿಸರ್ವರ್ ಪಿಲ್ಸ್, ಇದು ಚೈನಾ ಫ್ಯಾಮಲಿ ಸಾಲ್ವೇಷನ್ ಅಂಗಡೀಲಿ ಸಿಗುತ್ತೆ." ಎಂದ.

ನಾಲ್ಕನೆ ಷಾನ್‌ನ ಹೆಂಡತಿ ಕಾಗದವನ್ನು ತೆಗೆದುಕೊಂಡು, ಯೋಚಿಸುತ್ತಾ ಹೊರಟಳು. ಸಾಮಾನ್ಯ ಸರಳ ಹೆಂಗಸು ಅವಳಾಗಿದ್ದರೂ ಅವಳಿಗೆ ಡಾ. ಹೋರ ಮನೆ, ಸಾಲ್ವೇಷನ್ ಷಾಪ್, ಎಲ್ಲವೂ ಗೊತ್ತಿತ್ತು. ಅವರೆದರ ಜೊತೆಗೆ ತನ್ನ ಮನೇನೂ ಸೇರಿ ತ್ರಿಕೋನದ ರೀತಿ ಕಾಣುತ್ತಿತ್ತು. ಅದಕ್ಕಾಗಿಯೇ ಮನೆಗೆ ಹೋಗೋಕೆ ಮೊದಲೇ ಔಷಧಿಗಳನ್ನು ಕೊಳ್ಳೋದು ಸುಲಭ ಎನಿಸಿ, ವೇಗವಾಗಿ ಹೆಜ್ಜೆ ಹಾಕಿದಳು ಮತ್ತು ಔಷಧಿ ಅಂಗಡಿ ತಲುಪಿದಳು. ಅಂಗಡಿಯ ಸಹಾಯಕ ಪ್ರಿಸ್ಕ್ರಿಪ್ಷನ್ ನೋಡಿ ಔಷಧಿಗಳನ್ನು ತೆಗೆದಿರಿಸಿ, ಅವುಗಳನ್ನು ಪೊಟ್ಟಣ ಕಟ್ಟಿದ. ಷಾನ್‌ನ ಹೆಂಡತಿ ಮಗುವನ್ನು ಕಂಕುಳಲ್ಲಿ ಇರಿಸಿಕೊಂಡು ಕಾದಳು. ಇದ್ದಕ್ಕಿದ್ದಂತೆ ಪಾವ್ಲೋ ಎರ್ಡ್ ತನ್ನ ಪುಟ್ಟ ಕೈಗಳನ್ನು ಬಾಚಿ ಸಡಿಲವಾಗಿದ್ದ ತನ್ನ ಕೂದಲನ್ನು ಮುಷ್ಟಿಯಲ್ಲಿ ಹಿಡಿದ. ಅವನು ಯಾವಾಗಲೂ ಈ ರೀತಿ ಮಾಡಿರಲಿಲ್ಲ. ಅವನ ತಾಯಿಗೆ ಇದರಿಂದ ಹೆದರಿಕೆಯಾಗಿತ್ತು.

ಸೂರ್ಯ ಸಾಕಷ್ಟು ಏರಿದ್ದ ಮಗುವನ್ನು ಕಂಕುಳಲ್ಲಿ ಇರಿಸಿಕೊಂಡು, ಔಷಧಿಯ ಪೊಟ್ಟಣವನ್ನು ಹಿಡಿದು ಹೆಜ್ಜೆ ಹಾಕುತ್ತಿದ್ದಂತೆ ತಾನು ಹೊತ್ತಿದ್ದ ಭಾರ ಇನ್ನಷ್ಟು ಭಾರವಾಗಿದ್ದಂತೆನಿಸಿತು. ಮಗು ಚಡಪಡಿಸುತ್ತಿತ್ತು. ಇದರಿಂದ ಅವಳು ನಡೆಯುತ್ತಿದ್ದ ಹಾದಿ ಇನ್ನಷ್ಟು ದೂರವೆನಿಸಿತು. ದಾರಿಯಲ್ಲಿ ಕಾಣಿಸಿದ ಒಂದು ದೊಡ್ಡ ಮನೆಯ ಬಾಗಿಲಲ್ಲಿ ಸ್ವಲ್ಪ ವಿಶ್ರಾಂತಿ ತೆಗೆದುಕೊಳ್ಳಲು ಯೋಚಿಸಿ ಕುಳಿತಳು. ಈಗ ಅವಳಿಗೆ ಉಟ್ಟ ಬಟ್ಟೆಯೆಲ್ಲ ಮೈಗೆ ಮೆತ್ತಿಕೊಂಡಂತೆನಿಸಿತು. ಅತಿಯಾಗಿ ಬೆವರುತ್ತಿದ್ದಳು. ಆದರೆ ಪಾವ್ಲೋ ಎರ್ಫ್ ಚೆನ್ನಾಗಿ ನಿದ್ರಿಸುತ್ತಿದ್ದಾನೆನಿಸಿತು. ಮತ್ತೆ ಹೆಜ್ಜೆ ಹಾಕತೊಡಗಿದಾಗ, ಅವಳಿಗೆ ಮಗು ಇನ್ನೂ ಭಾರವೆನಿಸಿತು. ತನ್ನ ಪಕ್ಕದಿಂದ ಯಾರೋ ಮಾತಾಡಿದ್ದು ಕೇಳಿಸಿತು.

“ಅಮ್ಮಾ ನಿನ್ನ ಮಗುವನ್ನು ಎತ್ತಿಕೊಳ್ಳಲೇ?” ನೀಲಿ ಚರ್ಮದ ಆಯ್ –ವೂನ ಧ್ವನಿಯಂತೆ ಕೇಳಿಸಿತು. ನೋಡಿದಾಗ ನಿಜವಾಗಿಯೂ ಅವನೇ ಆಗಿದ್ದ. ನಿದ್ದೆಯನ್ನು ಇನ್ನೂ ಭಾರವಾಗಿದ್ದ ಕಣ್ಣುಗಳಿಂದ ಅವಳನ್ನು ಹಿಂಬಾಲಿಸುತ್ತಿದ್ದ.

ಯಾರಾದರೂ ತನ್ನ ಸಹಾಯಕ್ಕೆ ಬರಬಾರದೇ ಎಂದು ಹಾರೈಸುತ್ತಿದ್ದರೂ, ಆಹ್ವೂ ಮಾತ್ರ ಬೇಡವೆನಿಸಿತ್ತು. ಆದರೆ ಆಹ್–ವೂ ಮೇಲಿಂದ ಮೇಲೆ ಒತ್ತಾಯಿಸಿದ. ಅವಳೂ ಅವನ ಸಹಾಯವನ್ನು ಅನೇಕ ಸಲ ತಿರಸ್ಕರಿಸಿದರೂ ಕಡೆಗೆ ಒಪ್ಪಿಗೆ ಕೊಟ್ಟಳು. ಮಗುವನ್ನು ಅವಳಿಂದ ಎತ್ತಿಕೊಳ್ಳಲು ಕೈ ಚಾಚಿದಾಗ, ಅವನ ಕೈ ಅವಳೆದೆಯನ್ನು ಸ್ಪರ್ಶಿಸಿತು. ಅವಳಿಗೆ ಏನೋ ಬಿಸಿ ತಟ್ಟಿದೆಂತೆನಿಸಿತು. ಅವಳಿಗೆ ನಾಚಿಕೆಯಾಯಿತು.

ಎರಡೂವರೆ ಅಡಿಗಳ ಅಂತರದಲ್ಲಿ ಅವರು ನಡೆದರು. ಆಹ್–ವ್ಯೂ ಒಂದಷ್ಟು ಅಭಿಪ್ರಾಯಗಳನ್ನು ಹೇಳಿದ. ಆದರೆ ಅವಳು ಯಾವೊಂದಕ್ಕೂ ಉತ್ತರಿಸಿಲ್ಲ. ತುಂಬ ದೂರವೇನೂ ಹೋಗಿರಲಿಲ್ಲ. ಅಷ್ಟರಲ್ಲಿ ಅವನು ಮಗುವನ್ನು ಹಿಂತಿರುಗಿಸಿದ. ಇಷ್ಟು ಹೊತ್ತಿಗೆ ಗೆಳೆಯರನ್ನು ಊಟಕ್ಕೆ ಬರುವಂತೆ ನೆನ್ನೆ ಹೇಳಿದ್ದೇನೆಂದು ಕಾರಣ ತಿಳಿಸಿದ.

ಷಾನ್‌ನ ಹೆಂಡತಿ ಮಗುವನ್ನು ಹಿಂದಕ್ಕೆ ಪಡೆದಳು. ಈಗ ಅಷ್ಟು ದೂರವೇನೂ ಇರಲಿಲ್ಲ. ರಸ್ತೆಯ ಪಕ್ಕಕ್ಕೆ ಒಂಬತ್ತನೇ ಅಂಟಿ ಕುಳಿತಿದ್ದನ್ನು ನೋಡಬಹುದಾಗಿತ್ತು. ಆಂಟಿ ಅಲ್ಲಿಂದಲೇ ಕೂಗಿ ಕೇಳಿದಳು.

“ಏನಮ್ಮಾ, ಮಗೂಗೆ ಈಗ ಹೇಗಿದೆ? ಡಾಕ್ಟರ್ ಹತ್ತಿರ ಹೋಗಿದ್ದೆಯಾ ಹೇಗೆ?”

“ಹೋಗಿ ನೋಡಿದೆ ವ್ಯಾಂಗ್ ಆಂಟಿ, ಆಂಟಿ ನೀವು ದೊಡ್ಡವರು. ನಿಮಗೆಲ್ಲ ಗೊತ್ತಿರುತ್ತೆ. ನನಗೋಸ್ಕರ ನನ್ನ ಮಗುವನ್ನು ನೋಡಿ, ನಿಮಗೆ ಏನನ್ನುತ್ತೇಂತ?”

“ಊಂ”

“ಪರವಾಗಿಲ್ಲ?”

“ಊಂ”

ಆಂಟ್ ವ್ಯಾಂಗ್ ಮಗುವನ್ನು ಪರೀಕ್ಷಿಸಿ, ಎರಡೆರಡು ಸಲ ತಲೆಯಾಡಿಸಿದಳು.

ಪಾವೋ ಎರ್ಟ ಔಷಧಿ ತೆಗೆದುಕೊಳ್ಳುವಷ್ಟು ಹೊತ್ತಿಗೆ ಮಧ್ಯಾಹ್ನ ಆಗಿತ್ತು. ಹ್ಯಾನ್‌ನ ಹೆಂಡತಿ ಅವನನ್ನು ಸೂಕ್ಷ್ಮವಾಗಿ ಗಮನಿಸಿದಳು. ಸ್ವಲ್ಪ ಚೆನ್ನಾಗಿದ್ದಂತೆನಿಸಿತು. ಮಧ್ಯಾಹ್ನದಲ್ಲಿ, ಇದ್ದಕ್ಕಿದ್ದಂತೆ ಕಣ್ಣು ತೆರೆದು "ಅಮ್ಮ" ಎಂದ. ಮತ್ತೆ ಕಣ್ಣು ಮುಚ್ಚಿ ನಿದ್ದೆ ತೆಗೆದ. ಹೆಚ್ಚು ಹೊತ್ತು ಮಲಗುವುದಕ್ಕೆ ಮೊದಲೇ ಹಣೆ ಮತ್ತು ಮೂಗಿನ ತುದಿಯಲ್ಲಿ ಬೆವರು ಹನಿಗಳು ಕಾಣಿಸಿದವು. ಅವಳು ಮುಟ್ಟಿ ನೋಡಿದಾಗ, ಬೆವರು ಅವಳ ಬೆರಳಿಗೆ ಅಂಟಿತು. ಭಯದಿಂದ ಅವನ ಎದೆ ಮೇಲೆ ಕೈಯಿರಿಸಿ ನೋಡಿ, ಬಿಕ್ಕಿ ಬಿಕ್ಕಿ ಅಳುವುದಕ್ಕೆ ಆರಂಭಿಸಿದಳು.

ನಿಧಾನವಾಗಿ ಕಮ್ಮಿಯಾಗುತ್ತಾ, ಅವನ ಉಸಿರಾಟ ಪೂರ್ತಿಯಾಗಿ ನಿಂತು ಹೋಯಿತು. ಬಿಕ್ಕಿ ಬಿಕ್ಕಿ ಅಳುತ್ತಿದ್ದಳು. ಈಗ ಜೋರಾಗಿ ಅಳುವುದಕ್ಕೆ ಆರಂಭಿಸಿದಳು. ತಕ್ಷಣ ಗುಂಪು ಗುಂಪಾಗಿ ಜನ ಸೇರಿದ್ದರು. ಒಂಬತ್ತನೇ ಆಂಟಿ ವ್ಯಾಂಗ್, ಆಹ್‌–ಕು ಮತ್ತಿತರು ಒಳಗಿದ್ದರೆ ಪ್ರಾಸ್ಪೆರಿಟಿ ಟ್ಯಾವರ್ನ್‌ನ ಯಜಮಾನ, ಕೆಂಪು ಮೂಗಿನ ಕುಂಗ್ ಮೊದಲಾದವರು ಹೊರಗಿದ್ದರು. ಆಂಟ್ ವ್ಯಾಂಗ್ ನೋಟುಗಳ ಸರವನ್ನು ಸುಡಬೇಕೆಂದು ಆದೇಶಿಸಿದಳು. ಎರಡು ಸ್ಟೂಲುಗಳನ್ನು ಮತ್ತು ಐದು ಬಟ್ಟೆಯ ವಸ್ತುಗಳನ್ನು ಭದ್ರತೆಗಾಗಿ ತೆಗೆದುಕೊಂಡಳು. ಅಲ್ಲಿ ತಮಗೆ ಸಹಕರಿಸಿದವರೆಲ್ಲರಿಗೂ ಊಟ ನೀಡಲು ಹ್ಯಾನ್‌ನ ಹೆಂಡತಿಯ ಪರವಾಗಿ ಎರಡು ಡಾಲರ್‌ಗಳನ್ನು ಸಾಲ ಮಾಡಿದಳು.

ಅವಳಿಗೆ ಮೊದಲನೆ ಸಮಸ್ಯೆಯೆಂದರೆ ಶವದ ಪೆಟ್ಟಿಗೆ, ಅವಳ ಬಳಿ ಬೆಳ್ಳಿ ಓಲೆ ಮತ್ತು ಹೇರ್ ಪಿನ್‌ಗಳು ಇದ್ದವು. ಅವುಗಳನ್ನು ಪ್ರಾಸ್ಪೆರಿಟಿ ಟ್ಯಾವರ್ನ್‌ನ ಮಾಲಿಕನಿಗೆ ಭದ್ರತೆ ಅಥವಾ ಅಡವಾಗಿಟ್ಟು ಶವದ ಪೆಟ್ಟಿಗೆಯನ್ನು ಅರ್ಧ ಹಣಕೊಟ್ಟು, ಅರ್ಧ ಸಾಲವಾಗಿ ತರಲು ಹೇಳಿದಳು. ನೀಲಿ ಚರ್ಮದ ಆಹ್‌–ವು ತಾನೇ ಸ್ವತಃ ಸಹಾಯ ಮಾಡಲು ಮುಂದಾದ. ಆದರೆ ಆಂಟ್ ವ್ಯಾಂಗ್ ಕೇಳಲಿಲ್ಲ. ಬೇಕಾದರೆ ಮರುದಿವಸ ಶವದ ಪೆಟ್ಟಿಗೆಯನ್ನು ಹೊರಬಹುದೆಂದಳು. "ಮುದಿ ಗೂಬೆ" ಶಾಪ ಹಾಕಿದ. ತುಟಿ ಕಚ್ಚಿಕೊಂಡು ಅಲ್ಲಿಯೇ ನಿಂತ. ಮಾಲಿಕ ಹಿಂತಿರುಗಿ ಬಂದು, ಪೆಟ್ಟಿಗೆಯನ್ನು ವಿಶೇಷವಾಗಿ ತಯಾರಿಸ ಬೇಕಾಗಿರುವುದರಿಂದ ನಾಳೆ ಬೆಳಗ್ಗೆವರೆಗೂ ಆಗುವುದಿಲ್ಲವೆಂಬುದನ್ನು ತಿಳಿಸಿದ.

ಮಾಲಿಕ ಬರುವಷ್ಟು ಹೊತ್ತಿಗೆ ಮಿಕ್ಕವರೆಲ್ಲರದೂ ಊಟ ಮುಗಿದಿತ್ತು. ಲುಷೆನ್ ಹಳೆ ಕಾಲದನವಾಗಿದ್ದರಿಂದ ಅವರೆಲ್ಲ ಮೊದಲ ಗಂಟೆ ಹೊಡೆಯುವ ಮುಂಚೆ ಮಲಗಬೇಕೆಂದು, ಮನೆಯತ್ತ ನಡೆದರು. ಆಹ್‌–ವ್ಯೂಬಾರ್‌ನಲ್ಲಿ ಕುಡಿಯುತ್ತಾ ಹಾಗೇ ಒರಗಿದ. ಮುದುಕ ಕುಂಗ್ ಹಾಡೊಂದನ್ನು ವಟವಟಿಸಿದ.

ಹ್ಯಾನ್‌ನ ಮಡದಿ ಹಾಸಿಗೆಯ ತುದಿಯಲ್ಲಿ ಕುಳಿತು ಅಳುತ್ತಿದ್ದಳು. ಪಾವೋ ಎರ್ಟ್ ಹಾಸಿಗೆಯಲ್ಲಿ ಮಲಗಿದ್ದ. ಲಾಲ ಮೌನವಾಗಿತ್ತು. ಸಾಕಷ್ಟು ಹೊತ್ತು ಅತ್ತಾದ ಮೇಲೆ ನೀರೆಲ್ಲ ಬತ್ತಿದ ಮೇಲೆ, ಕಣ್ಣು ಬಿಟ್ಟು ಸುತ್ತಲೂ ಆಶ್ಚರ್ಯದಿಂದ ನೋಡಿದಳು. "ಇದು ಅಸಾಧ್ಯ! ಇದೆಲ್ಲ ಕನಸು!...... ಇದೆಲ್ಲ ಕನಸು!" ಎಂದು ಯೋಚಿಸಿದಳು. ಹಾಸಿಗೆಯಲ್ಲಿ ಚೆನ್ನಾಗಿ ಬೆಚ್ಚಗೆ ಮಲಗಿ, ನಾಳೆ ಪಾವೋ ಎರ್ಟ್‌ನೊಂದಿಗೆ ಏಳುತ್ತೇನೆ. ಅವನೂ ನನ್ನೊಂದಿಗೆ ಬೆಚ್ಚಗೆ

ಮಲಗಿರುತ್ತಾನೆ. ಅವನು ಎದ್ದು ಅಮ್ಮ! ಎಂದು ಕರೆಯುತ್ತಾನೆ. ಹುಲಿ ಮರಿಯಂತೆ ಜಿಗಿದು ಆಡುತ್ತಾನೆ.

ಕುಂಗ್ ಹಾಡುವುದನ್ನು ನಿಲ್ಲಿಸಿ ಬಿಟ್ಟಿದ್ದ. ಪ್ರಾಸ್ಪೆರಿಟಿ ಟ್ಯಾವರ್ನ್‌ನಲ್ಲಿ ದೀಪಗಳು ಅರಿಹೋಗಿದ್ದವು. ಷಾನ್‌ನ ಹೆಂಡತಿ ಒಂದೇ ಸಮನೆ ದಿಟ್ಟಿಸುತ್ತ ಕುಳಿತಿದ್ದಳು. ಇಷ್ಟೆಲ್ಲ ಆದದ್ದು ಹೇಗೆ ಎಂದು ಅವಳಿಗೆ ನಂಬುವುದಕ್ಕೆ ಆಗಿರಲಿಲ್ಲ. ಅಷ್ಟರಲ್ಲಿ ಹುಂಜ ಕೂಗಿದ್ದು ಕೇಳಿಸಿತು. ಪೂರ್ವದಲ್ಲಿ ಬೆಳಕಾಯಿತು. ಕಿಟಕಿಗಳ ಸಂದುಗಳಿಂದ ಬೆಳಗಿನ ಕಿರಣಗಳು ತೂರಿ ಬಂದವು.

ಬೆಳ್ಳಿ ಬೆಳಕು ಕ್ರಮೇಣ ಕೆಂಪಾಗ ತೊಡಗಿತು. ಸೂರ್ಯ ಭಾವಣೆಯ ಮೇಲೆ ಬೆಳಗಿದ. ಷಾನ್‌ನ ಹೆಂಡತಿ ಅದನ್ನೇ ನೋಡುತ್ತಾ ಕುಳಿತಳು. ಯಾರೋ ಬಾಗಿಲು ತಟ್ಟುವ ಸದ್ದು ಕೇಳಿಸುವ ವರೆಗೆ ಹಾಗೆಯೇ ನೋಡುತ್ತಿದ್ದಳು. ಒಮ್ಮೆಲೇ ಬೆಚ್ಚಿ, ಎದ್ದು ಹೋಗಿ ಬಾಗಿಲು ತೆರೆದಳು. ಅಪರಿಚಿತ ವ್ಯಕ್ತಿಯೊಬ್ಬ ನಿಂತಿದ್ದ. ಅವನ ಬೆನ್ನಿಗೆ ಭಾರವಾದ್ದು ಏನೋ ಇತ್ತು. ಅವನ ಹಿಂದೆ ಆಂಟ್ ವಾಂಗ್ ನಿಂತಿದ್ದಳು. ಅರೆ! ಅದು ಶವದ ಪೆಟ್ಟಿಗೆಯಾಗಿತ್ತು!

ಆ ದಿನ ಮಧ್ಯಾಹ್ನದ ವರೆಗೆ ಶವದ ಪೆಟ್ಟಿಗೆಯ ಮುಚ್ಚಳ ಹಾಕಲಿಲ್ಲ. ಅವನ ತಾಯಿ ಅಳುತ್ತಲೇ ಇದ್ದಳು. ನೋಡಿ ಸಹಿಸಿಕೊಳ್ಳುವುದು ಅವಳಿಗೆ ಸಾಧ್ಯವಾಗಿರಲಿಲ್ಲ. ಆಂಟ್ ವಾಂಗ್‌ಗೆ ಇನ್ನು ತಡೆದುಕೊಳ್ಳುವುದು ಅಸಾಧ್ಯವೆನಿಸಿ, ಎದ್ದು ಬಲವಂತದಿಂದ ಅವಳನ್ನು ಅಲ್ಲಿಂದ ಎಬ್ಬಿಸಿ ಪಕ್ಕಕ್ಕೆ ಕರೆತಂದಳು. ಆಗ ತಕ್ಷಣ ಮುಚ್ಚಳ ಮುಚ್ಚಿ ಬಿಟ್ಟರು.

ಷಾನ್‌ನ ಹೆಂಡತಿ, ತನ್ನ ಮಗ ಪಾವೋ ಎರ್‌ಗೆ ಏನೇನು ಮಾಡಬೇಕಾಗಿತ್ತೋ ಎಲ್ಲವನ್ನು ಮರೆಯದೆ ಮಾಡಿದ್ದಳು. ಹಿಂದಿನ ದಿನ ನೋಟುಗಳ ಸರವನ್ನು ಸುಟ್ಟಿದ್ದಳು. ಈ ದಿನ ಬೆಳಗ್ಗೆ ಬುದ್ಧನ ಪ್ರಾರ್ಥನೆಯ ನಲವತ್ತೊಂಬತ್ತು ಪುಸ್ತಕಗಳನ್ನು ಸುಟ್ಟಳು. ಶವದ ಪೆಟ್ಟಿಗೆಯಲ್ಲಿ ಇರಿಸುವ ಮೊದಲು ಶವಕ್ಕೆ ಹೊಸ ಬಟ್ಟೆಗಳನ್ನು ತೊಡಿಸಿದಳು. ಚೇಲದಲ್ಲಿ ಇರಿಸಿದ್ದಳು. ಒಂದು ಪುಟ್ಟ ಜೇಡಿಮಣ್ಣಿನ ಆಕಾರ. ಎರಡು ಮರದ ಬಟ್ಟಲುಗಳು, ಎರಡು ಗಾಜಿನ ಲೋಟಗಳು, ಆಂಟ್ ವ್ಯಾಂಗ್ ಒಂದೊಂದೇ ಬೆರಳುಗಳ ಮೇಲೆ ಎಣಿಸುತ್ತಿದ್ದರೂ, ಏನನ್ನು ಮರೆತಿದ್ದೇವೆಂಬುದು ಮಾತ್ರ ತಿಳಿಯಲಾಗಲಿಲ್ಲ.

ಇಡೀ ದಿನ ಆಹ್-ಕು-ಪತ್ತೇನೇ ಇರಲಿಲ್ಲ. ಆದ್ದರಿಂದ ಟಾವೆರ್ನ್ ಮೂಲಕ 210 ದೊಡ್ಡ ತಾಮ್ರದ ನಾಣ್ಯಗಳಿಗೆ ಇಬ್ಬರು ಪೋರ್ಟರ್‌ಗಳನ್ನು ಶವ ಹೊರಲು, ಗೋರಿ ಅಗಿಯಲು ಗೊತ್ತು ಮಾಡಿ ಕರೆತಂದ. ಸಾರ್ವಜನಿಕ ಸಮಾಧಿಗಳಿದ್ದ ಜಾಗಕ್ಕೆ ತರಬೇಕಿತ್ತು. ವ್ಯಾಂಗ್ ಆಂಟ್ ಅಡಿಗೆ ಸಿದ್ಧಮಾಡಿ, ಒಂದಿಷ್ಟು ಸಹಾಯ ಮಾಡಿದವರನ್ನು ಬಿಡದೆ, ಎಲ್ಲರನ್ನೂ ಊಟಕ್ಕೆ ಆಹ್ವಾನಿಸಿದಳು. ಸೂರ್ಯ ಇನ್ನೇನು ಮುಳುಗುವುದರಲ್ಲಿದ್ದ. ಬಂದಿದ್ದವರೂ ಮನಸ್ಸಿನಿಂದ ಅಲ್ಲಿಂದ ಹೊರಟರು.

ಷಾನ್‌ನ ಮಡದಿಗೆ ತಲೆ ಸುತ್ತಿದಂತಾದರೂ ನಂತರ ಚೇತರಿಸಿಕೊಂಡಳು. ಮೊದಲಿಗೆ ಆವಳಿಗೆ ಎಲ್ಲವೂ ಹೊಸದೆಂಗ, ಅಪರಿಚಿತವಾಗಿ ಕಾಣಿಸಿತು. ಹಿಂದೆಂದೂ ಆಗದ್ದು, ಅವಳಿಗೆ

ಅಂಥಾದ್ದೆಲ್ಲ ಆಗುವುದು ಸಾಧ್ಯವೇ ಇಲ್ಲ ಎನಿಸಿದ್ದು, ಆಗಿ ಹೋಗಿತ್ತು. ಯೋಚಿಸಿದಷ್ಟೂ ಅವಳಿಗೆ ಆಶ್ಚರ್ಯವೆನಿಸುತ್ತಿತ್ತು. ಇನ್ನೊಂದು ವಿಚಿತ್ರವಾಗಿ ಅವಳಿಗೆ ಅನಿಸಿದ್ದೆಂದರೆ, ಆ ಕೋಣೆ ಎಂದಿಗಿಂತ ಶಾಂತವಾಗಿತ್ತು. ಹಾಗೂ ಹೀಗೂ ಹೋಗಿ ಬಾಗಿಲು ಹಾಕಿ ಬಂದು ಹಾಸಿಗೆಯ ಮೇಲೆ ಕುಳಿತಳು. ಲಾಲ ಮಾತ್ರ ಎಂದಿನಂತೆ ಮೌನವಾಗಿ ನೆಲದಮೇಲಿತ್ತು. ಧೈರ್ಯ ತಂದುಕೊಂಡು ಸುತ್ತಲೂ ನೋಡಿದಳು. ಅವಳಿಗೆ ಕುಳಿತುಕೊಳ್ಳಲೂ ಆಗಲಿಲ್ಲ. ನಿಂತುಕೊಳ್ಳಲೂ ಆಗಲಿಲ್ಲ. ಕೋಣೆ ಸದ್ದಿಲ್ಲದೆ ಇದ್ದುದರ ಜೊತೆಗೆ, ಸಾಕಷ್ಟು ದೊಡ್ಡದೇನೋ ಎನಿಸಿತು. ಅದರಲ್ಲಿದ್ದ ವಸ್ತುಗಳೂ ಕಾಣದೆ ಎಲ್ಲವೂ ಖಾಲಿಖಾಲಿ ಎನಿಸಿತು. ಅತಿ ದೊಡ್ಡದೆನಿಸಿದ್ದ ಕೊಠಡಿ, ಅದರೊಳಗಿನ ಖಾಲಿತನ, ಸುತ್ತಲಿನ ಮೌನ ಎಲ್ಲವೂ ಸೇರಿ ಅವಳಿಗೆ ಉಸಿರಾಡುವುದೂ ಕಷ್ಟವೆನಿಸಿತು. ತನ್ನ ಮಗ ಪಾವ್ಲೋ ಸತ್ತಿದ್ದಾನೆಂಬುದು ಅವಳಿಗೆ ಗೊತ್ತಾಗಿತ್ತು. ಆ ಕೋಣೆ ನೋಡುವುದನ್ನು ಇಷ್ಟಪಡಲಿಲ್ಲ. ದೀಪ ಆರಿಸಿ ಹಾಸಿಗೆ ಮೇಲೆ ಬಿದ್ದುಕೊಂಡು ಅಳುವುದಕ್ಕೆ ತೊಡಗಿದಳು. ಯೋಚಿಸತೊಡಗಿದಳು. ಪಾವ್ಲೋ ತನ್ನ ಜೊತೆ ನೂಲು ತೆಗೆಯುತ್ತಿದ್ದಾಗ, ಕೂತು ಕಡಲೆ ಬೀಜ ತಿನ್ನುತ್ತಿದ್ದುದು ನೆನಪಿಸಿಕೊಂಡಳು. ಅವಳನ್ನು ತನ್ನ ಪುಟ್ಟ ಕಪ್ಪು ಕಣ್ಣುಗಳಿಂದ ಒಂದೇ ಸಮನೆ ಗಮನಿಸುತ್ತಾ, ಯೋಚಿಸುತ್ತಾ ಇದ್ದಕ್ಕಿದ್ದಂತೆ ಅಮ್ಮ ಎಂದಿದ್ದು, ಅಪ್ಪ ಬನ್ ತುನ್ ಮಾರುತ್ತಾನೆ. ನಾನೂ ದೊಡ್ಡವನಾದ ಮೇಲೆ ಬನ್ ತುನ್ ಮಾರುತ್ತೇನೆ. ಎಷ್ಟೊಂದು ಹಣ ಸಂಪಾದಿಸುತ್ತೇನೆ. ಅದೆಲ್ಲವನ್ನೂ ನಿನಗೆ ಕೊಡುತ್ತೇನೆ–ಎಂದದ್ದೆಲ್ಲ ಅವಳಿಗೆ ನೆನಪಾಯಿತು.

ಅಂತಹ ಕ್ಷಣಗಳಲ್ಲಿ ತಾನು ನೂತ ನೂಲಿನ ಒಂದೊಂದು ಅಂಗುಲವೂ ಅಮೂಲ್ಯ, ಬದುಕಿದ್ದಕ್ಕೆ ಸಾರ್ಥಕ ಎನಿಸುತ್ತಿತ್ತು. ಆದರೆ ಈಗ? ವರ್ತಮಾನದ ಬಗ್ಗೆ ಅವಳು ಆಲೋಚಿಸಲಿಲ್ಲ. ಅವಳು ಬಹಳ ಮುಗ್ಧೆ. ಇದಕ್ಕೆ ಪರಿಹಾರ ಏನೆಂದು ತಾನೇ ಯೋಚಿಸಿಯಾಳು? ಅವಳಿಗೆ ಗೊತ್ತಿದ್ದುದು 'ಕೋಣೆ ಗಂಭೀರ ಮೌನದಲ್ಲಿದೆ. ದೊಡ್ಡದಾಗಿದೆ, ಖಾಲಿಯಾಗಿದೆ' ಎನ್ನುವುದಷ್ಟೇ!!

ಅವಳು ಏನೂ ಅರಿಯದವಳೆಂದರೂ ಸತ್ತವರು ಮತ್ತೆ ಬದುಕಿ ಬರಲಾರರು, ತಾನೆಂದಿಗೂ ಅವರನ್ನು ನೋಡಲು ಸಾಧ್ಯವಿಲ್ಲ ಎನ್ನುವುದನ್ನು ಮಾತ್ರ ತಿಳಿದ್ದಿದ್ದಳು. ನಿರಾಶೆಯ ನಿಟ್ಟುಸಿರು ಬಿಟ್ಟು ಹೇಳಿದಳು. "ಪಾವ್ಲೋ ಎರ್ಟ್, ಇನ್ನೂ ನೀನು ಇಲ್ಲಿಯೇ ಇರಬೇಕಲ್ಲವೇ? ಹೋಗಲಿ ನನ್ನ ಕನಸಿನಲ್ಲಾದರೂ ಬರುವೆಯಾ? ಕಣ್ಣು ಮುಚ್ಚಿ ಗಾಢ ನಿದ್ದೆ ಮಾಡಬೇಕೆಂದುಕೊಂಡಳು. ನಿದ್ದೆಮಾಡಿದರೆ, ನಿದ್ದೆಯಲ್ಲಾದರೂ ಅವನು ಕಾಣಿಸಿಕೊಂಡಾನು ಎಂಬ ಆಸೆ. ತನ್ನ ಉಸಿರಾಟದ ಸದ್ದನ್ನು ಮೌನ, ವಿಸ್ತಾರ ಖಾಲಿತನದಲ್ಲಿ ತಾನೇ ಕೇಳಿಸಿಕೊಂಡಳು.

ಕಡೆಗೆ ನಿದ್ದೆ ಮಾಡಿದಳು. ಇಡೀ ಕೋಣೆ ನಿಶ್ಯಬ್ಧವಾಗಿತ್ತು. ಕೆಂಪು ಮೂಗಿನ ಕುಂಗ್ನ ಜನಪದ ಹಾಡು ನಿಂತಿತ್ತು. ಪಾಸ್ವೆರಿಟ ಟ್ಯಾವೆರ್ನಿಂದ ಕಳ್ಳದನಿಯಲ್ಲಿ ಹಾಡಲು ತಡವರಿಸುತ್ತ ಹೊರಗೆ ಬಂದ. "ನಿನೊಬ್ಬಳೇ ಇರುವುದು ಆಯ್ಯೋ ಎನಿಸುತ್ತೆ!....ಒಬ್ಬೊಂಟಿ......

ನೀಲಿ ಬಣ್ಣದ ಚರ್ಮದವ ಮುದಿ ಕುಂಗ್‌ನ ಭುಜಗಳನ್ನು ಹಿಡಿದುಕೊಂಡು ತೂಗಾಡುತ್ತ ಇಬ್ಬರೂ ಒಟ್ಟಿಗೆ ನಡೆದು ಹೋದರು. ನಾಲ್ಕನೇ ಷಾನ್‌ನ ಹೆಂಡತಿ ಇನ್ನೂ ನಿದ್ದೆಯಲ್ಲಿದ್ದಳು. ಕುಂಗ್ ಮತ್ತು ಇತರರು ಹೊರಟು ಹೋಗಿದ್ದರು. ಪ್ರಾಸ್ಪೆರಿಟಿ ಟ್ಯಾವರ್ನ್‌ನ ಬಾಗಿಲು ಮುಚ್ಚಿತ್ತು. ಲುಷೆನ್ ಚೆನ್ನಾಗಿ ಕುಡಿದು, ಶಾಂತವಾಗಿದ್ದ ನಾಳೆಯ ಕಡೆಗೆ ಹೊರಳುವ ಆತುರದಲ್ಲಿ ರಾತ್ರಿ ಮಾತ್ರ ಮೌನವಾಗಿ ಪಯಣಿಸುತ್ತಿತ್ತು. ಕತ್ತಲಲ್ಲಿ ಮರೆಯಾಗಿ ಕುಳಿತಿದ್ದ ಕೆಲವು ನಾಯಿಗಳು ಮಾತ್ರ ಬೊಗಳುತ್ತಿದ್ದವು.

●●

05 ಒಂದು ಘಟನೆ

ನಾನು ಊರಿಂದ ರಾಜಧಾನಿಗೆ ಬಂದು ಆರು ವರ್ಷವಾಯಿತು. ಆ ಅವಧಿಯಲ್ಲಿ ರಾಜ್ಯದಲ್ಲಿ ಏನೇನು ನಡೆಯುತ್ತಿದೆ ಅನ್ನುವುದನ್ನು ನೋಡಿಯೂ ನೋಡಿದೆ. ಕೇಳಿದೆ. ಕೂಡ! ಆದರೆ ಯಾವುದೂ ನನ್ನ ಮೇಲೆ ಪ್ರಭಾವ ಬೀರಲಿಲ್ಲ. ನಿಜವಾಗಿಯೂ ಪ್ರಭಾವದ ಬಗ್ಗೆ ಹೇಳಬೇಕಾದರೆ, ನನ್ನ ಸಿಟ್ಟು ಆಕ್ರೋಶಗಳನ್ನು ಇನ್ನಷ್ಟು ಹೆಚ್ಚಿಸಿದವು ಅಷ್ಟೆ. ಜೊತೆಗೆ ಮಾನವ ದ್ವೇಷಿಯೂ ಆದೆ.

ಆದರೆ, ನಡೆದ ಒಂದೇ ಒಂದು ಘಟನೆ ಮಾತ್ರ ನನ್ನ ಆಕ್ರೋಶವನ್ನು ದೂರ ಮಾಡಿ ಅದರಿಂದ ಆಚೆ ಬರುವಂತೆ ಮಾಡಿತು. ಈಗಲೂ ಅದನ್ನು ಮರೆಯುವುದು ಸಾಧ್ಯವಿಲ್ಲ.

1917 ರ ಭಳಿಗಾಲದಲ್ಲಿ ಇದು ನಡೆಯಿತು. ಭಯಂಕರ ಶೀತಗಾಳಿ ಉತ್ತರದ ಕಡೆಯಿಂದ ಬೀಸುತ್ತಿತ್ತು. ಆದರೂ ಜೀವನೋಪಾಯಕ್ಕೆ ನನಗೆ ಒಳಗೆ ಹೊರಗೆ ಹೋಗಿ ಬರಲೇ ಬೇಕಾಗುತ್ತಿತ್ತು. ನನ್ನ ಹೊರತು ಮತ್ತೊಂದು ಜೀವ ಓಡಾಡುವುದೂ ಕಾಣಿಸುತ್ತಿರಲಿಲ್ಲ. ಆದ್ದರಿಂದ ಆ ಗೇಟ್‌ಗೆ ಹೋಗಲು ಒಂದು ರಿಕ್ಷಾ ಸಿಗುವುದೂ ಕಷ್ಟವಾಗುತ್ತಿತ್ತು. ಸಧ್ಯಕ್ಕೆ ಗಾಳಿ ಸ್ವಲ್ಪ ನಿಂತಿತ್ತು. ಇಷ್ಟು ಹೊತ್ತಿಗೆ ಧೂಳು ಗೀಲು ಎಲ್ಲಾ ಹಾರಿ ಹೋಗಿತ್ತು. ರಸ್ತೆಗಳು ಶುಭ್ರವಾಗಿದ್ದವು. ಆಗ ಯಾರೋ ಒಬ್ಬ ವ್ಯಕ್ತಿ ಬರುತ್ತಿರುವುದು ಕಾಣಿಸಿದ್ದೇ. ಅಲ್ಲಿ ನಮ್ಮ ರಿಕ್ಷಾಗೆ ಡಿಕ್ಕಿ ಹೊಡೆದು ಕೆಳಗೆ ಬಿದ್ದ.

ಆ ವ್ಯಕ್ತಿ ಹೆಂಗಸಾಗಿದ್ದಳು. ಅಲ್ಲಲ್ಲಿ ಬಿಳಿ ಕೂದಲು ಚಿಂದಿ ಉಟ್ಟಿದ್ದಳು. ಪೇವ್‌ಮೆಂಟ್‌ ಬಿಡುವಾಗ, ದಾಟುವ ಸೂಚನೆ ಕೊಡದಿದ್ದುದು ಒಂದಾದರೆ ಅವಳು ಧರಿಸಿದ್ದ ಜಾಕೆಟ್‌ ದಾರಿ ಮಾಡಿಕೊಟ್ಟರೂ, ಅದರ ಒಂದು ತುದಿ ಷಾಫ್ಟ್‌ನ್‌ಗೆ ಸಿಕ್ಕಿಹಾಕಿಕೊಂಡಿತು. ಅದೃಷ್ಟಕ್ಕೆ ರಿಕ್ಷಾದವನು ಸಮಯ ಸ್ಫೂರ್ತಿಯಿಂದ ರಿಕ್ಷಾವನ್ನು ಹಿಂದಕ್ಕೆಳೆದುಕೊಂಡ. ಇಲ್ಲದಿದ್ದರೆ ಅವಳು ಜೋರಾಗಿ ಬಿದ್ದು. ಸಾಕಷ್ಟು ಗಂಭೀರವಾಗಿಯೇ ಗಾಯ ಮಾಡಿಸಿಕೊಳ್ಳುತ್ತಿದ್ದಳು.

ಅವಳು ನೆಲದ ಮೇಲೆ ಬಿದ್ದಿದ್ದಳು. ರಿಕ್ಷಾದವನು ನಿಂತುಕೊಂಡ. ಮುದಿ ಹೆಂಗಸಿಗೆ ಗಾಯವೇನೂ ಆಗಿರಲಿಲ್ಲವೆನಿಸಿತು. ಈ ಅಪಘಾತಕ್ಕೆ ಯಾರೂ ಸಾಕ್ಷಿಯಾಗಿರಲಿಲ್ಲ. ಆದರೆ ಈ ರಿಕ್ಷಾದವನು ಹೀಗೆ ನಿಂತು ತಾನೂ ಸಿಕ್ಕಿಹಾಕಿಕೊಂಡು ನನ್ನನ್ನೂ ಸಿಕ್ಕಿಸುತ್ತಾನೇನೋ ಎಂದು ಹೆದರಿದೆ.

"ಆಯ್ತು ನಡಿ ಎಂದೆ."

ನನ್ನ ಮಾತಿನ ಕಡೆ ಅವನು ಲಕ್ಷ್ಯ ಕೊಡಲಿಲ್ಲ. ಬಹುಶಃ ಕೇಳಿಸಕೊಳ್ಳಲಿಲ್ಲವೇನೋ! ಇಳಿದು ಷಾಫ್ಟ್‌ನಿಂದ ಆ ಮುದುಕಿಯ ಬಟ್ಟೆ ಬಿಡಿಸಿ, ಅವಳು ಏಳಲು ಅವನು ಸಹಕರಿಸಿದ. ಅವಳನ್ನು ಎಬ್ಬಿಸುತ್ತಾ ಕೇಳಿದ. "ಪರವಾಗಿಲ್ಲವಾ?"

"ಇಲ್ಲ. ನನಗೆ ಗಾಯ ಆಗಿದೆ."

ಅವಳು ಎಷ್ಟು ನಿಧಾನವಾಗಿ ಬಿದ್ದಳು! ಗಾಯ ಆಗಿರಲು ಸಾಧ್ಯವೇ ಇರಲಿಲ್ಲ. ಬಹುಶಃ ಅವಳು ನಾಟಕ ಆಡುತ್ತಿರಬೇಕು. ಎಷ್ಟು ಅಸಹ್ಯ. ರಿಕ್ಷಾದವನು ಸುಮ್ಮನೆ ತೊಂದರೆ ತಂದುಕೊಂಡ. ಅವನ ಹಣೆಬರಹ, ಅವನೇ ನೋಡಿಕೊಳ್ಳಲಿ.

ಆದರೆ, ಆ ಹೆಂಗಸು ಗಾಯಗೊಂಡಿದ್ದೇನೆ ಎಂದು ಹೇಳಿದ್ದೇ. ರಿಕ್ಷಾದವನು ಒಂದು ಚೂರು ತಡಮಾಡಲಿಲ್ಲ. ಇನ್ನೂ ಅವಳ ಕೈ ಹಿಡಿದುಕೊಂಡು ಮುಂದಕ್ಕೆ ನಡೆಸಿದ. ನನಗೆ ಆಶ್ಚರ್ಯವಾಯಿತು. ನಾನು ಮುಂದೆ ನೋಡಿದೆ. ಒಂದು ಪೂಲೀಸ್‌ ಸ್ಟೇಷನ್‌ ಇತ್ತು. ಜೋರಾಗಿ ಗಾಳಿ ಬೀಸುತ್ತಿದ್ದುದರಿಂದ ಹೊರಗಡೆ ಯಾರೂ ಇರಲಿಲ್ಲ. ರಿಕ್ಷಾದವನು ಆ ಹೆಂಗಸನ್ನು ನಡೆಸಿಕೊಂಡು ಗೇಟಿನ ಬಳಿಗೆ ಕರೆದೊಯ್ದ.

ನನಗೇನೋ ಒಂದು ಥರಾ ವಿಚಿತ್ರ ಎನಿಸಿತು. ಧೂಳಿನಿಂದ ಮತ್ತು ಸುಸ್ತಾಗಿ ಸಣ್ಣದಾಗಿದ್ದ ಅವನ ಆಕಾರ ಆ ಕ್ಷಣಕ್ಕೆ ದೊಡ್ಡದಾದಂತೆನಿಸಿತು. ಅವನು ಮುಂದೆ ಮುಂದೆ ಹೋದಷ್ಟೂ ಅವನು ಇನ್ನಷ್ಟು ದೊಡ್ಡದಾಗಿ ಬೆಳೆಯುತ್ತಿದ್ದ. ನಾನು ನೋಡುವಷ್ಟರವರೆಗೆ, ಅದೇ ಸಮಯಕ್ಕೆ ನನ್ನ ಮೇಲೆ ಅವನ ಒತ್ತಡವೂ ಬೀಳುತ್ತಿದ್ದಂತೆನಿಸಿತು. ಎಷ್ಟರ ಮಟ್ಟಿಗೆ ಅವನ ಒತ್ತಡದ ಪ್ರಭಾವ ನನ್ನ ಮೇಲೆ ಆಗುತ್ತಿತ್ತೆಂದರೆ, (ಎಲ್ಲಿ ನನ್ನ ಸಣ್ಣ ವ್ಯಕ್ತಿತ್ವ) ಉಣ್ಣೆಯ ಕೋಟಿನಡಿಯಿದ್ದ ನನ್ನ ವ್ಯಕ್ತಿತ್ವವನ್ನು ಎಲ್ಲಿ ನುಂಗಿ ಬಿಡುತ್ತಾನೋ ಎಂದು ಭಯವಾಯಿತು.

ನನ್ನ ಚೈತನ್ಯವೆಲ್ಲ ಸೋರಿಹೋಗಿ, ನಿಶ್ಚಲವಾಗಿ ಕುಳಿತೆ. ತಲೆಯೆಲ್ಲ ಖಾಲಿ, ಪೋಲೀಸಿನವರು ಹೊರಗೆ ಬರುವವರೆಗೆ ಹಾಗೆಯೇ ಇದ್ದೆ. ನಂತರ ರಿಕ್ಷಾದಿಂದ ಇಳಿದೆ.

ಪೋಲೀಸಿನವನು ನನ್ನ ಬಳಿಗೆ ಬಂದು, "ಬೇರೆ ರಿಕ್ಷಾ ಹಿಡಿ, ಇವನು ನಿನ್ನ ಜೊತೆ ಬರಲು ಆಗುವುದಿಲ್ಲ;" ಎಂದ.

ಒಂದು ಕ್ಷಣವೂ ಯೋಚಿಸದೆ, ಜೇಬಿನೊಳಗಿಂದ ಒಂದಷ್ಟು ತಾಮ್ರದ ನಾಣ್ಯಗಳನ್ನು ಹೊರತೆಗೆದು ಪೋಲೀಸನವನ ಕೈಗೆ ಇರಿಸಿ, "ಇದನ್ನು ರಿಕ್ಷಾದವನಿಗೆ ಕೊಟ್ಟು ಬಿಡು" ಎಂದೆ.

ಗಾಳಿ ಪೂರ್ತಿಯಾಗಿ ನಿಂತಿತ್ತು. ರಸ್ತೆಗಳು ಇನ್ನೂ ನಿಸ್ತಬ್ಧವಾಗಿದ್ದವು. ನಾನು ಯೋಚಿಸುತ್ತಾ ನಡೆದೆ. ಆದರೆ ನನ್ನನ್ನು ಕುರಿತು ಯೋಚಿಸಲು ಹೆದರಿದೆ. ಮೊದಲು ಏನಾಯಿತು? ನಾನು ಕೊಟ್ಟ ತಾಮ್ರದ ನಾಣ್ಯಗಳ ಅರ್ಥ ಏನು? ಅದೇನು ಬಹುಮಾನವೇ? ರಿಕ್ಷಾದವನು ಎಂಥವನೆಂದು ನಿರ್ಧರಿಸಲು ನಾನು ಯಾರು?.... ಇವುಗಳಿಗೆ ಉತ್ತರ ನನ್ನಿಂದ ಸಾಧ್ಯವಾಗಲಿಲ್ಲ.

ಇದು ಈಗಲೂ ನನ್ನ ತಲೆಯಲ್ಲಿ ಹೊಕ್ಕ ಹೊಸದಾಗಿದೆ. ಒಂದೊಂದು ಸಲ ಹಿಂಸೆ ಎನಿಸುತ್ತೆ. ನನ್ನ ಬಗ್ಗೆ ಯೋಚಿಸುವಂತೆ ಮಾಡುತ್ತದೆ. ದೇಶಕ್ಕೆ ಸಂಬಂಧಿಸಿದ ಎಲ್ಲ ವಿಷಯಗಳನ್ನು ಮರೆತಿದ್ದೇನೆ. ಬಾಲ್ಯದಲ್ಲಿ ನಾನು ಓದಿದ್ದ ಕ್ಲಾಸಿಕ್ಸ್‌ಗಳನ್ನು ಮರೆತಿದ್ದೇನೆ. ಆದರೆ ಈ ಘಟನೆ ಮಾತ್ರ ಮೇಲಿಂದ ಮೇಲೆ ನನ್ನ ಕಣ್ಮುಂದೆ ನಡೆದದ್ದಕ್ಕಿಂತ ಸ್ಪಷ್ಟವಾಗಿ ಗೋಚರಿಸುತ್ತದೆ. ನಾಚಿಕೆಯಾದಂತೆನಿಸುತ್ತದೆ. ನನ್ನನ್ನು ತಿದ್ದಿಕೊಳ್ಳುವಂತೆ ಪ್ರಚೋದಿಸುತ್ತದೆ. ನನ್ನಲ್ಲಿ ಹೊಸದಾಗಿ ಧೈರ್ಯ, ಭರವಸೆಗಳನ್ನು ಮೂಡಿಸುತ್ತದೆ.

●●

 ಚಹದ ಬಟ್ಟಲಲ್ಲಿ ಬಿರುಗಾಳಿ

ನದಿಯ ಬದಿಗಿದ್ದ ಮನೆಯ ಮೇಲೆ ಬಿದ್ದಿದ್ದ ಹಳದಿ ಸೂರ್ಯಕಿರಣಗಳು ಮರೆಯಾದವು. ನದಿಯ ದಡದಲ್ಲಿ ಬೆಳೆದಿದ್ದ ಮೇಣದ ಮರಗಳ (tallow trees) ಎಲೆಗಳು ಉಸಿರಾಡಲು ಈಗ ಸಾಧ್ಯವಾಯಿತು. ಪಟ್ಟೆ ನೊಣಗಳು ಗುಂಯ್ ಗುಡುತ್ತಾ ಆ ಎಲೆಗಳ ಕೆಳಗೆ ನರ್ತಿಸಿದವು. ನದಿಯ ದಡದ ಉದ್ದಕ್ಕೂ ಸಾಲಾಗಿ ಇದ್ದ ರೈತರ ಮನೆಗಳ ಅಡಿಗೆ ಕೋಣೆಗಳಿಂದ ಹೊರಟ ಹೊಗೆ ಚಿಮ್ಮಿಗಳ ಮೂಲಕ ಹೊರಗೆ ಬರುತ್ತಿತ್ತು. ಹೆಂಗಸರು ಮಕ್ಕಳು ತಮ್ಮ ಮನೆಗಳ ಮುಂದೆ ನೀರು ಚಿಮುಕಿಸಿ ಸಣ್ಣ ಮೇಜುಗಳನ್ನು ಸ್ಟೂಲುಗಳನ್ನು ಇರಿಸಿದರು. ಸಂಜೆ ಊಟದ ಸಮಯ ಅದಾಗಿತ್ತು ಎನ್ನುವುದಕ್ಕೆ ಅದು ಗುರುತಾಗಿತ್ತು.

ಮುದುಕರು, ಗಂಡಸರು ತಗ್ಗಾಗಿದ್ದ ಸ್ಟೂಲ್‌ಗಳ ಮೇಲೆ ಕುಳಿತು ಬಾಳೆ ಎಲೆಗಳಿಂದ ಗಾಳಿ ಹಾಕಿಕೊಳ್ಳುತ್ತಾ ಹರಟಲು ತೊಡಗಿದರು. ಮಕ್ಕಳು ಓಡುವುದೋ ಇಲ್ಲ ಕುಳಿತುಕೊಳ್ಳುವುದೋ ಮಾಡುವುದರ ಜೊತೆಗೆ ಮೇಣದ ಮರಗಳಡಿಯಲ್ಲಿ ಸಣ್ಣ ಸಣ್ಣ ಕಲ್ಲುಗಳ ಜೊತೆ ಆಟವಾಡುತ್ತಿದ್ದರು. ಚೆನ್ನಾಗಿ ಬಿಸಿ ಬಿಸಿಯಾಗಿ ಕಪ್ಪಗೆ, ಒಣಗಿಸಿದ್ದ ತರಕಾರಿ ಪಲ್ಲೆ ಮತ್ತು ಹಳದಿಯಾಗಿದ್ದ, ಹೊಗೆಯಾಡುತ್ತಿದ್ದ ಅನ್ನವನ್ನು ಹೆಂಗಸರು ಹೊತ್ತು ತಂದರು. ಕೆಲವರು ಓದಿದದವರು ದೋಣಿ ವಿಹಾರ ಮಾಡುತ್ತಿದ್ದವರು ಈ ದೃಶ್ಯ ನೋಡಿ ಭಾವುಕರಾಗಿ, "ಎಷ್ಟು ನಿರಾಳವಾಗಿದ್ದಾರೆ!" ಎಂದು ಆಶ್ಚರ್ಯದಿಂದ ಉದ್ಗರಿಸಿದರು. ನಿಜವಾದ ಪ್ರಾಕೃತಿಕ ಸೌಂದರ್ಯವೆಂದರೆ ಇದೇ!

ಅವರು ಅಂದದ್ದು ಸ್ವಲ್ಪ ಅತಿರೇಕವೆನಿಸಿತು. ಅವರಿಗೆ ಮುದುಕಿ ನ್ಯೈನ್ ಪೌಂಡರ್ ಏನು ಹೇಳುತ್ತಾಳೆ ಅನ್ನುವುದು ಕೇಳಿಸಿಕೊಳಡಿರಲಿಲ್ಲ. ಅವಳು ಕೆಟ್ಟ ಕೋಪದ ಶಿಖರದಲ್ಲಿದ್ದಳು. ಸ್ಟೂಲ್‌ನ ಕಾಲುಗಳನ್ನು ಹರಿದ ಬಾಳೆ ಎಲೆಗಳಿಂದ ಝುಡಿಸಿದಳು. "ನಾನು ಎಪ್ಪತ್ತೊಂಬತ್ತು ವರ್ಷಗಳ ದೀರ್ಘಕಾಲ ಬಾಳಿದ್ದೇನೆ. ಇನ್ನು ಸಾಕಾಗಿದೆ. ಎಲ್ಲಾ ಹಾಳಾಗಿ ಹೋಗ್ತಿರೋದನ್ನು ನೋಡಲು ನನ್ನಿಂದ ಸಾಧ್ಯವಿಲ್ಲ. ಅದಕ್ಕಿಂತ ಸಾಯೋದೇ ವಾಸಿ, ಈಗಿಂದೀಗಲೇ ಭೋಜನ ಮಾಡಲು ಹೊರಟಿದ್ದೇವೆ ಆದರೂ ಹುರಿದ ಬೀಜ ತಿನ್ನುತ್ತಿದ್ದಾರೆ. ನಮ್ಮನ್ನು ಮನೆ ಒಳಗೆ, ಹೊರಗೆ ತಿನ್ನೋದೇ ಆಯ್ತು!" ಎಂದು ತನ್ನಲ್ಲೇ ಗೊಣಗಿಕೊಂಡಳು.

ಅವಳ ಮರಿಮಗಳು ಸಿಕ್ಸ್‌ಪೌಂಡರ್, ಕೈ ತುಂಬಾ ಬೀಜ ತುಂಬಿಸಿಕೊಂಡು ಅವಳೆಡೆಗೆ ಓಡಿ ಬಂದಳು. ಪರಿಸ್ಥಿತಿಯ ವಾಸನೆ ಹತ್ತಿದ್ದ ನದೀ ಕಡೆಗೆ ಓಡಿ ಹೋಗಿ ಮೇಣದ ಹಿಂದೆ ಅವಿತುಕೊಂಡಳು. ಮೆಲ್ಲಗೆ ಅಲ್ಲಿಂದ ಪುಟ್ಟ ಪುಟ್ಟ ಎರಡು ಜುಟ್ಟುಗಳಿದ್ದ ತಲೆಯನ್ನು ಹೊರಗೆ ಹಾಕಿ, ಜೋರಾಗಿ, "ಮುದುಕರು ಯಾವಾಗಲೂ ಸಾಯೋದೇ ಇಲ್ಲ" ಎಂದು ಕಿರುಚಿದಳು.

ನ್ಯೈನ್‌ಪೌಂಡರ್ ಬಹಳ ವಯಸ್ಸಾಗೋವರೆಗೂ ಬದುಕಿದ್ದರೂ, ಕಿವಿ ಚೆನ್ನಾಗಿ ಕೇಳಿಸುತ್ತಿತ್ತು. ಆದರೂ ಆ ಹುಡುಗಿ ಹೇಳಿದ್ದು ಅವಳಿಗೆ ಕೇಳಿಸಲಿಲ್ಲ. ತನ್ನೊಳಗೆ ಏನನ್ನೋ ಗೊಣಗಿಕೊಳ್ಳುತ್ತಿದ್ದಳು. "ನಿಜ ಒಂದು ತಲೆಮಾರಿನಿಂದ ಮತ್ತೊಂದು ತಲೆಮಾರು ಹಾಳಾಗುತ್ತಲೇ ಹೋಗುತ್ತಿದೆ!"

ಈ ಹಳ್ಳೀಲಿ ಒಂದು ವಿಚಿತ್ರ ಪದ್ಧತಿ ಇತ್ತು. ಮಗು ಹುಟ್ಟಿದ ಕೂಡಲೇ ತೂಕ ಮಾಡಿ, ಹೆಸರಿನ ಜೊತೆ ಅದನ್ನು ಸೇರಿಸಿಕೊಳ್ಳುತ್ತಿದ್ದರು. ಮುದಿ ನ್ಯೈನ್ ಪೌಂಡರ್ ತನ್ನ ಇವತ್ತನೇ ಹುಟ್ಟು ಹಬ್ಬದ ದಿನದಿಂದ ತಪ್ಪು ಹುಡುಕುವುದನ್ನೇ ರೂಢಿಸಿಕೊಂಡಳು. ನಾನು ಸಣ್ಣವಳಿದ್ದಾಗ ಇಷ್ಟೊಂದು ಬಿಸಿಲು ಇರ್ತಿರಲಿಲ್ಲ. ಬೀಜ ಇಷ್ಟು ಗಟ್ಟಿಯಾಗಿ ಇರ್ತಿರಲಿಲ್ಲ. ಹೇಳಬೇಕೊಂದ್ರೆ, ಈ ಕಾಲಕ್ಕೆ ಏನೋ ಆಗೋಗ್ತಾ ಇದ್ರೆ. ಇಲ್ಲೆ ಇದ್ದ ಸಿಕ್ಸ್ ಪೌಂಡರ್ ಅವರ ತಾತನಿಗಿಂತ ಮೂರು ಪೌಂಡ್ ಕಡಿಮೆ, ಅವರಪ್ಪನಿಗಿಂತ ಒಂದು ಪೌಂಡ್ ಕಡಿಮೆಯಾಕಿರ್ತಿದ್ದಳು? ಇದಕ್ಕಿಂತ ಸಾಕ್ಷಿ ಬೇಕೇ? ದೃಢವಾದ ದನಿಯಲ್ಲಿ ಮತ್ತೆ ಹೇಳಿದಳು. "ಹೌದು ನಿಜ ಒಂದು ತಲೆಮಾರು ಮತ್ತೊಂದಕ್ಕಿಂತ ಬಹಳ ಹಾಳಾಗ್ತಾ ಇದೆ."

ಆಕೆಯ ಮೊಮ್ಮ –ಸೊಸೆ, ಸೆವೆನ್ ಪೌಂಡರ್, ಆಗತಾನೇ ಒಂದು ಬುಟ್ಟಿಯಲ್ಲಿ ಅನ್ನವಿರಿಸಿಕೊಂಡು ಟೇಬಲ್ ಸಮೀಪಿಸಿದಳು. ಅದನ್ನು ಮೇಜಿನ ಮೇಲೆ ಕುಕ್ಕುತ್ತ ಕೋಪದಿಂದ ಹೇಳಿದಳು. "ಮತ್ತೆ ಶುರುಮಾಡಿದೆಯಾ? ನಿನ್ನ ಮರಿಮಗಳು ಸಿಕ್ಸ್ ಪೌಂಡರ್ ಹುಟ್ಟಿದಾಗ ಬರಿ ಸಿಕ್ಸ್ ಪೌಂಡ್ ಫೈವ್ ಔನ್ಸ್ ಇದ್ದಳು. ನಿಮ್ಮ ಕುಟುಂಬದ ತೂಕದ ಯಂತ್ರ ಸರಿಯಾಗಿ ತೂಗೋಲ್ಲ. ಕಡಿಮೆ ತೂಗುತ್ತೆ ಒಂದು ಪೌಂಡಿಗೆ ಹದಿನೆಂಟು ಔನ್ಸ್‌ಗಳು ಹದಿನಾರು ಔನ್ಸ್‌ನ ಸ್ಕೇಲ್ ಅಥವಾ ಅಳತೆಯಾದಾಗಿದ್ದರೆ, ಅವಳು ಏಳು ಪೌಂಡ್ ತೂಗುತ್ತಿದ್ದಳು. ಅಜ್ಜ, ಅಪ್ಪ, ಒಂಬತ್ತು ಎಂಟು ಪೌಂಡ್ ಝೂಗಿದರು ಅನ್ನೋದ್ರಲ್ಲಿ

ನನಗೆ ನಂಬಿಕೆ ಇಲ್ಲ. ಬಹುಶಃ ಹದಿನಾಲ್ಕು ಔನ್ಸ್ ಅಳತೆ ಸ್ಕೇಲು ಬಳಸಿರಬೇಕು, ಆ ದಿನಗಳಲ್ಲಿ!"

"ಹಿಂದಿನ ತಲೆಮಾರಿಗಿಂತ ಮುಂದಿನ ತಲೆಮಾರು ಹಾಳಾಗಿ ಹೋಯ್ತು!"

ಸೆವೆನ್ ಪೌಂಡರ್ ಉತ್ತರ ಕೊಡಬೇಕು ಅಂದುಕೊಳ್ಳುವಷ್ಟರಲ್ಲಿ ರಸ್ತೆ ಕಡೆಯಿಂದ ಗಂಡ ಬರುತ್ತಿರುವುದು ಕಾಣಿಸಿದ್ದೇ, ಅವನ ಮೇಲೆ ಹಾರಿದಳು– "ಯಾಕೆ ಇಷ್ಟು ತಡವಾಗಿ ಹಿಂತಿರುಗಿ ಬರುತ್ತಿದ್ದೀ? ನಿನಗಾಗಿ ಊಟಕ್ಕೆ ಎಷ್ಟು ಹೊತ್ತು ಕಾಯಬೇಕಾಗುತ್ತೆ ಅನ್ನೋ ಪ್ರಜ್ಞೆ ಇರಲಿಲ್ಲವೇ?"

ಸೆವೆನ್ ಪೌಂಡರ್ ಹಳ್ಳೀಲೇ ಇದ್ದರೂ, ತಾನು ಸುಧಾರಿಸಬೇಕು ಎಂದುಕೊಳ್ಳುತ್ತಿದ್ದ. ತಾತನ ಕಾಲದಿಂದ ತನ್ನವರೆಗೆ ಮೂರು ತಲೆಮಾರಿನಲ್ಲಿ ಯಾರೊಬ್ಬರಿಗೂ ಗುದ್ದಲಿಯನ್ನು ಹೇಗೆ ಉಪಯೋಗಿಸಬೇಕು ಎನ್ನುವುದು ಗೊತ್ತಿರಲಿಲ್ಲ. ತನ್ನ ತಂದೆಯ ಹಾಗೆ, ಮೊದಲು ತಾನೂ ದೋಣಿಯಲ್ಲಿ ಕೆಲಸಮಾಡಿದ. ಪ್ರತಿದಿನ ಬೆಳಗ್ಗೆ ಲುಚೆನ್‌ನಿಂದ ಪಟ್ಟಣಕ್ಕೆ ಹೋಗಿ ಸಂಜೆ ಹಿಂತಿರುಗುತ್ತಿದ್ದ. ಪರಿಣಾಮವಾಗಿ ಏನೇನು ನಡೀತಿದೆ ಅನ್ನೋದೆಲ್ಲ ಅವನಿಗೆ ಗೊತ್ತಾಗುತ್ತಿತ್ತು ಉದಾಹರಣೆಗೆ ಗುಡುಗಿನ ದೇವರು ಸೆಂಟಿಪೀಡ್‌ನ ಆತ್ಮವನ್ನು ಎಲ್ಲಿ ಸಂಹಾರ ಮಾಡಿದ. ಕುಮಾರಿಯಾಗಿದ್ದವಳು ರಾಕ್ಷಸನಿಗೆ ಎಲ್ಲಿ ಜನ್ಮ ಕೊಟ್ಟಳು, ಅನ್ನೋದೆಲ್ಲ ತಿಳಿದಿತ್ತು. ಹಳ್ಳಿಯಲ್ಲೆಲ್ಲ ಹೆಸರಾಗಿದ್ದರೂ ತನ್ನ ಕುಟುಂಬ ಮಾತ್ರ ಹಳೆ ಸಂಪ್ರದಾಯಕ್ಕೆ ಅಂಟಿಕೊಂಡಿದ್ದು, ಬೇಸಿಗೆಯಲ್ಲಿ ರಾತ್ರಿ ಊಟದ ಸಮಯದಲ್ಲಿ ದೀಪ ಹಚ್ಚಿಡುತ್ತಿರಲಿಲ್ಲವಾಗಿ, ಅವನು ತಡವಾಗಿ ಬಂದಾಗ ಈ ರೀತಿ ಬೈಗಳು ಸಿಗುತ್ತಿದ್ದವು.

ಶ್ರೀಮತಿ ಸೆವೆನ್ ಪೌಂಡರ್ ಒಂದು ಕೈಯಲ್ಲಿ ಆರಡಿ ಉದ್ದದ ಬೊಂಬಿನ ಕೊಳವೆ ಇಟ್ಟುಕೊಂಡಿದ್ದಳು. ಆ ಕೊಳವೆಯ ಮೈ ತುಂಬ ಕಲೆಗಳಿದ್ದವು. ತುದಿಯಲ್ಲಿ ಒಂದು ಮುಖ ಮತ್ತು ಸೀಸದ ಬಟ್ಟಲು ಇದ್ದವು. ತಲೆ ತಗ್ಗಿಸಿ ನಡೆದುಹೋದ, ಮತ್ತು ತಗ್ಗಾಗಿದ್ದ ಒಂದು ಸ್ಟೂಲಿನ ಮೇಲೆ ಕುಳಿತುಕೊಂಡ. ಸಿಕ್ಸ್ ಪೌಂಡರ್ ಈ ಅವಕಾಶ ಉಪಯೋಗಿಸಿಕೊಂಡು ಮೆಲ್ಲಗೆ ಎದ್ದು ಹೋಗಿ ಅವನ ಪಕ್ಕದಲ್ಲಿ ಕುಳಿತಳು. ಅವಳು ಮಾತಾಡಿಸಿದರೂ ಅವನು ಮಾತಾಡಲಿಲ್ಲ.

"ಪ್ರತಿಯೊಂದು ತಲೆಮಾರು ಹಿಂದಿನ ತಲೆಮಾರಿಗಿಂತ ಹೆಚ್ಚು ಕೆಟ್ಟುಹೋಗಿದೆ!" ಗೊಣಗಿದಳು.

ಸೆವೆನ್ ಪೌಂಡರ್ ನಿಧಾನವಾಗಿ ತಲೆ ಎತ್ತಿ ನಿಟ್ಟುಸಿರು ಬಿಟ್ಟು ಹೇಳಿದ. "ಚಕ್ರವರ್ತಿ ಮತ್ತೆ ಸಿಂಹಾಸನ ಏರಿದ್ದಾನೆ."

ಒಂದು ಕ್ಷಣ ಶ್ರೀಮತಿ ಸೆವೆನ್ ಪೌಂಡರ್ ಮೂಕವಿಸ್ಮಿತಳಾದಳು. ಅವನಿಂದ ಸುದ್ದಿ ಕೇಳಿದ ಮೇಲೆ ಭಾವವೇಶದಿಂದ ಹೇಳಿದಳು. "ಒಳ್ಳೆದು, ಹಾಗಾದರೆ ಚಕ್ರವರ್ತಿ ಮತ್ತೊಮ್ಮೆ ಕ್ಷಮಾದಾನವೆಂದು ಘೋಷಿಸುತ್ತಾನೆ, ಅಲ್ಲವೇ?"

"ನನಗೆ ಸೂಚನೆ ಏನೂ ಸಿಗಲಿಲ್ಲ." ಮತ್ತೊಮ್ಮೆ ನೀಳವಾಗಿ ಉಸಿರೆಳೆದ.

"ಚಕ್ರವರ್ತಿಗಳು ಇಳಿಬಿಟ್ಟ ಕೂದಲಿಗಾಗಿ ಒತ್ತಾಯಿಸುತ್ತಾರೇನು?"

"ಇರಬಹುದು."

ಶ್ರೀಮತಿ ಸೆವೆನ್ ಪೌಂಡರ್‌ಗೆ ಬೇಸರವಾದಂತೆನಿಸಿತು. ನಿನಗೆ ಹೇಗೆ ಗೊತ್ತು?" ಪ್ರಶ್ನಿಸಿದಳು.

"ಪ್ರಾಸ್ಪೆರಿಟಿ ಟ್ಯಾವರ್ನ್‌ಲ್ಲಿ ಇರುವ ಪ್ರತಿಯೊಬ್ಬರೂ ಹೇಳುತ್ತಿದ್ದಾರೆ."

ಶ್ರೀಮತಿ ಸೆವೆನ್ ಪೌಂಡರಗೆ ತಕ್ಷಣ ಅರ್ಥವಾಯಿತು. ಪರಿಸ್ಥಿತಿ ಅಷ್ಟು ಚೆನ್ನಾಗಿರೊಲ್ಲಾಂತ, ಯಾಕೆಂದ್ರೆ ಪ್ರಾಸ್ಪೆರಿಟಿ ಟ್ಯಾವರ್ನ್ ಸುದ್ದಿಕೇಂದ್ರವಾಗಿತ್ತು. ಸೆವೆನ್ ಪೌಂಡರನ ಬೋಳಾದ ತಲೆಯತ್ತ ಕೋಪದಿಂದ ನೋಡಿದಳು. ಆ ನೋಟದಲ್ಲಿ ತಿರಸ್ಕಾರ ಮತ್ತು ಅಸಮಾಧಾನಗಳಿದ್ದವು. ಬಟ್ಟಲಲ್ಲಿ ಅನ್ನ ತುಂಬಿ ಕೋಪ ಮತ್ತು ರಭಸದಿಂದ ಮೇಜಿನ ಮೇಲೆ ಅವನ ಮುಂದೆ ಕುಕ್ಕಿದಳು. "ಬೇಗ ತಿನ್ನು ಅಳುವುದರಿಂದ ಜುಟ್ಟು ಬೆಳೆಯೊಲ್ಲ, ಬೆಳೆಯುತ್ತೇನು?"

ಸೂರ್ಯ ಕಿರಣಗಳು ಮರೆಯಾಗುತ್ತಿದ್ದವು. ಕಪ್ಪಾಗುತ್ತಿದ್ದ ನೀರು ತಣ್ಣಾಗಾಗುತ್ತಿತ್ತು. ಮಣ್ಣಿನ ಮನೆಯಲ್ಲಿ ಅನ್ನದ ಬಟ್ಟಲುಗಳ ಮತ್ತು ಕಡ್ಡಿಗಳ ಸದ್ದು ಕೇಳಿಸುತ್ತಿತ್ತು. ಅಲ್ಲಿದ್ದ ಜನರ ಬೆನ್ನಲ್ಲಿ ಬೆವರಿಳಿಯುತ್ತಿತ್ತು. ಶ್ರೀಮತಿ ಸೆವೆನ್ ಪೌಂಡರ್ ಮೂರು ಬಟ್ಟಲು ಅನ್ನಮುಗಿಸಿ, ತಲೆ ಎತ್ತಬೇಕೆಂದು ಕೊಳ್ಳುತ್ತಿದ್ದಾಗ, ಏನನ್ನೋ ನೋಡಿದಳು. ಅವಳೆದೆ ಹೊಡೆದುಕೊಳ್ಳುತ್ತಿತ್ತು. ಮೇಣದ ಮರದ ಎಲೆಗಳ ಮಧ್ಯದಿಂದ ಚಾವೋನ ದಪ್ಪ ಆಕೃತಿ, ಮರದ ಸೇತುವೆಯನ್ನು ದಾಟಿ ಹತ್ತಿರ ಬರುತ್ತಿದ್ದುದು ಕಾಣಿಸಿತು. ಆತ ತಿಳಿ ನೀಲಿ ಬಣ್ಣದ ಹತ್ತಿಯ ಗೌನ್ ಧರಿಸಿದ್ದ. ಆತ ಪಕ್ಕದ ಹಳ್ಳಿಯಲ್ಲಿದ್ದ ಅಬನ್‌ಡೆನ್ಸ್ ಟ್ಯಾವರ್ನ್‌ನ ಮಾಲಿಕನಾಗಿದ್ದ. ಹತ್ತು ಮೈಲಿಗಳ ಸುತ್ತಲ ವಿಸ್ತೀರ್ಣದಲ್ಲಿ ಆತನೊಬ್ಬ ಮಾತ್ರ ವಿದ್ಯಾವಂತನಾಗಿದ್ದ.

ಕಲಿಕೆಯಿಂದ ಸ್ವಲ್ಪ ವಯಸ್ಸಾದಂತೆ ಕಾಣುತ್ತಿದ್ದ. ಅವನ ಬಳಿ ಷಿನ್‌ಷೆನ್ಗ್‌ಟಾನ್‌ನ ವಿವರಣೆಯಿಂದ ಕೂಡಿದ 'Romance of three Kingdoms' ಎಂಬುದರ ಹನ್ನೆರಡು ಸಂಪುಟಗಳಿದ್ದವು. ಅವುಗಳನ್ನಂತು ಓದಿ ಓದಿ ಓದುತ್ತಲೇ ಇದ್ದ. ಒಂದೊಂದು ಪಾತ್ರವನ್ನೂ ಬಿಡದೆ ಓದುತ್ತಿದ್ದ. ಅವುಗಳಲ್ಲಿ ಬರುವ ಐದು ಸೈನ್ಯಾಧಿಕಾರಿಗಳ ಹೆಸರನ್ನು ಹೇಳುತ್ತಿದ್ದ. ಅಲ್ಲದೆ ಹುವಾಂಗ್ ಚುಂಗನ್ನು ಹ್ಯಾಂಗ್ ಷೆಂಗ್ ಎಂದೂ, ಮಾಚಾವೋನನ್ನು ಮೆಂಗ್‌ಚಿ ಎಂದೂ ಕರೆಯುತ್ತಿದ್ದ ವಿಚಾರವನ್ನೂ ಹೇಳುತ್ತಿದ್ದ. ಕ್ರಾಂತಿಯ ನಂತರ, ತಾವೋ ಪೂಜಾರಿಯಂತೆ ತಲೆಯ ಮೇಲೆ ಕೂದಲ ಸುರುಳಿಯನ್ನು ಇರಿಸಿಕೊಂಡಿದ್ದ. ಆಗಾಗ ನಿಟ್ಟುಸಿರುನೊಂದಿಗೆ, ಚಾವೋಯುನ್ ಬದುಕಿದ್ದರೆ ಪರಿಸ್ಥಿತಿ ಹೀಗೆ ಹದಗೆಡುತ್ತಿರಲಿಲ್ಲ ಎಂದೂ ಸ್ಮರಿಸಿಕೊಳ್ಳುತ್ತಿದ್ದ ಶ್ರೀಮತಿ ಸೆವೆನ್ ಪೌಂಡರ್ ದೃಷ್ಟಿ ಚೆನ್ನಾಗಿತ್ತು. ಈ ದಿನ ಅವನ

ತಲೆಮೇಲೆ ಕೂದಲು ಚಾವೋ ಪೂಜಾರಿಯಂತೆ ಇರಲಿಲ್ಲ ಎಂಬುದನ್ನೂ ಗಮನಿಸಿದಳು. ತಲೆಯ ಮುಂದಿನ ಭಾಗವನ್ನು ನೀಟಾಗಿ ಕ್ಷೌರ ಮಾಡಲಾಗಿತ್ತು. ಕೂದಲ ಸುರುಳಿ ಕೆಳಗೆ ಇಳಿದಿತ್ತು, ಚಕ್ರವರ್ತಿ ಮತ್ತೆ ಸಿಂಹಾಸನಾರೋಹಣ ಮಾಡಿರಬೇಕೆನಿಸಿತು. ಕೂದಲಿನ ಎಳೆಗಳು ಮತ್ತೆ ಅನಿವಾರ್ಯವಾಗಿರಬೇಕು. ಸೆವೆನ್ಪೌಂಡರ್‌ಗೆ ಅಪಾಯ ಕಾದಿರಬೇಕು. ಇಲ್ಲದೆ ಇದ್ದರೆ ಚಾವೋ ಉದ್ದನೆಯ ಹತ್ತಿ ನಿಲುವಂಗಿಯನ್ನು ಧರಿಸುತ್ತಿರಲಿಲ್ಲ ಮೂರು ವರ್ಷಗಳಲ್ಲಿ ಹೆಚ್ಚೆಂದರೆ ಎರಡು ಬಾರಿ ಮಾತ್ರ ಕೊಟ್ಟಿದ್ದ. ಅದೂ ಅವನ ಬದ್ಧ ವೈರಿಯಾಗಿದ್ದ ಕಲೆ ಮುಖದ ಆಹ್ ಷು ಖಾಯಿಲೆ ಬಿದ್ದಾಗ ಒಂದು ಸಲ, ಮತ್ತು ಅವನ ಹೆಂಡದಂಗಡಿಯನ್ನು ನಜ್ಜು ಗುಜ್ಜು ಮಾಡಿದ್ದ. 'ಲ್ರ' ಸತ್ತಾಗ ಮತ್ತೊಂದು ಸಲ, ಅಷ್ಟೆ, ಇದು ಮೂರನೇ ಸಲವಾಗಿತ್ತು. ಇದನ್ನು ಧರಿಸಿದನೆಂದರೆ ಅವನಿಗೆ ಸಂತೋಷ ಪಡುವ ಮತ್ತು ಅವನ ಶತ್ರುಗಳಿಗೆ ಕೆಟ್ಟದ್ದಾಗಿರುವ ಸಂಗತಿ ಏನಾದರೂ ಇದ್ದಿರಬೇಕು. ಎರಡು ವರ್ಷಗಳ ಹಿಂದೆ, ಚಾವೋನನ್ನು ಸೂಳೆಮಗ ಅಂತ ಕುಡಿದು ಬಂದಿದ್ದ ತನ್ನ ಗಂಡ ಬೈದದ್ದನ್ನು ಶ್ರೀಮತಿ ಸೆವೆನ್ ಪೌಂಡರ್ ನೆನಪಿಸಿಕೊಂಡಳು. ತನ್ನ ಗಂಡನಿಗೆ ಕಾದಿರುವ ಅಪಾಯದ ಕಲ್ಪನೆ ತಕ್ಷಣ ಅವಳಿಗಾಯಿತು. ಅವಳೆದೆ ಹೊಡೆದುಕೊಳ್ಳಲಾರಂಭಿಸಿತು.

ರಾತ್ರಿ ಊಟ ಮಾಡುತ್ತಿದ್ದವರೆಲ್ಲ ಹಾದು ಹೋಗುತ್ತಿದ್ದ ಚಾವೋನನ್ನು ಗಮನಿಸಿದರು. ಊಟದ ಕಡ್ಡಿಗಳನ್ನು ಅನ್ನದ ಬಟ್ಟಲುಗಳಿಂದ ಮೇಲೆತ್ತಿ ಚಾವೋನ ಕಡೆ ತಿರುಗಿ "ಬನ್ನಿ ಚಾವೋರವರೆ, ನೀವೂ ನಮ್ಮ ಜೊತೆ ಊಟ ಮಾಡಿ."

ಚಾವೋ ಎಲ್ಲರ ಗೌರವವನ್ನು ಸ್ವೀಕರಿಸಿ ಮುಂದುವರೆಯುತ್ತಾ. "ಇಲ್ಲ ನೀವು ಊಟಮಾಡಿ, ದಯವಿಟ್ಟು," ಎಂದು ಹೇಳಿ, ನೇರವಾಗಿ ಸೆವೆನ್ ಪೌಂಡರ್ ಕುಳಿತಿದ್ದ ಮೇಜಿನ ಬಳಿ ಹೋದ. ತಕ್ಷಣ ಎಲ್ಲರೂ ಎದ್ದು ನಿಂತು ನಮಸ್ಕಾರ ಹೇಳಿದರು. "ದಯವಿಟ್ಟು ನೀವು ಊಟ ಮುಂದುವರೆಸಿ," ಎಂದು ಮೇಜಿನ ಮೇಲಿದ್ದ ಊಟವನ್ನು ನೋಡಿದ.

"ಒಣಗಿಸಿದ ಆ ತರಕಾರಿ ತುಂಬಾ ಚೆನ್ನಾಗಿದೆ.....ನೀನೇನಾದರೂ ಸುದ್ದಿ ಕೇಳಿದೆಯಾ?" ಚಾವೋ ಸೆವೆನ್ ಪೌಂಡರ್ ಹಿಂದೆ ಶ್ರೀಮತಿ ಸೆವೆನ್ ಪೌಂಡರ್‌ಗೆ ಎದುರಾಗಿ ನಿಂತಿದ್ದು ಮಾತಾಡಿದ.

"ಚಕ್ರವರ್ತಿಗಳು ಸಿಂಹಾಸನವೇರಿದ್ದಾರೆ." ಸೆವೆನ್ ಪೌಂಡರ್ ಉತ್ತರಿಸಿದ.

ಚಾವೋ ಮುಖಭಾವವನ್ನು ಗಮನಿಸುತ್ತಿದ್ದ ಶ್ರೀಮತಿ ಸೆವೆನ್ ಪೌಂಡರ್ ಮುಗುಳು ನಗುತ್ತ. "ಈಗ ಚಕ್ರವರ್ತಿಗಳು ಸಿಂಹಾಸನ ಏರಿರುವುದರಿಂದ, ಕ್ಷಮಾದಾನ ಸಮಾರಂಭ ಯಾವಾಗಿರಬಹುದು?" ಎಂದು ಕೇಳಿದಳು.

"ಸಾರ್ವತ್ರಿಕ ಕ್ಷಮಾದಾನ?" ಒಳ್ಳೆ ದಿನಗಳಲ್ಲಿ ಕ್ಷಮಾದಾನ ಇರುತ್ತೆ."

ಚಾವೋನ ದನಿ ಗಡುಸಾಗಿತ್ತು. "ಸೆವೆನ್ ಪೌಂಡರ್‌ನ ಗತಿ ಏನಾಗುತ್ತೆಂತ ಹೌದಲ್ಲ?

ಅದೇ ಮುಖ್ಯವಾದ ವಿಚಾರ. ಉದ್ದನೆಯ ಕೂದಲು ಇರಬೇಕೆಂಬ ಶಾಸನ ಕಾಲದಲ್ಲಿ ಏನಾಗಿತ್ತು ಅಂತ ನನಗೆ ಗೊತ್ತಿರಬೇಕು. ಕೂದಲುಳಿಸಿಕೊಂಡು ತಲೆ ಕಳೆದುಕೊಳ್ಳುವುದು, ತಲೆ ಉಳಿಸಿಕೊಂಡು ಕೂದಲು ಕಳೆದುಕೊಳ್ಳುವುದು......"

ಸೆವೆನ್ ಪೌಂಡರ್, ಶ್ರೀಮತಿ ಸೆವೆನ್ ಪೌಂಡರ್ ಎಂದೂ ಪುಸ್ತಕಗಳನ್ನು ಓದಿದವರಲ್ಲ. ಆದ್ದರಿಂದ ಚಾವೋ ಹೇಳಿದ ಮಾತಿನ ಆರ್ಥ ಅವರಿಗಾಗಲಿಲ್ಲ. ಆದರೆ ಚಾವೋ ಹೇಳಿದ ರೀತಿಯಿಂದ ಪರಿಸ್ಥಿತಿ ಬಹಳ ಗಂಭೀರವಾಗಿ ಇರಬೇಕೆಂದು ಮಾತ್ರ ಊಹಿಸಿದರು. ತಮ್ಮ ಮೇಲೆ ಮರಣ ದಂಡನೆಯ ಆದೇಶ ಹೊರಬಿದ್ದಿದೆಯೋ ಎಂಬಂತೆ ಭಾವಿಸಿದರು. ಕಿವಿಯಲ್ಲಿ ಏನೋ ಗುಯ್ ಗುಡುತ್ತಿರುವಂತೆನಿಸಿತು. ಇನ್ನೊಂದು ಮಾತೂ ಅವರಿಂದ ಹೊರಡಲಿಲ್ಲ.

ಪ್ರತಿಯೊಂದು ತಲೆಮಾರು ಒಂದಕ್ಕಿಂತ ಒಂದು ಹಾಳಾಗಿ ಹೋಗ್ತಿದೆ ಎನ್ನುವ ಮುದುಕಿ ನೈನ್ ಪೌಂಡರ್ ಬಾಯಿಬಿಡಿಸಿಕೊಂಡು ಸುಮ್ಮನೆ ಕೂತಿದ್ದವಳಿಗೆ ಚಾವೋ ಜೊತೆ ಮಾತಾಡಲು ಈಗ ಒಂದು ಅವಕಾಶ ಸಿಕ್ಕಿತು. "ಕ್ರಾಂತಿಕಾರಿಗಳು ಇತ್ರೀಚೆಗೆ ಜನಗಳ ಜುಟ್ಟು ಕತ್ತರಿಸುತ್ತ ಹೋಗಿದ್ದಾರೆ. ಇದರಿಂದ ತಾವೋ ಪಂಥೀಯರನಾಗಿಯೂ, ಬುದ್ಧ ಪಂಥೀಯವನಾಗಿಯೂ ಕಾಣುವುದಿಲ್ಲ. ಹಿಂದೇನೂ ಈ ಕ್ರಾಂತಿಕಾರಿಗಳು ಹೀಗೇ ಇದ್ದರೇನು? ನಾನು ಎಪ್ಪತ್ತೊಂದು ವರ್ಷ ಬದುಕಿದ್ದೇನೆ. ಇನ್ನು ಸಾಕಾಯಿತು. ಹಿಂದಿನ ಕಾಲದಲ್ಲಿ ಈ ಕ್ರಾಂತಿಕಾರಿಗಳು, ಕೆಂಪು ಬಣ್ಣದ ಸ್ಯಾಟಿನ್ ಬಟ್ಟೆಯಿಂದ ತಲೆಕಟ್ಟಿಕೊಂಡು, ಅದರ ಬಾಲವನ್ನು ಹಿಂದೆ ಕಾಲಿನವರೆಗೆ ಇಳಿಬಿಟ್ಟಿರುತ್ತಿದ್ದರು. ರಾಜಕುಮಾರ ಹಳದಿ ಸ್ಯಾಟಿನ್‌ನನ್ನು ಕಟ್ಟಿಕೊಂಡಿರುತ್ತಿದ್ದ. ಹಳದಿ ಸ್ಯಾಟಿನ್....ಕೆಂಪು ಸ್ಯಾಟಿನ್....ಹಳದಿ ಸ್ಯಾಟಿನ್.....ಸಾಕಪ್ಪಾ ಸಾಕು. ಎಪ್ಪತ್ತೊಂಬತ್ತು ವರ್ಷಗಳಷ್ಟು ದೀರ್ಘಕಾಲ ಬದುಕಿದ್ದೇನೆ."

"ಹಾಗಾದರೆ ಏನು ಮಾಡಬೇಕು?" ಶ್ರೀಮತಿ ಸೆವೆನ್ ಪೌಂಡರ್ ನಿಂತುಕೊಳ್ಳುತ್ತ ಕೇಳಿದಳು. ನಮ್ಮದೋ ದೊಡ್ಡ ಕುಟುಂಬ. ಚಿಕ್ಕವರು, ದೊಡ್ಡವರು ಎಲ್ಲ ಅವರನ್ನೇ ನಂಬಿಕೊಂಡಿದ್ದಾರೆ."

"ನೀನು ಮಾಡುವಂಥಾದ್ದೇನೂ ಇಲ್ಲ." ಚಾವೋ ಹೇಳಿದ. ಕ್ಯೂ (ಇಳಿಬಿದ್ದ ಕೂದಲು) ಇಲ್ಲದ್ದಕ್ಕಾಗಿ ಶಿಕ್ಷೆ ಏನೂಂತ ಒಂದೊಂದು ವಾಕ್ಯದಲ್ಲೂ, ಪುಸ್ತಕದಲ್ಲಿ ಸ್ಪಷ್ಟವಾಗಿ ಬರೆದಿರಿಸಿದೆ. ನಿನ್ನ ಕುಟುಂಬ ದೊಡ್ಡದೆಂದ ಮಾತ್ರಕ್ಕೆ ಏನೂ ಮಾಡಲೂ ಸಾಧ್ಯವಿಲ್ಲ.

ಶ್ರೀಮತಿ ಸೆವೆನ್ ಪೌಂಡರ್, ಪುಸ್ತಕದಲ್ಲೇ ಇದನ್ನು ಬರೆದು ಬಿಟ್ಟಿದೆ ಎಂದ ಮೇಲೆ ಯಾವ ಭರವಸೆಯೂ ಸಾಧ್ಯವಿಲ್ಲ ಎಂದುಕೊಂಡಳು. ಜೊತೆಗೆ ಏನೋ ಒಂದು ಬಗೆಯ ಉದ್ವೇಗದಲ್ಲಿ, ಸೆವೆನ್ ಪೌಂಡರ್‌ನನ್ನು ದ್ವೇಷಿಸಲು ತೊಡಗಿದಳು. ತನ್ನ ಚಾಪ್ ಕಡ್ಡಿಗಳನ್ನು ಅವನ ಮೂಗಿನ ತುದಿಯೆಡೆಗೆ ಗುರುತು ಮಾಡಿ, "ನೀನು ಮಾಡಿದ್ದನ್ನು ನೀನೇ ಅನುಭವಿಸು. ಕ್ರಾಂತಿಯ ದಿನಗಳಲ್ಲಿ ದೋಣಿ ಜೊತೆ ಪಟ್ಟಣಕ್ಕೆ ಹೋಗಬೇಡ ಅಂತ ಬಡ್ಕೊಂಡೆ. ಆದರೂ ಹೋದ. ಪಟ್ಟಣಕ್ಕೆ ಹೋದ. ಅಲ್ಲಿ ಅವರು ಅವನ ಕೂದಲನ್ನು

ಕತ್ತರಿಸಿಬಿಟ್ಟರು. ಹೊಳೆಯುವ ಕಪ್ಪು ರೇಶಿಮೆಯಂತಿತ್ತು. ಈಗ ಅವನು ತಾವ್ರೋ ಪಂಥೀಯನಂತೆಯೂ ಕಾಣೋಲ್ಲ. ಬುದ್ಧ ಪಂಥೀಯನಂತೆಯೂ ಕಾಣೋಲ್ಲ. ಅವನು ಮಾಡಿದ್ದನ್ನು ಅವನೇ ಉಣ್ಣಬೇಕು. ನಮ್ಮನ್ನೂ ಅದರಲ್ಲಿ ಎಳೆಯೋ ಅಧಿಕಾರ ಅವನಿಗೇನಿತ್ತು? ಜೀವಂತ ಹೆಣದ ಹಾಗೆ...."

ಚಾವ್ರೋ ಬಂದದ್ದರಿಂದ ಊರಿನ ಜನ ಬೇಗ ಬೇಗ ಊಟ ಮುಗಿಸಿ ಸೆವೆನ್ ಪೌಂಡರ್‌ನ ಮೇಜಿನ ಸುತ್ತ ಸೇರಿದರು. ಊರಿನಲ್ಲಿ ಪ್ರಮುಖ ವ್ಯಕ್ತಿಯಾಗಿದ್ದ ತನ್ನ ಹೆಂಡತಿ ಎಲ್ಲರ ಮುಂದೆ ಹೀಗೆ ತನ್ನನ್ನು ಬೈದದ್ದು ತೀರಾ ಕೆಡುಕೆನಿಸಿತು. ಅದಕ್ಕೆಂದೇ ತಲೆ ಎತ್ತಿ ನಿಧಾನವಾಗಿ ಮಾತು ತೆಗೆದ.

"ಮನೇಲಿ ಬೇಕಾದಷ್ಟು ಹೇಳೋಕೆ ಇಟ್ಕೋ. ಆದರೆ ಈ ಹೊತ್ತಲ್ಲಿ....."

"ಜ್ಯೆಲು ಹಕ್ಕಿಯ ಜೀವಂತ ಹೆಣ!"

ಅಲ್ಲಿ ನೆರೆದಿದ್ದ ಎಲ್ಲರ ಪ್ಯೆಕಿ ವಿಧವೆಯಾದ ಪಾ–ಯಿ ಬಹಳ ದಯಾವಂತೆ, ಗಂಡ ತೀರಿಕೊಂಡ ಮೇಲೆ ಹುಟ್ಟಿದ ಎರಡು ವರ್ಷದ ಹಸುಗೂಸನ್ನು ಎತ್ತಿಕೊಂಡು ಶ್ರೀಮತಿ ಸೆವೆನ್‌ಪೌಂಡರ್ ಪಕ್ಕದಲ್ಲಿ ನಿಂತಿದ್ದಳು. ನಡೆಯುವ ತಮಾಷೇನ ಗಮನಿಸುತ್ತಿದ್ದಳು. ಈಗ ಅವಳಿಗೆ ಯಾಕೋ ವಿಷಯ ಅತಿರೇಕಕ್ಕೆ ಹೋಗ್ತಿದೆ ಅನ್ನಿಸ್ತು. ಸಮಧಾನ ಮಾಡೋಕೆ ಮುಂದಾದಳು. "ಹೋಗಲಿ ಬಿಡು ಸೆವೆನ್ ಪೌಂಡರ್, ಮನುಷ್ಯರು ದೇವತೆಗಳಲ್ಲ, ಮುಂದಾಗುವುದನ್ನು ಹೇಗೆ ತಾನೇ ಹೇಳೋಕೆ ಸಾಧ್ಯ? ಆಗ ಶ್ರೀಮತಿ ಸೆವೆನ್‌ಪೌಂಡರ್, ಜುಟ್ಟು ಇಲ್ಲದಿದ್ದರೆ ಏನಂತೆ? ನಾಚಿಕೆಪಡೋ ಅಗತ್ಯ ಇಲ್ಲ ಅಂತ ಹೇಳಿರಲಿಲ್ಲವೇ? ಅಲ್ಲದೆ ಸರಕಾರಿ ಕಛೇರಿಯಿಂದ ಮುಖ್ಯ ಅಧಿಕಾರಿಯಾದವರು, ಇನ್ನೂ ಯಾವುದೂ ಆದೇಶ ಕಳಿಸಿಲ್ಲ...."

ಅವಳು ಮಾತು ಮುಗಿಸುವ ಮುನ್ನವೇ ಶ್ರೀಮತಿ ಸೆವೆನ್ ಪೌಂಡರ್ ಕಿವಿಗಳು ಕೆಂಪಾದವು. ಚಾಪ್‌ಸ್ಟಿಕ್‌ಗಳನ್ನು ಅವಳೆಡೆಗೆ ತಿರುಗಿಸಿ. "ಇಲ್ಲ ನಾನು ಹಾಗೆ ಎಂದೂ...." ಪ್ರತಿಭಟಿಸಿ ಹೇಳಿದಳು. "ಏನು ಹೇಳ್ತಿದ್ದೀ ಪಾ–ಯಿ. ನಾನಿನ್ನೂ ಮನುಷ್ಯಳಾಗಿಯೇ ಇದ್ದೇನೆ. ಹೌದೋ ಅಲ್ವೋ? ಇಂಥ ದರಿದ್ರವಾದದ್ದನ್ನು ನಾನ್ಯಾಕೆ ಹೇಳ್ಲಿ? ಆ ಘರಾ ಆದಾಗ ನಾನು ಮೂರು ದಿವಸ ಅಳ್ತಾ ಕೂತಿದ್ದೆ. ಎಲ್ಲರೂ ನೋಡಿದ್ದಾರೆ ನನ್ನನ್ನು. ಆ ಮರಿ ಪಿಶಾಚಿ ಸಿಕ್ಸ್‌ಪೌಂಡರ್ ಕೂಡ ಅತ್ತಿದ್ದಾಳೆ." ಸಿಕ್ಸ್‌ಪೌಂಡರ್ ಆಗತಾನೆ ಅನ್ನದ ಬಟ್ಟಲು ಖಾಲಿ ಮಾಡಿ, ಮತ್ತೊಮ್ಮೆ ಅನ್ನ ಹಾಕಿಸಿಕೊಳ್ಳಲು ಆತುರ ಪಡುತ್ತಿದ್ದಳು. ಶ್ರೀಮತಿ ಸೆವೆನ್ ಪೌಂಡರ್ ಕೋಪದಿಂದ ಕುದಿಯುತ್ತಿದ್ದಳು. ತನ್ನ ಚಾಪ್‌ಸ್ಟಿಕ್‌ಗಳನ್ನು, ಸಿಕ್ಸ್‌ಪೌಂಡರ್ ತಲೆ ಮೇಲೆ, ಎರಡು ಜುಟ್ಟುಗಳ ಮಧ್ಯೆ ಕುಕ್ಕಿ "ದರಿದ್ರ ಮುಂಡೇದೆ, ಸದ್ದು ಮಾಡೋದನ್ನ ನಿಲ್ಲಿಸು!"

ಸಿಕ್ಸ್‌ಪೌಂಡರ್ ಕ್ಯೆಲಿದ್ದ ಗಾಜಿನ ಬಟ್ಟಲು ಕೆಳಗೆ ಬಿದ್ದಿದ್ದರಿಂದ ಬಿರುಕುಂಟಾಯಿತು. ಮೂಲೆಯ ಹಂಚಿಗೆ ತಗುಲಿ, ಬಟ್ಟಲಿನ ಒಂದು ತುದಿಯಲ್ಲಿ ಚಕ್ಕೆ ಎದ್ದಿತು. ಸಿಫೆನ್

ಪೌಂಡರ್ ತಕ್ಷಣ ಎದ್ದು ನೆಲದ ಮೇಲೆ ಬಿದ್ದಿದ್ದ ಬಟ್ಟಲನ್ನು ಎತ್ತಿಕೊಂಡು, ಕೆಳಗೆ ಬಿದ್ದಿದ್ದ ಚಕ್ಕೆಯನ್ನು ಅದರ ಜೊತೆ ಸೇರಿಸಲು ಆಗುವುದೇನೋ ಎಂದು ಪರೀಕ್ಷಿಸುತ್ತಿದ್ದ. "ಹಾಳಾದವಳೇ" ಎಂದು ಬೈಯುತ್ತಾ ಅವಳ ಕೆನ್ನೆಗೆ ಎರಡು ಬಿಟ್ಟ. ಸಿಕ್ಸ್‌ಪೌಂಡರ್ ಅಳತೊಡಗಿದಳು. ಅಷ್ಟರಲ್ಲಿ ನೈನ್‌ಪೌಂಡರ್ ಬಂದು ಅವಳ ಕೈ ಹಿಡಿದು ಎಳೆದುಕೊಂಡು ಹೋಗುತ್ತಾ. "ಒಂದು ತಲೆಮಾರಿಗಿಂತ ಇನ್ನೊಂದು ತಲೆಮಾರು ಹಾಳಾಗಿ ಹೋಯ್ತು." ಎಂದು ತನ್ನಲ್ಲೇ ಗೊಣಗಿದಳು.

ಕೋಪ ಮಾಡಿಕೊಳ್ಳುವ ಸರದಿ ಈಗ ಪಾ–ಯಿದಾಯಿತು. "ಮಗೂನ ಹೊಡೆಯುವುದೇ, ಶ್ರೀಮತಿ ಸೆವೆನ್‌ಪೌಂಡರ್? ಕಿರುಚಿ ಹೇಳಿದಳು.

ಚಾವೂ ಆಗುತ್ತಿದ್ದುದನ್ನೆಲ್ಲ ನೋಡುತ್ತಾ ನಗುತ್ತಿದ್ದ. ವಿಧವೆ ಪಾ–ಯಿ, ಮೇಲಿನ ಅಧಿಕಾರಿ ಇನ್ನೂ ಆದೇಶ ನೀಡಿಲ್ಲ ಎಂದು ಹೇಳಿದ್ದನ್ನು ಕೇಳಿ ಸಿಟ್ಟಾದ. ನೇರವಾಗಿ ಮೇಜಿನ ಬಳಿ ಬಂದ. "ಮಗೂನ ಹೊಡೆದರೆ ಏನಾಗುತ್ತೆ? ಚಕ್ರವರ್ತಿ ಸೈನ್ಯ ಯಾವಾಗ ಬೇಕಾದರೂ ಬರಬಹುದು. ಸಾಮ್ರಾಜ್ಯದ ರಕ್ಷಕ ಸೈನ್ಯಾಧಿಕಾರಿ ಷಾಂಗ್ ಅನ್ನೋದು ಗೊತ್ತಿರಬೇಕಲ್ಲ. ಮೂರು ಸಾಮ್ರಾಜ್ಯಗಳ ಕಾಲದಲ್ಲಿದ್ದ ಷಾಂಗ್–ಫೀ ವಂಶದವನು. ಅವನ ಹತ್ತಿರ ಹದಿನೆಂಟು ಅಡಿ ಉದ್ದದ ಭರ್ಜಿ ಇದೆ. ಒಂದು ಸಲಕ್ಕೆ ಹತ್ತು ಸಾವಿರ ಮಂದಿಯನ್ನು ಬಲಿ ತೆಗೆದುಕೊಳ್ಳುತ್ತೆ. ಅವನಿಗೆ ವಿರುದ್ಧವಾಗಿ ಯಾರಿಗೂ ನಿಲ್ಲೋಕೆ ಆಗುವುದಿಲ್ಲ" ಎಂದು ತನ್ನ ಕೈಯಲ್ಲಿಯೇ ಭರ್ಜಿ ಇರುವಂತೆ ಕೈಯನ್ನು ಮೇಲೆತ್ತಿದ. ಒಂದೆರಡು ಹೆಜ್ಜೆ ಮುಂದೆ ಬಂದು ಪಾ–ಯಿಗೆ ಹೇಳಿದ. "ಅವನ ಮುಂದೆ ನೀನೆಷ್ಟರವಳು?"

ಮಗುವನ್ನು ಎತ್ತಿಕೊಂಡೇ ಕೋಪದಿಂದ ಕಂಪಿಸಿದಳು. ಇದ್ದಕ್ಕಿದ್ದಂತೆ ಚಾವೂ ತನ್ನ ಮೇಲೇರಿ ಬರುತ್ತ, ಬೆವರಿದ ಮುಖ, ತಿವಿಯುವಂತೆ ನೋಡುತ್ತಿದ್ದ ಕಣ್ಣುಗಳು, ತನ್ನ ಕತೆ ಮುಗಿಯಿತೆಂಬ ಭಾವನೆಯನ್ನು ಬರಿಸಿದವು. ತಾನು ಹೇಳಬೇಕೆಂದುಕೊಂಡದ್ದನ್ನು ಪೂರ್ತಿಯಾಗಿ ಹೇಳದೆ ಅಲ್ಲಿಂದ ಕಾಲ್ತೆಗೆದಳು. ಚಾವೂ ಕೂಡ ಅಲ್ಲಿಂದ ಜಾಗ ಬಿಟ್ಟ, ಅವರಿಬ್ಬರೂ ಹೊರಡುತ್ತಿದ್ದಾಗ, ಅಲ್ಲಿದ್ದ ಜನ ಷಾ–ಯಿ ಮಧ್ಯೆ ತಲೆ ಹಾಕಿದ್ದನ್ನು ಖಂಡಿಸಿದರು. ಮತ್ತೆ ಕೆಲವರು ಜುಟ್ಟು ಕತ್ತರಿಸಿಕೊಂಡಿದ್ದವರು, ಈಗ ಅದನ್ನು ಬೆಳೆಸುತ್ತಿದ್ದರಾದರೂ ಚಾವೂನ ಕಣ್ಣಿಗೆ   ಬೀಳಬಾರದೆಂದು ಗುಂಪಿನ ಹಿಂದೆ ತಲೆ ಮರೆಸಿಕೊಂಡು ನಿಂತಿದ್ದರು. ಆದರೆ ಚಾವೂ ಅಷ್ಟಾಗಿ ಎಲ್ಲರನ್ನೂ ಪರೀಕ್ಷೆ ಮಾಡದೆ ಹೊರಟು ಹೋದ. ಮತ್ತೆ ಮೇಣದ ಮರಗಳ ಮಧ್ಯೆ ಅವಳಿಂದ ಸರಿದು ಮರೆಯಾದ. "ನೀನು ಅವನಿಗೆ ಸಾಟಿ!" ಎಂದುಕೊಳ್ಳುತ್ತ ಹಲಗೆ ಸೇತುವೆಯನ್ನು ಹತ್ತಿ ಹೋದ.

ನಡೆದದ್ದನ್ನೆಲ್ಲ ಯೋಚಿಸುತ್ತ ಜನ ನಿಂತಿದ್ದರು. ಷಾಂಗ್ ಫೀಗೆ ನಿಜವಾಗಿಯೂ ತಾವು ಸಮನಲ್ಲ ಅಂದುಕೊಂಡರು. ಸೆವೆನ್‌ಪೌಂಡರನ ಕತೆ ಇನ್ನು ಮುಗಿದಂತೆಯೇ! ರಾಜಶಾಸನವನ್ನು ಮುರಿದು ಧಿಮಾಕಿನಿಂದ ಆ ಉದ್ದನೆಯ ಪೈಪ್ ಸೇದುತ್ತ. ಪಟ್ಟಣದಲ್ಲಿ ಸುದ್ದೀನ ಹೇಳಬಾರದಾಗಿತ್ತು. ಆದ್ದರಿಂದ ಅವರೆಲ್ಲರಿಗೂ ಸೆವೆನ್‌ಪೌಂಡರ್‌ಗೆ ಆಗುವ ಶಿಕ್ಷೆಯಿಂದ ಸ್ವಲ್ಪ ಸಂತೋಷವೇ ಆಗಿತ್ತು. ಆ ವಿಷಯವನ್ನು ಚರ್ಚಿಸಬೇಕು ಅನಿಸಿದರೂ,

ಏನು ಮಾತಾಡಬೇಕು ಅನ್ನೋದು ಗೊತ್ತಿರಲಿಲ್ಲ. ಗುಂಯ್ ಗುಡುತ್ತಿದ್ದ ಸೊಳ್ಳೆಗಳು ಅವರ ತೋಳುಗಳನ್ನು ಹಾಡು ಹೋದವು. ಅವುಗಳೆಲ್ಲ ಮೇಣದ ಮರದಡಿಯಲ್ಲಿ ಗುಂಪುಗೂಡಿದವು. ಊರಿನವರೆಲ್ಲ ಅಲ್ಲಿಂದ ಚದುರಿ ಹೋಗಿ ತಮ್ಮ ತಮ್ಮ ಮನೆ ಸೇರಿ ನಿದ್ದೆಗೆ ಇಳಿದರು. ಗೊಣಗುಟ್ಟುತ್ತಲೇ ಶ್ರೀಮತಿ ಸೆವೆನ್‌ಪೌಡರ್, ಮೇಜಿನ ಮೇಲಿದ್ದ ಪಾತ್ರ ಪರಡಿಗಳು, ಮೇಜು ಸ್ಟೂಲುಗಳನ್ನೆಲ್ಲ ಎತ್ತಿ ಶುಬ್ರ ಮಾಡಿದಲು. ಒಳಗೆ ಹೋಗಿ, ಬಾಗಿಲು ಬಿಗಿದು, ನಿದ್ದೆಮಾಡಲು ಅಣಿಯಾದಲು. ಸೆವೆನ್‌ಪೌಡರ್ ಮುರಿದ ಬಟ್ಟಲನ್ನು ಒಳಗೆ ತೆಗೆದುಕೊಂಡು ಹೋಗಿ ಹೊಸ್ತಿಲ ಮೇಲೆ ಹೊಗೆ ಸೇವಿಸುತ್ತಾ ಕುಳಿತ. ಹೊಗೆ ಸೇದುವುದನ್ನೂ ಮರೆತು ಯೋಚಿಸುತ್ತಿದ್ದ. ಆರಡಿ ಉದ್ದದ ದಂತದ ಮುಖವಿದ್ದ ಬೊಂಬಿನ ಕೊಳವೆಯ ತುದಿಯಲ್ಲಿದ್ದ ದೀಪ ಕಪ್ಪಾಯಿತು. ವಿಷಯ ಬಹಳ ಗಂಭೀರವಾಗಿ ಪರಿಣಮಿಸಿರುವುದು ಸ್ಪಷ್ಟವಾಯಿತು. ಈ ಪರಿಸ್ಥಿತಿಯಿಂದ ತಪ್ಪಿಸಿಕೊಳ್ಳುವ ದಾರಿ ಯಾವುದೆಂದು ಯೋಚಿಸತೊಡಗಿದ. ಆಲೋಚನೆಗಳು ಸುಳಿಯುತ್ತಿದ್ದವು. ಹೇಗೆ ನೇರಮಾಡುವುದೋ ಅವನಿಗೆ ತಿಳಿಯಲಿಲ್ಲ. ಜುಟ್ಟು, ಸರದಿ... ಹದಿನೆಂಟಡಿ ಉದ್ದದ ಭರ್ಜಿ, ಪ್ರತಿಯೊಂದು ತಲೆಮಾರೂ ಹಿಂದಿನ ತಲೆಮಾರಿಗಿಂತ ಹಾಳಾಗಿ ಹೋಗಿದೆ.... ಚಕ್ರವರ್ತಿ ಸಿಂಹಾಸನ ಆರೋಹಣ ಮಾಡಿದ್ದಾರೆ..... ಮುರಿದ ಬಟ್ಟಲನ್ನು ಪಟ್ಟಣಕ್ಕೆ ತೆಗೆದುಕೊಂಡು ಹೋಗಿ ಸರಿಮಾಡಿಸಬೇಕು..... ಅವನಿಗೆ ಯಾರು ತಾನೇ ಸಮ. ಪುಸ್ತಕದಲ್ಲಿ ಇದನ್ನು ಬರೆದಿದ್ದಾರೆ..... ನೆಗೆದು ಬೀಳಲಿ!"

ಮಾರನೆಯ ದಿನ ಎಂದಿನಂತೆ ದೋಣಿ ತೆಗೆದುಕೊಂಡು ಪಟ್ಟಣಕ್ಕೆ ಹೋದ. ಸಂಜೆ ಹೊತ್ತಿಗೆ ತನ್ನ ಆರಡಿ ಪೈಪನ್ನು ಅನ್ನದ ಬಟ್ಟಲನ್ನು ಪಟ್ಟಣದಲ್ಲಿ ರಿಪೇರಿ ಮಾಡಿಸಿಕೊಂಡು ಬಂದುದನ್ನು ನೈನ್‌ಪೌಡರ್‌ಗೆ ತಿಳಿಸಿದ. ಬಿರುಕು ತುಂಬ ದೊಡ್ಡದಾಗಿದ್ದು ಹದಿನಾರು ಕಡೆ ರಿವಿಟ್ಟುಗಳನ್ನು ಹಾಕಬೇಕಾಗಿ ಬಂದದ್ದರಿಂದ, ಒಟ್ಟು ಒಂದೊಂದಕ್ಕೆ ಮೂರು ನಾಣ್ಯಗಳ ಲೆಕ್ಕದಂತೆ, ನಲ್ವತ್ತೆಂಟು ನಾಣ್ಯಗಳನ್ನು ನೀಡಬೇಕಾಗಿ ಬಂದಿತ್ತು.

ಪ್ರತಿಯೊಂದು ತಲೆಮಾರು ತನ್ನ ಹಿಂದಿನ ತಲೆಮಾರಿಗಿಂತ ಹಾಳಾಗಿ ಹೋಗಿದೆ" ಸಿಡುಕಿನಿಂದ ಹೇಳಿದಲು. ಸಾಕಷ್ಟು ದಿವಸ ಬದುಕಿದ್ದೇನೆ. ಒಂದೊಂದು ಜಾಯಿಂಟ್‌ಗೆ ಮೂರು!.... ನಮ್ಮ ಕಾಲದಲ್ಲಿ ಹೀಗೆ ಇರಲಿಲ್ಲ. ಹಿಂದಿನ ಕಾಲದಲ್ಲಿ.... ನಾನು ಎಪ್ಪತ್ತೊಂಬತ್ತು ವರ್ಷ ಬದುಕಿದ್ದೇನೆ....."

ಸೆವೆನ್ ಪೌಡರ್ ದಿನಾ ಪಟ್ಟಣಕ್ಕೆ ಮಾಮೂಲಿನಂತೆ ಹೋಗಿ ಬರುತ್ತಿದ್ದರೂ ಮನೆಯಲ್ಲಿ ಮಾತ್ರ ಮೋಡ ಕವಿದಂತಿತ್ತು. ತುಂಬ ಜನ ಅವನಿಂದ ದೂರ ಇರೋಕೆ ಪ್ರಯತ್ನಿಸಿದರು. ಪಟ್ಟಣದ ಸುದ್ದಿ ಕೇಳೋಕೆ ಬರುತ್ತಿದ್ದುದನ್ನೂ ನಿಲ್ಲಿಸಿದರು. ಶ್ರೀಮತಿ ಸೆವೆನ್‌ಪೌಡರ್ ಯಾವಾಗಲೂ ಕೋಪದಲ್ಲಿಯೇ ಇರುತ್ತಿದ್ದಲು. ಗಂಡನನ್ನು ಜೈಲು ಹಕ್ಕಿ ಎಂದೇ ಕರೆಯುತ್ತಿದ್ದಲು.

ಹದಿನ್ಯೆದು ದಿನ ಕಳೆದ ಮೇಲೆ ಒಂದು ದಿನ ಸೆವೆನ್‌ಪೌಡರ್ ಪಟ್ಟಣದಿಂದ ಹಿಂದಿರುಗಿದಾಗ, ಶ್ರೀಮತಿ ಸೆವೆನ್‌ಪೌಂಡಗ್ ಬಹಳ ಖುಷಿಯಲ್ಲಿದ್ದಂತೆ ಕಾಣಿಸಿದಲು.

"ಪಟ್ಟಣದಲ್ಲಿ ಏನಾದರೂ ಸುದ್ದಿ ಕೇಳಿದೆಯಾ?" ಎಂದಳು.

"ಇಲ್ಲ, ಏನೂ ಇಲ್ಲ."

"ಚಕ್ರವರ್ತಿ ಸಿಂಹಾಸನ ಏರಿದಾನೇನು?"

"ಅವರೇನೂ ಹೇಳಿಲ್ಲ."

"ಪ್ರಾಸ್ಪೆರಿಟಿ ಟ್ಯಾವರ್ನ್‌ನಲ್ಲಿದ್ದ ಯಾರೊಬ್ಬರೂ ಏನನ್ನೂ ಹೇಳಲಿಲ್ಲವೇ?"

"ಇಲ್ಲ, ಏನೂ ಹೇಳಿಲ್ಲ."

"ಚಕ್ರವರ್ತಿ ಸಿಂಹಾಸನದ ಮೇಲೆ ಕುಳಿತುಕೊಳ್ತ್ತಾನೆ ಅಂತ ನನಗನಿಸೊಲ್ಲ. ನಾನು ಚಾವ್ಹೇನ ಹೆಂಡದಂಗಡಿ ಮುಂದಿಂದ ಹಾದು ಹೋದೆ. ಚಾವ್ಹೋ ಎಂದಿನಂತೆ ಪುಸ್ತಕ ಓದುತ್ತಾ ಕುಳಿತಿದ್ದ. ತನ್ನ ಕೂದಲನ್ನು ಸುರುಳಿ ಸುತ್ತಿ ಮೇಲೆ ಕಟ್ಟಿದ್ದ. ತನ್ನ ಉದ್ದನೆಯ ಅಂಗಿಯನ್ನೂ ಹಾಕಿಕೊಂಡಿರಲಿಲ್ಲ.

"..............."

"ಸಿಂಹಾಸನ ಏರೋದಿಲ್ಲ ಅಂತಾ ನಿನಗೆ ಅನಿಸುತ್ತಾ?"

"ಏರೊಲ್ಲ, ಬಹುಶಃ!"

ಈ ದಿನ ಸೆವೆನ್‌ಪೌಂಡರ್‌ನನ್ನು ಊರಿನ ಜನ, ಹೆಂಡತಿ ಎಲ್ಲರೂ ಮೊದಲಿನಂತೆ ಗೌರವಿಸುತ್ತಿದ್ದಾರೆ. ಬೇಸಿಗೆ ಕಾಲದಲ್ಲಿ ಈಗಲೂ ಮಣ್ಣಿನ ಮನೆಯ ಹೊರಗಡೆ ಕುಳಿತೇ ಊಟ ಮಾಡುತ್ತಾರೆ. ಹೋಗಿ ಬರುವವರೆಲ್ಲ ಅವರನ್ನು ಮಾತಾಡಿಸುತ್ತಾರೆ. ಮುದುಕಿ ನೈನ್‌ಪೌಂಡರ್ ತನ್ನ ಎಂಬತ್ತನೇ ಹುಟ್ಟು ಹಬ್ಬವನ್ನು ಸ್ವಲ್ಪ ದಿನಗಳ ಹಿಂದೆ ಆಚರಿಸಿಕೊಂಡಳು. ಈಗಲೂ ಅವಳು ಗಟ್ಟಿಮುಟ್ಟಾಗಿದ್ದಾಳೆ. ಮೊದಲಿನಂತೆ ಎಲ್ಲದರ ಬಗ್ಗೆ ದೂರುವುದನ್ನು ಮುಂದುವರೆಸಿದ್ದಾಳೆ. ಸಿಕ್ಸ್ ಪೌಂಡರ್‌ಳ ಎರಡು ಪುಟ್ಟ ಜುಟ್ಟುಗಳು ಜಡೆಗಳಾಗಿ ಹೆಣೆದಿವೆ. ಅವಳ ಕಾಲುಗಳನ್ನು ಸರಿಪಡಿಸಿದ್ದರಾದರೂ, ಸಣ್ಣ ಪುಟ್ಟ ಕೆಲಸಗಳಲ್ಲಿ ತಾಯಿಗೆ ಸಹಾಯ ಮಾಡುತ್ತಾಳೆ. ಹದಿನಾರು ರಿವೆಟ್ಟುಗಳನ್ನು ಹಾಕಿಸಿರುವ ಊಟದ ಬಟ್ಟಲನ್ನು ಹಿಡಿದು ಮಣ್ಣಿನ ಮನೆಯ ತುಂಬಾ ಕುಂಟುತ್ತಾ ಓಡಾಡುತ್ತಾಳೆ.

●●

ಸುಖೀ ಸಂಸಾರ

"ಒಬ್ಬನಿಗೆ ಹೇಗೆ ಅನ್ನಿಸುತ್ತೋ ಹಾಗೆ ಬರೀತಾನೆ. ಹೀಗೆ ಬರೆದದ್ದು ಅನಂತ ಪ್ರಕಾಶದ ಮೂಲದಿಂದ ಬಂದ ಸೂರ್ಯ ಬೆಳಕಿನಂತೆ; ಯಾವುದೋ ಒಂದು ಕಬ್ಬಿಣದ ತುಂಡಿನ ಅಥವಾ ಕಲ್ಲಿನ ಘರ್ಷಣೆಯಿಂದ ಹೊರಟ ಕಿಡಿಯಿಂದ ಬಂದ ಬೆಳಕಿನಂತಲ್ಲ, ನಿಜವಾದ ಕಲೆಯೆಂದರೆ ಇದೇ. ಇಂತಹ ಬರಹಗಾರನೇ ನಿಜವಾದ ಕಲಾವಿದ...... ಆದರೆ ನಾನು.........ನಾನೆಲ್ಲಿ ನಿಲ್ಲುತ್ತೇನೆ?"

ಹೀಗೆಂದು ಯೋಚಿಸಿದ್ದೇ, ತಕ್ಷಣ ಹಾಸಿಗೆಯಿಂದ ಜಿಗಿದ. ಕುಟುಂಬದ ಪೋಷಣೆಗೆ ಬೇಕಾಗುವ ಹಣವನ್ನು ಈ ರೀತಿ ಬರೆದು ಸಂಪಾದಿಸಬೇಕು ಎನಿಸಿ, ತಾನಾಗಲೇ ಬರೆದಿದ್ದ ಹಸ್ತಪ್ರತಿಯನ್ನು 'ಹ್ಯಾಪಿ ಮಂಥ್ಲಿ' ಪ್ರಕಾಶಕರಿಗೆ ಕಳಿಸಲು ನಿರ್ಧರಿಸಿದ. ಇವರು ಸಾಕಷ್ಟು ಸಂಭಾವನೆ ಕೊಡುತ್ತಾರೆ. ಆದರೆ ಆಗ ವಸ್ತುವಿನ ಆಯ್ಕೆಗೆ ಮಿತಿ ಇರುತ್ತದೆ. ಇಲ್ಲವಾದರೆ ಅವರು ಒಪ್ಪಿಕೊಳ್ಳುವುದಿಲ್ಲ. ಇದ್ದರೆ ಇರಲಿ. ವಿಷಯಗಳ ಮಿತಿ ಇದ್ದರೇನಾಯಿತು, ಯುವ ಪೀಳಿಗೆಯ ಮುಂದಿರುವ ಸಮಸ್ಯೆಗಳೇನು? ಸಮಸ್ಯೆಗಳಿಗೆ ಕೊರತೆಯಿರಲಾರದು, ಅಸಂಖ್ಯಾತ ಸಮಸ್ಯೆಗಳಿರಲು ಸಾಧ್ಯ. ಪ್ರೀತಿ, ಮದುವೆ; ಕುಟುಂಬ ......ನಿಜವಾಗಿಯೂ ಜನ ಇಂಥದ್ದನ್ನೆಲ್ಲ ತಲೆಕೆಡಿಸಿಕೊಂಡು ಚರ್ಚಿಸುತ್ತಾರೆ. ಹೀಗಿರುವಾಗ ಸಂಸಾರದ ಅಥವಾ ಕುಟುಂಬದ ಬಗ್ಗೆ ಯಾಕಾಗಬಾರದು? ಆದರೆ ಹೇಗೆ?...... ಅವರು ಒಪ್ಪಿಕೊಳ್ಳುತ್ತಾರೋ ಇಲ್ಲವೋ, ಸುಮ್ಮನೆ ಯಾಕೆ ಆಗೋದಿಲ್ಲ. ಒಪ್ಪಿಕೊಳ್ಳೊಲ್ಲ ಅಂತ ಯೋಚಿಸಬೇಕು? ಆದರೂ.......

ಹಾಸಿಗೆಯಿಂದ ಜಿಗಿದು, ನಾಲ್ಕೈದು ಹೆಜ್ಜೆಗಳಲ್ಲಿ ತನ್ನ ಡೆಸ್ಕ್ ಬಳಿಗೆ ಹೋಗಿ ಬರೆಯಲು ಕುಳಿತ. ಹಸಿರು ಗೆರೆಗಳಿದ್ದ ಕಾಗದವನ್ನೆಳೆದುಕೊಂಡು, ಸಂಕೋಚದಿಂದಲೇ ಬರೆಯಲು ತೊಡಗಿದ. ಶೀರ್ಷಿಕೆಯನ್ನು 'ಸುಖೀಸಂಸಾರ' ಎಂದು ನಮೂದಿಸಿದ. ಲೇಖನಿ ತಟಸ್ಥವಾಯಿತು. ತಲೆ ಎತ್ತಿ ಮೇಲೆ ಸೀಲಿಂಗ್ ನೋಡುತ್ತ ಸುಖಿ ಸಂಸಾರದ ಪರಿಸರವನ್ನು ಕಲ್ಪಿಸಿಕೊಳ್ಳತೊಡಗಿದ.

"ಪೀಕಿಂಗ್? ಬೇಡ. ಅದು ಸತ್ತು ಹೋಗಿದೆ. ವಾತಾವರಣವೇ ನಿರ್ಜೀವವಾಗಿದೆ. ಎತ್ತರದ ಗೋಡೆ ನಿರ್ಮಿಸಿದರೂ ಕೂಡಾ ಗಾಳಿಯನ್ನು ಈ ಸಂಸಾರದಿಂದ ಬೇರೆಯಾಗಿರಲು ಸಾಧ್ಯವಿಲ್ಲ. ಅದು ಖಂಡಿತ ಬೇಡ. ಶಿಯಾಂಗ್ ಷು ಮತ್ತು ಚಿಕಿಯಾಂಗ್ ಎಂದಾದರೂ ಹೊಡೆದಾಟಕ್ಕೆ ನಿಂತಾರು, ಫುಕಿಯನ್ ಬಗ್ಗೆ ಅಲೋಚನೆ ಮಾಡೋದು ಸಾಧ್ಯವಿಲ್ಲ. ಷಾಂತುಂಗ್ ಅಥವಾ ಹೂನಾನ್ ಯಾಕಾಗಬಾರದು?......ಎರಡರಲ್ಲಿ ಯಾವುದನ್ನಾದರೂ ಒಂದನ್ನು ಅಪಹರಿಸುತ್ತಾರೆ. ಮತ್ತೆ ಸುಖೀ ಸಂಸಾರಕ್ಕೆ ಬದಲಾಗಿ ಅಸುಖೀ ಸಂಸಾರ ಆಗಿಬಿಡುತ್ತೆ. ವಿದೇಶಿಗಳಿಗೆಂದಿರುವ ಷಾಂಗಾಯ್ ಮತ್ತು ಟಿಯೆಂಟ್ಸಿನ್‌ನಲ್ಲಿ ಬಾಡಿಗೆ ದುಬಾರಿ. ಮತ್ತೆಲ್ಲಿಯಾದರೂ ಹೊರದೇಶದಲ್ಲಿ....?..... ಮೂರ್ಖಿತನ! ಮುನ್ನಾನ್ ಮತ್ತು ಕ್ವಿಚೌ ಹೇಗಿವೆಯೋ ಗೊತ್ತಿಲ್ಲ. ಆದರೆ ಸಂಪರ್ಕ ವ್ಯವಸ್ಥೆ ಅಷ್ಟು ಚೆನ್ನಾಗಿಲ್ಲ.

ಸರಿಯಾದ ಪ್ರದೇಶವೊಂದನ್ನು ಹುಡುಕಲು ತಲೆಕೆಡಿಸಬೇಡ. 'ಎ' ಅನ್ನುವ ಅಕ್ಷರದ ಬಗ್ಗೆ ಯೋಚಿಸಿದ–ಇತ್ತೀಚೆಗೆ ವಿದೇಶಿ ಅಕ್ಷರ ಬಳಸುವುದನ್ನು ಜನ ಒಪ್ಪುವುದಿಲ್ಲ, ಪ್ರದೇಶವನ್ನು, ವ್ಯಕ್ತಿಯನ್ನು ಪ್ರತಿನಿಧಿಸಲು ಬಳಸಿದರೆ ಜನ ಆಸಕ್ತಿ ಕಳೆದುಕೊಳ್ಳುತ್ತಾರೆ. ಅದಕ್ಕೇ ಸದ್ಯಕ್ಕೆ ನನ್ನ ಕತೆಯಲ್ಲಿ ಅದನ್ನು ಬಳಸುವುದು ಒಳ್ಳೆಯದಲ್ಲ. ಹಾಗಾದರೆ ಒಳ್ಳೆಯ ಜಾಗ ಯಾವುದು? ಹುನ್ನಾನ್‌ನಲ್ಲಿ ಜಗಳ ನಡೀತಿದೆ. ಡೈರೆನ್‌ನಲ್ಲಿ ಬಾಡಿಗೆ ಜಾಸ್ತಿಯಾಗಿದೆ. ಇನ್ನು ಚಿಗಾರ್, ಕಿನಿನ್, ಹೀಲಂಗ್ ಕಿಯಾಂಗ್....? ಅಲ್ಲಿ ಕಳ್ಳಕಾಕರು ಜಾಸ್ತಿಯಾಗಿದ್ದಾರೇಂತ ಕೇಳಿದ್ದೀನಿ..... ಹಾಗಾಗಿ ಅದೂ ಬೇಡ. ಮತ್ತೆ ಸ್ಥಳದ ಹೆಸರಿಗಾಗಿ ತಲೆ ಕೆಡಿಸಿಕೊಂಡೂ ಸೋತ. ಕಡೆಗೆ 'ಎ' ಅಕ್ಷರವನ್ನೇ ಸದ್ಯಕ್ಕೆ ಸ್ಥಳ ನಿರ್ದೇಶನಕ್ಕೆ ಇರಲೆಂದು ನಿರ್ಧರಿಸಿದ. ಇಲ್ಲಿಯೇ ಅವನ ಸುಖಿ ಸಂಸಾರವೆಂದು ತೀರ್ಮಾನಿಸಲಾಯಿತು.

ಈ ಸುಖೀ ಸಂಸಾರವಂತೂ 'ಎ' ಎಂಬ ಜಾಗದಲ್ಲಿ ಇರುವುದರಲ್ಲಿ ಅನುಮಾನ ಉಳಿಯಲಿಲ್ಲ. ಆ ಸಂಸಾರದಲ್ಲಿ ಗಂಡ, ಹೆಂಡತಿ ಅಥವಾ ಯಜಮಾನ, ಯಜಮಾನತಿ. ಅವರಿಬ್ಬರೂ ಪ್ರೀತಿಗಾಗಿ ಮದುವೆಯಾಗಿರುತ್ತಾರೆ. ಅವರ ಮದುವೆಯ ಒಪ್ಪಂದ ನಲವತ್ತು ಷರತ್ತುಗಳ ಮೇಲೆ ನಿಂತಿರುತ್ತದೆ. ಆದ್ದರಿಂದ ಅವರಿಬ್ಬರ ನಡುವೆ ಪೂರ್ತಿಯಾದ ಸಮಾನತೆ, ಸ್ವಾತಂತ್ರ್ಯಗಳಿವೆ. ಇಬ್ಬರೂ ಬಹಳ ವಿದ್ಯಾವಂತರು ಸುಸಂಸ್ಕೃತರು. ಪ್ರತಿಷ್ಠಿತ ಕುಟುಂಬಗಳಿಗೆ ಸೇರಿದವರು. ಜಪಾನಿನಿಂದ ಹಿಂತಿರುಗಿದವರು ಈಗ ಅಷ್ಟು ಫ್ಯಾಷನ್‌ನಲ್ಲಿ ಇಲ. ಆದ್ದರಿಂದ ವಿದೇಶದಿಂದ ಹಿಂತಿರುಗಿದ ವಿದ್ಯಾರ್ಥಿಗಳೆಂದಿರಲಿ, ಮನೆಯ

ಯಜಮಾನ ಯಾವಾಗಲೂ ಸೂಟಿನಲ್ಲಿರುತ್ತಾನೆ. ಅವನ ಕಾಲರ್ ಬೆಳ್ಳಗಿದೆ. ಅವನ ಹೆಂಡತಿಯ ಕೂದಲು ಗುಬ್ಬಚ್ಚಿ ಗೂಡಿನಂತೆ ಯಾವಾಗಲೂ ಮೇಲೆ ಸುತ್ತಿರುತ್ತದೆ. ಮುತ್ತಿನಂತಹ ಅವಳ ಹಲ್ಲುಗಳು ಯಾವಾಗಲೂ ಹೊರಗೆ ಇಣುಕುತ್ತಿರುತ್ತವೆ. ಆದರೆ ಅವಳು ಚೀನೀಯರಂತೆಯೇ ಬಟ್ಟೆ ಧರಿಸಿದ್ದಾಳೆ.

'ಅದು ಬೇಡ! ಅದು ಬೇಡ!..... ಇಪ್ಪತ್ತೊಂದು ಕ್ಯಾಟೀಸ್! ವ್ಯಕ್ತಿಯೊಬ್ಬರ ಧ್ವನಿ ಕೇಳಿ ಹಿಂತಿರುಗಿ ನೋಡಿದ. ಕಿಟಕಿಗೆ ಇಳಿಬಿಟ್ಟಿದ್ದ ಪರದೆಗಳೊಳಗಿಂತ ಸೂರ್ಯ ಇಣುಕಿದ. ಬೆಳಕು ಕಣ್ಣಿಗೆ ಹೊಡೆಯುತ್ತಿತ್ತು. ಅವನಿಗೆ ಕೇಳಿಸಿದ ಧ್ವನಿ ಸೌದೆಹೊರೆಗಳನ್ನು ನೆಲಕ್ಕೆ ಅಪ್ಪಳಿಸಿದಂತಿತ್ತು. "ಪರವಾಗಿಲ್ಲ" ಎಂದು ಮತ್ತೆ ತಿರುಗಿದ. ಇಪ್ಪತ್ತೈದು ಕ್ಯಾಟೀಸ್....ಯಾವುದರದು? ಅವರು ಸಂಸ್ಕೃತರು. ಕಲೆಗಾಗಿ ಮುಡಿಪಾಗಿರುವವರು. ಒಳ್ಳೆಯ ಪರಿಸರದಲ್ಲಿ ಇಬ್ಬರೂ ಬೆಳೆದವರಾದ್ದರಿಂದ ರಷ್ಯನ್ ಕಾದಂಬರಿಗಳು ಅವರಿಗೆ ಇಷ್ಟವಾಗುವುದಿಲ್ಲ. ಸಾಮಾನ್ಯವಾಗಿ ರಷ್ಯನ್ ಕಾದಂಬರಿಗಳು ಕೆಳವರ್ಗದವರ ಬದುಕನ್ನೆ ಚಿತ್ರಿಸುತ್ತದೆ. ಆದ್ದರಿಂದ ಅಂತಹವು ಅವರ ತಲೆಗೆ ಬರೋದೇ ಇಲ್ಲ. ಹಾಗಿದ್ದ ಮೇಲೆ ಅವರು ಎಂತಹ ಪುಸ್ತಕ ಓದುತ್ತಾರೆ ? ಬೈರನ್ ಕಾವ್ಯ.....? ಕೀಟ್ಸ್? ಅದೂ ಆಗೊಲ್ಲ. ಅವೆರಡೂ ಸುರಕ್ಷಿತವಲ್ಲ.....ಆಹಾ! ಈಗ ಹೊಳೀತು! ಅವರಿಬ್ಬರೂ 'ಆದರ್ಶ ಪತಿ' (An ideal hsusband) ಎಂಬ ಪುಸ್ತಕವನ್ನು ಓದುತ್ತಾರೆ. ನಾನಂತೂ ಓದಿಲ್ಲ. ಆದರೆ ಯೂನಿವರ್ಸಿಟಿ ಪ್ರೊಫೆಸರುಗಳು ಅದನ್ನು ತುಂಬ ಹೊಗಳ್ತಿರೋದನ್ನು ನೋಡಿದರೆ ಅವರಿಬ್ಬರಿಗೂ ಅದು ಇಷ್ಟವಾಗಬಹುದು, ನೀನು ಓದು, ನಾನೂ ಓದ್ತೀನಿ.... ಅವರಿಬ್ಬರ ಹತ್ತಿರ ಒಂದೊಂದು ಪ್ರತಿ ಇದೆ.

ಹೊಟ್ಟೆ ಖಾಲಿಯಾದ ಅನುಭವವಾಗುತ್ತಿದ್ದಂತೆ ಪೆನ್ನು ಕೆಳಗಿಟ್ಟು, ಎರಡು ಆಕ್ಸೆಲ್‌ಗಳ ಮೇಲೆ ನಿಂತ ಗ್ಲೋಬಿನಂತೆ, ತನ್ನೆರಡೂ ಕೈಗಳ ಮಧ್ಯ ತಲೆ ಎತ್ತಿ ನಿಲ್ಲಿಸಿ ಕುಳಿತ.

"ಇಬ್ಬರೂ ಊಟ ಮಾಡುತ್ತಿದ್ದಾರೆ' ಅವನು ಯೋಚಿಸಿದ.

'ಮೇಜಿನ ಮೇಲೆ ಮಂಜು ಬಿಳುಪಿನ ಬಟ್ಟೆ ಹೊದಿಸದೆ. ಅಡಿಗೆಯವನು ಮಾಡಿದ ಅಡಿಗೆ ಪದಾರ್ಥಗಳನ್ನು ತಂದಿರಿಸಿದ. ಅದು ಚೀನೀ ಅಡಿಗೆ, ಇಪ್ಪತ್ತೈದು ಕ್ಯಾಟೀಸ್! ಯಾತರದು?..... ಇರಲಿ ಬಿಡು. ಅದು ಚೀನಿ ಆಹಾರ ಯಾಕಾಗಬೇಕು. ಚೀನೀ ಅಡಿಗೆ ಬಹಳ ಚೆನ್ನಾಗಿರುತ್ತೆ. ಅರೋಗ್ಯವಂತವಾಗಿರುತ್ತೆ. ಶುಭ್ರವಾಗಿರುತ್ತೆ. ರುಚಿಯಾಗಿರುತ್ತೆ ಅಂತ ಪರದೇಶದವರೆಲ್ಲ ಹೇಳ್ತಾರೆ. ಮೊದಲು ತಂದ ಪದಾರ್ಥ ಏನದು?"

"ಸೌದೆ" (ಕ್ಯಾಟೀಸ್)

ಬೆಚ್ಚಿ ಬಿದ್ದು ತಿರುಗಿ ನೋಡಿದ. ತನ್ನ ಕುಟುಂಬದ ಯಜಮಾನಿ ತನಗೆ ಎಡಗಡೆ ನಿಂತು, ದುಃಖ ಪೂರಿತ ಕಣ್ಣುಗಳನ್ನು ಅವನ ಮುಖದ ಮೇಲೆ ಕೀಲಿಸಿದ್ದಳು.

"ಏನಾಗಬೇಕಿತ್ತು?" ತನ್ನ ಕೆಲಸಕ್ಕೆ ಅಡ್ಡಿಯಾದಳೆಂಬ ಕಾರಣಕ್ಕೆ ಸ್ವಲ್ಪ ಸಿಡುಕಿನಿಂದ ಕೇಳಿದ.

"ಸೌದೆಯೆಲ್ಲ ಮುಗಿದು ಹೋಗಿದೆ. ಇವತ್ತು ಇನ್ನೂ ಸ್ವಲ್ಪ ತಂದುಕೊಂಡೆ. ಹೋದ ಸಲ 10 ಸೌದೆ ಹೊರೆಗೆ ಇನ್ನೂರ ನಲವತ್ತು ನಾಣ್ಯ ಕೊಟ್ಟಿದ್ದೆ. ಆದರೆ ಈ ಸಲ ಇನ್ನೂರ ಅರವತ್ತು ಬೇಕೂಂತ ಕೇಳ್ತಿದ್ದಾನೆ. ನಾನು ಇನ್ನೂರ ಐವತ್ತು ಕೊಡಲೇನು?"

"ಸರಿ ಸರಿ. ಇನ್ನೂರ ಐವತ್ತೊಂದಲೇ ಲೆಕ್ಕ ಹಾಕ್ಕೋ."

"ಓಹ್, ಐದ್ಯೆಲ್ಲಿ ಇಪ್ಪತ್ತೈದು. ಐದೂರ್ಲ್ಲಿ ಹದಿನೈದು....."

ಅವನಿಗೆ ಮುಂದೆ ಬರೆಯೋಕೆ ಆಗ್ತಿಲ್ಲ. ಒಂದೆರೆಡು ನಿಮಿಷ ಸುಮ್ಮನಿದ್ದು ಮತ್ತೆ ಪೆನ್ನನ್ನು ಕೈಗೆತ್ತಿಕೊಂಡು ತಾನು ಬರೆಯುತ್ತಿದ್ದ ಕಾಗದದ ಮೇಲೆ ಲೆಕ್ಕಾಚಾರ ಹಾಕತೊಡಗಿದ. "ಸುಖೀ ಸಂಸಾರ" ಅದನ್ನು ಸ್ವಲ್ಪ ಮುದುವರಿಸಿ, ತಲೆ ಎತ್ತಿ.

"ಐನೂರ ಎಂಬತ್ತು ನಗದು."

"ಹಾಗಿದ್ದ ಮೇಲೆ ನನ್ನ ಹತ್ತಿರ ಅಷ್ಟೊಂದು ಹಣ ಇಲ್ಲ. ಇನ್ನೂ ಎಂಬತ್ತೋ ತೊಂಬತ್ತೋ ಕಡಿಮೆ ಬೀಳುತ್ತೆ......"

ತನ್ನ ಮೇಜಿನ ಡ್ರಾಯರ್ ಎಳೆದು ಅದರಲ್ಲಿದ್ದ ಹಣವನ್ನೆಲ್ಲ ಹೊರತೆಗೆದ. ಇಪ್ಪತ್ತೋ ಮೂವತ್ತೋ ತಾಮ್ರದ ನಾಣ್ಯಗಳಿದ್ದವು. ಅವುಗಳನ್ನು ಅವಳು ಚಾಚಿದ್ದ ಕೈಗಳಲ್ಲಿರಿಸಿದ. ಅವಳು ಹೋಗುವುದನ್ನು ಗಮನಿಸಿದ. ನಂತರ ಡೆಸ್ಕಿನ ಕೆಲಸಕ್ಕೆ ಮರಳಿದ. ತನ್ನ ತಲೆ ತೀಕ್ಷ್ಣವಾದ ಸೌದೆ ಕಂತುಗಳಿಂದ ತುಂಬಿ ಸ್ಫೋಟಿಸುವಂತೆನಿಸುತ್ತಿತ್ತು. ಐದ್ಯೆಲ್ಲಿ ಇಪ್ಪತ್ತೈದು..... ಚೆಲ್ಲಾ ಪಿಲ್ಲಿಯಾಗಿದ್ದ ಈ ಅರೇಬಿಕ್ ಅಂಕಿಗಳೇ ಅವನ ತಲೆಯಲ್ಲಿ ಅಚ್ಚೊತ್ತಿದ್ದವು. ಒಂದು ದೀರ್ಘವಾದ ಉಸಿರೆಳೆದುಕೊಂಡು ಮತ್ತೆ ಉಸಿರು ಬಿಟ್ಟ, ಹೀಗೆ ಮಾಡುವುದರಿಂದ ಐದ್ಯೆಲ್ಲಿ ಇಪ್ಪತ್ತೈದು.......ಚೆಲ್ಲಾಪಿಲ್ಲಿಯಾಗಿದ್ದ ಅರೇಬಿಕ್ ಅಂಕಿಗಳೇ ಅವನ ತಲೆಯಲ್ಲಿ ಅಚ್ಚೊತ್ತಿದ್ದವು. ಒಂದು ದೀರ್ಘವಾದ ಉಸಿರೆಳೆದುಕೊಂಡು ಮತ್ತೆ ಉಸಿರು ಬಿಟ್ಟ, ಹೀಗೆ ಮಾಡುವುದರಿಂದ ಐದ್ಯೆಲ್ಲಿ ಇಪ್ಪತ್ತೈದು ಸೌದೆ. ಅರೇಬಿಕ್ ಅಂಕಿಗಳು–ಇವೆಲ್ಲವನ್ನು ಹೊರಗೆ ಹಾಕಬಹದೆಂದುಕೊಂಡ. ನಿಜವಾಗಿಯೂ ಅವನು ಊಹಿಸಿದಂತೆ ಈಗ ಅವನಿಗೆ ಸ್ವಲ್ಪ ಹಗುರವೆನೆಸಿತು. ಮತ್ತೆ ಕತೆಯನ್ನು ಕಲ್ಪಿಸತೊಡಗಿದ.

"'ಏನಡಿಗೆ?" ಏನಾದರೂ ಸರಿ, ಮಾಮೂಲಿಗಿಂತ ಬೇರೆಯಾಗಿದ್ದರೆ ಸರಿ. ಹುರಿದ ಹಂದಿ ಮಾಂಸ ಅಥವಾ ಸೀಗಡಿ (ಬಸವನ ಹುಳದ ರೀತಿಯುದು) ಅಂತೂ ಮಾಮೂಲಿ. ಅವರು ಡ್ರ್ಯಾಗನ್ ಮತ್ತು ಟೈಗರ್ ತಿನ್ನುತ್ತಿರುವಂತಿರ ಬೇಕು. ಆದರೆ ವಾಸ್ತವವಾಗಿ ಅದೆಂಥದ್ದು? ಕೆಲವರು ಹೇಳ್ತಾರೆ ಅದನ್ನು ಹಾವು ಮತ್ತು ಬೆಕ್ಕುಗಳಿಂದ ಮಾಡಿರುತ್ತಾರೆ ಅಂತ. ಅದು ಮೇಲು ವರ್ಗದ ಜನರ ತಿಂಡಿಯಂತೆ ಜೋರಾಗಿ ಹಬ್ಬ ಗಿಬ್ಬ ಮಾಡಿದಾಗ ಅದನ್ನು ಮಾಡ್ತಾರಂತೆ. ಕಿಯಾಂಗ್‌ನು ರೆಸ್ಟೋರೆಂಟ್‌ನಲ್ಲಿ ಮೆನು ಕಾರ್ಡಿನಲ್ಲಿ ಅದರ ಹೆಸರು ಬರೆದಿರುವುದನ್ನು ನೋಡಿದ್ದೇನೆ. ಆದರೆ ಕಿಯಾಂಗ್ಸು ಜನ ಹಾವು ಮತ್ತು ಬೆಕ್ಕುಗಳನ್ನು ತಿನ್ನಬಾರದಂತೆ. ಆದ್ದರಿಂದ ಕೆಲವರು ಹೇಳುವ ಹಾಗೆ ಎಲ್ಲೋ ಅದನ್ನು ಕಪ್ಪೆಗಳು ಮತ್ತು ಹಾವು ಮೀನುಗಳಿಂದ ಮಾಡಿರಬೇಕು. ಈಗ ಹಾಗಾದರೆ ಈ ದಂಪತಿಗಳು

ದೇಶದ ಯಾವ ಭಾಗದಿಂದ ಬಂದಿರಬೇಕು? ಪರವಾಗಿಲ್ಲ ಜನ ಯಾವ ಭಾಗದಿಂದ ಬಂದಿದ್ದರೆ ತಾನೇ ಏನು. ಹಾವು ಬೆಕ್ಕಿನಂತೆ ಅಥವಾ ಕಪ್ಪೆ ಮತ್ತು ಹಾವು ಮೀನಿನಿಂದ ಮಾಡಿರುವ ಪದಾರ್ಥ ತಿಂದೇ ತಿಂತಾರೆ. ಅದೂ ತಮ್ಮ ಸುಖೀ ಸಂಸಾರಕ್ಕೆ ತೊಂದರೆ ಆಗದಂತೆ! ಏನಾದರಾಗಲಿ ಮೊದಲು ಬರುವ ಪದಾರ್ಥ ಡ್ರಾಗನ್ ಮತ್ತು ಟ್ಯೆಗರ್ ಇನ್ನ ಇದರ ಬಗ್ಗೆ ಎರಡಿಲ್ಲ.

"ಈಗ ಈ ಡ್ರಾಗನ್ ಮತ್ತು ಟ್ಯೆಗರ್ ಅನ್ನೋ ತಿಂಡಿ ಪದಾರ್ಥನ ಮೇಜಿನ ಮಧ್ಯದಲ್ಲಿ ಇರಿಸಿದೆ. ಇಬ್ಬರೂ ಒಂದೇ ಸಮಯಕ್ಕೆ ಊಟದ ಕಡ್ಡಿಗಳನ್ನು (ಚಾಪ್‌ಸ್ಟಿಕ್ಸ್) ತೆಗೆದುಕೊಂಡು ತಿಂಡಿ ಪದಾರ್ಥದ ಕಡೆಗೆ ತಿರುಗಿಸಿ. ಪರಸ್ಪರ ಹಿತವಾಗಿ ನಗುತ್ತಾರೆ. ಮತ್ತು ಪ್ರೆಂಚ್ ಭಾಷೆಯಲ್ಲಿ ಮಾತನಾಡುತ್ತಾರೆ.

"ಶೆರಿ, ಸಿಲ್ವೂ ಪ್ಲೇ! (ಪ್ರಿಯೆ ದಯವಿಟ್ಟು)!"

"ವು ಲೆ ವು ಕಮಾನ್ಸ್ ಶರಿ! (ಪ್ರಿಯ ನೀವು ಮೊದಲು ಪ್ರಾರಂಭಿಸಿ)

"ಮ್ಯೆ ನ, ಅವ್ರೆ ವು! (ನಾನಲ್ಲ, ನೀನು ಮೊದಲು)"

"ಆಗ ಅವರಿಬ್ಬರೂ ಒಟ್ಟಿಗೆ ಚಾಪ್ ಸ್ಟಿಕ್‌ಗಳಿಂದ ಒಂದು ತುಂಡು ಹಾವನ್ನು.... ಇಲ್ಲ! ಇಲ್ಲ! ಹಾವಿನ ಮಾಂಸವನ್ನು (ಅಂದರೆ ಒಂದು ಥರಾ ವಿಚಿತ್ರವಾಗಿ ಕಾಣುತ್ತೆ) ಅದಕ್ಕಿಂತ ಒಂದು ತುಂಡು ಮೀನನ್ನು ತೆಗೆದುಕೊಂಡರು ಎಂದರೇನೇ ಸರಿ. ಒಟ್ಟಿನಲ್ಲಿ ಡ್ರಾಗನ್ ಮತ್ತು ಟ್ಯೆಗರ್ ತಿಂಡೀನ ಕಪ್ಪೆ ಮತ್ತು ಮೀನುಗಳಿಂದ ಮಾಡಿದ್ದು ಅನ್ನೋದು ಸ್ಪಷ್ಟವಾಯಿತು. ಇಬ್ಬರೂ ಒಂದೇ ಅಳತೆಯ ತುಂಡುಗಳನ್ನು ಒಂದೇ ಸಲಕ್ಕೆ ತೆಗೆದುಕೊಳ್ಳುತ್ತಾರೆ. ಐದೆಲ್ಲಿ ಇಪ್ಪತ್ತೈದು, ಮೂರೈದಲ್ಲಿ ಹದಿನೈದು.... ಪರವಾಗಿಲ್ಲ. ಒಂದೇ ಸಮಯಕ್ಕೆ ಇಬ್ಬರೂ ಅದನ್ನು ಬಾಯಿಗಿರಿಸಿಕೊಳ್ಳುತ್ತಾರೆ....." ತನ್ನ ಮನಸ್ಸಿಗೆ ವಿರುದ್ಧವಾಗಿ ಹಿಂದೆ ತಿರುಗಿ ನೋಡಬೇಕೆನಿಸಿತು. ಹೋಗುವ ಬರುವ ಸದ್ದುಗಳಿಂದ ಸಾಕಷ್ಟು ರೋಮಾಂಚನದ ಸಾಧ್ಯತೆ ಇತ್ತು. ಆದರೆ ತನ್ನನ್ನು ತಡೆದುಕೊಂಡು ಆಲೋಚನೆಗಳ ಬೆನ್ನಿಗೆ ಬಿದ್ದ.

"ಅತಿ ಭಾವುಕತೆಯಾಗಿ ಕಾಣಿಸುತ್ತ ಇದು. ಯಾವ ಕುಟುಂಬದಲ್ಲಿಯೂ ಹೀಗಿರುವುದಿಲ್ಲ. ನನಗ್ಯಾಕೆ ಇಂಥ ಆಲೋಚನೆಗಳು? ಇಂಥ ಒಳ್ಳೆ ವಿಷಯವನ್ನು ಬಹುಶಃ ನನಗೆ ಬರೆಯುವುದಕ್ಕೆ ಆಗುವುದಿಲ್ಲವೇನೋ...ಇಲ್ಲ ಅವರು ವಿದೇಶದಿಂದ ಹಿಂತಿರುಗಿದ ವಿದ್ಯಾರ್ಥಿಗಳಾಗಿರಬೇಕಲ್ಲ. ಚೀನಾದಲ್ಲಿಯೇ ಓದಿದವರೂ ಕೂಡಾ ಹೀಗೇ ಇರಬಹುದಲ್ಲ. ಇಬ್ಬರೂ ವಿಶ್ವವಿದ್ಯಾಲಯದ ವಿದ್ಯಾರ್ಥಿಗಳು, ಪ್ರತಿಷ್ಠಿತರು, ಸುಸಂಸ್ಕೃತರು....ಆತ ಬರಹಗಾರ, ಹೆಂಡತಿಯೂ ಬರಹಗಾರ್ತಿ, ಇಲ್ಲವೇ ಸಾಹಿತ್ಯ ಪ್ರೇಮಿ. ಅದೂ ಅಲ್ಲಾಂದ್ರೆ ಆಕೆ ಕವಯಿತ್ರಿ. ಆತ ಕಾವ್ಯ ಪ್ರೇಮಿ, ಸ್ತ್ರೀತನವನ್ನು ಗೌರವಿಸುವವನು..... ಇಲ್ಲವಾದಲ್ಲ...."

ಕಡೆಗೆ ಅವನಿಗೆ ತಡೆದು ಕೊಳ್ಳಲಾಗಲಿಲ್ಲ. ತಿರುಗಿದ. ತನ್ನ ಹಿಂದಿದ್ದ ಪುಸ್ತಕ ಬೀರುವಿನ ಪಕ್ಕದಲ್ಲಿ ಕೋಸಿನ ರಾಶಿ ಬಿತ್ತು. ಮೂರು ಕೆಳಗೆ ಎರಡು ಮಧ್ಯೆ ಮತ್ತೆ ಮೇಲೆ ಒಂದು, ಇಂಗ್ಲಿಷ್ ಅಕ್ಷರವಾದ 'A' ನಂತೆ ಕಾಣುತ್ತಿತ್ತು.

"ಓಹ್! ಬೆಚ್ಚಿದ. ನಿಟ್ಟುಸಿರಿಟ್ಟ. ಕಣ್ಣಗಳಲ್ಲಿ ಉರಿ ಕಾಣಿಸಿತು. ಬೆನ್ನ ಹುರಿಯಲ್ಲಿ ಚಳಕ್ ಎಂದಿತು. ಆಹ್! ಎಂದು ನೋವನ್ನು ಇಳಿಸಿಕೊಳ್ಳುವುದಕ್ಕಾಗಿ ನೀಳವಾದ ಉಸಿರು ತೆಗೆದುಕೊಂಡ. ಮತ್ತೆ ಆಲೋಚನೆಯಲ್ಲಿ ತೊಡಗಿದ. "ಸುಖೀ ಸಂಸಾರದಲ್ಲಿ ಸಾಕಷ್ಟು ಕೋಣೆಗಳಿರಬೇಕು. ಒಂದು ಸ್ಟೋರ್ ರೂಂ. ಅಲ್ಲಿ ಹೀಗೆ ಕೋಸುಗಳನ್ನು ಪೇರಿಸಿಡಬಹುದು. ಯಜಮಾನನ ಸ್ಟಡಿ ರೂಂ (ಓದುವ ಕೋಣೆ) ಪ್ರತ್ಯೇಕವಾಗಿರಬೇಕು. ಗೋಡೆಗಳಲ್ಲಿ ಪುಸ್ತಕದ ಕಪಾಟುಗಳಿರಬೇಕು. ಅವುಗಳಲ್ಲಿ ಚೀನೀ ಪುಸ್ತಕಗಳು, ಇಂಗ್ಲಿಷ್ ಪುಸ್ತಕಗಳು, 'An ideal husband' ಪುಸ್ತಕದ ಎರಡು ಪ್ರತಿಗಳೂ ಸೇರಿದಂತೆ ತುಂಬಿರಬೇಕು. ಪ್ರತ್ಯೇಕವಾದ ಬೆಡ್‌ರೂಂ, ಕಂಚಿನ ಮಂಚ ಇಲ್ಲವೆ ಸುಮಾರಾಗಿರುವ ಎಲ್ಮ್ ಮರದ ಹಾಸಿಗೆ, ಅದೂ ನಂ.1, ಸೆರೆಮನೆಯಲ್ಲಿ ಕೈದಿಗಳು ಮಾಡಿರುವಂಥಾದ್ದು. ಯಾಕೆಂದರೆ ಅವು ಸಾಕಷ್ಟು ಚೆನ್ನಾಗಿರುತ್ತವೆ. ಹಾಸಿಗೆ ಕೆಳಗೂ ಶುಭ್ರವಾಗಿರುತ್ತವೆ....." ತನ್ನ ಹಾಸಿಗೆ ಕೆಳಗೆ ನೋಡಿದ. ಸೌದೆ ಎಲ್ಲ ಖರ್ಚಾಗಿ ಬಿಟ್ಟಿತ್ತು. ಏನಿದ್ದರೂ ಹಗ್ಗದ ಒಂದು ತುಂಡು ಮಾತ್ರವೇ ಇತ್ತು. ಸತ್ತ ಹಾವಿನಂತೆ ಸುರುಳಿ ಸುತ್ತಿಕೊಂಡು ಬಿದ್ದಿತ್ತು.

"ಇಪ್ಪತ್ತೂರುವರೆ ಸೌದೆ ಹೊರೆಗಳು....." ತನ್ನ ಹಾಸಿಗೆ ಕೆಳಗೆ ಸೌದೆಗಳು ಒಂದೇ ಸಮನೆ ಧಾರೆಯಾಗಿ ಬೀಳುತ್ತಿರುವಂತೆ ಭಾಸವಾಯಿತು. ಮತ್ತೆ ತಲೆಯಲ್ಲಿ ನೋವು ಕಾಣಿಸಿತು. ಎದ್ದು ಬಾಗಿಲು ಮುಚ್ಚಬೇಕೆಂದು ಹೊರಟ. ಇನ್ನೇನು ಮುಚ್ಚಬೇಕು ಎಂದುಕೊಳ್ಳುತ್ತಿರುವಲ್ಲಿ. ಯಾಕೋ ಅದು ಸರಿ ಎನಿಸಲಿಲ್ಲವಾಗಿ ಹಾಗೆಯೇ ಬಿಟ್ಟ. ಆದರೆ ಬಾಗಿಲಿದ್ದ ಪರದೆಯನ್ನು ಇಳಿಬಿಟ್ಟ. ಅದು ದಪ್ಪನಾಗಿ ಧೂಳಿನಿಂದ ತುಂಬಿತ್ತು. ಹಾಗೆಯೇ ಯೋಚಿಸಿದ. ಈ ರೀತಿ ಮಾಡುವುದರಿಂದ ಬಾಗಿಲು ಮುಚ್ಚುವುದರಿಂದ ಆಗುವ ತೊಂದರೆ ಅಥವಾ ಬಾಗಿಲು ತೆರೆದಿರಿಸಿದರೆ ಆಗುವ ಮುಜುಗರ ಎರಡರಿಂದಲೂ ಪಾರಾಗಬಹುದೆನಿಸಿತು. ಜೊತೆಗೆ ಕನ್ಫೂಸಿಯಸ್‌ನ (Doctrine of the mean) ಸರಳ, ಸಾಮಾನ್ಯ ಸಿದ್ಧಾಂತ ಅನ್ವಯಿಸಿಕೊಂಡಂತೆಯೂ ಆಗುತ್ತದೆ.

"ಹಾಗಾಗಿ ಯಜಮಾನನ ಅಧ್ಯಯನದ ಕೋಣೆಯ ಬಾಗಿಲು ಯಾವಾಗಲೂ ಮುಚ್ಚಿರುತ್ತದೆ." ಮರಳಿ ಹೋಗಿ ತನ್ನ ಜಾಗದಲ್ಲಿ ಕುಳಿತು ಯೋಚಿಸಿದ. "ಯಾರಿಗೇ ಆಗಲಿ ಏನಾದರೂ ಕೆಲಸವಿದ್ದರೆ, ಬಾಗಿಲು ತಟ್ಟಿ, ಅಪ್ಪಣೆ ಪಡೆದು ಒಳಗೆ ಬರಬೇಕು. ಹೀಗಂತೂ ಮಾಡಲೇ ಬೇಕಾಗುತ್ತದೆ. ಒಂದು ವೇಳೆ ಆತನ ಸಾಹಿತ್ಯದ ಬಗ್ಗೆ ಚರ್ಚೆ ಮಾಡಬೇಕೆಂದುಕೊಂಡರೆ, ಆಕೆಯೂ ಬಾಗಿಲು ಸದ್ದು ಮಾಡಬೇಕು. ಆದರೆ ಕ್ಯಾಬೇಜ್ (ಕೋಸು) ತರುತ್ತಾಳೆಂತ ಭಾವಿಸುವುದು ಮಾತ್ರ ಬೇಡ.

"ಡಿಯರ್, ದಯವಿಟ್ಟು ಒಳಗೆ ಬಾ."

"ಯಜಮಾನನಿಗೆ ಸಾಹಿತ್ಯ ಚರ್ಚೆ ಮಾಡೋಕೆ ಪುರುಸೊತ್ತು ಇಲ್ಲದಿದ್ದರೆ ಏನು ಮಾಡುವುದು? ಹೊರಗೆ ನಿಂತು ಬಾಗಿಲ ಮೇಲೆ ಮೆಲ್ಲಗೆ ಸದ್ದು ಮಾಡುತ್ತಿದ್ದರೆ, ಆತ ಅದನ್ನ ನಿರ್ಲಕ್ಷಿಸುವನೇನು? ಅದು ಸರಿ ಹೋಗೊಲ್ಲ. 'An ideal husbnad' ಎಂಬ ಕಾದಂಬರಿಯಲ್ಲಿ ಇದನ್ನೆಲ್ಲ ಹೇಳಿರಬೇಕು. ಅದಕ್ಕೇ ಅದೊಂದು ಅದ್ಭುತವಾದ ಕಾದಂಬರಿ. ಇದಕ್ಕೇನಾದರೂ ಸಂಭಾವನೆ ಸಿಕ್ಕರೆ ನಾನು ಆ ಕಾದಂಬರೀನ ಕೊಳ್ಳಲೇಬೇಕು!"

'ದಬ್' ಹೊಡೆದು ಸದ್ದು!" ನೆಟ್ಟಗೆ ಕುಳಿತ. ಅವನಿಗೆ ಗೊತ್ತಾಯಿತು. ಇದು ತನ್ನ ಹೆಂಡತಿ ಮೂರು ವರ್ಷದ ತನ್ನ ಮಗಳ ತಲೆಯನ್ನು ದಟ್ಟಿಸಿದ್ದಾಳೆ ಎಂದು.

"ಸುಖಿ ಸಂಸಾರದಲ್ಲಿ...." ಇನ್ನೂ ಅವನ ಬೆನ್ನು ಸೆಡೆತಿತ್ತು. ಮಗಳು ಬಿಕ್ಕುವುದನ್ನು ಕೇಳಿಸಿಕೊಂಡ. "ತಡವಾಗಿ ಮಕ್ಕಳಾದರು. ಹೌದು, ತಡವಾಗಿ ಆದರು....ಬೇಡ. ಇದಕ್ಕಿಂತ ಮಕ್ಕಳೇ ಇರೋದು ಬೇಡ. ಯಾವುದೇ ಬೇರೆ ನಂಟುಗಳಿಲ್ಲದೆ, ಕೇವಲ ಇಬ್ಬರೇ ಇಬ್ಬರು!..... ಇನ್ನೂ ಹೇಳುವುದೇ ಆದರೆ, ಹೋಟೆಲಿನಲ್ಲಿ ಇರೋದೇ ವಾಸಿ, ಯಾಕೆಂದ್ರೆ ಎಲ್ಲಾ ಅವರೇ ನೋಡಿಕೊಳ್ತಾರೆ. ಯಾರೂ ಇಲ್ಲದೆ ಒಬ್ಬರೇ....." ಬಿಕ್ಕುವುದು ಇನ್ನೂ ಕೇಳಿಸುತ್ತಲೇ ಇತ್ತು. ನಿಂತುಕೊಂಡು ಪರದೆ ಸರಿಸಿದ, ಯೋಚನೆಗೆ ತೊಡಗಿದ...." ಕಾರ್ಲ್ ಮಾರ್ಕ್ಸ್ ತನ್ನ ದಾಸ್ ಕ್ಯಾಪಿಟಲ್ ಅನ್ನು ಬರೆದಿದ್ದು, ಅವನ ಸುತ್ತ ಮಕ್ಕಳು ಅಳುತ್ತಿದ್ದಾಗಲೇ, ಆತ ನಿಜವಾಗಿಯೂ ದೊಡ್ಡ ವ್ಯಕ್ತಿಯೇ ಆಗಿರಬೇಕು...." ಹೊರಗೆ ನಡೆದ, ಹೊರಗಿದ್ದ ಬಾಗಿಲನ್ನು ತೆಗೆದ. ಪ್ಯಾರಾಫಿನ್‌ನ ವಾಸನೆಯ ಘಾಟು ಮೂಗಿಗೆ ತಗುಲಿತು. ಮಗು ಬಾಗಿಲಿನ ಬಲ ಭಾಗದಲ್ಲಿ ಮುಖ ಕೆಳಗೆ ಮಾಡಿಕೊಂಡು ಬಿದ್ದಿತ್ತು, ಅವನನ್ನು ನೋಡಿದ ಕೂಡಲೇ ಜೋರಾಗಿ ಅಳಲು ಆರಂಭಿಸಿದಳು.

"ನೋಡು, ನೋಡು ಆಯ್ಯು! ಇನ್ನು ಅಳಬೇಡ. ಒಳ್ಳೆ ಹುಡುಗಿ ಅಲ್ವಾ!" ಅವಳನ್ನು ಎತ್ತಿಕೊಳ್ಳಲು ಬಾಗಿದ. ಎತ್ತಿಕೊಂಡ ಮೇಲೆ ತಿರುಗಿ ನೋಡಿದರೆ, ಬಾಗಿಲಿನ ಎಡಕ್ಕೆ ಹೆಂಡತಿ ಕೋಪದಿಂದ ನಿಂತಿರುವುದು ಕಾಣಿಸಿತು. ಬೆನ್ನು ಸೆಟೆಸಿ, ಕೈಗಳನ್ನು ಸೊಂಟದ ಮೇಲೆರಿಸಿಕೊಂಡು ಕಸರತ್ತು ಮಾಡುವ ಭಂಗಿಯಲ್ಲಿ ನಿಂತಿದ್ದಳು.

"ನನ್ನನ್ನು ಲೇವಡಿ ಮಾಡೋಕೆ ನೀನೂ ಬರಬೇಕಾಯ್ತಾ? ನೀನು ಸಹಾಯನೂ ಮಾಡೊಲ್ಲ, ಜೊತೆಗೆ ಹೀಗೆ ಹಿಂಸೆ ಕೊಡ್ತೀಯ.... ಪ್ಯಾರಾಫಿನ್ ದೀಪಾನೂ ಆರಿಹೋಯ್ತು. ಸಂಜೆಗೆ ಹೇಗೆ ದೀಪ ಹಚ್ಚೋದು?"

"ನೋಡು, ನೋಡು ಮರಿ ಅಳಬಾರದು!" ಕೋಪದಿಂದ ಕಂಪಿಸುವ ದನಿಯಲ್ಲಿ ಹೆಂಡತಿ ಹೇಳುತ್ತಿದ್ದರೂ ಅದರ ಕಡೆ ಲಕ್ಷ್ಯವಿಲ್ಲದೆ ಮಗುವನ್ನು ಎತ್ತಿಕೊಂಡು ಮನೆಯ ಒಳಗಡೆ ಹೋದ. ಮೆಲ್ಲಗೆ ನೇವರಿಸಿ, "ನನ್ನ ಜಾಣ ಮರಿ" ಎಂದು ಮತ್ತೆ ಹೇಳಿದ. ಅವಳನ್ನು ಕೆಳಗಿಳಿಸಿ ಒಂದು ಕುರ್ಚಿ ಎಳೆದುಕೊಂಡು ಕುಳಿತ. ತನ್ನೆರಡು ಕಾಲುಗಳ ಮಧ್ಯ ಅವಳನ್ನು ನಿಲ್ಲಿಸಿಕೊಂಡು ಕೈಯೆತ್ತಿ ಹೇಳಿದ. "ನೋಡು ಅಳಬಾರದು, ಮರಿ, ನೀ ಒಳ್ಳೆ ಹುಡುಗಿ ಅಲ್ವಾ? ಬೆಕ್ಕೇ. ನಮ್ಮಪ್ಪ ನಿನಗೆ ಸ್ನಾನ ಮಾಡಿಸ್ತಾರೆ." ಅದೇ ಸಮಯಕ್ಕೆ ಅವನು ತನ್ನ ಅಂಗೈಗಳನ್ನು ದೂರದಿಂದಲೇ ನೆಕ್ಕಿ ತನ್ನ ಮುಖದ ಸುತ್ತ ವೃತ್ತಾಕಾರವಾಗಿ ಕೈಯಾಡಿಸಿದ.

"ಆಹಾ! ಬೆಕ್ಕು!" ಅವಳು ನಗುವುದಕ್ಕೆ ಆರಂಭಿಸಿದಳು.

"ಅದು ಸರಿ, ಅದು ಸರಿ, ಬೆಕ್ಕು" ಇನ್ನೂ ಕೆಲವು ಸಲ ಅಂಗೈಗಳಿಂದ ವೃತ್ತಗಳನ್ನು ಮಾಡಿದ. ನಂತರ ಅವಳು ತನ್ನತ್ತ ನೋಡಿ ನಗುತ್ತಿದ್ದುದನ್ನು ಗಮನಿಸಿ ನಿಲ್ಲಿಸಿದ. ಇನ್ನೂ

ಅವಳ ಕಣ್ಣಲ್ಲಿ ನೀರಿತ್ತು. ಅವಳನ್ನು ನೋಡಿದಾಗ ಅವನ ಹೆಂಡತಿ, ಐದು ವರ್ಷಗಳ ಹಿಂದೆ ಹೀಗೇ ಮುದ್ದಾಗಿ, ಮುಗ್ಧವಾಗಿ ಇದ್ದುದನ್ನು ನೆನಪಿಸಿಕೊಂಡ. ಥೇಟ್ ಇದೇ ಥರ. ಹೊಳೆವ ಕೆಂದುಟಿಗಳು, ಆಕಾರ ಚಿಕ್ಕದಾಗಿತ್ತು ಅಷ್ಟೇ. ಅದೊಂದು ಚಳಿಗಾಲದ ದಿನ. ತಾನು ಅವಳಿಗಾಗಿ ಎಲ್ಲ ತೊಂದರೆಗಳನ್ನು ಸಹಿಸಿಕೊಂಡು ಅವಳಿಗಾಗಿ ಏನನ್ನಾದರೂ ತ್ಯಾಗ ಮಾಡುತ್ತೇನೆಂದು ಹೇಳಿದಾಗ, ಅವಳೂ ಇದೇ ರೀತಿಯಲ್ಲಿ ಕಣ್ಣಲ್ಲಿ ನೀರು ತುಂಬಿಕೊಂಡು, ಮುಗುಳು ನಗುತ್ತಲೇ ತನ್ನತ್ತ ನೋಡಿದ್ದಳು. ಅವನು ಸ್ವಲ್ಪ ಕುಡಿದವನಂತೆ ತಡವರಿಸುತ್ತ ಕುಳಿತ.

"ಎಂಥ ಸುಂದರ ತುಟಿಗಳು"–ಯೋಚಿಸಿದ.

ಬಾಗಿಲಿನ ಪರದೆಯನ್ನು ಮತ್ತೆ ಇಳಿಸಿ, ಸೌದೆಯನ್ನು ತರಲಾಯಿತು. ಮತ್ತೆ ಎಚ್ಚೆತ್ತುಕೊಂಡು ಮಗುವಿನತ್ತ ನೋಡಿದ. ಮಗುವಿನ ಕಣ್ಣಲ್ಲಿ ಇನ್ನೂ ನೀರಿತ್ತು ಹೊಳೆವ ತುಟಿಗಳ ಆ ಮಗು ಅವನನ್ನೇ ದಿಟ್ಟಿಸುತ್ತಿತ್ತು. "ತುಟಿಗಳು." ಸೌದೆಯನ್ನು ತಂದಿದ್ದ ಕಡೆ ನೋಡಿದ.....ಸರಿ ಐದ್ಯೆಲ್ಲಿ ಇಪ್ಪತ್ತೈದು.... ಒಂಬತ್ತೊಂಬಳ್ಳಿ ಎಂಬತ್ತೊಂದು ಅಷ್ಟೇ ಅಲ್ದೆ ಇನ್ನೇನಿದ್ದೀತು!.... ನಿರಾಶೆಯಿಂದ ಕೂಡಿದ ಎರಡು ಕಣ್ಣುಗಳು...." ಯೋಚಿಸುತ್ತಲೇ, ಹಸಿರು ಗೆರೆಗಳಿಂದ ಕೂಡಿದ ಕಾಗದವನ್ನು ಎಳೆದುಕೊಂಡು ಉಂಡೆ ಮಾಡಿದ, ಮತ್ತೆ ಬಿಡಿಸಿದ. ನಂತರ ಅದರಲ್ಲಿ ಮಗುವಿನ ಕಣ್ಣು ಮೂಗು ಒರೆಸಿದ. "ಜಾಣ ಮರಿ, ಹೋಗಿ ನಿನ್ನ ಪಾಡಿಗೆ ನೀನು ಆಡ್ಕೋ." ಅವಳನ್ನು ಕಳಿಸಿ ಕೊಡುತ್ತಲೇ ಕಾಗದವನ್ನು ಉಂಡೆಮಾಡಿ ಕಸದ ಬುಟ್ಟಿಗೆ ಎಸೆದ.

ಇದ್ದಕ್ಕಿದ್ದಂತೆ ಅವನಿಗೆ ಮಗುವಿನ ಬಗ್ಗೆ ಪಾಪ! ಎನಿಸಿತು. ಅವಳು ಹೋದ ದಿಕ್ಕಿಗೆ ತಿರುಗಿ ಅವಳು ಹೋದಷ್ಟು ದೂರ ಕಣ್ಣುಗಳಿಂದಲೇ ಹಿಂಬಾಲಿಸಿದ. ಕಿವಿಗಳಲ್ಲಿ ಸೌದೆ ಶಬ್ದವೇ ತುಂಬಿತ್ತು. ಇನ್ನಾದರೂ ಏಕಾಗ್ರತೆಯಿಂದ ಇರಬೇಕೆಂದುಕೊಂಡು, ತನ್ನನ್ನು ಕಾಡುವ ವಿಚಾರಗಳನ್ನು ದೂರವಿರಿಸಲು ಬಿಗಿಯಾಗಿ ಕಣ್ಣು ಮುಚ್ಚಿದ ಮೌನವಾಗಿ ನೆಮ್ಮದಿಯಾಗಿ ಕುಳಿತುಕೊಂಡ.

ಅವನ ಕಣ್ಣಮುಂದೆ ಫ್ಲಾಟ್, ದುಂಡಗೆ ಕೆಂದು ಬಣ್ಣದ ಮಚ್ಚೆಗಳು ಮತ್ತು ಮಧ್ಯದಲ್ಲಿ ಕಿತ್ತಲೆ ಬಣ್ಣವಿದ್ದ ಹೂವು ಅವನ ಎಡಗಣ್ಣಿಂದ ಬಲಗಣ್ಣಿಗೆ, ಬಲಗಣ್ಣಿಂದ ಎಡಗಣ್ಣಿಗೆ ತೇಲುತ್ತ ಅವನಿಗೆದುರಾಗಿ ಹೋಗಿ ಕಣ್ಮರೆಯಾದವು. ನಂತರ ಪ್ರಕಾಶಮಾನವಾದ ಹಸಿರಿನ ಹೂವು, ಮಧ್ಯದಲ್ಲಿ ದಟ್ಟ ಹಸಿರು ಇದ್ದದ್ದು. ಹೀಗೆಯೇ ತೇಲಿ ಮರೆಯಾಯಿತು. ಕಡೆಯಲ್ಲಿ ಕೋಶಿನ ರಾಶಿ. ಇಂಗ್ಲಿಷ್ ಅಕ್ಷರ 'A' ಅವನ ಮುಂದೆ ಬೃಹದಾಕಾರವಾಗಿ ನಿಂತಿತು.

●●

08 ನನ್ನ ಹಳೆಮನೆ

ಕೊರೆಯುವ ಚಳಿಯನ್ನು ಲೆಕ್ಕಿಸದೆ ಎಳನೂರು ಮೈಲಿ ದೂರ ಕ್ರಮಿಸಿ ಇಪ್ಪತ್ತು ವರ್ಷಗಳ ಹಿಂದೆ ಬಿಟ್ಟಿದ್ದ ನನ್ನ ಹಳೆ ಮನೆಗೆ ಹಿಂತಿರುಗಿದೆ.

ಚಳಿಗಾಲದ ಕಡೆಯ ದಿನಗಳು. ಹಿಂದಿನ ಮನೆಯತ್ತ ಸಾಗುತ್ತಿದ್ದಂತೆ ಆಕಾಶ ಮೋಡಗಳಿಂದ ಕವಿದಿತ್ತು. ನಮ್ಮ ದೋಣಿಯ ಕ್ಯಾಬಿನ್ ಒಳಕ್ಕೆ ತಣ್ಣನೆಯ ಗಾಳಿ ಬೀಸಿತು. ಬಿದಿರಿನ ಭಾವಣಿಯ ಬಿರುಕುಗಳ ಮೂಲಕ ನಿರ್ಜನವಾದ ಊರುಗಳು ಕಾಣಿಸುತ್ತಿದ್ದವು. ಅಲ್ಲೊಂದು ಇಲ್ಲೊಂದು ಎಂಬಂತೆ ಹಳದಿ ಆಕಾಶದಲ್ಲಿ ದೂರದೂರಕ್ಕೆ ಚದುರಿ ನಿಂತಿದ್ದವುಗಳನ್ನು ನೋಡಿ ಮನಸ್ಸಿಗೆ ಆದ ಬೇಸರವನ್ನು ತಡೆಯಲಾಗಲಿಲ್ಲ.

ಇಪ್ಪತ್ತು ವರ್ಷಗಳಿಂದ ನೆನಪಿನಲ್ಲಿ ಇರಿಸಿಕೊಂಡಿದ್ದ ನನ್ನ ಹಳೆ ಮನೆ ಇದೇ ಏನು? ನನ್ನ ನೆನಪಿನಲ್ಲಿದ್ದ ಹಳೆಮನೆಯನ್ನು ಇದು ಒಂದಿಷ್ಟೂ ಹೋಲುವುದಿಲ್ಲ. ಅದು ಇದಕ್ಕಿಂತ ತುಂಬ ಉತ್ತಮವಾಗಿತ್ತು. ಆದರೆ ಯಾರಾದರೂ ನನ್ನ ಆ ಮನೆಯ ಚೆಲುವು ವಿಶೇಷತೆಗಳನ್ನು ವಿವರಿಸಲು ಹೇಳಿದರೆ ಮಾತ್ರ ಅದರ ಸ್ಪಷ್ಟ ಚಿತ್ರವಾಗಲೀ, ವರ್ಣಿಸಲು ಸರಿಯಾದ ಪದಗಳಾಗಲಿ ನನ್ನಲ್ಲಿ ಇಲ್ಲ. ಈಗ ಇರುವುದೆಲ್ಲ ಆಗ ಅದಕ್ಕಿತ್ತು ಎನ್ನುವುದಂತೂ ನಿಶ್ಚಿತ. ವಿಷಯಗಳನ್ನು ತರ್ಕಿಸಲು ತೊಡಗಿದೆ.... ಮನೆ ಎನ್ನುವುದು ಯಾವಾಗಲೂ ಈಗ ಇದ್ದಂತೆಯೇ ಇತ್ತು. ಹೆಚ್ಚಿನ ಅಭಿವೃದ್ಧಿ ಕಾಣಿಸದಿದ್ದರೂ ಈಗ ಇರುವ ಸ್ಥಿತಿ ಹಾಗೇನೂ ನಿರಾಶಾದಾಯಕವಾಗಿಲ್ಲ. ಕೇವಲ ನನ್ನ ಭಾವನೆಯಷ್ಟೇ ಬದಲಾಗಿದೆ. ಯಾಕೆಂದರೆ ಈ ಬಾರಿ ನಾನು ನನ್ನ ದೇಶಕ್ಕೆ ಯಾವುದೇ ಭ್ರಮೆಗಳನ್ನು ಇರಿಸಿಕೊಳ್ಳದೆ ಬಂದಿದ್ದೇನೆ.

ಗುಡ್ ಬೈ ಹೇಳುವ ಉದ್ದೇಶದಿಂದಷ್ಟೇ ಈ ಬಾರಿ ಬಂದಿದ್ದೇನೆ. ನನ್ನ ಸಂಬಂಧಿಯೊಬ್ಬ ನನ್ನ ಹಳೆ ಮನೆಯಲ್ಲಿ ಬಹಳ ದಿವಸದಿಂದ ಇದ್ದವನು ಈಗ ಆ ಮನೇನ ಬೇರೆಯವರಿಗೆ ಮಾರಿ ಬಿಟ್ಟಿದ್ದ. ಹೊಸ ವರುಷದ ಆರಂಭಕ್ಕೆ ಮೊದಲೇ ಅವರಿಗೆ ವಹಿಸಿಕೊಡಬೇಕಾಗಿತ್ತು. ಹೊಸ ವರುಷಕ್ಕೆ ಮೊದಲೇ ಹೋಗಿ ಮನೆಗೆ ಗುಡ್ ಬೈ ಹೇಳಿ ಬೀಳ್ಕೊಡಬೇಕಾಗಿದ್ದರಿಂದ ಬೇಗ ಹೋಗಬೇಕಾಗಿತ್ತು. ನನ್ನ ಹಳೆಮನೆ ಇದ್ದ ಜಾಗದಿಂದ ದೂರವಿದ್ದ ನನ್ನ ಕೆಲಸದ ಪ್ರದೇಶಕ್ಕೆ ಮನೆಯವರನ್ನು ಸ್ಥಳಾಂತರಿಸಬೇಕಾಗಿತ್ತು.

ಮಾರನೇ ದಿನ ಬೆಳಗ್ಗೆ ನಾನು ಮನೆಯ ಬಾಗಿಲ್ಲಲ್ಲಿದ್ದ ಮುರಿದ ಕಾಂಡಗಳು, ಭಾವಣಿ ಮೇಲಿನ ಹುಲ್ಲು ಇವೆಲ್ಲವೂ ಮನೆಯನ್ನು ಯಾಕೆ ಮಾರಬೇಕಾಯಿತು ಎನ್ನುವುದಕ್ಕೆ ಸಮರ್ಥನೆಯಾಗಿತ್ತು. ನಮ್ಮ ವಂಶದ ಅನೇಕ ಪೀಳಿಗೆಗಳು ಯಾವಾಗಲೋ ದೂರ ಹೋಗಿದ್ದವು. ಆದ್ದರಿಂದ ವಿಶೇಷವಾದ ಮೌನ ಕವಿದಿತ್ತು. ನಾನು ಮನೆ ತಲುಪುತ್ತಿದ್ದಂತೆಯೇ ನನ್ನ ತಾಯಿ ಬಾಗಿಲಲ್ಲಿ ನಿಂತಿದ್ದಳು. ಮತ್ತು ನನ್ನ ಎಂಟು ವರುಷದ ಸೋದರಳಿಯ ಹೂಂಗೆರ್ಟ್ ಅವಳ ಹಿಂದಿನಿಂದ ಓಡಿ ಬಂದ.

ತಾಯಿ ಸಂತೋಷವಾಗಿದ್ದಂತೆ ಕಾಣಿಸಿದರೂ, ಏನೋ ನೋವನ್ನು ಮರೆಮಾಚುತ್ತಿದ್ದಂತೆ ಎನಿಸಿತು. ನನಗೆ ಕುಳಿತುಕೊಳ್ಳಲು ಹೇಳಿ ಸ್ವಲ್ಪ ಚಹವನ್ನು ತೆಗೆದುಕೊಳ್ಳಲು ಸೂಚಿಸಿದಳು. ಮನೆಯ ವಸ್ತುಗಳನ್ನು ತೆಗೆದಿರಿಸುತ್ತಿದ್ದ ಕೆಲಸವನ್ನು ಸದ್ಯಕ್ಕೆ ನಿಲ್ಲಿಸಿದಳು. ನನ್ನನ್ನು ಎಂದೂ ನೋಡಿರದಿದ್ದ ಹೂಂಗೆರ್ಟ್ ದೂರದಿಂದಲೇ ನನ್ನನ್ನು ಗಮನಿಸುತ್ತಿದ್ದ.

ಕಡೆಯದಾಗಿ ಮನೆ ಖಾಲಿ ಮಾಡುವ ವಿಚಾರ ಮಾತಾಡಿದೆವು. ಈಗಾಗಲೇ ಕೆಲವು ಕೊಠಡಿಗಳನ್ನು ಬಾಡಿಗೆಗೆ ಪಡೆದಿರುವ ಮತ್ತು ಒಂದಷ್ಟು ಪೀಠೋಪಕರಣಗಳನ್ನು ಕೊಂಡಿರುವ ವಿಷಯ ತಿಳಿಸಿದೆ. ಜೊತೆಗೆ ಇನ್ನಷ್ಟು ಕೊಂಡುಕೊಳ್ಳಬೇಕಾಗಿರುವುದರಿಂದ ಇಲ್ಲಿನ ಪೀಠೋಪಕರಣಗಳನ್ನು ಮಾರುವ ಅಗತ್ಯವನ್ನೂ ತಿಳಿಸಿದೆ. ತಾಯಿ ಒಪ್ಪಿದರು. ಈಗ ಅರ್ಧದಷ್ಟು ಸಾಮಾನುಗಳನ್ನು ಪ್ಯಾಕ್ ಮಾಡಿದ್ದು, ಒಯ್ಯಲಾಗದ ಭಾರದ ಪೀಠೋಪಕರಣಗಳನ್ನು ಈಗಾಗಲೇ ಮಾರಿಬಿಟ್ಟಾಗಿದೆ ಎಂಬುದನ್ನು ತಿಳಿಸಿದಳು. ಕೊಂಡು ಕೊಳ್ಳುವವರನ್ನು ಹುಡುಕುವುದೇ ಸ್ವಲ್ಪ ತ್ರಾಸದ ಕೆಲಸವಾಗಿತ್ತೆಂದು ಹೇಳಿದಳು.

"ನೀನು ಒಂದೆರಡು ದಿನ ವಿಶ್ರಾಂತಿ ತಗೋ, ಬಂಧುಗಳನ್ನೆಲ್ಲ ಕರೆಸೋಣ ಆಮೇಲೆ ಇಲ್ಲಿಂದ ಹೋಗೋಣ" ಎಂದು ಹೇಳಿದಳು.

"ಆಯ್ತು ಹಾಗೇ ಆಗಲಿ."

"ಯೂನ್ ತೂ ಗೊತ್ತಲ್ಲ. ಪ್ರತಿಸಾರಿ ಬಂದಾಗಲೂ ನಿನ್ನ ಬಗ್ಗೆ ವಿಚಾರಿಸುತ್ತಾನೆ. ನಿನ್ನನ್ನು ತುಂಬಾ ನೋಡಬೇಕೊಂತ ಇದ್ದಾನೆ. ನೀನು ಬರಬಹುದಾದ ದಿನವನ್ನು ಸುಮಾರಾಗೆ ತಿಳಿಸಿದ್ದೆ. ಅವನು ಯಾವ ಕ್ಷಣದಲ್ಲಾದರೂ ಬರಬಹುದು."

ಇದನ್ನು ಕೇಳಿದಾಗ ನನ್ನ ಕಣ್ಣುಂದೆ ಒಂದು ಚಿತ್ರ ಮೂಡಿತು. ದಟ್ಟ ನೀಲಿಯ ಆಕಾಶದಿಂದ ಇಳಿಬಿದ್ದ ಹೊಂಬಣ್ಣದ ಚಂದಿರ. ಕೆಳಗೆ ಸಮುದ್ರ ದಂಡೆ. ಕಣ್ಣಳತೆಗೆ ಸಿಗುವಷ್ಟು ದೂರಕ್ಕೆ ತಿಳಿನೀಲಿ ಬಣ್ಣದ ಕಲ್ಲಗಂಡಿಗಳನ್ನು ಕಾಣಬಹುದಾಗಿತ್ತು. ಅವುಗಳ ನಡುವೆ ಹನ್ನೊಂದು ಹನ್ನೆರಡು ವರ್ಷ ಪ್ರಾಯದ ಹುಡುಗನೊಬ್ಬ ನಿಂತಿದ್ದು ಕೈಯಲ್ಲಿ ಹೊಳೆವ ಮುಳ್ಳು ಚಾಕು ಹಿಡಿದು ತನ್ನ ಬಲವನ್ನೆಲ್ಲ ಪ್ರಯೋಗಿಸಿ ಜೋರಾಗಿ 'ಝಾ' ಮೇಲೆ ಚುಚ್ಚಿದನಾದರೂ ಅದು ಬಾರಿ ತಪ್ಪಿಸಿಕೊಂಡು ಅವನ ಕಾಲುಗಳ ನಡುವೆ ಬಿತ್ತು.

ಇವನೆ ಯಾನ್-ತು ಮೊದಲ ಸಲ ಅವನನ್ನು ನೋಡಿದಾಗ ಸುಮಾರು ಹತ್ತು ವರುಷದವನಾಗಿದ್ದ. ಅದೂ ಮೂವತ್ತು ವರ್ಷಗಳ ಕೆಳಗೆ. ಆಗ ನಮ್ಮ ತಂದೆ ಬದುಕಿದ್ದರು. ನಮ್ಮ ಸ್ಥಿತಿನೂ ಚೆನ್ನಾಗಿತ್ತು. ಹಾಗಾಗಿ ನಾನು ಅತಿ ಮುದ್ದಿನನಾಗಿದ್ದೆ. ಬಹಳ ಬೇಕಾದವನೂ ಆಗಿದ್ದೆ. ಆ ವರ್ಷ ಪಿತೃಬಲಿ ನೀಡುವ ಸರದಿ ನಮ್ಮ ಪಾಲಿಗೆ ಬಂದಿತ್ತು. ಮೂವತ್ತು ವರುಷಗಳಿಗೊಮ್ಮೆ ಬಂದ ಸರದಿ ಅದಾಗಿತ್ತು. ಅದಕ್ಕೆಂದೇ ಅದು ಬಹಳ ಮುಖ್ಯ ಸಂದರ್ಭವಾಗಿತ್ತು. ಮೊದಲ ತಿಂಗಳ ಮಂದಿ ಪಿತೃಮೂರ್ತಿಗಳಿಗೆ ನೈವೇದ್ಯ ಇಡಬೇಕಾಗಿತ್ತು. ಬಲಿ ಪಾತ್ರೆಗಳು ಬಹಳ ಸುಂದರವಾಗಿದ್ದವು. ಪೂಜಿಸುವವರು ಬಹಳ ಮಂದಿ ಇದ್ದುದರಿಂದ ಆ ಪಾತ್ರೆಗಳನ್ನು ಕಳ್ಳತನದಿಂದ ರಕ್ಷಿಸಬೇಕಾಗಿತ್ತು. ನಮ್ಮ ಮನೆಯಲ್ಲಿದ್ದವನು ಅರೆಕಾಲಿಕ ಸೇವಕ. (ನಮ್ಮ ಜಿಲ್ಲೆಯಲ್ಲಿ ಕೆಲಸದವರನ್ನು ಮೂರು ಗುಂಪು ಮಾಡುತ್ತೇವೆ. ಒಂದು ಕುಟುಂಬದಲ್ಲಿದ್ದು ಇಡೀ ವರ್ಷ ಆ ಕುಟುಂಬದ ಸೇವೆ ಮಾಡಿದವರು ಪೂರ್ಣಕಾಲಿಕರು, ದಿನಕ್ಕೆ ಮಾತ್ರ ಕೆಲಸ ಮಾಡಿದರೆ ದಿನಗೂಲಿಗಳು; ಇನ್ನೊಂದು ಗುಂಪು ಅಥವಾ ವರ್ಗದವರು ತಮ್ಮದೇ ಭೂಮಿಯಲ್ಲಿ ವ್ಯವಸಾಯ ಮಾಡಿಕೊಂಡು. ಹೊಸ ವರುಷ ಅಥವಾ ಬೇರೆ ಹಬ್ಬ ಹರಿದಿನಗಳಲ್ಲಿ ಕೆಲಸ ಮಾಡಿಕೊಡುವವರು ಅರೆಕಾಲಿಕರು.) ಇನ್ನೂ ಮಾಡಬೇಕಾದ ಕೆಲಸಗಳೆಲ್ಲ ಬಹಳ ಇದ್ದುದರಿಂದ, ಅವನು ತನ್ನ ಮಗ ಯೂನ್-ತು-ನನ್ನು ಪಾತ್ರೆಗಳನ್ನು ನೋಡಿಕೊಂಡಿರಲು ಕಳಿಸುವುದಾಗಿ ಹೇಳಿದ.

ನನ್ನ ತಂದೆ ಇದಕ್ಕೆ ಒಪ್ಪಿದಾಗ ನನ್ನ ಸಂತೋಷಕ್ಕೆ ಪಾರವೇ ಇರಲಿಲ್ಲ. ಯೂನ್-ತು ಬಗ್ಗೆ ಕೇಳಿ ಬಹಳ ದಿವಸವಾಗಿತ್ತು. ಅಲ್ಲೆ ಅವನೂ ಕೂಡಾ ನಾನು ಹುಟ್ಟಿದ ತಿಂಗಳೇ ಹುಟ್ಟಿದ್ದು ಹೆಚ್ಚು ಕಡಿಮೆ ನನ್ನದೇ ವಯಸ್ಸಿನವನಾಗಿದ್ದ. ಅವನ ಜಾತಕ ನೋಡಿದವರು, ಐದು ತತ್ವಗಳಲ್ಲಿ, ಭೂಮಿ ತತ್ವದ ಕೊರತೆ ಇತ್ತೆಂದು ಹೇಳಿದ್ದರಿಂದ ಅವನಿಗೆ ಯೂನ್-ತು ಅಂತ ಹೆಸರಿಟ್ಟಿದ್ದರಂತೆ. ಅವನು ಬಲೆ ಹಾಕಿ ಸಣ್ಣ ಹಕ್ಕಿಗಳನ್ನು ಹಿಡೀತಿದ್ದ. ಪ್ರತಿದಿನವೂ ಹೊಸ ವರ್ಷಾಗಮನಕ್ಕಾಗಿ ಕಾಯುತ್ತಿದ್ದ. ಏಕೆಂದರೆ ಯೂನ್‌ತು ಬರುತ್ತಿದ್ದುದು ಹೊಸ ವರ್ಷಕ್ಕೆ! ಕಡೆಗೆ ವರ್ಷದ ಕೊನೇ ದಿನ ಬರುತ್ತಿದ್ದಂತೆ ತಾಯಿ, ಯೂನ್-ತು ಬಂದ ವಿಷಯವನ್ನು ತಿಳಿಸಿದಳು. ಅವನನ್ನು ನೋಡಲು ಒಮ್ಮೆಲೇ ಓಡಿದೆ. ಅವನು ಅಡಿಗೆಮನೆಯಲ್ಲಿ ನಿಂತಿದ್ದ. ಕೆಂಪಾದ ದುಂಡನೆಯ ಮುಖ. ತಲೆ ಮೇಲೆ ಒಂದು ಫೆಲ್ಟ್ ಕ್ಯಾಪ್ ಹಾಕಿದ್ದ. ಕೊರಳಿನ ಸುತ್ತ ಒಂದು ಪಟ್ಟಿ ಇತ್ತು. ಅವನ ತಂದೆಗೆ ಅವನ ಮೇಲೆ

ತುಂಬಾ ಪ್ರೀತಿ ಇತ್ತು. ಅವನಿಗೆ ಏನಾದರೂ ಕೆಟ್ಟದಾಗಿ ಸಾಯಬಹುದೆಂದು ಹೆದರಿ, ಯಂತ್ರದಂತೆ ಪಟ್ಟಿಯನ್ನು ಕೊರಳಲ್ಲಿ ಧರಿಸಿದ್ದ. ಅವನಿಗೆ ಬಹಳ ಸಂಕೋಚ. ನನ್ನೊಬ್ಬನ ಚೊತೆ ಬಿಟ್ಟು ಬೇರೆಯವರೊಟ್ಟಿಗೆ ಸೇರಲು ಹೆದರುತ್ತಿದ್ದ. ಬೇರೆಯಾರೂ ಇಲ್ಲದಿದ್ದಾಗ ಅವನು ನನ್ನ ಜೊತೆ ತುಂಬ ಮಾತಾಡುತ್ತಿದ್ದ. ಹಾಗಾಗಿ ನಾವು ಬಹಳ ಹತ್ತಿರದ ಸ್ನೇಹಿತರಾಗಿ ಬಿಟ್ಟಿದ್ದೆವು.

ಆಗ ನಾವು ಏನು ಮಾತಾಡಿದೆವು ಎನ್ನುವುದು ನೆನಪಿಲ್ಲದೆ ಹೋದರೂ, ಯೂನ್–ತು ಬಹಳ ಉತ್ಸಾಹದಲ್ಲಿದ್ದ. ಪಟ್ಟಣಕ್ಕೆ ಬಂದುದರಿಂದ ಏನೆಲ್ಲವನ್ನೂ ನೋಡಲು ಸಾಧ್ಯವಾಯಿತು ಎಂಬುದೇ ಅವನ ಸಂತೋಷಕ್ಕೆ ಕಾರಣವಾಗಿತ್ತು.

ಮಾರನೇ ದಿನ ಅವನು ಹಕ್ಕಿಗಳನ್ನು ಹಿಡಿಯಲೆಂದು ಆಶಿಸಿದ.

"ಅದು ಸಾಧ್ಯವಿಲ್ಲ."..... ದಟ್ಟ ಮಂಜು ಬಿದ್ದ ಮೇಲೆ ಮಾತ್ರವೇ ಸಾಧ್ಯ. ಮಂಜು ಬಿದ್ದನಂತರ ಮರಳಿನ ಮೇಲೆ ಒಂದಷ್ಟು ಜಾಗವನ್ನು ಖಾಲಿ ಮಾಡುತ್ತೇನೆ. ಒಂದು ಸಣ್ಣ ಕೋಲಿನ ಮೇಲೆ ಬಿದಿರ ಬುಟ್ಟಿಯನ್ನು ಬೊರಲು ಇರಿಸುತ್ತೇನೆ. ಅದರ ಕೆಳಗೆ ಕಾಳು ಹೊಟ್ಟು ಹರವುತ್ತೇನೆ. ಹಕ್ಕಿಗಳು ಕಾಳು ತಿನ್ನಲು ಬಂದಾಗ ಕೋಲಿಗೆ ಕಟ್ಟಿದ ದಾರವನ್ನು ಎಳೆಯುತ್ತೇನೆ. ಹಕ್ಕಿಗಳು ಬುಟ್ಟಿಯಲ್ಲಿ ಬೀಳುತ್ತವೆ. ಎಲ್ಲ ಜಾತಿಯ ಹಕ್ಕಿಗಳು ಬೇಟೆ ಹಕ್ಕಿ, ಕಾಡುಕೋಳಿ, ಕಾಡು ಪರಿವಾಳ, ನೀಲಿ ಬೆನ್ನಿನ ಹಕ್ಕಿ ಇತ್ಯಾದಿ!" ಎಂದು ಹೇಳಿದ.

ಅಂದುಕೊಂಡಂತೆ, ಮಂಜು ಬೀಳುವುದನ್ನೇ ಕಾದೆ.

"ಈಗ ಸದ್ಯಕ್ಕೆ ತುಂಬ ಥಳಿ" ಅಂತ ಒಮ್ಮೆ ಹೇಳಿದ.

"ಬೇಸಿಗೆ ಕಾಲದಲ್ಲಿ ನೀನು ನಮ್ಮನೆಗೆ ಬರಬೇಕು. ಬೆಳಗಿನ ಹೊತ್ತು ಸಮುದ್ರ ತೀರಕ್ಕೆ ಹೋಗಬೇಕು. ಅಲ್ಲಿ ಕೆಂಪು, ಹಸಿರು ಕಪ್ಪೆಚಿಪ್ಪುಗಳನ್ನು ನೋಡಬಹುದು. ಜೊತೆಗೆ ಸ್ಕೆರ್ ಡೆವಿಲ್ ಬುದ್ಧನ ಕೈಗಳು ಮುಂತಾದವುಗಳನ್ನೆಲ್ಲ ನೋಡಬಹುದು. ಸಂಜೆ ನಾನು ನಮ್ಮಪ್ಪ ಕಲ್ಲಂಗಡಿ ನೋಡೋಕೆ ಹೋದಾಗ ನೀನೂ ಬರಬಹುದು."

"ಕಳ್ಳರಿದ್ದರೇನೂಂತ ನೋಡೋಕೇನು?"

"ಇಲ್ಲ. ದಾರಿ ಹೋಕರು ಯಾರಾದರೂ ಬಾಯಾರಿಕೆ ಅಂತ, ಕಲ್ಲಂಗಡಿ ಕಿತ್ತು ತಿಂದರೆ, ನಮ್ಮ ಕಡೆ ಜನ ಅದನ್ನು ಕಳ್ಳತನ ಅಂತ ತಿಳಿಯೊಲ್ಲ. ನಾವು ಗಮನಿಸೋದು ಬೀದಿಹೋಕರು, ಹಕ್ಕಿಗಳು, ಅವು ಇವು ಪ್ರಾಣಿಗಳನ್ನು ಮಾತ್ರ 'ಝ಼ಾ' ಕಲ್ಲಂಗಡಿಯನ್ನು ಬೆಳ್ಳಿಂಗಳ ರಾತ್ರಿಯಲ್ಲಿ ಕುಟುಕುವ ಸದ್ದು ಕೇಳಿದಾಗ ಪಿಚ್ ಫೋರ್ಕ್ ತೆಗೆದುಕೊಂಡು ಸದ್ದಿಲ್ಲದೆ ಮೆಲ್ಲನೆ ಅದರ......"

'ಝ಼ಾ' ಅಂತ ಅವನು ಹೇಳಿದ್ದು. ನನಗೆ ಅದೇನೂ ಅರ್ಥವಾಗಿರಲಿಲ್ಲ. ಈಗ ಅದಂತೂ ಮರೆತೇ ಹೋಗಿದೆ. ಆದರೆ ಅದೊಂದು ಜಾತಿಯ ಒಂದು ಪುಟ್ಟ ಆದರೆ ಭಯಂಕರ ಆಗಿರಬೇಕೆಂಬುದು ನನ್ನ ಊಹೆ.

"ಜನಾನಾ ಕಚ್ಚುವುದಿಲ್ಲವೇ?"

"ನಿನ್ನ ಹತ್ತಿರ ಪಿಚ್ ಫೋರ್ಕ್ ಇರುತ್ತಲ್ಲ. ಅದು ಹಾರಿದಾಗ ಅದಕ್ಕೆ ಚುಚ್ಚಿ ಬಿಟ್ಟರೆ ಆಯಿತು. ಆದರೆ ಅದು ಬಹಳ ತಂತ್ರಗಾರ ಪ್ರಾಣಿ, ನಿನಗೆ ಎದುರಾಗಿ ಬಂದು ಕಾಲಿನಡಿಯಿಂದ ಜಾರಿ ಹೋಗಿ ಬಿಡುತ್ತದೆ. ಅದರ ತುಪ್ಪಳ ಬಹಳ ನುಣುಪು ಎಣ್ಣೆ ಹಾಗೆ ಜಾರುತ್ತದೆ....."

ಇಂತಹ ವಿಚಿತ್ರವಾದ ವಸ್ತುಗಳೆಲ್ಲ ಇರುತ್ತವೆ ಅನ್ನೋದು ನನಗೆ ತಿಳಿದಿರಲಿಲ್ಲ. ಸಮುದ್ರ ದಂಡೆಯಲ್ಲಿ ಕಾಮನ ಬಿಲ್ಲಿನ ಎಲ್ಲ ಬಣ್ಣಗಳ ಕಪ್ಪೆಚಿಪ್ಪುಗಳ ಇದ್ದದ್ದು. ಕಲ್ಲಂಗಡಿ ಬೆಳೆಗಳಿಗೆ ಇಷ್ಟೆಲ್ಲ ಅಪಾಯಗಳಿರೋದು ಇತ್ಯಾದಿ. ನನಗೇನಿದ್ದರೂ ಅವುಗಳ ಬಗ್ಗೆ ತಿಳಿದಿದ್ದ ವಿಷಯ. ಅವು ಪೇಟೆಯಲ್ಲಿ ತರಕಾರಿ ಅಂಗಡಿಗಳಲ್ಲಿ ಸಿಗುತ್ತವೆ ಎಂಬುದು.

"ನಮ್ಮ ಸಮುದ್ರ ದಂಡೆಯಲ್ಲಿ ಅಲೆ ಬಂದು ಹೋದ ಮೇಲೆ ಕಪ್ಪೆ ಹಾಗೆ ಎರಡು ಕಾಲುಗಳಿಂದ ಜಿಗಿಯುವ ಮೀನುಗಳ ಬಿದ್ದಿರುತ್ತೆ....."

ಯೂನ್-ತು ತಲೆಯಲ್ಲಿ ಇಂತಹ ಎಷ್ಟೊಂದು ವಿಚಿತ್ರ ಸಂಗತಿಗಳು ತುಂಬಿರುತ್ತಿದ್ದವು. ನನ್ನ ಹಳೆಯ ಸ್ನೇಹಿತರ ದೃಷ್ಟಿಗೆ ಮೀರಿದಂತಹ ವಿಷಯಗಳಾಗಿದ್ದವು ಇವು. ಅವರಿಗೆ ಇಂಥದ್ದೆಲ್ಲ ಗೊತ್ತಿರಲೇ ಇಲ್ಲ. ಆದರೆ ಯೂನ್-ತು ಸಮುದ್ರ ದಂಡೆಯಲ್ಲಿಯೇ ವಾಸಮಾಡುತ್ತಿದ್ದ. ನನ್ನ ಹಾಗೆ ನನ್ನ ಗೆಳೆಯರಿಗೆ ಗೊತ್ತಿದ್ದದ್ದು, ಅಂಗಳದ ಮೇಲಿನ ಆಕಾಶದ ನಾಲ್ಕು ದಿಕ್ಕುಗಳ ಮಾತ್ರ.

ದುರದೃಷ್ಟವಶಾತ್ ಹೊಸವರ್ಷದ ಒಂದು ತಿಂಗಳ ನಂತರ ಯೂನ್-ತುಗೆ ಮನೆಗೆ ಹೋಗಬೇಕಾಗಿ ಬಂತು. ನನಗೆ ಅಳು ತಡೆಯಲಾಗಲಿಲ್ಲ. ಅವನು ಅಡಿಗೆ ಮನೆಯಲ್ಲಿ ತಲೆಮರೆಸಿಕೊಂಡು, ಹೊರಗೆ ಬರಲು ಹಟಮಾಡಿ ನಿರಾಕರಿಸಿದ. ಅವನ ಅಪ್ಪ ಬಲವಂತದಿಂದ ಅವನನ್ನು ಹೊತ್ತುಕೊಂಡು ಹೋಗಬೇಕಾಯಿತು. ಆಮೇಲೆ ಅವನು ನನಗಾಗಿ ಬಣ್ಣ ಬಣ್ಣದ ಕಪ್ಪೆಚಿಪ್ಪುಗಳನ್ನು ಅವನ ತಂದೆ ಕೈಯಲ್ಲಿ ಕಳಿಸಿದ್ದ, ನಾನೂ ಒಂದೆರಡು ಸಲ ಅವನಿಗೆಂದು ಉಡುಗೊರೆ ಕಳಿಸಿದ್ದೆ. ಆದರೆ ಒಬ್ಬರನ್ನು ಒಬ್ಬರು ಮತ್ತೆ ಬಹಳ ಕಾಲ ನೋಡಿಯೇ ಇರಲಿಲ್ಲ.

ಈಗ ತಾಯಿ ಅವನ ಬಗ್ಗೆ ಹೇಳಿದಾಗ ಬಾಲ್ಯದ ನೆನಪುಗಳೆಲ್ಲ ಮಿಂಚಿನಂತೆ ಸುಳಿದು ಹೋದವು. ನಾನು ನನ್ನ ಸುಂದರವಾದ ಹಳೆಯ ಮನೆಯನ್ನು ನೋಡುವಂತಾಗಿತ್ತು.

"ತುಂಬಾ ಒಳ್ಳೆದು ಅವನು.... ಅವನು ಈಗ ಹೇಗಿದ್ದಾನೆ?" ಎಂದೆ.

"ಅವನೇ?..... ಈಗ ಅವನ ಸ್ಥಿತಿ ಅಷ್ಟು ಚೆನ್ನಾಗಿಲ್ಲ" ಎಂದು ಹೇಳಿದಳು. ಹೊರಗೆ ಕಿಟಕಿಯಿಂದ ನೋಡಿ....." ಮತ್ತೆ ಅವರೆಲ್ಲ ಬರ್ತಿದ್ದಾರೆ. ನಮ್ಮ ಹಳೆ ಪೀಠೋಪಕರಣಗಳನ್ನು ಕೊಳ್ಳಬೇಕೆಂದಿದ್ದಾರೆ. ಆದರೆ ಅದಕ್ಕೂ ಮೊದಲು ತಮಗೆ ಏನು ಬೇಕಾಗಿದೆ ಅನ್ನೋದನ್ನು ನೋಡಿ ಆರಿಸಿಕೊಳ್ಳಬೇಕೆಂದಿದ್ದಾರೆ. ನಾನು ಹೋಗಿ ಅವರನ್ನು ಗಮನಿಸಬೇಕಾಗಿದೆ...."

ತಾಯಿ ಎದ್ದು ಹೋದರು. ತುಂಬ ಜನ ಹೆಂಗಸರ ಧ್ವನಿಗಳು ಕೇಳಿಸುತ್ತಿದ್ದವು. ನಾನು ಹೊಂಡೆ ನನ್ನು ಕರೆದು ಮಾತನಾಡಿಸಿದೆ. ಅವನಿಗೆ ಓದೋಕೆ, ಬರೆಯೋಕೆ ಬರುತ್ತಾ? ಇಲ್ಲಿಂದ ಹೋಗೋಕೆ ಅವನಿಗೆ ಇಷ್ಟ ಇದೆಯಾ? ಎಂದೆಲ್ಲ ಕೇಳಿ ವಿಚಾರಿಸಿದೆ.

"ನಾವು ಟ್ರೈನ್‌ನಲ್ಲಿ ಹೋಗ್ತಿದ್ದೀವಾ?"

"ಹೌದು ಟ್ರೈನ್‌ನಲ್ಲಿಯೇ ಹೋಗೋಣ."

"ದೋಣೇಲಿ?"

"ಮೊದಲು ದೋಣೇಲಿ ಹೋಗೋಣ"

"ಓಹ್ ಅದೆ ಇಷ್ಟು ಉದ್ದದ ಮೀಸೆಯ ಹಾಗೆ!" ಒಂದು – ಕೀರಲು ಧ್ವನಿ ಕೇಳಿ ಬಂತು. ಬೆಚ್ಚಿ ಬಿದ್ದು ತಿರುಗಿ ನೋಡಿದೆ. ಐವತ್ತರ ಪ್ರಾಯದ, ಎದ್ದು ಕಾಣುತಿದ್ದ ದವಡೆ ಮೂಳೆಯ, ತೆಳ್ಳನೆಯ ತುಟಿಗಳ ಹೆಂಗಸೊಬ್ಬಳು ನಿಂತಿದ್ದಳು. ಕೈಗಳನ್ನು ಸೊಂಟದ ಮೇಲಿರಿಸಿದ್ದಳು. ಸ್ಕರ್ಟ್‌ಗೆ ಬದಲಾಗಿ ಪ್ಯಾಂಟ್ ಹಾಕಿಕೊಂಡಿದ್ದವಳು, ಜಾಮಿಟ್ರಿ ಬಾಕ್ಸ್‌ನಲ್ಲಿರುವ ಕಂಪಾಸಿನಂತೆ ತನ್ನೆರಡು ಕಾಲುಗಳನ್ನು ಅಗಲಿಸಿ ನಿಂತಿದ್ದಳು.

ನನಗೆ ದಿಗ್ಭ್ರಮೆಯಾಯಿತು.

"ನಾನು, ಗೊತ್ತಿಲ್ಲವೇನು? ನೀನು ಮಗುವಾಗಿದ್ದಾಗ ನಾನು ನಿನ್ನನ್ನು ಎತ್ತಿ ಆಡಿಸಿದ್ದೆ!"

ನನಗೆ ಇನ್ನಷ್ಟು ಆಶ್ಚರ್ಯವಾಯಿತು. ಅದೃಷ್ಟಕ್ಕೆ ನನ್ನ ತಾಯಿ ಅಷ್ಟು ಹೊತ್ತಿಗೆ ಅಲ್ಲಿಗೆ ಬಂದು, ಹೇಳಿದಳು.

"ಬಹಳ ವರ್ಷ ಅವನು ಇಲ್ಲಿ ಇರಲೇ ಇಲ್ಲ. ಅದಕ್ಕೇ ಅವನು ಮರೆತಿದ್ದಾನೆ. ದಯವಿಟ್ಟು ಕ್ಷಮಿಸಿ."

"ಇಲ್ಲೆ ಪಕ್ಕದ ಬೀದೀಲಿದ್ದಾರೆ. ಇವರು ಶ್ರೀಮತಿ ಯಾಂಗ್....ಆಕೆಗೆ ಒಂದು 'ಬೀನ್‌ಕರ್ಡ್' ಅಂಗಡಿ ಕೂಡಾ ಇದೆ" ಎಂದು ಹೇಳಿದಳು.

ನನಗೆ ಸ್ವಲ್ಪ ನೆನಪಿಗೆ ಬಂತು. ನಾನು ಮಗುವಾಗಿದ್ದಾಗ, ಶ್ರೀಮತಿ ಯಾಂಗ್ ಮೂರು ಹೊತ್ತೂ ಅಂಗಡೀಲೆ ಚೆನ್ನಾಗಿ ಅಲಂಕಾರ ಮಾಡಿಕೊಂಡು ಕೂತಿರುತ್ತಿದ್ದಳು. ಆಗ ಮೂಳೆಗಳು ಈಗಿನಂತೆ ಎದ್ದು ಕಾಣುತ್ತಿರಲಿಲ್ಲ. ಅವಳ ತುಟಿಗಳೂ ಕೂಡ ಇಷ್ಟು ತೆಳ್ಳಗೆ ಇರಲಿಲ್ಲ. ಈಗಿನ ಹಾಗೆ ಕಂಪಾಸಿನಂತೆ ಕಾಲುಗಳನ್ನು ಅಗಲಿಸಿ ನಿಂತಿರದೆ, ಯಾವಾಗಲೂ ಕುಳಿತಿರುತ್ತಿದ್ದಳು. ವ್ಯಾಪಾರವೂ ಚೆನ್ನಾಗಿ ಆಗುತ್ತಿತ್ತು. 'ಬೀನ್‌ಕರ್ಡ್' ಅಂಗಡಿ ಅದಾಗಿದ್ದರಿಂದ, ಜನ ಅವಳನ್ನು ಅಲ್ಲಿ ಕಂಡಾಗಲೆಲ್ಲ 'ಬೀನ್‌ಕರ್ಡ್ ಬ್ಯೂಟಿ' ಅಂತ ಹೆಸರಿಟ್ಟು ಕರೆಯುತ್ತಿದ್ದರು. ಬಹುಶಃ ನನ್ನ ವಯಸ್ಸಿನ ಕಾರಣದಿಂದ ಆಕೆಯ ಪ್ರಭಾವ ನನ್ನ ಮೇಲೆ ಅಷ್ಟಾಗಿ ಆಗಿರಲಿಲ್ಲ. ಅದರಿಂದಲೇ ಅವಳ ನೆನಪು ನನಗಿಲದೆ ಹೋಗಿತ್ತು. ಆದರೆ ಅವಳು ಮಾತ್ರ ನನ್ನ ಕಡೆ ಒಂಥರಾ ತಿರಸ್ಕಾರದಿಂದ ನೋಡಿದಳು. ಫ್ರೆಂಚ್ ಜನ

ನೆಪೋಲಿಯನ್‌ನನ್ನು ನೋಡಿಲ್ಲವೆಂದರೆ ಹೇಗೋ, ಅಮೇರಿಕನ್ ಆದವನು ವಾಷಿಂಗ್ಟನ್ ನೋಡಿಲ್ಲವೆಂದರೆ ಹೇಗೋ ಹಾಗೆ ನಾನು ಎಂದು ಅವಳಿಗೆ ಅನಿಸಿರಬೇಕು. ವ್ಯಂಗ್ಯವಾಗಿ ನಗುತ್ತ ಹೇಳಿದಳು.

"ನನ್ನ ನೆನಪಿಲ್ಲ?....... ಹೌದು ನಿನ್ನ ನೆನಪಿನಲ್ಲಿ ಉಳಿಯುವಷ್ಟು ನಾನು ದೊಡ್ಡವಳಲ್ಲ ನಾನು!........"

"ಹಾಗೇನಿಲ್ಲ.......ನಾನು.......ನಾವು........." ಹೆದರಿಕೆಯಿಂದ ಎದ್ದು ನಿಂತೆ.

"ಹಾಗಾದರೆ ಕೇಳಿಸಿಕೋ ಫುನ್, ನೀನು ಬಹಳ ಶ್ರೀಮಂತನಾಗಿದ್ದೀಯ. ಅಲ್ದೆ ಇವು ಸಾಗಿಸುವುದಕ್ಕೆ ಬಹಳ ಭಾರವಾಗಿದೆ. ಅದಕ್ಕೆ ಬಹುಶಃ ಇವು ಈ ಹಳೆ ಹೀತೋಪಕರಣಗಳು ನಿನಗೆ ಬೇಕಾಗೋದೂ ಇಲ್ಲ. ನಾನೇ ಇವುಗಳನ್ನು ತೆಗೆದುಕೊಂಡು ಹೋಗಲು ಬಿಡು. ನಮ್ಮಂಥ ಬಡವರಿಗೆ ಏನಾದರೂ ಇದರಿಂದ ಮಾಡಿಕೊಳ್ಳೋಕೆ ಆಗುತ್ತೆ."

"ನಾನೇನೂ ಶ್ರೀಮಂತನಾಗಿಲ್ಲ. ಇವುಗಳನ್ನೆಲ್ಲ ಮಾಡುವುದರಿಂದ ನನಗೆ ಉಳಿದವುಗಳನ್ನು ಕೊಳ್ಳಲು....."

"ಆಹ್, ಸಾಕು ಸುಮ್ಮನಿರು. ನೀನು ಸರ್ಕೀಟ್ಸ್ ಮೇಲ್ವಿಚಾರಕನಾಗಿರುವಾಗ ಶ್ರೀಮಂತ ಅಲ್ಲ ಅಂದರೆ ಹೇಗೆ ನಂಬೋದು? ನೀನು ಈಗಾಗಲೇ ಮೂರು ಜನರನ್ನು ಇಟ್ಟೊಂಡಿದ್ದೀಯ. ಎಲ್ಲಿಯಾದರೂ ಹೋಗಬೇಕೆಂದರೆ ಎಂಟು ಜನ ಹೊರುವ ಪಲ್ಲಕ್ಕಿ ಕುರ್ಚಿ ಇದೆ. ಅಂಥಾದ್ದವರಲ್ಲಿ ನೀನು ಶ್ರೀಮಂತ ಅಲ್ಲ ಅಂತೀಯ? ಬಿಡು.....ನನ್ನಿಂದ ಏನೂ ಮುಚ್ಚಿಡೋಕೆ ನಿನಗೆ ಸಾಧ್ಯವಾಗೋದಿಲ್ಲ."

ಇದಕ್ಕೆ ಉತ್ತರ ಹೇಳೋಕೆ ಇಲ್ಲದಿದ್ದ ಕಾರಣ ಸುಮ್ಮನಾದೆ.

"ಅದಿರಲಿ ಈಗ ಹಣ ಜಾಸ್ತಿ ಇದ್ದಷ್ಟೂ ಚಿಪುಣರಾಗುತ್ತಾರೆ. ಚಿಪುಣರಾದಷ್ಟೂ ಹಣ ಹೆಚ್ಚಾಗುತ್ತೆ." ಅಂತ ಹೇಳುತ್ತ ಕಂಪಾಸ್, ತಿರಸ್ಕಾರದಿಂದ ಅಲ್ಲಿಂದ ನಿಧಾನವಾಗಿ ಹೆಜ್ಜೆ ಹಾಕುತ್ತ ಹೊರಟಳು. ಹಾಗೇನೆ ಮೆಲ್ಲಗೆ ತಾಯಿಯ 'ಗ್ಲೌಸ್' ಎರಡನ್ನು ಎತ್ತಿ ಜೇಬಿನೊಳಕ್ಕೆ ಜಾರಿಸಿ ನಡೆದಳು.

ಇದಾದ ಮೇಲೆ ನೆರೆಹೊರೆಯಲ್ಲಿದ್ದ ನನ್ನ ಅನೇಕ ಬಂಧುಗಳು ನಮ್ಮನ್ನು ಕರೆಯುವುದಕ್ಕಾಗಿ ಬಂದರು. ಅವರ ಜೊತೆ ಮಾತಾಡುತ್ತಲೇ ಮಧ್ಯ ಮಧ್ಯ ಪ್ಯಾಕಿಂಗ್ ಕೂಡ ಮಾಡುತ್ತಿದ್ದೆ. ಹೀಗೆ ಮೂರು ನಾಲ್ಕು ದಿನಗಳು ಸರಿದುಹೋದವು.

ಚಳಿಗಾಲದ ಒಂದು ಮಧ್ಯಾಹ್ನ, ಊಟ ಆದ ಮೇಲೆ ಚಹಾ ಕುಡಿಯುತ್ತ ಕುಳಿತಾಗ, ಯಾರೋ ಬಂದ ಹಾಗೆ ಆಯಿತು. ಯಾರೂಂತ ನೋಡಲು ತಿರುಗಿದೆ. ನೋಡಿದ ಕೂಡಲೇ ಎದ್ದು ನಿಂತು ನನಗೆ ತಿಳಿಯದಂತೆಯೇ ಆತುರಾತುರವಾಗಿ ನಡೆದು ವ್ಯಕ್ತಿಯನ್ನು ಸ್ವಾಗತಿಸಲು ಮುಂದಾದೆ.

ಬಂದ ಅಪರಿಚಿತ ವ್ಯಕ್ತಿ ಬೇರೆ ಯಾರೂ ಆಗದೆ ಯೊನ್–ತು ಆಗಿದ್ದ. ಅವನು ಯೊನ್–ತು ಅಂತ ಅನಿಸಿದರೂ, ಹಿಂದೆ ನೋಡಿದ್ದ ಯೊನ್–ತು ಆಗಿರಲಿಲ್ಲ. ಮೊದಲಿದ್ದದಕ್ಕಿಂತ ಎರಡು ಪಟ್ಟು ಊದಿದ್ದ. ಅವನ ದುಂಡು ಮುಖ ಈಗ ಕೆಂಪಾಗಿರಲಿಲ್ಲ. ಸೊರಗಿ ಪಾಂಡು ವರ್ಣಕ್ಕೆ ತಿರುಗಿತ್ತು. ಮುಖದ ಮೇಲೆಲ್ಲ ವಯಸ್ಸನ್ನು ಸೂಚಿಸುವ ಸುಕ್ಕುಗಳು ಕಾಣಿಸುತ್ತಿದ್ದವು. ಅವನ ಕಣ್ಣುಗಳೂ ಅವನ ತಂದೆಯ ಕಣ್ಣುಗಳಂತೆ ಆಗಿದ್ದವು. ಕಣ್ಣಿನ ಸುತ್ತ ಸ್ವಲ್ಪ ಊದಿಕೊಂಡಂತಿತ್ತು. ಸಾಮಾನ್ಯವಾಗಿ ಸಮುದ್ರ ದಂಡೆಯಲ್ಲಿದ್ದು, ಕೃಷಿ ಮಾಡುತ್ತಾ, ಗಾಳಿ, ಮಳೆ, ಚಳಿ, ಬಿಸಿಲಿಗೆ ಒಡ್ಡಿಕೊಂಡಿರುತ್ತಿದ್ದ ರೈತರೆಲ್ಲರಲ್ಲೂ ಕಾಣಿಸುತ್ತಿದ್ದ ಲಕ್ಷಣಗಳು ಇವಾಗಿದ್ದವು. ಕೊಳಕಾದ ಒಂದು ಫೆಲ್ಟ್ ಟೋಪಿಯನ್ನೂ ಜಾಕೆಟ್ಟನ್ನೂ ಧರಿಸಿದ್ದ. ಇದರಿಂದಾಗಿ ಅಡಿಯಿಂದ ಮುಡಿವರೆಗೆ ಒಂದು ಥರ ನಡುಗುತ್ತಿದ್ದ. ಒಂದು ಕೈಯಲ್ಲಿ ಕಾಗದದ ಪೊಟ್ಟಣ ಮತ್ತು ಉದ್ದನೆಯ ಪೈಪ್ ಹಿಡಿದುಕೊಂಡಿದ್ದ ಹಿಂದಿನ ದುಂಡನೆಯ, ದಪ್ಪನೆಯ ಕೈಗಳು ಅವಾಗಿರಲಿಲ್ಲ. ಈಗ ಆ ಕೈಗಳು ಒರಟೊರಟಾಗಿ ಕತ್ತರಿಸಿದ ಪೈನ್ ಮರದ ತೊಗಟೆಯಂತೆ ಕಾಣುತ್ತಿದ್ದವು.

ನನಗಾದ ಸಂತೋಷವನ್ನು ಹೇಗೆ ತೋರಿಸಿಕೊಳ್ಳಬೇಕು ಅನ್ನೋದು ಗೊತ್ತಾಗಲೇ ಇಲ್ಲ.

"ಓಹ್! ಯೊನ್–ತು! ನೀನಾ?" ಎಂದು ಅಚ್ಚರಿಯಿಂದ ಕೇಳಿದೆ.

ಇದಾದ ಮೇಲೆ ಅವನ ಜೊತೆ ಎಷ್ಟೊಂದೆಲ್ಲ ಮಾತಾಡಬೇಕೆಂದಿದ್ದೆ. ಒಂದೇ ಸಮನೆ ಸರಗಳಿಂದ ಉದುರಿದ ಮುತ್ತುಗಳಂತೆ ಉದುರುವ ಸಾಧ್ಯತೆಯಿತ್ತು. ಕಾಡುಕೋಳಿಗಳು, ಕಪ್ಪೆಚಿಪ್ಪುಗಳು, ಝಾ, ಜಿಗಿಯುವ ಮೀನು, ಹೀಗೆ ಎಷ್ಟೊಂದು!! ಆದರೆ ಅವೆಲ್ಲವನ್ನೂ ಹೇಳಲು ನನ್ನ ನಾಲಿಗೆ ಹೊರಳಲೇ ಇಲ್ಲ. ಅದನ್ನೆಲ್ಲ ಯಾವ ರೀತಿ ಶಬ್ದಗಳಲ್ಲಿ ಅಭಿವ್ಯಕ್ತಿಸಬೇಕೆಂದೇ ತಿಳಿಯಲಿಲ್ಲ.

ಅವನು ನನ್ನೆದುರು ನಿಂತ. ಅವನ ಮುಖದಲ್ಲಿ ಸಂತೋಷ ದುಃಖಿಗಳು ಬೆರೆತ ಭಾವ ಕಾಣಿಸುತ್ತಿತ್ತು. ತುಟಿಗಳು ಅಲುಗಾಡಿದವೇ ಹೊರತು ಧ್ವನಿ ಹೊರಡಲಿಲ್ಲ ಕಡೆಗೆ ಗೌರವ ಬೆರೆತ ಧ್ವನಿಯಲ್ಲಿ ಸ್ಪಷ್ಟವಾಗಿ.

"ಮಾಸ್ಟರ್" ಎಂದ.

ಸಣ್ಣದಾಗಿ ನಡುಕದ ಅನುಭವವಾಯಿತು. ನಮ್ಮಿಬ್ಬರ ನಡುವೆ ಭಯಂಕರ ಅಂತರದ ದಪ್ಪಗೋಡೆ ಎದ್ದಿರುವುದು ನನಗೆ ಗೋಚರಿಸಿತು. ಆದರೂ ನನಗೆ ಏನೂ ಹೇಳಲಾಗಲಿಲ್ಲ.

ಅವನು ತಿರುಗಿ ಹೇಳಿದ;

"ಷಿ ಷೆಂಗ್ ಮಾಸ್ಟರ್ಗೆ ನಮಸ್ಕರಿಸುತ್ತಿದ್ದಾನೆ" ಎಂದು. ಅವನು ತನ್ನ ಹಿಂದೆ ಅಡಗಿ ನಿಂತಿದ್ದ ಹುಡುಗನನ್ನು ಮುಂದಕ್ಕೆ ಎಳೆದು ನಿಲ್ಲಿಸಿದ. ಇಪ್ಪತ್ತು ವರ್ಷಗಳ ಹಿಂದೆ ಯೊನ್ತು ಹೇಗಿದ್ದನೋ ಹಾಗೆ ಇದ್ದ. ಆದರೆ ಸ್ವಲ್ಪ ಪೇಲವವಾಗಿ ಸಪ್ಪೂರವಾಗಿದ್ದ. ಕತ್ತಿನಲ್ಲಿ ಬೆಳ್ಳಿಯ ಯಾವುದೇ ಅಡ್ಡಿಗೆಯಂಥಾದ್ದು ಇರಲಿಲ್ಲ.

"ಇವನು ನನ್ನ ಐದನೆಯವನು..... ಅವನಿಗೆ ಯಾರ ಜೊತೆಗೂ ಬೆರೆತು ಅಭ್ಯಾಸ ಇಲ್ಲ. ಅದಕ್ಕೆ ಸ್ವಲ್ಪ ಸಂಕೋಚ, ಹಿಂಜರಿಕೆ." ಎಂದು ವಿವರಿಸಿದ.

ತಾಯಿ ಹೂಂಗೆರ್ಥೆನನ್ನು ಜೊತೆಯಲ್ಲಿರಿಸಿಕೊಂಡು ಕೆಳಗೆ ಬಂದಳು. ಬಹುಶಃ ನಮ್ಮ ಮಾತುಗಳು ಕೇಳಿಸಿರಬೇಕು.

"ಸ್ವಲ್ಪ ದಿವಸದ ಹಿಂದೆ ನಿಮ್ಮ ಪತ್ರ ಬಂತು ಮೇಡಂ, ಮಾಸ್ಟರ್ ಬರ್ತಿದ್ದಾರೆಂತ ತಿಳಿದು ನನಗೆ ಬಹಳ ಸಂತೋಷವಾಯಿತು......"

"ನೀನ್ಯಾಕೆ ಇಷ್ಟೊಂದು ವಿನಯವಾಗಿದ್ದೀಯಾ? ಹಿಂದೆ ನೀವಿಬ್ಬರೂ ಜೊತೆಗಾರರಾಗಿರಲಿಲ್ಲವೇ?" ತಾಯಿ ನಗುತ್ತ ಕೇಳಿದಳು. "ಮೊದಲಿನ ಹಾಗೆ ಸಲುಗೆಯಿಂದ ಸೋದರ ಷುನ್ ಅಂತ ಕರೆಯೋದೇ ಒಳ್ಳೆಯದು."

"ಓಹ್.....ನೀವು....ಹಾಗೆ ಮಾಡೋದು ಸರಿಯಾದ ನಡೆವಳಿಕೆ ಆಗಲಾರದು. ಹಿಂದೆ ಅಂದ್ರೆ ಗೊತ್ತಿರಲಿಲ್ಲ. ಚಿಕ್ಕವನಾಗಿದ್ದೆ ಬೇರೆ." ಇದನ್ನು ಹೇಳುತ್ತ ಯೂನ್‌–ತುಷ್ಟಿ‌‌–ಷೆಂಗ್‌ನನ್ನು ಮುಂದಕ್ಕೆ ಬಂದು ನಮಸ್ಕರಿಸಲು ಸೂಚಿಸಿದ. ಆದರೆ ಮಗು ನಾಚಿಕೆ ಸಂಕೋಚಗಳಿಂದ, ತಂದೆಯ ಹಿಂದೆ ನಿಂತಲ್ಲಿಯೇ ಕಂಬದ ಹಾಗೆ ನಿಂತಿದ್ದ.

"ಹೂಂ! ಹಾಗಾದರೆ ಇದು ಐದನೆಯದು? ಇವನೇ ಷ್ಟಿ–ಷೆಂಗ್‌ ಹೌದಲ್ಲ? ತಾಯಿ ಕೇಳಿದಳು.

"ನಾವೆಲ್ಲ ಅಪರಿಚಿತರು. ಅವನಿಗೆ ಸಂಕೋಚ, ಆದರೆ ಅವನನ್ನೇಕೆ ಬೈಬೇಕು. ಹೂಂಗೆರ್ಥೆ ಜೊತೆ ಹೊರಗೆ ಆಟ ಆಡಿಕೊಳ್ಳಲಿ."

ಹೂಂಗೆರ್ಥೆ ಇದನ್ನು ಕೇಳಿದ್ದೇ ತಡ ಷ್ಟಿ–ಷೆಂಗ್‌ ಬಳಿಗೆ ಹೋದ. ಷ್ಟಿ–ಷೆಂಗ್‌ ಅವನ ಜೊತೆ ಸೇರಿ ಸಲೀಸಾಗಿ, ಸಂಕೋಚವಿಲ್ಲದೆ ಹೊರಗೆ ಹೋದ. ತಾಯಿ ಅವನಿಗೆ ಕುಳಿತುಕೊಳ್ಳಲು ಹೇಳಿದಳು. ಸ್ವಲ್ಪ ಸಂಕೋಚದಿಂದಲೇ ಕುಳಿತುಕೊಂಡ. ಉದ್ದನೆಯ ಪೈಪನ್ನು ಮೇಜಿಗೆ ಆನಿಸಿಟ್ಟು, ಕಾಗದದ ಪೊಟ್ಟಣವನ್ನು ನೀಡಿದ ಮತ್ತು ಹೇಳಿದ.

"ಚಳಿಗಾಲದಲ್ಲಿ ತರೋದಕ್ಕೆ ಯೋಗ್ಯವಾದದ್ದು ಏನೂ ಸಿಕ್ಕುವುದಿಲ್ಲ. ಆದರೂ ಈ ಬೀನ್ಸ್‌ ಒಣಗಿಸಿರೋದನ್ನು ತಂದಿದ್ದೇನೆ. ತಾವು ಅನ್ಯಥಾ ಭಾವಿಸಬಾರದು. ಈ ರೀತಿ ಸಲುಗೆ ತೆಗೆದುಕೊಂಡಿದ್ದಕ್ಕೆ."

ಮನೆಯಲ್ಲಿ ಎಲ್ಲ ಹೇಗಿದೆ ಅಂತ ವಿಚಾರಿಸಿದ್ದಕ್ಕೆ ಅವನು ತಲೆಯಾಡಿಸಿದ.

"ಬಹಳ ಕಷ್ಟವಾಗಿದೆ. ಆರನೇದೂ ದುಡಿಯುತ್ತೆ. ಆದರೂ ತಿನ್ನೋಕೆ ಏನೇನೂ ಸಾಲದು, ಜೊತೆಗೆ ಸುಭದ್ರತೆ ಕೂಡಾ ಇಲ್ಲ. ಎಲ್ಲ ಫರದ ಜನಕ್ಕೂ ಹಣ ಬೇಕು. ಯಾವುದೇ ಸರಿಯಾದ ನೀತಿ ನಿಯಮ ಇಲ್ಲ......ಬೆಳೆ ಸರಿಯಾಗಿಲ್ಲ. ಕಷ್ಟಪಟ್ಟು ಬೆಳೆದದ್ದನ್ನು ಮಾರಲು ತೆಗೆದುಕೊಂಡು ಹೋದರೆ ಆ ತೆರಿಗೆ ಅಂತ ಒಂದಷ್ಟು ಹಣ ನಷ್ಟ, ಮಾರೋದು ಬೇಡ ಅಂದುಕೊಂಡು ಇಟ್ಟುಕೊಂಡರೆ ಎಲ್ಲ ಹಾಳಾಗುತ್ತೆ....."

ಅವನು ನಿರಾಶೆ, ಹತಾಶೆಯಿಂದ ತಲೆಯಾಡಿಸುತ್ತಿದ್ದ. ಆದರೆ ಅವನ ಮುಖದಲ್ಲಿನ ಸುಕ್ಕುಗಳೊಂದೂ ಅಲುಗಾಡಲಿಲ್ಲ. ಬಹುಶಃ ಅವನು ಕಲ್ಲಿನ ಮೂರ್ತಿಯೋ ಎಂಬಂತೆ ಇದ್ದ. ಅವನ ಮನಸ್ಸಿಗೆ ತೀರ ಕಹಿ ಎನಿಸುತ್ತಿದ್ದರೂ ಅದನ್ನು ಅವನಿಗೆ ತೋರಿಸಿಕೊಳ್ಳಾಗುತ್ತಿರಲಿಲ್ಲ. ಸ್ವಲ್ಪ ಹೊತ್ತಿನ ನಂತರ, ತನ್ನ ಪೈಪನ್ನು ಕೈಗೆತ್ತಿಕೊಂಡು ಮೌನವಾಗಿ ಧೂಮಸೇವನೆಗೆ ತೊಡಗಿದ.

ತಾಯಿ ಜೊತೆಗಿನ ಹರಟೆಯಿಂದ ತುಂಬ ಕೆಲಸ ಕಾರ್ಯ ಇರೋದ್ರಿಂದ, ಮರುದಿವಸವೇ ಹೋಗಬೇಕಾಗಿದೆ ಅನ್ನೋ ವಿಷಯ ತಿಳಿದು ಬಂತು. ಅವನದು ಇನ್ನೂ ಊಟವಾಗಿರಲಿಲ್ಲವಾದ ಕಾರಣ ಅವನನ್ನು ಅಡಿಗೆ ಮನೆಗೆ ಹೋಗಿ, ತಾನೇ ಒಂದಷ್ಟು ಅನ್ನ ಬೇಯಿಸಿಕೊಂಡು ತಿನ್ನಲು ಸೂಚಿಸಿದಳು.

ಅವನು ಹೊರಗೆ ಹೋದ ಮೇಲೆ, ನಾನು ಮತ್ತು ನನ್ನ ತಾಯಿ ಅವನ ಕಷ್ಟಕ್ಕಾಗಿ ಮರುಗಿದೆವು. 'ಎಷ್ಟೊಂದು ಮಕ್ಕಳು, ತೆರಿಗೆಗಳು, ಕ್ಷಾಮ, ಸಿಪಾಯಿಗಳು, ಕಳ್ಳಕಾಕರು, ಅಧಿಕಾರಿಗಳು, ಜಮೀನುಳ್ಳವರು. ಎಲ್ಲರೂ ಅವನನ್ನು ಹೇಗೆ ಸುಲಿಗೆ ಮಾಡಿದ್ದಾರೆ.' ಎಂದುಕೊಂಡೆವು. "ನಮಗೆ ತೆಗೆದುಕೊಂಡು ಹೋಗಲು ಆಗದಿರುವ ವಸ್ತುಗಳನ್ನು ಅವನಿಗೆ ಕೊಟ್ಟು ಹೋಗಬೇಕು. ಅವನೇ ತನಗೆ ಬೇಕಾದ್ದನ್ನು ಆರಿಸಿಕೊಳ್ಳಲಿ." ಎಂದು ತಾಯಿ ಸೂಚಿಸಿದಳು.

ಮಧ್ಯಾಹ್ನ, ಅವನು ತನಗೆ ಬೇಕೆನಿಸಿದ ವಸ್ತುಗಳನ್ನು ಆರಿಸಿಕೊಂಡ. ಎರಡು ಉದ್ದನೆಯ ಮೇಜುಗಳು, ಧೂಪದ ಬಟ್ಟಲು, ಮೋಂಬತ್ತಿ ಕಂಬಗಳು, ತಕ್ಕಡಿ ಹೀಗೆಲ್ಲ ಆರಿಸಿಕೊಂಡ. ಜೊತೆಗೆ ಉರಿಸಿ ಬಿಟ್ಟ ಒಲೆ ಬೂದಿಯನ್ನೂ (ಗೊಬ್ಬರವಾಗಿ ಉಪಯೋಗಿಸಲು) ಕೇಳಿ ಪಡೆದುಕೊಂಡ. ನಾವು ಖಾಲಿ ಮಾಡಿ ಹೋದ ಮೇಲೆ ತಾನು ಬಂದ ಇವೆಲ್ಲವನ್ನೂ ದೋಣಿಯಲ್ಲಿ ಸಾಗಿಸುವುದಾಗಿ ಹೇಳಿದ.

ಆ ದಿನ ರಾತ್ರಿಯೆಲ್ಲ ಮಾತಾಡುತ್ತಿದ್ದೆವಾದರೂ ನಮ್ಮ ಮಾತು ಅಷ್ಟೊಂದು ಗಂಭೀರವಾದದ್ದಾಗಿರಲಿಲ್ಲ. ಮರುದಿವಸ ಬೆಳಿಗ್ಗೆ ಸ್ಥ‍-ಷೆಂಗ್ನೊಂದಿಗೆ ಅವನು ನಮ್ಮ ಮನೆಯಿಂದ ಹೊರಟ.

ಇನ್ನೊಂದು ಒಂಬತ್ತು ದಿವಸಗಳ ನಂತರ ನಮಗೂ ಹೊರಡುವ ಸಮಯ ಬಂತು. ಯೂನ್‍-ತು ಬೆಳಿಗ್ಗೆ ಬಂದ. ಸ್ಥ‍-ಷೆಂಗ್ ಜೊತೆಗೆ ಇರಲಿಲ್ಲ. ದೋಣಿಯನ್ನು ತೋರಿಸಲೆಂದು ಐದು ವರುಷದ ಪುಟ್ಟ ಹುಡುಗಿಯನ್ನು ಕರೆತಂದಿದ್ದ. ನಾವೆಲ್ಲ ಬಹಳ ಕೆಲಸದಲ್ಲಿದ್ದುದರಿಂದ ಮಾತಾಡಲು ಬಿಡುವಿರಲಿಲ್ಲ. ಮನೆಯಲ್ಲಿ ತುಂಬ ಜನ ಅತಿಥಿಗಳಿದ್ದರು. ಕೆಲವರು ಬೀಳ್ಕೊಡಲು ಬಂದಿದರು. ಮತ್ತೆ ಕೆಲವು ವಸ್ತುಗಳನ್ನು ತೆಗೆದುಕೊಂಡು ಹೋಗಲು, ಇನ್ನುಳಿದವರು ನಮ್ಮನ್ನು ಭೇಟಿ ಮಾಡಲು ಮತ್ತು ವಸ್ತುಗಳನ್ನು ಒಯ್ಯಲು ಬಂದಾವರಾಗಿದ್ದರು. ನಾವು ದೋಣಿಯಲ್ಲಿ ಹೊರಟಾಗ ಸಂಜೆಯಾಗಿತ್ತು. ಅಷ್ಟು ಹೊತ್ತಿಗೆ ಮನೆಯಲ್ಲಿದ್ದ ಹಳೆ ಪಳೆ ಸಾಮಾನು, ಚಿಕ್ಕದು ದೊಡ್ಡದು ಎಲ್ಲಾ ಖಾಲಿಯಾಗಿತ್ತು.

ನಾವು ಹೊರಟಾಗ ಮುಸ್ಸಂಜೆ ಆಗಿದ್ದುದರಿಂದ ನದಿಯ ಆಚೀಚೆಯ ಹಸಿರು ಬೆಟ್ಟಗಳು ದಟ್ಟ ನೀಲಿಯಾಗಿ ಕಾಣಿಸುತ್ತಾ, ದೂರ ಸರಿದಂತೆ ಕರಗುತ್ತಿದ್ದವು.

ಹೊಂಗ್–ಝೆ ಮತ್ತು ನಾನು ಕ್ಯಾಬಿನ್ನ ಕಿಟಕಿಗೆ ಒರಗಿ ಕುಳಿತಿದ್ದು. ದೂರದಲ್ಲಿನ ಅಸ್ಪಷ್ಟ ದೃಶ್ಯವನ್ನು ನೋಡುತ್ತಿದ್ದೆವು. ಮಧ್ಯೆ ಇದ್ದಕ್ಕಿದ್ದಂತೆ ಹೊಂಗ್ಝೆ ಕೇಳಿದ. "ಅಂಕಲ್, ಮತ್ತೆ ನಾವು ಯಾವಾಗ ವಾಪಸ್ಸು ಹೋಗೋದು?"

"ವಾಪಸ್ಸು ಹೋಗೋದೇ? ಅಂದ್ರೆ ನಾವು ಇನ್ನೂ ಬಿಡೋಕೆ ಮುಂಚೇನೇ ವಾಪಸ್ಸು ಹೋಗಬೇಕೆ?"

"ಏನಿಲ್ಲ, ಷ್ಟಿ–ಷೆಂಗ್ ನನ್ನನ್ನು ಅವರ ಮನೆಗೆ ಕರೆದಿದ್ದಾರೆ." ಹೇಳುತ್ತಾ ವಿಶಾಲವಾದ ಕಪ್ಪು ಕಣ್ಣುಗಳನ್ನು ಅರಳಿಸಿ ಕಾತರತೆಯಿಂದ ಕೂಡಿರುವಂತೆ ಕಾಣಿಸಿದ.

ನನಗೂ ನನ್ನ ತಾಯಿಗೂ ತುಂಬ ದುಃಖವೆನಿಸಿತು. ಮತ್ತೆ ಯೂನ್–ತು ಪ್ರಸ್ತಾಪ ಬಂತು. ತಾಯಿ ಹೇಳಿದಲು. ತಾವು ಹೊರಡಬೇಕೂಂತ ಅಂದುಕೊಂಡು ಸಾಮಾನೆಲ್ಲ ಪ್ಯಾಕ್ ಮಾಡೋಕೆ ಶುರುಮಾಡಿದ ದಿನದಿಂದ, ಪ್ರತಿ ದಿನ ಶ್ರೀಮತಿ ಯಾಂಗ್ ಬಂದು ಬಂದು ಹೋಗುತ್ತಿದ್ದವಳು. ಹಿಂದಿನ ದಿನವಷ್ಟೇ ಬಂದು ಬೂದಿರಾಶಿಯಿಂದ ಒಂದಷ್ಟು ಪಾತ್ರೆಗಳು, ತಟ್ಟೆಗಳು ಮೊದಲಾದವನ್ನು ಹುಡುಕಿ ತೆಗೆದದ್ದು, ನಾವೆಲ್ಲ ಹೋದಮೇಲೆ ತೆಗೆದುಕೊಂಡು ಹೋಗಬೇಕೂಂತ ಯೂನ್–ತುನೇ ಹೀಗೆಲ್ಲ ಬಚ್ಚಿಟ್ಟರಬೇಕೆಂದು ವಾದಿಸಿದ್ದು, ಇದನ್ನು ಪತ್ತೆ ಹಚ್ಚಿದ ಮೇಲೆ ಯಾಂಗ್ಗೆ ಬಹಳ ಖುಷಿ ಎನಿಸಿದ್ದು. ಹಾಗೂ ಹೀಗೂ ಡಾಗ್ ಟೀಸರ್ ಒಂದನ್ನು ಹುಡುಕಿ ತೆಗೆದುಕೊಂಡು ಹೊರಟು ಬಿಟ್ಟದ್ದು– ಎಲ್ಲವನ್ನೂ ವಿವರಿಸಿದಲು. ಕೋಳಿ ಸಾಕುವವರು ಸಾಮಾನ್ಯವಾಗಿ ಇದನ್ನು ತಮ್ಮಲ್ಲಿ ಇರಿಸಿಕೊಳ್ಳುತ್ತಿದ್ದರು. ಇದು ಒಂದು ರೀತಿಯ ಮರದ ಬೋನು ಇದ್ದ ಹಾಗೆ. ಇದರಲ್ಲಿ ಆಹಾರ, ಕಾಳು, ಗೀಳು, ಹಾಕಿ, ಕೋಳಿಗಳನ್ನು ಹಿಡೀತಿದ್ದರು. ಅದನ್ನು ತೆಗೆದುಕೊಂಡು ಎಷ್ಟು ಜೋರಾಗಿ ಹೆಜ್ಜೆ ಹಾಕಿದಲೆಂದರೆ, ಆಶ್ಚರ್ಯವಾಗುತ್ತಿತ್ತು ಎಂದು ತಿಳಿಸಿದಲು.

ಹಳೆ ಮನೆಯಿಂದ ದೂರ ದೂರ ಸಾಗುತ್ತಿದ್ದೆ. ಅದರೊಂದಿಗೆ ಬೆಟ್ಟ ಗುಡ್ಡಗಳು, ನದಿಗಳು ಕೂಡಾ ದೂರ ಸಾಗಿದಂತೆ ಕಣ್ಮರೆಯಾಗುತ್ತಿದ್ದವು. ಯಾವುದೋ ಒಂದು ಅದೃಷ್ಟ ಗೋಡೆಯೆದ್ದು ನನ್ನವರಿಂದ ನನ್ನನ್ನು ದೂರಮಾಡುತ್ತಿದೆ ಎನಿಸಿ ಮನಸ್ಸಿಗೆ ದುಃಖವಾಯಿತು. ತನ್ನ ಕತ್ತಿನ ಸುತ್ತ ಇರಿಸಿಕೊಂಡಿದ್ದ ಬೆಳ್ಳಿ ಪಟ್ಟಿಯ ಆ ಹೀರೋ ಕಲ್ಲಂಗಡಿ ರಾಶಿಯ ಮಧ್ಯೆ ನಿಂತಿದ್ದ ದೃಶ್ಯ ಸ್ಪಷ್ಟವಾಗಿ ಕಣ್ಮುಂದೆ ಹಾದು ಹೋಯಿತು. ಆದರೆ ಈಗ ಆ ದೃಶ್ಯ ಮಸುಕಾಗಿ, ನನ್ನೆದೆಯೊಳಗಿನ ಭಾರ ಮತ್ತಷ್ಟು ಹೆಚ್ಚಾಯಿತು.

ತಾಯಿ ಮತ್ತು ಹೊಂಗ್–ಝೆ ನಿದ್ದೆಗೆಳಿದಿದ್ದರು. ನಾನೂ ಹಾಗೇ ಮೈ ಚಾಚಿದೆ. ದೋಣೆಗೆ ಬಡಿಯುತ್ತಿದ್ದ ನೀರಿನ ಅಲೆಗಳ ಸದ್ದು ಕೇಳಿಸುತ್ತಿತ್ತು. ನಾನು ನನ್ನ ದಾರಿಗೆ ಹೋಗುತ್ತಿದ್ದೇನೆ ಎನಿಸಿತು. ನನ್ನ ಮತ್ತು ಯೂನ್–ತು ನಡುವೆ ಅಂತರವಿದ್ದರೂ ಮಕ್ಕಳಲ್ಲಿ ಮಾತ್ರ ಸಮಾಸತೆಯಿತ್ತು. ಈ ಕ್ಷಣಘೂ ಹೊಂಗ್ಝೆ ಷ್ಟಿ–ಷೆಂಗ್ ಬಗ್ಗೆ ಯೋಚಿಸುತ್ತಿಲ್ಲವೇ?

ಅವರಿಬ್ಬರ ನಡುವೆ ನಮ್ಮಂತೆ ಆಗದೆ ಹೋಗಲಿ. ಯಾರದೇ ಅಂತರದ ಗೋಡೆಗಳು ಎದ್ದು ನಿಲ್ಲದಿರಲಿ. ಅವರಿಬ್ಬರೂ ಒಂದೇ ಥರ ಇರೋದು ನನಗೆ ಇಷ್ಟವಿಲ್ಲ. ಅವರು ನನ್ನ ಹಾಗೆ ಯಾಂತ್ರಿಕ ಬದುಕು ಬದುಕುವುದಾಗಲೀ, ಯೂನ್‌–ತು ನಂತೆ ಕಷ್ಟ–ಅನುಭವಿಸುತ್ತ ಜಡಗಟ್ಟಿ ಹೋಗುವುದಾಗಲೀ ಬೇಕಾಗಿಲ್ಲ. ಜೊತೆಗೆ ತಮ್ಮೆಲ್ಲ ಶಕ್ತಿ ಸಾಮಾರ್ಥ್ಯಗಳನ್ನು ಎಲ್ಲರಂತೆ ಹಾಳು ಮಾಡಿಕೊಳ್ಳುವುದೂ ನನಗಿಷ್ಟವಿಲ್ಲ. ನಮ್ಮ ಅನುಭವಕ್ಕೆ ಬರಿಸಿಕೊಳ್ಳಲಾಗದ ಹೊಸ ಬದುಕು ಅವರದಾಗಬೇಕು.

ಭರವಸೆ ಬಗ್ಗೆ ಯೋಚಿಸಿದಾಗ ಸ್ವಲ್ಪ ಭಯವಾಯಿತು. ಅವನು ಧೂಪ ಪಾತ್ರೆ, ಮೇಂಬತ್ತಿ ಕಂಬಗಳಿಗಾಗಿ ಕೇಳಿದಾಗ ನನಗೆ ನಗು ಬಂದಿತ್ತು. ಅವನು ಇನ್ನೂ ದೇವರ ಬಗ್ಗೆ ಯೋಚಿಸುತ್ತಿದ್ದಾನೆ ಎನ್ನುವ ವಿಚಾರ ಹೊಳೆದು ನಕ್ಕಿದ್ದೆ. ಈಗ ನಾನು ಯೋಚಿಸಿದ ಭರವಸೆ, ಆಸೆ ಎಂಬುದಾದರೂ ಏನು? ಅದೂ ಕೂಡ ನಾನು ಸೃಷ್ಟಿಸಿಕೊಂಡ ಒಂದು ಮೂರ್ತಿ, ವಿಗ್ರಹವೇ ಆಗಿತ್ತು. ವ್ಯತ್ಯಾಸ ಏನೆಂದರೆ, ಅವನ ನಂಬಿಕೆಯ ಮೂರ್ತಿ ಅವನ ಕೈಗೆಟುಕುವ ಹಾಗಿತ್ತು. ನನ್ನದು, ನಾನು ಬಯಸಿದ್ದು ಮಾತ್ರ ಊಹಿಸಿಕೊಳ್ಳಲು ಕಷ್ಟವಾಗಿತ್ತು.

ಜೊಂಪು ಹತ್ತಿದ್ದೇ, ಒಂದು ಬಗೆಯ ತೆಳು ಹಸಿರಿನ ಸಮುದ್ರ ದಂಡೆ ನನ್ನ ಕಣ್ಣ ಮುಂದೆ ಚಾಚಿತ್ತು. ಮೇಲೆ ಹೊಂಬೆಳಕಿನ ಚಂದ್ರ ದಟ್ಟ ನೀಲಿ ಆಕಾಶದಿಂದ ಇಳಿಬಿದ್ದಿದ್ದ. ನಾನು ಯೋಚಿಸಿದೆ–ವಿಶ್ವಾಸ, ಭರವಸೆ ಎನ್ನುವುದು 'ಇದೆ' ಎಂದಾಗಲೀ ಹೇಳುವುದು ಸಾಧ್ಯವಿಲ್ಲ. ಇದು ಭೂಮಿಯ ಮೇಲಿನ ರಸ್ತೆಯಂತೆ. ಮೊದಲಿಗೆ ಭೂಮಿ ಮೇಲೆ ರಸ್ತೆಗಳೆಂಬುದು ಇರಲೇ ಇಲ್ಲ. ಜನ ಓಡಾಡಲು ಪ್ರಾರಂಭಿಸಿದಾಗ 'ರಸ್ತೆ' ಹುಟ್ಟಿಕೊಂಡಿತು.

●●

ಆಹ್ ಕ್ಯೂನ ನ್ಯೆಜ ಕತೆ

ಬಹಳ ವರ್ಷಗಳಿಂದ ಆಹ್ ಕ್ಯೂನ್ ನ್ಯೆಜ ಕತೆಯನ್ನು ಬರೆಯಬೇಕೆಂದು ಕೊಳ್ಳುತ್ತಿದ್ದೇನೆ. ಬರೆಯುವ ಆಸೆಯೇನೋ ಇದೆಯಾದರೂ, ನಾನು ಅಂತಹ ಒಳ್ಳೆಯ ಬರಹಗಾರನಲ್ಲವಾದ್ದರಿಂದ ಬರೆಯಲು ಒಂದು ಫರಾ ಹೆದರಿಕೆ. ಅಮರನಾಗಿ ಉಳಿಯಬಲ್ಲ ವ್ಯಕ್ತಿಯನ್ನು ಅಮರವಾಗಿಸಲು, ಅಮರವಾದ ಲೇಖನಿಯೊಂದರ ಅಗತ್ಯವಿದೆ. ಅಮರನಾಗುವ ವ್ಯಕ್ತಿಯ ಕಾರ್ಯಗಳನ್ನು ದಾಖಲಿಸಿ, ಮುಂದಿನ ತಲೆಮಾರುಗಳಿಗೆ ಆತನನ್ನು ಪರಿಚಯಿಸಲು, ಆತನ ಮೂಲಕ ಬರವಣಿಗೆಯನ್ನು ಮುಂದಿನ ಪೀಳಿಗೆಗಳಿಗೆ ಉಳಿಸಲು ಅದ್ಭುತವಾದ ಲೇಖನಿಯು ಬೇಕಾಗುತ್ತದೆ. ಯಾವುದು ಯಾವುದರಿಂದ ಪರಿಚಯವಾಗಬಲ್ಲುದೆಂದು ಹೇಳುವುದು ಸ್ಪಷ್ಟವಾಗಿಲ್ಲ. ಆದರೂ ನನ್ನಲ್ಲಿ ಏನೋ ಆವೇಶ ಬಂದಂತಾಗಿ ಆಹ್ ಕ್ಯೂನ ಕತೆಯನ್ನು ಬರೆಯಲೇಬೇಕೆಂಬ ನಿಲುವಿಗೆ ಬಂದಿದ್ದೇನೆ.

ನಾನು ಬರೆಯಲು ಆರಂಭಿಸಿದ್ದೇ ತಡ. ಇಂತಹ ಅಮರವಾದ್ದನ್ನು ಬರೆಯಲು ಎಷ್ಟು ಕಷ್ಟ ಎಂಬ ಅರಿವುಂಟಾಯಿತು. ಅದನ್ನು ಏನೆಂದು ಕರೆಯಬೇಕೆಂಬುದು ಮೊದಲ ಪ್ರಶ್ನೆಯಾಯಿತು. ಕನ್‌ಫ್ಯೂಸಿಯಸ್ ಹೇಳಿದ "ಹೆಸರು ಸರಿಯಿಲ್ಲದ್ದಿದ್ದರೆ, ಶಬ್ದಗಳಲ್ಲಿ ಸತ್ಯ ಕೇಳಿಸುವುದಿಲ್ಲ" ಈ ನಾಣ್ಣುಡಿಯನ್ನು ಬಹಳ ಜಾಗರೂಕತೆಯಿಂದ ಗಮನಿಸಬೇಕಾಗುತ್ತದೆ. ಎಷ್ಟೊಂದು ಬಗೆಯ ಜೀವನ ಚರಿತ್ರೆಗಳಿವೆ. ಅಧಿಕೃತ, ಅನಧಿಕೃತ, ಪುರಾಣಗಳು, ಪೂರಕ ಚರಿತ್ರೆಗಳು ವಂಶ ಚರಿತ್ರೆಗಳು, ಚಿತ್ರಗಳು–ಇತ್ಯಾದಿ ಇತ್ಯಾದಿ. ಆದರೆ ಇವುಗಳಲ್ಲಿ ಯಾವೊಂದೂ ನನ್ನ ದೃಷ್ಟಿಗೆ

ಸಮುಚಿತವೆನಿಸಲಿಲ್ಲ. ಅಧಿಕೃತ ಜೀವನ ಚರಿತ್ರೆ? ಇದು ಪ್ರಮುಖ ವ್ಯಕ್ತಿಗಳ ಚರಿತ್ರೆಯ ಜೊತೆಗೆ ಸೇರಿಸಲಾಗುವುದಿಲ್ಲ. ಆತ್ಮ ಚರಿತ್ರೆ?......ನಾನಂತೂ ಆಹ್ ಕ್ಯೂ ಅಲ್ಲ. ಹೋಗಲಿ ಇದನ್ನು ಅನಧಿಕೃತ ಜೀವನ ಚರಿತ್ರೆ ಎನ್ನೋಣವೆಂದರೆ ಅಧಿಕೃತ ಜೀವನ ಚರಿತ್ರೆ ಎಲ್ಲಿದೆ ? ಪುರಾಣ ಎನ್ನುವುದೇ ? ಆಹ್ ಕ್ಯೂ ಪುರಾಣ ವ್ಯಕ್ತಿ ಅಲ್ಲವೇ ಅಲ್ಲ. ಪೂರಕ ಚರಿತ್ರೆ ಎನ್ನಲು. ಯಾವ ಅಧ್ಯಕ್ಷನೂ ರಾಷ್ಟ್ರೀಯ ಇತಿಹಾಸ ಸಂಸ್ಥೆಗೆ ಆಹ್ ಕ್ಯೂ ನ ಪ್ರಮಾಣ ಬದ್ಧ ಚರಿತ್ರೆಯನ್ನು ಬರೆಯಲು ಆದೇಶಿಸಿಲ್ಲ. ಅಧಿಕೃತ ಇಂಗ್ಲಿಷ್ ಇತಿಹಾಸದಲ್ಲಿ ಜೂಜುಗಾರ ಜೀವನ ಚರಿತ್ರೆಗಳು ಇಲ್ಲವೆನ್ನುವುದು ಸತ್ಯ. ಆದರೆ ಕೊನಾನ್ ಡೈಲ್ ರೋಡ್ನಿ ಸ್ಟೋನ್ ಎಂಬುದನ್ನು ಬರೆದಿದ್ದಾನೆ. ಅವನಂತಹ ವ್ಯಕ್ತಿಗೆ ಅದನ್ನು ಬರೆಯಲು ಅಧಿಕಾರ ಇದೆ. ಆದರೆ ನನ್ನಂತಹ ಸಾಮಾನ್ಯನಿಗೆ?........ ಸಾಧ್ಯವೇ ಇಲ್ಲ. ವಂಶ ಚರಿತ್ರೆ ಎಂದುಕೊಂಡರೆ. ನಾನು ಆಹ್ ಕ್ಯೂ ವಂಶಕ್ಕೆ ಸೇರಿದವನೇ? ಅಲ್ಲವೇ? ಗೊತ್ತಿಲ್ಲ. ಅವನ ಮಕ್ಕಳಾಗಲೀ ಮೊಮ್ಮಕ್ಕಳಾಗಲೀ, ಅವನ ಇತಿಹಾಸವನ್ನು ಬರೆಯಲು ನನ್ನನ್ನು ಕೇಳಿಕೊಳ್ಳಲೂ ಇಲ್ಲ. ನನಗೆ ಒಪ್ಪಿಸಿಯೂ ಇಲ್ಲ. ಚಿತ್ರವೆಂದರೆ ಅದೂ ಸರಿಯಾಗುವುದಿಲ್ಲ. ಯಾಕೆಂದರೆ ಆಹ್ ಕ್ಯೂನ ಪೂರ್ಣ ವಿವರಗಳಿಲ್ಲ. ಸಂಕ್ಷೇಪವಾಗಿ ಹೇಳುವುದಾದರೆ ಇದು 'ಜೀವನ'. ನಾನು ತೀರ ಸಾಮಾನ್ಯವಾದ ಜನರ ಆಡು ಭಾಷೆಯಲ್ಲಿ ಬರೆಯಲು ಹೊರಟಿರುವುದರಿಂದ ಅದ್ದೂರಿ ಶೀರ್ಷಿಕೆಯನ್ನೂ ಕೊಡಲಾಗುವುದಿಲ್ಲ. ಆದ್ದರಿಂದ, ಮೂರು ಸಂಪ್ರದಾಯಗಳ, ಒಂಬತ್ತು ಶೈಲಿಗಳ ಗುಂಪಿಗೆ ಸೇರಿದ ಕಾದಂಬರಿಕಾರರು ಸಾಮಾನ್ಯವಾಗಿ ಬಳಸುವ ವಾಕ್ಯ ಖಂಡಗಳಿಂದಲೇ ತೆಗೆದುಕೊಳ್ಳುತ್ತೇನೆ. ಇನ್ನು ಈ ವಿಷಯಾಂತರ ಸಾಕು; ಸತ್ಯಕತೆಯತ್ತ ತಿರುಗೋಣ! ಇದರಲ್ಲಿ ಕಡೆಯಲ್ಲಿನ ಎರಡು ಪದಗುಚ್ಛಗಳನ್ನು ತೆಗೆದುಕೊಳ್ಳುತ್ತೇನೆ. ನೋಡು ಎರಡು ಪದಗುಚ್ಛಗಳನ್ನು ತೆಗೆದುಕೊಳ್ಳುತ್ತೇನೆ. ನೋಡುತ್ತೇನೆ ಎಷ್ಟರಮಟ್ಟಿಗೆ ಹಿಂದಿನ ಕಾಲದ ಟ್ರೂ ಸ್ಟೋರಿ ಆಫ್ ಕ್ಯಾಲಿಗ್ರಫಿಯನ್ನು ನೆನಪಿಸುತ್ತದೆ.

ನನಗೆ ಎದುರಾಗಿರುವ ಮತ್ತೊಂದು ತೊಂದರೆ, ಅಂದ್ರೆ, ಈ ಬಗೆಯ ಜೀವನ ಚರಿತ್ರೆ, ಅಂದರೆ ಸಾಮಾನ್ಯವಾಗಿ ಪ್ರಾರಂಭವಾಗುವ ಇಂತಿಂಥಾದ್ದು, ಇಂಥವನ ಹೆಸರು, ಇಂಥಾದ್ದು, ಇಂಥವನದು, ಇಂಥಾ ಊರು, ಇತ್ಯಾದಿ. ಆದರೆ ಆಹ್ ಕ್ಯೂನ ಉಪನಾಮ ಏನೆಂದು ನನಗೆ ಗೊತ್ತಿಲ್ಲ. ಒಂದು ಸಲ ಅವನನ್ನು ಚಾನ್ ಎಂದು ಹೆಸರಿಸಿದ್ದರು. ಆದರೆ ಮಾರನೇ ದಿನ ಇದೇ ವಿಷಯದ ಮೇಲೆ ಸ್ವಲ್ಪ ಗೊಂದಲ ಇತ್ತು. ಮಿಸ್ಟರ್ ಚಾವ್ನೋನ ಮಗ ಊರಿನ ಪರೀಕ್ಷೆ ಪಾಸಾಗಿ, ಪಾಸಾದದ್ದನ್ನು ಊರಿಗೆಲ್ಲ ಘೋಷಿಸಿದ ಮೇಲೆ ಇಂತಹ ಗೊಂದಲ ಶುರುವಾಯಿತು. ಆಹ್ ಕ್ಯೂ ಹಳದಿ ದ್ರವದ ಎರಡು ಬಟ್ಟಲನ್ನು ಕುಡಿದ ಮೇಲೆ, ಈ ಪಾಸಾಗಿರುವ ವಿಷಯ ತನಗೂ ಹೆಸರು ತರುವಂಥಾದ್ದು ಎಂದು ಹೇಳಿಕೊಂಡು ಅಡ್ಡಾಡಿದ. ಯಾಕೆಂದರೆ, ಅವನೂ ಅದೇ ವಂಶಕ್ಕೆ ಸೇರಿದವನಾಗಿದ್ದ. ಸರಿಯಾಗಿ ಹೇಳಬೇಕೆಂದರೆ ಪಾಸಾದ ವಿದ್ಯಾರ್ಥಿಯ ಮೂರು ತಲೆಮಾರು ಹಿರಿಯವನಾಗಿದ್ದ ಎಂದೆಲ್ಲ ಹೇಳಿಕೊಂಡ. ಅಕ್ಕಪಕ್ಕದಲ್ಲಿ ನಿಂತಿದ್ದವರಿಗೂ ಸ್ವಲ್ಪ ಮುಜುಗರ ಎನಿಸಿತು. ಮಾರನೆ ದಿನ ಬೈಲಿಫ್ ಅಥವಾ ದಂಡಾಧಿಕಾರಿ ಆಹ್ ಕ್ಯೂನನ್ನು ಚಾನ್ ಮನೆಗೆ ಬರುವಂತೆ ಮಾಡಿದ. ಮುದಿ ಸಜ್ಜನ ಆತನ ಕಡೆ ನೋಡಿದ್ದೆ ಸಿಟ್ಟಿನಿಂದ ಕೆಂಪಾದ, ಗುಡುಗಿದ.

"ಆಹ್ ಕ್ಯೂ, ಬಡ್ಡಿಮಗನೆ, ನಾನು ನಿನ್ನ ವಂಶಕ್ಕೆ ಸೇರಿದವನೆಂದು ಹೇಳಿದೆಯಾ?"

ಆಹಾ ಕ್ಯೂ ಮಾತಾಡಲಿಲ್ಲ.

ಅವನತ್ತ ನೋಡಿದಷ್ಟೂ ಚಾವ್ಓ ಮತ್ತಷ್ಟು ಸಿಟ್ಟಾಗುತ್ತಿದ್ದ. ಒಂದೆರಡು ಹೆಜ್ಜೆ ಮುಂದೆ ಬಂದು ಹೇಳಿದ.– "ಇಂಥ ತಲೆ ಹರಟೆ ಮಾತಾಡೋಕೆ ನಿನಗೆಷ್ಟೋ ಧೈರ್ಯ! ನಿನ್ನಂಥವನು ನನಗೆ ಬಂಧುವೇ? ನಿನ್ನ ಉಪನಾಮ ಚಾವ್ಓ ನಾ?"

ಆಹ್ ಕ್ಯೂ ಉತ್ತರಿಸಲಿಲ್ಲ. ಅಲ್ಲಿಂದ ಕಾಲ್ತೆಗೆಯಲು ಯತ್ನಿಸುತ್ತಿದ್ದಂತೆ ಚಾವ್ಓ ಅವನಿಗೆ ಹತ್ತಿರ ಬಂದು ಕೆನ್ನೆಗೆ ಬಂದು ಅಪ್ಪಳಿಸಿದ. "ಚಾವ್ಓಂತ ಹೆಸರಿಡಲು ನೀನು ಯೋಗ್ಯನೇ ಆ ಹೆಸರಿನ ಯೋಗ್ಯತೆ ನಿನ್ನಲ್ಲಿದೆಯೇನೋ?"

ಆಹ್ ಕ್ಯೂ ಆ ಹೆಸರನ್ನು ಸಮರ್ಥಿಸಿಕೊಳ್ಳುವ ಪ್ರಯತ್ನವನ್ನೇನೂ ಮಾಡಲಿಲ್ಲ. ಎಡಗೆನ್ನೆಯನ್ನು ಮೆಲ್ಲಗೆ ಸವರಿಕೊಳ್ಳುತ್ತ ಬೈಲಿಘ್‌ನ ಜೊತೆ ಹೊರಗೆ ಹೋದ. ಹೊರಗಡೆ ಬಂದ ಮೇಲೆ ಬೈಲಿಘ್‌ನಿಂದ ಇನ್ನಷ್ಟು ಬೈಸಿ ಕೊಳ್ಳಬೇಕಾಯಿತು. ಜೊತೆಗೆ ಇನ್ನೂರು ರೂಪಾಯಿ ಕಾಣಿಕೆ ನೀಡಬೇಕಾಯಿತು. ಇದನ್ನೆಲ್ಲ ಕೇಳಿದವರು, ಇಷ್ಟೊಂದೆಲ್ಲ ಹೊಡೆಸಿಕೊಳ್ಳೋ ಮುಠ್ಠಾಳತನಕ್ಕೆ ಯಾಕೆ ಹೋಗಬೇಕಿತ್ತು ಎಂದರು. ಅವನ ಉಪನಾಮ ಚಾವ್ಓ ನೇ ಆಗಿದ್ದರೂ, (ನಿಜವಾಗಿ ಆದಾಗಿರಲಿಲ್ಲ) ಹೀಗೆಲ್ಲ ಹೊಗಳಿಕೊಳ್ಳೋಕೆ ಹೋಗಬಾರದಾಗಿತ್ತು. ಇದಾದ ಮೇಲೆ ಆಹ್ ಕ್ಯೂನ ಪೂರ್ವಜರ ಬಗ್ಗೆ ಮಾತೇ ಇರಲಿಲ್ಲ. ಈಗಲೂ ನನಗೆ ಅವನ ನಿಜವಾದ ಉಪನಾಮ ಏನೆಂದು ಗೊತ್ತೇ ಇಲ್ಲ.

ಮೂರನೆ ತೊಂದರೆ ನನಗೆ ಎದುರಾದದ್ದು, ಇದನ್ನು ಬರೆಯುವಾಗ ಎಂದರೆ, ಆಹ್ ಕ್ಯೂನ ಖಾಸಗಿಯಾಗಿ ಅಥವಾ ವೈಯಕ್ತಿಕವಾಗಿ ಹೇಗೆ ಬರೆಯಬೇಕು ಅನ್ನೋದು! ಅವನು ಬದುಕಿದ್ದಾಗ ಪ್ರತಿಯೊಬ್ಬರೂ ಅವನನ್ನು ಆಹ್ ಕೀ ಎಂದು ಕರೆಯುತ್ತಿದ್ದರು. ಆದರೆ ಅವನು ಸತ್ತ ಮೇಲೆ ಯಾರೊಬ್ಬರೂ ಆ ಹೆಸರನ್ನು ಮತ್ತೆ ಪ್ರಸ್ತಾಪ ಮಾಡಲಿಲ್ಲ. ಯಾಕೆಂದ್ರೆ ಮರದ ಹಲಗೆ ಮೇಲೋ ಸಿಲ್ಕ್ ಪರದೆಗಳ ಮೇಲೋ ಬರೆದು ಉಳಿಸಿಕೊಳ್ಳಬೇಕಾದಂತಹ ಹೆಸರಾಗಿರಲಿಲ್ಲ ಅವನದು. ಅವನ ಹೆಸರನ್ನು ಉಳಿಸಿಕೊಳ್ಳುವ ಪ್ರಮೇಯವೇನಾದರೂ ಬಂದಲ್ಲಿ ಈ ಲೇಖನವೇ ಮೊಟ್ಟ ಮೊದಲನೆಯದಾಗುತ್ತೆ. ಆದ್ದರಿಂದಲೇ ನನಗೆ ಪ್ರಾರಂಭದಲ್ಲಿಯೇ ಇಂತಹ ಸಮಸ್ಯೆಗಳು ಎದುರಾದದ್ದು. ನಾನು ಕೀ ಶಬ್ದದ ಬಗ್ಗೆ ಯೋಚಿಸುತ್ತಿದ್ದೀನಿ, ಯಾವ ಅರ್ಥದಲ್ಲಿ ಆ ಹೆಸರನ್ನು ಬಳಸಬೇಕೂಂತ! ಈ ಶಬ್ದಕ್ಕೆ ಕ್ಯಾಸಿಯಾ (ಒಂದು ಜಾತಿಯ ಗಿಡ) ಅಥವಾ ನೊಬಿಲಿಟಿ (ಯೋಗ್ಯತೆ) ಅನ್ನುವ ಅರ್ಥಗಳಿವೆ. ಅವನಿಗೆ ಮೂನ್ ಪೆವಿಲಿಯನ್ ಅಂತ ಹೆಸರು ಇದ್ದಿದ್ದರೆ, ಅಥವಾ ಮೂನ್ ಫೆಸ್ಟಿವಲ್ (ಚಂದ್ರಪರ್ವ ಅಥವಾ ಹಬ್ಬದಂದು ಕ್ಯಾಸಿಯಾ ಹೂ ಬೀಡುವುದೆಂಬುದು ಚೀನೀಯ ಜಾನಪದ ಕತೆಗಳಲ್ಲಿ ಒಂದು ನಂಬಿಕೆಯಾಗಿ ಕಾಣಿಸುತ್ತದೆ) ಇದ್ದಲ್ಲದೆ ಅವನಿಗೆ ಬೇರೆ ಹೆಸರು ಇರಲಿಲ್ಲ. ಇದ್ದರೂ ಯಾರಿಗೂ ತಿಳಿದಂತಿರಲಿಲ್ಲ. ಯಾಕೆಂದ್ರೆ ಎಂದೂ ಅವನು ಯಾರಿಗೂ ತನ್ನ ಹುಟ್ಟು ಹಬ್ಬದ ಆಹ್ವಾನವನ್ನು ಕಳಿಸಿರಲಿಲ್ಲ. ಒಂದು ವೇಳೆ

ಅವನಿಗೆ ಒಬ್ಬ ಹಿರಿಯಣ್ಣನೋ, ತಮ್ಮನೋ ಇದ್ದಿದ್ದರೆ ಆಹ್ ಫ್ಯೂ ಅನ್ನೋ ಹೆಸರು ಅವರದಾಗಿದ್ದರೆ, ಇವನನ್ನು ಖಂಡಿತ ಕೀ ಅಂತ ಕರೆಯಬಹುದಾಗಿತ್ತು. ಅವನೊಬ್ಬನೇ ಇದ್ದದ್ದು. ಆದ್ದರಿಂದ ಖಂಡಿತವಾಗಿಯೂ ಯೋಗ್ಯತೆ ಅರ್ಥದಲ್ಲಿನ ಕೀ ಹೆಸರನ್ನು ಇಟ್ಟು ಸಮರ್ಥಿಸಿಕೊಳ್ಳುವುದು ಸಾಧ್ಯವಾಗುವುದಿಲ್ಲ. ಕೀ ಧ್ವನಿಯ ಇನ್ನುಳಿದ ಅಪರೂಪದ ಹೆಸರುಗಳು ಮತ್ತೂ ಹೊಂದುವುದಿಲ್ಲ. ನಾನೇ ಒಮ್ಮೆ ಊರಿಗೇ ಬಹಳ ವಿದ್ಯಾವಂತನೆನಿಸಿಕೊಂಡಿದ್ದ ಚಾವೋನ ಮಗನನ್ನು ಈ ಸಮಸ್ಯೆಯ ಬಗ್ಗೆ ವಿಚಾರಿಸಿದೆ. ಆದರೆ ಅವನೂ ದಿಕ್ಕು ತೋಚದಂತೆ ಇದ್ದ. ಅವನ ಪ್ರಕಾರ ಈ ಹೆಸರಿನ ಮೂಲವನ್ನು ಗುರುತಿಸಲು ಸಾಧ್ಯವಾಗದೆ ಹೋಗಿರುವುದಕ್ಕೆ ಚೆನ್ ತು ಸಿಯ 'ನ್ಯೂ ಯೂಥ್' ಅನ್ನುವ ಪತ್ರಿಕೆಯೊಂದನ್ನು ಹೊರತಂದು ಪಾಶ್ಚಾತ್ಯ ಅಕ್ಷರಗಳನ್ನು ಬಳಸುವುದನ್ನು ಒತ್ತಿ ಹೇಳಿದ. ನಮ್ಮ ರಾಷ್ಟ್ರೀಯ ಸಂಸ್ಕೃತಿ ಹಾಳಾಗುವುದಕ್ಕೆ ಅದೇ ಕಾರಣವೆಂದು ವಿವರಿಸಿದ. ಕಡೆಯ ಪ್ರಯತ್ನವಾಗಿ ನನ್ನ ಜಿಲ್ಲೆಯ ಒಬ್ಬ ವ್ಯಕ್ತಿಯನ್ನು ಆಹ್ ಕ್ಯೂಗೆ ಸಂಬಂಧಿಸಿದ ಕೇಸಿನ ದಾಖಿಲೆ ಪತ್ರಗಳನ್ನು ನೋಡಲು ಹೇಳಿದೆ. ಆಮೇಲೆ ಎಂಟು ತಿಂಗಳ ನಂತರ ನನಗೆ ಉತ್ತರ ಬಂತು. ಆಹ್‌ಕೀ(Ah Quei) ಅನ್ನುವ ಯಾವ ಹೆಸರೂ ಅವುಗಳಲ್ಲಿ ಕಾಣಿಸಲಿಲ್ಲವೆಂದು ಬರೆದಿದ್ದ. ಆದರೆ ಅವನು ತನ್ನ ಉತ್ತರದಲ್ಲಿ ನಿಜವಾದ್ದನ್ನೆ ಬರೆದಿದ್ದನೋ ಅಥವಾ ಅವನಿಗೆ ದಾಖಿಲೆ ಪತ್ರಗಳನ್ನು ಹುಡುಕುವುದಕ್ಕೆ ಆಗಲಿಲ್ಲವೋ ಎನ್ನುವುದನ್ನು ಸ್ಪಷ್ಟವಾಗಿ ಹೇಳಲು ಸಾಧ್ಯವಿರಲಿಲ್ಲ. ಆಗಿನ್ನೂ ಧ್ವನಿ ನಿಯಮಗಳ ಬಗ್ಗೆ ಅಷ್ಟಾಗಿ ಪರಿಚಯವಿದ್ದಂತಿರಲಿಲ್ಲ. ಬಳಕೆಯೂ ಆಗುತ್ತಿರಲಿಲ್ಲ. ಆದ್ದರಿಂದ ನನಗೆ ಉಳಿದದ್ದು ಒಂದೇ ದಾರಿ. ಇಂಗ್ಲಿಷ್ ಸ್ಪೆಲಿಂಗ್ ಪ್ರಕಾರ 'Ah Quei' ಅಂತ ಬರೆದು ಮತ್ತೆ ಅದನ್ನು ಮೊಟಕುಗೊಳಿಸಿ 'Q' ಎಂದು ಬರೆಯುವುದು 'The New Youth' ಪತ್ರಿಕೆಯ ನಿರೀಕ್ಷೆಗೆ ಇದು ಸಮನಾಗಿತ್ತು. ಇದರಿಂದ ನನಗೆ ನಾಚಿಕೆ ಅಂತ ಅನಿಸಿದರೂ, ಬಹಳ ಓದಿದ ಚಾವೋನ ಮಗನಿಗೆ ನನ್ನ ಸಮಸ್ಯೆ ಬಿಡಿಸಲು ಸಾಧ್ಯವಾಗದ ಮೇಲೆ ನನ್ನಂತಹವರು ಮಾಡುವುದಾದರೂ ಏನು?

ನಾಲ್ಕನೆ ಸಮಸ್ಯೆ ಆಹ್ ಕ್ಯೂನ ಹುಟ್ಟೂರು, ಅವನಿಗೆ ಚಾವೋ ಅನ್ನೋ ಹೆಸರೇ ಇದ್ದಿದ್ದರೆ, ಹಿಂದಿನ ಸಂಪ್ರದಾಯದಂತೆ ಹುಟ್ಟೂರುಗಳನ್ನು ಉಪನಾಮವಾಗಿ ಇರಿಸಿಕೊಳ್ಳುತ್ತಿದ್ದರಿಂದ, ಅವನು ಹುಟ್ಟಿದ್ದು ಎಲ್ಲೆಂದು ಗುರುತಿಸಬಹುದಾಗಿತ್ತು. 'The hundred surnames' ಅನ್ನುವ ಗ್ರಂಥವನ್ನು ನೋಡಿ ಯಾವ ಪ್ರದೇಶಕ್ಕೆ ಸೇರಿದವನೆಂದು ಪತ್ತೆ ಹಚ್ಚುವುದು ಸಾಧ್ಯವಿತ್ತು. ಒಂದು ಉಪನಾಮ ಕಣ್ಣಿಗೆ ಬಿತ್ತಾದರೂ ಅದರ ಬಗ್ಗೆ ಸಾಕಷ್ಟು ಭಿನ್ನಾಭಿಪ್ರಾಯಗಳಿದ್ದವು. ಆದ್ದರಿಂದ ಅವನ ಹೆಸರಿನಷ್ಟೇ ಅವನ ಜನ್ಮ ಸ್ಥಾನವೂ ಅನಿಶ್ಚಿತವಾಗಿತ್ತು. ಸುಮಾರು ವರ್ಷಗಳ ವೀಷುವಾಂಗ್ ಎಂಬ ಊರಿನಲ್ಲಿ ಇದ್ದರೂ ನಂತರ ಹಲವಾರು ಕಡೆ ಓಡಾಡಿದ್ದರಿಂದ, ವೀಷುವಾಂಗ್‌ನ್ನು ಅವನ ಹುಟ್ಟೂರು ಬಂದು ಹೇಳುವುದು ಸರಿಯಿರುವುದಿಲ್ಲ. ಹಾಗೇನಾದರೂ ಆದರೆ ಇತಿಹಾಸವನ್ನು ತಿರುಚಿದಂತಾಗುತ್ತದೆ.

ಕಡೆಗೆ ನನಗೆ ಸಮಾಧಾನ ಎನಿಸಿದ್ದು Ah Q. ಇದೇ ಸರಿಯಾಗಿದ್ದು ನನ್ನ ತಪ್ಪು ತರ್ಕವನ್ನು ಸಮರ್ಥಿಸುವುದಿಲ್ಲ. ಮುಂದೆ ಬರುವ ವಿದ್ವಾಂಸರು ಎದುರಿನಲ್ಲಿಯೋ ನಿಲ್ಲಬಲ್ಲದು ಎನಿಸಿದ್ದರಿಂದ ಇದೇ ಹೆಸರಿಗೆ ಅಂಟಿಕೊಂಡೆ. ಇನ್ನು ಮಿಕ್ಕ ವಿಷಯಗಳು

ನನ್ನಂತಹ ಸಾಮಾನ್ಯ ಅವಿದ್ಯಾವಂತರಿಗೆ ಸಂಬಂಧಪಟ್ಟಿದ್ದಲ್ಲ. ಒಂದೇ ಒಂದು ಭರವಸೆ ಎಂದರೆ ಡಾಕ್ಟರ್ ಹುಷಿಹೊನ ಶಿಷ್ಯರು ಯಾರಾದರೂ ಪ್ರಾಚೀನ ಇತಿಹಾಸದ ಬಗ್ಗೆ ತುಂಬ ಅಭಿಮಾನ ಇರಿಸಿಕೊಂಡಿರುವವರು ಮುಂದೆ ಇದರ ಬಗ್ಗೆ ಏನಾದರೂ ಬೆಳಕು ಚೆಲ್ಲಿಯಾರು, ಆದರೆ, ಅಷ್ಟು ಹೊತ್ತಿಗೆ ಆಹ್ ಕ್ಯೂ ನ ನೈಜ ಚರಿತ್ರೆ ಎಲ್ಲಿಯೋ ಅಜ್ಞಾತದಲ್ಲಿ ಮರೆಯಾಗಿ ಹೋಗಿರಬಹುದೇನೋ ಎಂಬ ಭಯ ಮಾತ್ರ ಇದೆ. ಮುಂದಿನದನ್ನು ಪ್ರವೇಶವೆಂದು ಭಾವಿಸಬಹುದು.

ಅಧ್ಯಾಯ –2

ಆಹ್ ಕ್ಯೂ ನ ದಿಗ್ವಿಜಯಗಳ ಸಂಕ್ಷಿಪ್ತ ವಿವರ

ಆಹ್ ಕ್ಯೂನ ಉಪನಾಮ ವ್ಯಯಕ್ತಿಕ ನಾಮ, ಹುಟ್ಟೂರು–ಮುಂತಾದವುಗಳಿಗೆ ಸಂಬಂಧಿಸಿದಂತೆ ಹೇಗೆ ಅನಿರ್ದಿಷ್ಟತೆ ಇದೆಯೋ, ಹಾಗೆಯೇ ಅವನ ಹಿನ್ನೆಲೆಯೂ ಅನಿರ್ದಿಷ್ಟವಾಗಿದೆ. ವೀಷುವಾಂಗ್‌ನ ಜನ ಆಹ್ ಕ್ಯೂ ನಿಂದ ಬೇಕಾದಷ್ಟು ಬಿಟ್ಟಿ ಕೆಲಸಗಳನ್ನು ಮಾಡಿಸಿಕೊಂಡರು. ಅವನನ್ನು ನಗೆಪಾಟಲಿಗೆ ಗುರಿಯಾಗಿಸಿದರು. ಆದರೆ ಯಾರೊಬ್ಬರೂ ಅವನ ಹಿನ್ನೆಲೆಯ ಬಗ್ಗೆ ಗಮನ ಕೊಡಲೇ ಇಲ್ಲ. ಆಹ್ ಕ್ಯೂ ಕೂಡಾ ಇದರ ಬಗ್ಗೆ ಅಷ್ಟಾಗಿ ಯೋಚನೆ ಮಾಡೋಕೆ ಹೋಗಲಿಲ್ಲವಾದರೂ ಯಾವಾಗಲಾದರೂ ಯಾರ ಜೊತೆಗಾದರೂ ಜಗಳ ಮಾಡುವಾಗ ಸಿಟ್ಟು ಬಂದರೆ ಯಾವಾಗಲಾದರೂ ಯಾರ ಜೊತೆಗಾದರೂ ಜಗಳ ಮಾಡುವಾಗ ಸಿಟ್ಟು ಬಂದರೆ.....”ನಾವೂ ಕೂಡ ನಿಮಿಗಿಂತ ಚೆನ್ನಾಗಿ ಬಾಳಿದವರೇ! ನಿನ್ನನ್ನು ನೀನು ಏನೂಂತ ತಿಳಿದುಕೊಂಡಿದ್ದೀಯ” ಎಂದು ಗದರಿಕೆಯ ದನಿಯಲ್ಲಿ ಸವಾಲೆಸೆಯುತ್ತಿದ್ದ.

ಆಹ್ ಕ್ಯೂಗೆ ಮನೆಯಾಗಲೀ, ಮನೆಯವರಾಗಲೀ ಇರಲಿಲ್ಲ. ವೀಷುವಾಂಗ್‌ನ ಗುಡಿಯೊಂದರಲ್ಲಿ ವಾಸಿಸುತ್ತಿದ್ದ. ಅವನಿಗೆ ನಿಯಮಿತವಾದ ಒಂದು ಕೆಲಸ ಇರಲಿಲ್ಲ. ಆದರೆ ಅವರಿವರಿಗೆ ಸಣ್ಣ ಪುಟ್ಟ ಕೆಲಸಗಳನ್ನು ಮಾಡಿ ಕೊಡುತ್ತಿದ್ದ, ಗೋಧಿ ಬೀಸಿಕೊಂಡು ಬರೋದು, ಅಕ್ಕಿಯಾಡಿಸಿಕೊಂಡು ಬರೋದು, ದೋಣಿ ರಿಪೇರಿ ಮಾಡೋದು, ಮುಂತಾದ ಎಲ್ಲವನ್ನೂ ಮಾಡುತ್ತಿದ್ದ. ದಿನಕ್ಕಿಂತ ಜಾಸ್ತಿ ವೇಳೆ ಆಗುವುದಾದರೆ ಆಯಾ ಮನೆಯಲ್ಲಿಯೇ ಇದ್ದು ಬಿಡುತ್ತಿದ್ದ. ಕೆಲಸ ಮುಗಿದ ಮೇಲೆ ಹೊರಟು ಹೋಗುತ್ತಿದ್ದ. ಏನಾದರೂ ಕೆಲಸ ಆಗಬೇಕಿದ್ದರೆ, ಜನ ತಕ್ಷಣ ಆಹ್ ಕ್ಯೂ ನನ್ನು ನೆನಪಿಸಿಕೊಳ್ಳುತ್ತಿದ್ದರೆ ಹೊರತಾಗಿ ಅವನ ಬಗ್ಗೆ ಅವನ ಪರಿಸ್ಥಿತಿ ಬಗ್ಗೆ ಯಾರಿಗೂ ಯೋಚನೇನೆ ಬರುತ್ತಿರಲಿಲ್ಲ. ಕೆಲಸ ಮುಗೀತಿದ್ದಂಗೆ ಜನಕ್ಕೆ ಆಹ್ ಕ್ಯೂನ ನೆನಪೂ ಕೂಡಾ ಉಳಿಯುತ್ತಿರಲಿಲ್ಲ. ಹೀಗಿರುವಾಗ ಅವನ ಹಿನ್ನೆಲೆ ಯಾರಿಗೆ ಬೇಕಿತ್ತು! ಒಂದು ಸಲ ಒಬ್ಬ ವಯಸ್ಸಾದ ವ್ಯಕ್ತಿ “ಆಹಾ! ಆಹ್ ಕ್ಯೂ ಎಂಥ ಒಳ್ಳೆ ಕೆಲಸಗಾರ!” ಎಂದ. ಆಗ ಅಲ್ಲಿಯೇ ನಿಂತಿದ್ದ ಆಹ್ ಕ್ಯೂ ಸೊಂಟ ಕುಲುಕುತ್ತ ಅವನ ಮುಂದೆ ನಿಂತ. ಅಲ್ಲಿದ್ದ ಜನಕ್ಕೆ ಮುದುಕ ಆಹ್ ಕ್ಯೂನ ಬಗ್ಗೆ ನಿಜವಾಗಿಯೂ ಮೆಚ್ಚುಗೆಯಿಂದ ಹೇಳಿದನೋ ಅಥವಾ ವ್ಯಂಗವೋ ತಿಳಿಯುವದಕ್ಕೆ ಆಗದೆ ಹೋದರೂ ಆಹ್ ಕ್ಯೂಗಂತೂ ಎಲ್ಲಿಲ್ಲದ ಖುಷಿ ಅನ್ನಿಸಿತು.

ಆಹ್ ಕ್ಯೂಗೆ ತನ್ನ ಬಗ್ಗೆ ಬಹಳ ಹೆಮ್ಮೆ ಎನಿಸುತ್ತಿತ್ತು. ಎಲ್ಲರನ್ನೂ ಅವನು ತನಗಿಂತ ಕಡಿಮೆ ಎನ್ನುವ ಹಾಗೆ ನೋಡುತ್ತಿದ್ದ. ವೀಷುವಾಂಗ್‌ನ ಇಬ್ಬರು ಯುವ ವಿದ್ವಾಂಸರನ್ನೂ ಅವನ ಲೆಕ್ಕಕ್ಕೆ ತೆಗೆದುಕೊಳ್ಳುತ್ತಿರಲಿಲ್ಲ. ಅಫಿಷಿಯಲ್ ಪರೀಕ್ಷೆಗಳಲ್ಲಿ ಸಾಮನ್ಯವಾಗಿ ಯಾರೂ ಪಾಸಾಗುವುದೇ ಕಷ್ಟವಾಗಿದ್ದಾಗ, ಪಾಸಾಗಿದ್ದ ಆ ಇಬ್ಬರು ಯುವಕರೂ ಇವನ ದೃಷ್ಟಿಯಲ್ಲಿ ದೊಡ್ಡವರೆನಿಸಲಿಲ್ಲ. ಮಿಸ್ಟರ್ ಚಾವೋ ಮತ್ತು ಚಿಯನ್‌ರನ್ನು ಕಂಡರೆ ಊರಿನ ಜನರೆಲ್ಲ ಅವರ ಶ್ರೀಮಂತಿಕೆಗಾಗಿ ಮತ್ತು ವಿದ್ಯಾವಂತ ಮಕ್ಕಳ ತಂದೆಯರಾಗಿದ್ದುದಕ್ಕಾಗಿ ತುಂಬ ಗೌರವದಿಂದ ನಡೆದುಕೊಳ್ಳುತ್ತಿದ್ದರು. ಆದರೆ ಆಹ್‌ಕ್ಯೂಗೆ ಇದೆಲ್ಲ ಏನೂ ದೊಡ್ಡದೆನಿಸಲಿಲ್ಲ. ನನ್ನ ಮಕ್ಕಳು ಇವರ ಮಕ್ಕಳಿಗಿಂತ ದೊಡ್ಡವರಾಗಬಹುದು!– ಎಂದು ಯೋಚಿಸುತ್ತಿದ್ದ.

ಪಟ್ಟಣಕ್ಕೆ ಹೋಗಿ ಬಂದ ಮೇಲಂತೂ ಅವನ ದರ್ಪ ಇನ್ನೂ ಹೆಚ್ಚಾಗಿ ಹೋಗಿತ್ತು. ಹಾಗಂತ ಪಟ್ಟಣದ ಜನರ ಬಗ್ಗೆ ಅಷ್ಟು ಒಳ್ಳೆ ಅಭಿಪ್ರಾಯ ಏನೂ ಇಟ್ಟುಕೊಂಡಿರಲಿಲ್ಲ. ಉದಾಹರಣೆಗೆ ಹೇಳೋದಾದ್ರೆ 3x3 ಅಂಗುಲದ ಮರದ ಹಲಗೆಯಿಂದ ವೀಷುವಾಂಗ್ ಜನ ಉದ್ದನೆಯ ಬೆಂಚ್ ಅಂತ ಕರೆಯುತ್ತಿದ್ದರು. ಆಹ್ ಕ್ಯೂ ನೂ ಸಹ ಅದನ್ನು ಹಾಗೇ ಕರೀತಿದ್ದ. ಆದರೆ ಪಟ್ಟಣದವರು ಅದನ್ನು ನೇರ ಬೆಂಚ್ ಎಂದು ಕರೆಯುವುದನ್ನು ಒಪ್ಪುತ್ತಿರಲಿಲ್ಲ. ಎಷ್ಟು ದರಿದ್ರವಾಗಿದೆ ಆ ಹೆಸರು!. ಎಂದುಕೊಳ್ಳುತ್ತಿದ್ದ. ಅಲ್ಲದೆ ದೊಡ್ಡ ತಲೆಯ ಮೀನನ್ನು ಚೆನ್ನಾಗಿ ಹುರಿದು ಅದಕ್ಕೆ ಅರ್ಧ ಅಂಗುಲದಳತೆಗೆ ಕತ್ತರಿಸಿದ ಈರುಳ್ಳಿ ಜಾತಿಯ ಗಿಡದ ಎಲೆಗಳನ್ನು ಹಾಕುತ್ತಿದ್ದರೆ, ಪಟ್ಟಣದವರು ಎಲೆ ಎಳೆಯಾಗಿ ಕತ್ತರಿಸಿ ಎಲೆಗಳನ್ನು ಹಾಕುತ್ತಿದ್ದುದನ್ನು ಸರಿಯಲ್ಲೆಂದೂ, ಕೆಟ್ಟದಾಗಿದೆಯೆಂದೂ ಬೈಯ್ಯುತ್ತಿದ್ದ. ವೀಷುವಾಂಗ್ ಜನಕ್ಕೆ ಪಟ್ಟಣದಲ್ಲಿ ಮೀನನ್ನು ಹೇಗೆ ಹುರಿದಿರುತ್ತಾರೆ ಅನ್ನೋದು ಗೊತ್ತಿರಲಿಲ್ಲ!

ಆಹ್‌ಕ್ಯೂ ಒಂದು ರೀತಿಯಿಂದ ಎಲ್ಲರಿಗಿಂತ ಮೇಲಾಗಿದ್ದ. ಪ್ರಪಂಚಾನ ನೋಡಿದವ ಒಳ್ಳೆಯ ಕೆಲಸಗಾರ, ಜೊತೆಗೆ ಒಂದೆರಡು ದೈಹಿಕ ದೌರ್ಬಲ್ಯಗಳನ್ನು ಬಿಟ್ಟರೆ, ಪರಿಪೂರ್ಣ ಮನುಷ್ಯನಾಗಿದ್ದ. ಅವನಲ್ಲಿ ಜಿಗುಪ್ಸೆ ಹುಟ್ಟಿಸುವಂತಹ ಜಾಗಗಳೆಂದರೆ ತಲೆ ಮೇಲೆ, ಹಿಂದೆ ಯಾವಾಗಲೋ ಆಗಿದ್ದ ಹುಳುಕಡ್ಡಿ ಗುರುತುಗಳು! ಅಥವಾ ಕಲೆಗಳು!! ಕಲೆಗಳು ಇದ್ದುದ್ದು ತನ್ನ ತಲೆ ಮೇಲೆ ಆದರೂ ಅದನ್ನು ನೆನಪಿಸುವಂತಹ ಯಾವುದನ್ನಾಗಲೀ ಯಾವ ಶಬ್ದವನ್ನಾಗಲೀ ಕೇಳಲು ಇಷ್ಟ ಪಡುತ್ತಿರಲಿಲ್ಲ. ಆಮೇಲೆ bright, light ಶಬ್ದಗಳೂ ನಿಷಿದ್ಧವಾದವು. ಮುಂದೆ ಇವುಗಳ ಜೊತೆ lamp, candle ಗಳೂ ಕೂಡಾ ಸೇರಿದವು! ಯವಾಗಲಾದರೂ ಈ ನಿಷಿದ್ಧ ಪದಗಳು ಉದ್ದೇಶ ಪೂರ್ವಕವಾಗಿಯೋ, ಅನುದ್ದೇಶ ಪೂರ್ವಕವಾಗಿಯೋ ನಿಷೇಧವನ್ನು ಮರೆತು ಕಾಣಿಸಿಕೊಂಡರೆ, ಆಹ್ ಕ್ಯೂ ಸಿಡಿಮಿಡಿಗೊಂಡು ಎಗರಾಡುತ್ತಿದ್ದ. ಇದರಿಂದ ಅವನ ಹುಳಕಡ್ಡಿ ಕಲೆಗಳು ಇನ್ನಷ್ಟು ಬಣ್ಣ ಪಡೆಯುತ್ತಿದ್ದವು. ತಪ್ಪು ಮಾಡಿದವನೇದಾರೂ ತನಗಿಂತ ದುರ್ಬಲನಾಗಿದ್ದರೆ ಬೈದು ಶಾಪ ಹಾಕುತ್ತಿದ್ದ. ತಿರುಗಿ ಜಗಳ ಆಡಲು ಅಸಮರ್ಥನಾದವನೇನಾದರೂ ಇದ್ದರೆ ಅವನನ್ನು ಹೊಡೆದೇ ಬಿಡುತ್ತಿದ್ದ. ಆದರೆ ತಮಾಷೆ ಎನೂಂದರೆ, ಪ್ರತಿ ಸಂದರ್ಭದಲ್ಲೂ

ಸೋಲುತ್ತಿದ್ದವನು ಆಹ್ ಕ್ಯೂನೇ ಆಗಿರುತ್ತಿದ್ದ! ಹಾಗಾಗಿ ಅವನು ಕಡೆಗೆ ತನ್ನ ವಿರೋಧಿಗಳನ್ನು ದುರುಗುಟ್ಟಿ ನೋಡುವುದರೊಂದಿಗೆ ಸಮಾಧಾನ ತಂದುಕೊಳ್ಳುತ್ತಿದ್ದ.

ಇದರಿಂದ, ವೀಷುವಾಂಗ್ನ ಸೋಮಾರಿಗಳು, ಅವನು ಹೊಡೆಯುವುದಿಲ್ಲಾಂತ ಗೊತ್ತಾದಂದಿನಿಂದ ಇನ್ನಷ್ಟು ಅವನನ್ನು ಕೀಟಲೆ ಮಾಡಲು ತೊಡಗಿದರು. ಅವನನ್ನು ನೋಡುತ್ತಿದ್ದ ಹಾಗೆ, "ನೋಡು ನೋಡು ಹತ್ತಿಕೊಳ್ಳುತ್ತಿದೆ" (lighting up) ಅಂತ ಹೇಳಿ ಓಡಿ ಹೋಗುತ್ತಿದ್ದರು.

ಆಹ್ ಕ್ಯೂ ಮಾಮೂಲಿನಂತೆ ಅವರತ್ತ ಕೋಪದಿಂದ ನೋಡುತ್ತಿದ್ದ.

ಓಹೋ ಪ್ಯಾರಫಿನ್ ಲ್ಯಾಂಪ್ ಇಲ್ಲಿದೆ! ಎಂದು ಕಿಟಲೆ ಮುಂದುವರೆಸುತ್ತಿದ್ದರು.

ತಲೆ ಕೆರೆದುಕೊಂಡು ಇನ್ನೇನಾದರೂ ಬೇರೆ ವಿಧಾನವಿದೆಯೇ ಎಂದು ಯೋಚಿಸುವುದನ್ನು ಬಿಟ್ಟರೆ ಆಹ್ ಕ್ಯೂಗೆ ಏನೂ ಮಾಡಲಾಗುತ್ತಿರಲಿಲ್ಲ. "ನಿಮಗೆ.....ನಿಮಗೆ ಏನು ಮಾಡಿದರೂ......" ಎಂದು ಏನೋ ಹೇಳಲು ಯತ್ನಿಸುತ್ತಿದ್ದಂತೆ, ಅವನು ತನ್ನ ತಲೆ ಮೇಲಿನ ಕಲೆಗಳ ಬಗ್ಗೆ "ಇವು ಸಾಮಾನ್ಯ ಕಲೆಗಳಲ್ಲ. ಈ ಕಲೆಗಳಿಗೆ ದೊಡ್ಡತನವಿದೆ; ಶ್ರೇಷ್ಠತೆಯಿದೆ." ಎಂದು ಹೆಮ್ಮೆಯಿಂದ ಬೀಗಿಕೊಳ್ಳಲು ಆರಂಭಿಸಿದ. ಅದಕ್ಕೆ ಆಹ್ ಕ್ಯೂ ವ್ಯವಹಾರ ಜ್ಞಾನವಿದ್ದವನು, ಅವನಿಗೂ ಗೊತ್ತು, ತಾನೇ ಎಲ್ಲ ನಿಯಮಗಳನ್ನು ಮುರಿದಿದ್ದೇನೆ ಎಂದು. ಅದಕ್ಕೆ ಏನೂ ಹೇಳೋದನ್ನೇ ನಿಲ್ಲಿಸಿಬಿಟ್ಟ.

ಸೋಮಾರಿಗಳಿಗೆ ಇದರಿಂದ ಇನ್ನೂ ಸಮಾಧಾನ ಆಗದೆ, ಅವನನ್ನು ರೇಗಿಸುವುದನ್ನು ಮುಂದುವರೆಸಿದರು. ಗುದ್ದಾಟಕ್ಕೆ ನಿಲ್ಲುತ್ತಿದ್ದರು. ಆಹ್ಕ್ಯೂನನ್ನು ಸೋಲಿಸಿ, ಅವನ ಪಿಗ್ ಟೈಲ್ ಹಿಡಿದು ನಾಲ್ಕೈದು ಬಾರಿ ಗೋಡೆಗೆ ದಟ್ಟಿಸಿ ತಾವು ಗೆದ್ದೆವೆಂಬ ಭಾವದೊಂದಿಗೆ ಹೊರಟು ಹೋಗುತ್ತಿದ್ದರು. ಆಹ್ ಕ್ಯೂ ಒಂದು ಕ್ಷಣ ಅಲ್ಲಿಯೇ ನಿಂತು, "ನನ್ನ ಮಗನಿಂದಲೇ ನಾನು ಹೊಡೆಸಿಕೊಂಡಂತಿದೆ" ಎಂದು ತನ್ನೊಳಗೇ ಹೇಳಿಕೊಳ್ಳುತ್ತಿದ್ದ. ಪ್ರಪಂಚ ಇತ್ತೀಚಿನ ದಿನಗಳಲ್ಲಿ ಏನಾಗಿ ಹೋಗ್ತಿದೆ!...... ನಂತರ ತಾನೂ ಗೆದ್ದೆನೆಂಬ ತೃಪ್ತಿಯ ಭಾವದೊಂದಿಗೆ ಹೊರಡುತ್ತಿದ್ದ.

ಆಹ್ಕ್ಯೂ ಏನೇ ಮಾಡಲಿ, ನಂತರ ಜನರಿಗೆ ಅದನ್ನು ಹೇಳುತ್ತಿದ್ದ. ಇದರಿಂದಾಗಿ ಅವನನ್ನು ಗೇಲಿ ಮಾಡಿದವರೆಲ್ಲರಿಗೂ, ಆಹ್ ಕ್ಯೂನ ಈ ರೀತಿ ಮಾನಸಿಕ ಗೆಲುವು ಪಡೆದಿದ್ದನ್ನು ಸೂಚಿಸುವುದಕ್ಕಾಗಿ, ಎಂಬ ಸತ್ಯ ತಿಳಿದಿತ್ತು. ಇದಾದ ಮೇಲೆ ಯಾರಾದರೂ ಅವನ ಪಿಗ್ಟೈಲ್ ಮಾದರಿಯ ಜುಟ್ಟನ್ನು ಎಳೆದರೆ, ತಿರುಚಿದರೆ ಅವನನ್ನು ಅಡ್ಡಗಟ್ಟಿ ಹೇಳುತ್ತಿದ್ದರು.– "ಆಹ್ಕ್ಯೂ, ಇದು ಮಗ ತಂದೇನ ಹೊಡೆಯೋ ರೀತಿಯಲ್ಲ. ಒಂದು ಪಶುನ ಹೊಡೆಯೋ ರೀತಿ" ಎಂದು.

ಆಗ್ ಆಹ್ಕ್ಯೂ ತನ್ನ ಜುಟ್ಟಿನ ಬುಡವನ್ನು ಗಟ್ಟಿಯಾಗಿ ಹಿಡಿದು, ತಲೆ ಒಂದು ಕಡೆ ತಿರುಗಿಸಿ, ಒಂದು ಕೀಟವನ್ನು ಹೊಡೆಯೋದು!... ಅಂದ್ರೆ ಹೇಗಿರುತ್ತೆ?! ನಾನು ಈಗ ಒಂದು ಕೀಟ. ಈಗ ನನ್ನನ್ನು ಹೋಗೋಕೆ ಬಿಡ್ತೀರಾ?

ಅವನು ಕೀಟವೇ ಆಗಿದ್ದರೂ ಸೋಮಾರಿಗಳೂ ಒಂದು ಐದಾರು ಬಾರಿಯಾದರೂ ಆಹ್ಕ್ಯೂನ ತಲೆಯನ್ನು ಹತ್ತಿರವಿರುವ ಯಾವುದಾದರೂ ವಸ್ತುವಿಗೆ ಘಟ್ಟಿಸದ ಹೊರತು ಬಿಡುತ್ತಿರಲಿಲ್ಲ. ಹಾಗೆ ಮಾಡಿದ ಮೇಲೆ ಮಾಮೂಲಿನಂತೆ, ತಾವು ಗೆದ್ದೆವೆಂಬ ಭಾವದೊಂದಿಗೆ ಹಿಂದಿರುಗಿ ಹೋಗುತ್ತಿದ್ದರು. ಆಹ್ ಕ್ಯೂನನ್ನು ಮುಗಿಸಿ ಬಿಟ್ಟವೆಂಬ ತೃಪ್ತಿಯೊಂದಿಗೆ! ನಂತರ ಅವರು ಹೋದ ಹತ್ತು ನಿಮಿಷಕ್ಕೂ ಮೊದಲೇ ಆಹ್ಕ್ಯೂ ಕೂಡಾ ಗೆದ್ದು ತೃಪ್ತಿಯೊಂದಿಗೆ ಹೊರಟು ಬಿಡುತ್ತಿದ್ದ. ಆದರೆ ಜೊತೆಗೆ 'ಎಲ್ಲರಿಗಿಂತ ಕೀಳರಿಮೆ ಮನುಷ್ಯರಲ್ಲಿ ತಾನೇ ಮುಂದು' ಎಂದು ಯೋಚಿಸುತ್ತಿದ್ದ. ಇದರಲ್ಲಿ ಅಂದರೆ ಈ ವಾಕ್ಯದಲ್ಲಿ ಎಲ್ಲರಿಗಿಂತ ಮುಂದು ಅನ್ನುವುದನ್ನು ಉಳಿಸಿಕೊಂಡು ಕೀಳರಿಮೆ ಅನ್ನುವುದನ್ನು ತೆಗೆದು ಬಿಟ್ಟರೆ. 'ಎಲ್ಲರಿಗಿಂತ ಮನುಷ್ಯರಲ್ಲಿ ಮುಂದು'– ಮಾತ್ರ ಉಳಿಯುತ್ತದೆ. ಅಫಿಷಿಯಲ್ ಪರೀಕ್ಷೆಯಲ್ಲಿ ಪಾಸಾದವನೂ ಕೂಡಾ ಎಲ್ಲರಿಗಿಂತ ಮನುಷ್ಯರಲ್ಲಿ ಮುಂದು– ಹೌದು ತಾನೆ? "ಅಂದಮೇಲೆ ನೀನು ನಿನ್ನನ್ನು ಏನೆಂದುಕೊಂಡಿದ್ದಿ?

ಇಂತಹ ಜಾಣ ಉಪಾಯಗಳನ್ನು ಬಳಸಿ ತನ್ನ ವಿರೋಧಿಗಳೊಂದಿಗೆ ಹೇಗೋ ನಿಭಾಯಿಸುತ್ತಿದ್ದ. ಆಹ್ ಕ್ಯೂ ಹೆಂಡದಂಗಡಿಗೆ ಹೋಗಿ, ಒಂದೆರಡು ಬಟ್ಟಲು ಹೆಂಡ ಕುಡಿದು ತನ್ನ ಜೋಕುಗಳಿಂದ ಎಲ್ಲರನ್ನು ನಗಿಸುತ್ತ, ಕೆಲವರೊಂದಿಗೆ ಜಗಳ ಮಾಡುತ್ತ ಗೆದ್ದೆನೆಂಬ ಭಾವದೊಂದಿಗೆ ಹೊರಟು ಅವನ ರಕ್ಷಕ ದೇವರ ಗುಡಿಗೆ ಮರಳಿ, ದಿಂಬಿಗೆ ತಲೆ ಕೊಟ್ಟಿದ್ದೇ, ನಿದ್ದೆಗೆ ಇಳಿದು ಬಿಡುತ್ತಿದ್ದ. ಅವನ ಹತ್ತಿರ ದುಡ್ಡು ಗಿದ್ದು ಇದ್ದರೆ ಜೂಜಾಡುತ್ತಿದ್ದ ಒಂದಷ್ಟು ಜನ ಗುಂಪಾಗಿ ಕುಳಿತರೆ ಆಹ್ ಕ್ಯೂ ಅವರ ಮಧ್ಯೆ ಹೇಗೋ ಸೇರಿಕೊಂಡು ಬಿಡುತ್ತಿದ್ದ. ಅವನ ಮುಖ ಬೆವರಿನ ಮುದ್ದೆಯಾಗಿರುತ್ತಿತ್ತು. ಎಲ್ಲರಿಗಿಂತ ಗಟ್ಟಿ ದನಿಯಲ್ಲಿ "ಹಸಿರು ಡ್ರ್ಯಾಗನ್ ಮೇಲೆ ನಾಲ್ಕುನೂರು!" ಎಂದು ಕಿರುಚುತ್ತಿದ್ದ. ಹೇ! ಅಲ್ಲಿ ಓಪೆನ್! ಪಣಧಾರಿ, ಬೆವರು ಸುರಿಸುತ್ತ ಕಿರುಚುತ್ತಿದ್ದ. ಪೆಟ್ಟಿಗೆ ತೆಗೆದು ದೇವರೇ ಎಂದು ಗುಣಗುಣಿಸುತ್ತಿದ್ದ. ಕಾರ್ನರ್ಗೆ ಏನೂ ಇಲ್ಲ. ಇದಕ್ಕೆ ಬಾಜಿ ಕೂಡದು! ಆಹ್ಕ್ಯೂನ ಆ ನಾಣ್ಯಗಳನ್ನು ಇತ್ತ ತಳ್ಳು, ಪ್ಯಾಸೇಜ್ ಒಂದುನೂರು.... ಒಂದು ನೂರೈವತ್ತು",...,ಬಾಜಿ ಲೆಕ್ಕ ಹೀಗೆ ಸಾಗುತ್ತಿದ್ದಂತೆ ಆಹ್ಕ್ಯೂನ ಹಣ ಮೆಲ್ಲಗೆ ಜಾರಿ ಎದುರಾಳಿಗಳ ಜೇಬು ಸೇರುತ್ತಿತ್ತು. ನಂತರ ಅವನು ಅಲ್ಲಿಂದ ಮೆಲ್ಲಗೆ ಎದ್ದು ಆಟಗಾರನ ಬೆನ್ನಿಗೆ ನಿಂತು ಬಹಳ ಕುತೂಹಲದಿಂದ ಆಟ ನೋಡುತ್ತಿದ್ದ. ತನ್ನ ರಕ್ಷಕ ದೇವರ ಗುಡಿಗೆ ಒಲ್ಲದ ಮನಸ್ಸಿನಿಂದ ಹಿಂತಿರುಗುತ್ತಿದ್ದ. ಮಾರನೆ ದಿನ ಊದಿದ ಕಣ್ಣುಗಳಿಂದ ಕೆಲಸಕ್ಕೆ ಹೋಗುತ್ತಿದ್ದ.

ಒಂದು ಗಾದೆಯಿದೆ, ದುರದೃಷ್ಟ ಒಂದು ರೀತಿಯಲ್ಲಿ ವರವಾಗಿದೆ ಅಂತ, ಆಹ್ಕ್ಯೂನ ಬದುಕಿನಲ್ಲಿ ಇದು ಅಕ್ಷರಶಃ ಸತ್ಯವಾಗಿತ್ತು. ಆಹ್ಕ್ಯೂನ ದುರಾದೃಷ್ಟ ಅವನನ್ನು ಎಂದೂ ಗೆಲ್ಲಲು ಬಿಡಲಿಲ್ಲ. ಯಾವಾಗಲೂ ಕಷ್ಟ ಅನುಭವಿಸಿದ.

ಈ ದಿನ ಸಂಜೆ ವೀಷುವಾಂಗ್ನಲ್ಲಿ ದೇವತೆಗಳ ಉತ್ಸವ ಇತ್ತು. ಸಂಪ್ರದಾಯದ ಪ್ರಕಾರ ಆ ದಿನ ನಾಟಕವೂ ಇತ್ತು. ಜೊತೆಗೆ ಸ್ಟೇಜ್ಗೆ ಆನಿಕೊಂಡಂತೆ ಜೂಜಿನ ಮೇಜಿಗಳೂ ಇದ್ದವು. ಅಲ್ಲಿಂದ ಮೂರು ಮೈಲಿ ದೂರದಲ್ಲಿದ್ದ ಆಹ್ಕ್ಯೂನ ಕಿವಿಗೆ ಜಾತ್ರೆಯ ಗಂಟೆ,

ಜಾಗಟೆಗಳ ಸದ್ದು ತಾಕಿತು. ಸಾಮಾನ್ಯವಾಗಿ ಜೂಜುಗಾರ ಪಣದ ಘೋಷಣೆ ದನಿ ಹೊರತು ಆಹ್‌ಕ್ಯೂನ ಕಿವಿಗೆ ಏನೂ ತಲುಪುತ್ತಿರಲಿಲ್ಲ. ಮೇಲಿಂದ ಮೇಲೆ ಪಣ ಒಡ್ಡುತ್ತ ಬಂದ. ತಾಮ್ರವೆಲ್ಲ ಬೆಳ್ಳಿಯಾಗ ತೊಡಗಿತ್ತು. ಬೆಳ್ಳಿ ಮತ್ತೆ ಡಾಲರುಗಳಾಗಿ ಪರಿವರ್ತಿತವಾಗಿ, ಆ ಡಾಲರುಗಳ ಸಂಖ್ಯೆ ಸಾಕಷ್ಟು ಬೆಳೆದು ಬಿಡ್ತು. ಎಷ್ಟೊಂದು ಭಾವಾವಿಷ್ಟನಾದನೆಂದರೆ, ದೇವರ ನೆಲೆಗೆ ಎರಡು ಡಾಲರ್! ಎಂದು ಕಿರುಚಿದ.

ಯಾರು ಜಗಳ ಶುರುಮಾಡಿದ್ದರೋ, ಅವನಿಗೆ ಅದು ಗೊತ್ತಿರಲಿಲ್ಲ. ಯಾವ ಕಾರಣಕ್ಕೆ ಅನ್ನೋದು ಗೊತ್ತಿರಲಿಲ್ಲ, ಶಾಪದ ಬೈಗಳು, ಗುದ್ದುಗಳು, ಹೆಜ್ಜೆ ಸಪ್ಪಳ, ಅವನ ತಲೆ ಚಿಟ್ಟು ಹಿಡಿದಂತೆ ಎನಿಸಿತು. ಸಾವರಿಸಿಕೊಂಡು ಜೂಜಿನ ಮೇಜುಗಳ ಹತ್ತಿರ ಬರುವಷ್ಟರಲ್ಲಿ, ಮೇಜುಗಳು ಮಾಯಾವಾಗಿದ್ದವು. ಜೂಜಾಡುವವರೂ ಅದೃಶ್ಯರಾಗಿದ್ದರು. ಅವನ ಮೈಕೈಯೆಲ್ಲ ನೋಯುತ್ತಿತ್ತು. ಯಾರ್ಕಾರಿಂದಲೋ ಒದೆ ತಿನ್ನುತ್ತ ಇದ್ದರೆ, ಜನ ನಿಂತು ತಮಾಷೆ ನೋಡುತ್ತಿದ್ದಂತೆನಿಸಿತು, ಎಲ್ಲೋ ಏನೋ ತಪ್ಪಾಗಿದೆ ಅಂತ ಅನಿಸಿ ತನ್ನ ರಕ್ಷಕ ದೇವರ ಗುಡಿಗೆ ಮರಳಿ ಬಂದ. ಸ್ವಲ್ಪ ಸಮಾಧಾನಕ್ಕೆ ಬಂದಂತಾಗಿ ನೋಡಿದರೆ ಅವನು ಅವಿತಿಟ್ಟಿದ್ದ ಡಾಲರ್ ರಾಶೀನೇ ಮಂಗಮಾಯ! ಆ ಜಾತ್ರೆ ಸಮಯದಲ್ಲಿ ಜೂಜಿನ ಮೇಜುಗಳಲ್ಲಿದ್ದವರು ವೀಷುವಾಂಗ್ ಜನರಲ್ಲ. ಇನ್ನು ಹೇಗೆ ತಾನೇ ಅಪರಾಧಿಗಳನ್ನು ಪತ್ತೆ ಹಚ್ಚುವುದು?

ಎಷ್ಟು ಬೆಳ್ಳಗೆ ಫಳ ಫಳ ಹೊಳೆಯುವ ಬೆಳ್ಳಿರಾಶಿ!...... ಎಲ್ಲ ಅವನದೇ ಆಗಿತ್ತು. ಆದರೆ ಈಗ ಎಲ್ಲ ಅದೃಶ್ಯವಾಗಿದೆ. ತನ್ನ ಮಗನೇ ಕದ್ದಿರಬಹುದೆಂದು ಅಂದುಕೊಂಡರೂ ಅವನಿಗೆ ಸಮಾಧಾನ ಸಾಧ್ಯವಿರಲಿಲ್ಲ. ತಾನೊಂದು ಬರೀ ಕೀಟವೆಂದು ಭಾವಿಸಿಕೊಂಡರೂ ಸಮಾಧಾನವಾಗಿರಲಿಲ್ಲ. ಈ ಸಲ ಮಾತ್ರ ಅವನು ತನ್ನ ಸೋಲಿನ ಕಹಿಯನ್ನು ಅನುಭವಿಸಿದ. ಆದರೆ ಸದ್ಯಕ್ಕೆ ಸೋಲನ್ನು ಗೆಲುವಾಗಿ ಪರಿವರ್ತಿಸಿದ. ಬಲಗೈಯನ್ನು ಎತ್ತಿ ತಾನೇ ತನ್ನ ಮುಖದ ಮೇಲೆ, ತೀಕ್ಷ್ಣ ನೋವಿನ ಅನುಭವ ಆಗುವ ಹಾಗೆ ಎರಡು ಬಾರಿ ಹೊಡೆದುಕೊಂಡ. ಹೀಗೆ ಹೊಡೆದುಕೊಂಡ ಮೇಲೆ ಅವನಿಗೆ ಎದೆಭಾರ ಕಡಿಮೆಯಾದಂತೆನಿಸಿತು. ಯಾಕೆಂದ್ರೆ ಹೊಡೆದವನು ತಾನೇ ಆಗಿದ್ದ!...... ಅವನ ಮುಖ ಇನ್ನೂ ನೋಯುತ್ತಿದ್ದರೂ, ತಾನು ಬೇರೆ ಯಾರಿಗೋ ಹೊಡೆದಂತೆ ಭಾವಿಸಿ ಸಮಾಧಾನ ಪಟ್ಟ, ತೃಪ್ತಿಯಿಂದ ತಾನು ಗೆದ್ದಂತೆ ಅನುಭವಿಸುತ್ತ ನೆಲದ ಮೇಲೆ ಮೈ ಚಾಚಿದ. ಸ್ವಲ್ಪ ಹೊತ್ತಿನಲ್ಲಿ ನಿದ್ದೆಗೆ ಜಾರಿದ.

ಅಧ್ಯಾಯ –3

ಇನ್ನಷ್ಟು, ಆಹ್‌ಕ್ಯೂನ ದಿಗ್ವಿಜಯಗಳ ವಿವರ

ಆಹ್‌ಕ್ಯೂ ದಿಗ್ವಿಜಯಗಳನ್ನು ಸಾಧಿಸುತ್ತ ಹೋದರೂ, ಚಾವೂ ಅವನ ಮುಖದ ಮೇಲ ಒಂದು ಹೊಡೆಯುವ ತನಕ ಆಹ್‌ಕ್ಯೂಗೆ ಖ್ಯಾತಿ ಸಿಕ್ಕಿರಲಿಲ್ಲ.

ದಂಡಾಧಿಕಾರಿಗೆ ಇನ್ನೂರನ್ನು ನಗದು ರೂಪದಲ್ಲಿ ಸಲ್ಲಿಸಿದ ಮೇಲೆ ಸಿಟ್ಟಿನಿಂದ ಬಿದ್ದುಕೊಂಡ. ನಂತರ ತನ್ನೊಳಗೇ ಗುನುಗುನಿಸಿದ. "ಏನಾಗಿದೆ ಈ ಪ್ರಪಂಚಕ್ಕೇ! ಮಕ್ಕಳು ತಂದೆನ ಹೊಡೆಯುವ ಸ್ಥಿತಿಗೆ ಬಂದುಬಿಟ್ಟಿದೆ ಕಾಲ!! ನಂತರ ಚಾವ್ಞೇನ ಪ್ರತಿಷ್ಠೆಯ ವಿಚಾರ, ಅದೂ ಈಗ ಅವನು ತನ್ನ ಮಗನಾಗಿರುವಾಗ, ಅವನಲ್ಲಿ ಉತ್ಸಾಹವನ್ನು ತುಂಬಿತು. ಹಾಡುತ್ತ ಹೆಂಡದಂಗಡಿಯ ಕಡೆ ನಡೆದ. 'ಯಾವ ವಿಧವೆ ತನ್ನ ಗಂಡನ ಗೋರಿಯ ಬಳಿಯಲ್ಲಿ' ಎಂದು ಹಾಡತೊಡಗಿದ. ಆ ಕ್ಷಣಕ್ಕೆ, ಅವನ ಮನಸ್ಸಿನಲ್ಲಿ, ಚಾವ್ಞೇ ಎಲ್ಲರಿಗಿಂತ ಪ್ರತಿಷ್ಠೆಯುಳ್ಳವ ಎನ್ನುವ ಭಾವನೆ ಮೂಡಿತು.

ಬಹಳ ವಿಚಿತ್ರ ಎನಿಸಿರಬಹುದು. ಆದರೆ ಈ ಘಟನೆ ಆದ ಮೇಲೆ ಅದೇನೋ ಜನ ಇವನಿಗೆ ಊಹಿಸಲಾಗದ ರೀತಿಯಲ್ಲಿ ಗೌರವ ಕೊಡತೊಡಗಿದರು. ಬಹುಶಃ ತಾನು ಚಾವ್ಞೇನ ತಂದೆ ಅಂತ ಹೇಳಿಕೊಂಡಿದ್ದರಿಂದ ಈ ಗೌರವ ಇರಬಹುದು ಎಂದು ಭಾವಿಸಿದ. ಆದರೆ ವಾಸ್ತವವಾಗಿ ಕಾರಣ ಅದಾಗಿರಲಿಲ್ಲ. ವೀಷುವಾಂಗ್‌ನಲ್ಲಿ ನಿಯಮದಂತೆ, ಏಳನೆಯ ಮಗು ಎಂಟನೆಯ ಮಗುವನ್ನು ಹೊಡೆದರೆ ಅಥವಾ ಲೀ ನೋಗೀನೋ, ಚಾಂಗ್ ಅಥವಾ ಇನ್ನಾರನ್ನೋ ಹೊಡೆದರೆ ಅಷ್ಟೊಂದು ಗಂಭೀರವಾಗಿ ತೆಗೆದುಕೊಳ್ಳುತ್ತಿರಲಿಲ್ಲ. ಹೊಡೆಯುವವರು, ಚಾವ್ಞೇನಂತಹ ದೊಡ್ಡ ವ್ಯಕ್ತಿಗಳೊಳಗೆ ಯಾರಾದರೂ ಆಗಿದ್ದರೆ, ಅದರ ಬಗ್ಗೆ ಮಾತಾಡುವುದರಲ್ಲಿ ಅರ್ಥ ಇದೆ ಅಂತ ಭಾವಿಸಿದ್ದರು. ಅದಕ್ಕೆ ಹೊಡೆದವನು ಪ್ರಸಿದ್ಧನಾಗಿದ್ದ ಚಾವ್ಞೇನೇ ಆಗಿದ್ದುದರಿಂದ ಮತ್ತು ಹೊಡೆಸಿಕೊಂಡವನಲ್ಲಿಯೂ ಹೊಡೆದವನ ದೊಡ್ಡಸ್ತಿಕೆ ಇಣುಕಿದ್ದರಿಂದ, ಚರ್ಚೆಗೆ ಯೋಗ್ಯವೆನಿಸಿತ್ತು. ಚಾವ್ಞೋ ಹೊಡೀಬೇಕಾದರೆ ಆಹ್‌ಕ್ಯೂ ಅದಕ್ಕೆ ಸರಿಯಾದ ತಪ್ಪೇ ಮಾಡಿರಬೇಕು, ಯಾಕೆಂದರೆ ಚಾವ್ಞೋ ತಪ್ಪು ಮಾಡಲು ಸಾಧ್ಯವೇ ಇಲ್ಲ. ಆಹ್‌ಕ್ಯೂನೇ ಒಂದು ವೇಳೆ ತಪ್ಪು ಮಾಡಿದ್ದರೆ ಜನರು ಯಾಕೆ ಅಪರೂಪದ ಗೌರವ ತೋರಿಸುತ್ತಿದ್ದಾರೆ? ಈ ಪ್ರಶ್ನೆಗೆ ಸರಿಯಾದ ಉತ್ತರ ಕೊಡೋದು ಸಾಧ್ಯವಾಗುವುದಿಲ್ಲ. ಆದರೂ ಊಹೆಯಿಂದ ಹೇಳಬಹುದಾದರೆ, ಆಹ್‌ಕ್ಯೂ ತನ್ನನ್ನು ಚಾವ್ಞೇನ ವಂಶದ ಜೊತೆಗೆ ಸೇರಿಸಿಕೊಂಡದ್ದರಿಂದ ಜನರು ಈ ಗೌರವ ತೋರಿಸುತ್ತಿರಬಹುದು. ಆಹ್‌ಕ್ಯೂ ಹೊಡೆತ ತಿಂದಿದ್ದರೂ. ಇದೇ ಕಾರಣಕ್ಕಾಗಿ, ಮತ್ತು ಆಹ್‌ಕ್ಯೂ ಹೇಳಿದ್ದರಲ್ಲಿ ಸ್ವಲ್ಪವಾದರೂ ಸತ್ಯಾಂಶ ಇದ್ದಿರಲೇ ಬೇಕು ಎಂಬ ನಂಬಿಕೆಗಾಗಿ, ಸ್ವಲ್ಪ ಹೆದರಿ, ಆಹ್‌ಕ್ಯೂಗೆ ಗೌರವ ಕೊಡುವುದರಲ್ಲಿಯೇ ತಮ್ಮ ಕ್ಷೇಮವಿದೆ ಎಂದು ಭಾವಿಸಿದ್ದರು. ಇದು ಹೇಗಿತ್ತು ಎಂದರೆ, ಕನ್‌ಫ್ಯೂಸಿಯಸ್ ಗುಡಿಯಲ್ಲಿದ್ದ ಬಲಿಯಾದ ದನದ ಮಾಂಸ, ಹಂದಿ ಮಾಂಸ, ಕೋಳಿ ಮಾಂಸದ ಹಾಗೆ ಪ್ರಾಣಿ ಮೂಲದ್ದೇ ಆಗಿದ್ದರೂ, ಸಂತನು ಈ ದನದ ಮಾಂಸವನ್ನು ತಿಂದಿದ್ದರ ಕಾರಣ ಇನ್ನು ಮುಂದೆ ಮುಟ್ಟುವುದೇ ಇಲ್ಲವೆಂದು ಕನ್‌ಫ್ಯೂಸಿಯಸ್ ಪ್ರತಿಜ್ಞೆ ಮಾಡಿದ.

ಇದಾದ ಮೇಲೆ ಆಹ್‌ಕ್ಯೂ ಚೆನ್ನಾಗಿ ಅಭಿವೃದ್ಧಿ ಹೊಂದಿದ.

ವಸಂತದ ಒಂದು ದಿನ ಸಂತೋಷಾತಿರೇಕದಲ್ಲಿ ಉನ್ಮತ್ತನಾಗಿ ನಡೆಯುತ್ತಿದ್ದಾಗ,

ಸೊಂಟದ ತನಕ ಬೆತ್ತಲಾಗಿ, ಗೋಡೆಗೆ ಒರಗಿ ಹೇನುಗಳನ್ನು ಹಿಡಿಯುತ್ತಾ ವಿಸ್ಕರ್‌ಸ್‌ವ್ಯಾಂಗ್‌ ಕುಳಿತಿದ್ದುದನ್ನು ಆಹ್‌ಕ್ಯೂ ನೋಡಿದ. ಈ ನೋಟ ಕಣ್ಣಿಗೆ ಬೀಳುತ್ತಿದ್ದಂತೆ ಅವನ ದೇಹದಲ್ಲಿ ಕೆರೆತ ಶುರುವಾಯಿತು. ವಿಸ್ಕರ್‌ವ್ಯಾಂಗ್‌ ಕಜ್ಜಿ ಮನುಷ್ಯನಾಗಿದ್ದರಿಂದ ಜನ ಎಲ್ಲಾ ಅವನನ್ನು ಹುಲುಕಡ್ಡಿ ಪುರುಕ ವಿಸ್ಕರ್‌ವ್ಯಾಂಗ್‌ ಎಂತಲೇ ಕರೆಯುತ್ತಿದ್ದರು. ಆಹ್‌ಕ್ಯೂ ಹುಲುಕಡ್ಡಿ ಅನ್ನೋ ಪದಾನೇನೋ ಬಿಟ್ಟ. ಆದರೆ ಅವನನ್ನು ಕಂಡರೆ ತೀರಾ ಅಸಹ್ಯ ಪಟ್ಟುಕೊಳ್ಳುತ್ತಿದ್ದ. ಹುಲುಕಡ್ಡೀನ ಅಪವಾದ ಅಂತ ಮರೀಬಹುದಾದರೂ ಕೆನ್ನೆ ಮೇಲಿಂದ ಬೆಳೆದ ಪೊದೆ ಕೂದಲು ಮಾತ್ರ ಹೇಸಿಗೆ ಬರುವಂತೆ ಮಾಡುತ್ತೆ, ಎಂದುಕೊಳ್ಳುತ್ತಿದ್ದ ಆಹ್‌ಕ್ಯೂ ಅವನ ಪಕ್ಕದಲ್ಲಿ ಕುಳಿತ. ಬೇರೆ ಇನ್ಯಾರಾದರೂ ಸೋಮಾರಿ ಆಗಿದ್ದರೆ, ಇಷ್ಟು ನಿರಾಳವಾಗಿ ಕೂರುತ್ತಿರಲಿಲ್ಲ. ವಿಸ್ಕರ್‌ವ್ಯಾಂಗ್‌ ಪಕ್ಕದಲ್ಲಿ ಕೂರಲು ಯಾತಕ್ಕಾಗಿ ಹೆದರಬೇಕು? ಹಾಗೆ ನೋಡಿದರೆ ತಾನು ವ್ಯಾಂಗ್‌ನ ಪಕ್ಕದಲ್ಲಿ ಕುಳಿತು ಕೊಳ್ಳುವುದು ಅವನಿಗೇ ಗೌರವದ ಸಂಗತಿ.

ಆಹ್‌ಕ್ಯೂ ಚಿಂದಿಯಾಗಿದ್ದ ಜಾಕೆಟ್‌ ತೆಗೆದು ಒಳಗನ್ನು ಹೊರಗೆ ಮಾಡಿದ. ಅದನ್ನು ಇತ್ತೀಚಿಗೆ ಒಗೆದಿದ್ದನೋ, ಅಥವಾ ಕೊಳಕಾಗಿಯೇ ಇತ್ತೋ, ಅಂತೂ ಚೆನ್ನಾಗಿ ಹುಡುಕಾಡಿದ ಮೇಲೆ ಒಂದು ನಾಲ್ಕೈದು ಹೇನುಗಳು ಸಿಕ್ಕವು. ವಿಸ್ಕರ್‌ವ್ಯಾಂಗ್‌ ಈ ಕಡೆ ಹಿಡಿದ ಹೇನುಗಳನ್ನು ಒಂದಾದ ಮೇಲೊಂದು ತೆಗೆತೆಗೆದು ತನ್ನ ಹಲ್ಲುಗಳಿಂದ ಪಟ ಪಟ ಸದ್ದಿನೊಂದಿಗೆ ಕುಕ್ಕುತ್ತಿದ್ದ.

ಆಹ್‌ಕ್ಯೂಗೆ ನಿರಾಶೆ ಆಯಿತು. ಕೋಪವೂ ಬಂತು. ನೋಡಿದರೆ ಅಸಹ್ಯ ಅಂತ ಅನಿಸೋ ವ್ಯಾಂಗ್‌ ಎಷ್ಟೊಂದು ಹೇನುಗಳನ್ನು ಹಿಡೀತಿರಬೇಕಾದರೆ, ತಾನು ಮಾತ್ರ ಕೆಲವನ್ನೇ ಹಿಡಿಯಲು ಸಾಧ್ಯವಾಯಿತು. ಅವನ ಮುಂದೆ ಎಂಥ ಅವಮಾನ! ಒಂದೋ ಎರಡೋ ದೊಡ್ಡದಾದ ಹೇನುಗಳನ್ನು ಹಿಡಿಯ ಬೇಕೆಂದುಕೊಂಡರೂ ಸಾಧ್ಯವಾಗಲಿಲ್ಲ. ಕಷ್ಟಪಟ್ಟು ಕಡೆಗೆ ಸುಮಾರು ದಪ್ಪವೂ ಅಲ್ಲದ, ಸಣಕಲೂ ಅಲ್ಲದ ಒಂದನ್ನು ಹಿಡಿದ ಮತ್ತು ಅದನ್ನು ಬಾಯಲ್ಲಿ ತುರುಕಿಕೊಂಡು ಬಕಾಸುರನಂತೆ ಅಗಿದ. ಆದರೆ ಅದರಿಂದಾದ ಸದ್ದು ಸುಮಾರಾಗಿತ್ತು. ವಿಸ್ಕರ್‌ವ್ಯಾಂಗ್‌ನ ಬಾಯಿಂದ ಹೊರಡುತ್ತಿದ್ದ ಸದ್ದಿಗಿಂತ ಕಡೆಯದಾಗಿತ್ತು.

ಆಹ್‌ಕ್ಯೂನ ಕೆಲೆಗಳೆಲ್ಲ ಕೆಂಪು ಬಣ್ಣಕ್ಕೆ ತಿರುಗಿದ್ದವು. ತನ್ನ ಜ್ಯಾಕೆಟ್ಟನ್ನು ನೆಲದ ಮೇಲೆ ಒಗೆದ, ಉಗಿದು ಹೇಳಿದ. "ರೋಮದ ಹುಳುವೇ!"

"ಕೊಳಕು ನಾಯಿ!" ಯಾರನ್ನೋ ಬೈತಿರೋದು? ವಿಸ್ಕರ್‌ವ್ಯಾಂಗ್‌ ತಿರಸ್ಕಾರದಿಂದ ನೋಡಿದ.

ಆಹ್‌ಕ್ಯೂನ ಬಗ್ಗೆ ಇತ್ತೀಚೆಗೆ ಹೆಚ್ಚಿದ ಗೌರವ ಅವನಲ್ಲಿ ಹೆಮ್ಮೆ ಮೂಡಿಸಿದ್ದರೂ, ಜಗಳ ಮಾಡೋದನ್ನೇ ಅಭ್ಯಾಸಮಾಡಿಕೊಂಡಿದ್ದ ಅಲೆಮಾರಿಗಳನ್ನು ಕಂಡರೆ ಮಾತ್ರ ಇನ್ನೂ ಸ್ವಲ್ಪ ಹೆದರಿಕೆ ಇತ್ತು. ಆದರೆ ಈ ಸಂದರ್ಭದಲ್ಲಿ ಮಾತ್ರ ಆಹ್‌ಕ್ಯೂ ಜಗಳಕ್ಕೆ ಸಿದ್ಧನಾಗಿದ್ದಂತೆ ಕಾಣಿಸಿದ.

"ರೋಮ ಕೀಟವೆ, ನನ್ನನ್ನು ಬೈಯೋಕೆ ನಿನಗೆಷ್ಟೋ ಧೈರ್ಯ?"

"ಯಾವನೋ ಅವನು ?" ಅಂತ ಹೇಳುತ್ತ ತನ್ನ ಸೊಂಟದ ಮೇಲೆ ಕೈಯಿರಿಸಿ ನಿಂತುಕೊಂಡ.

"ಯಾಕೋ ಜಗಳ ಮಾಡ್ಬೇಕೂಂತ ಇದ್ದೀಯ?" ಎಂದು ಹೇಳುತ್ತ ತಾನೂ ನಿಂತು, ಕೋಟನ್ನು ಏರಿಸಿಕೊಂಡ.

ವ್ಯಾಂಗ್ ಓಡಿ ಹೋಗಬಹುದೆಂದು ಎಣಿಸಿ, ಒಂದೆರಡು ಹೆಜ್ಜೆ ಮುಂದೆ ಬಂದು ಮುಷ್ಟಿ ಎತ್ತಿ ಅವನನ್ನು ಗುದ್ದಲು ಮುಂದಾದ. ಆದರೆ ಅವನು ಹೊಡೆಯುವುದಕ್ಕೆ ಮೊದಲೇ ವ್ಯಾಂಗ್, ಆಹ್ಕ್ಯೂನನ್ನು ಹಿಡಿದು ಒಂದು ತದುಕಿದ. ಇದರಿಂದ ಆಹ್ಕ್ಯೂ ತತ್ತರಿಸಿ ಹೋದ. ವ್ಯಾಂಗ್ ಆಹ್ಕ್ಯೂನ ಪಿಗ್‌ಟೇಲ್ ಹಿಡಿದು ದರದರ ಗೋಡೆ ಬಳಿಗೆ ಎಳೆದು ತಂದು, ರೂಢಿಯಂತೆ ಅವನ ತಲೆಯನ್ನು ಗೋಡೆಗೆ ಘಟ್ಟಿಸಲು ಅಣಿಯಾದ.

"ಸಜ್ಜನಾದವನು ಮಾತಾಡ್ತಾನೆ ಹೊರತಾಗಿ ಕೈ ಹೀಗೆ ಮುಂದು ಮಾಡೋದಿಲ್ಲ" ತಲೆ ಒಂದು ದಿಕ್ಕಿಗೆ ಹೊರಳಿಸಿ, ವಿರೋಧಿಸುತ್ತ ಹೇಳಿದ.

ವ್ಯಾಂಗ್, ಹಾಗೆ ನೋಡಿದರೆ ಸಜ್ಜನನೇನೂ ಆಗಿರಲಿಲ್ಲ. ಆಹ್ಕ್ಯೂನ ಮಾತೊಂದು ಅವನ ತಲೆಗೆ ಹೋಗಲಿಲ್ಲ. ಆಹ್ಕ್ಯೂನನ್ನು ಎಳೆದೆಳೆದು ಐದಾರು ಬಾರಿ ಗೋಡೆಗೆ ಢೀ ಹೊಡೆಸಿದ. ಒಂದು ಸಲ ಜೋರಾಗಿ ಹೊಡೆಸಿ, ಒದ್ದು ಎಸೆದದ್ದಕ್ಕೆ ಆಹ್ಕ್ಯೂ, ಎರಡು ಗಜದಷ್ಟು ದೂರ ಹೋಗಿ ಬಿದ್ದ. ಆಮೇಲೇನೇ ವ್ಯಾಂಗ್ ತೃಪ್ತಿಯಿಂದ ಅಲ್ಲಿಂದ ಕಾಲ್ತೆಗೆದ.

ಆಹ್ಕ್ಯೂ ನೆನಪಿನಲ್ಲಿ ಉಳದಿದ್ದೆಂದರೆ, ಇಂತಹ ಅವಮಾನ. ಆದದ್ದು ಇದೇ ಮೊದಲ ಸಲ. ವ್ಯಾಂಗ್‌ನ ಅಸಹ್ಯವಾದ ಗಡ್ಡ ಮೀಸೆಗಳಿಗಾಗಿ ಆಹ್ಕ್ಯೂ ಯಾವಾಗಲೂ ಅವನನ್ನು ಗೇಲಿ ಮಾಡುತ್ತಿದ್ದ. ಆದರೆ ತಾನೆಂದೂ ಗೇಲಿಗೆ ಒಳಗಾಗುತ್ತಿರಲಿಲ್ಲ. ಒದೇನೂ ತಿಂದಿರಲಿಲ್ಲ. ಆದರೆ ಇವತ್ತು ಅವನ ನಿರೀಕ್ಷೆಗೆ ವಿರುದ್ಧವಾಗಿ ಎಸ್ಕರ್ ವ್ಯಾಂಗ್ ಅವನನ್ನು ಚೆನ್ನಾಗಿ ಫಳಿಸಿಯೂ ಇದ್ದ. ಪೇಟೆ ಜಾಗದಲ್ಲಿ ಅವರು ಹೇಳಿದ್ದರಲ್ಲಿ ನಿಜ ಇತ್ತು. "ಚಕ್ರವರ್ತಿಗಳು ಅಧಿಕೃತ ಪರೀಕ್ಷೆಗಳನ್ನು ರದ್ದು ಪಡಿಸಿದ್ದ ಕಾರಣ ವಿದ್ವಾಂಸರಿಗೆ ಈಗ ಬೇಡಿಕೆಯೇ ಇರಲಿಲ್ಲ." ಪರಿಣಾಮವಾಗಿ ಚಾವ್ಓ ಕುಟುಂಬ ಪ್ರತಿಷ್ಠೆಯನ್ನು ಕಳೆದುಕೊಂಡಿತ್ತು. ಬಹುಶಃ ಇದೇ ಕಾರಣಕ್ಕೆ ಅವನನ್ನು ಹೀಗೆ ತಿರಸ್ಕಾರದಿಂದ ಕಾಣುತ್ತಿದ್ದರೋ ಏನೋ?

ಆಹ್ಕ್ಯೂ ಮೀನ ಮೇಷ ನೋಡುತ್ತ ನಿಂತ. ದೂರದಿಂದ ಆಹ್ಕ್ಯೂನ ಇನ್ನೊಬ್ಬ ವಿರೋಧಿ ಬಂದ. ಮಿಸ್ಟರ್ ಚಿಯಾನ್‌ನ ಹಿರಿಯ ಮಗ. ಇವನನ್ನು ಕಂಡರೂ ಆಹ್ಕ್ಯೂ ಅಸಹ್ಯ ಪಡುತ್ತಿದ್ದ. ಸಿಟಿನಲ್ಲಿದ್ದ ಯಾವುದೋ ವಿದೇಶಿ ಶಾಲೆಯಲ್ಲಿ ಓದಿ. ಜಪಾನಿಗೆ ಹೋಗಿದ್ದನಂತೆ. ಆರು ತಿಂಗಳಾದ ಮೇಲೆ ಅವನು ಬಂದಾಗ ಅವನ ಕಾಲುಗಳು ನೇರವಾಗಿದ್ದವು. ಪಿಗ್ ಟೇಲ್ ಅದೃಶ್ಯವಾಗಿತ್ತು. ಅವನಮ್ಮ ಜೋರಾಗಿ ಅತ್ತಿದ್ದಳು. ಅವನ ಹೆಂಡತಿ ಮೂರು ಬಾರಿ ಬಾವಿಯಲ್ಲಿ ಬೀಳಲು ಪ್ರಯತ್ನಿಸಿದ್ದಳು. ಆಮೇಲೆ ಅವರ ಅಮ್ಮ

ಹೇಳಿದರು. ನನ್ನ ಮಗ ಕುಡಿದು ಮಲಗಿದ್ದಾಗ ಯಾರೋ ದುಷ್ಟ ಅವನ ಜುಟ್ಟನ್ನು ಕತ್ತರಿಸಿದ್ದಾನೆ. ಅವನು ಅಧಿಕಾರಿಯಾಗಬಹುದಿತ್ತು. ಆದರೆ ಈಗ ಜುಟ್ಟು ಬೆಳೆಯುವ ತನಕ ಕಾಯಬೇಕಾಗುತ್ತೆ. ಆಹ್ಕ್ಯೂ ಮಾತ್ರ ಇದ್ಯಾವುದನ್ನೂ ನಂಬಲಿಲ್ಲ. ಅದಕ್ಕೆ ಅವನನ್ನು ಅನುಕರಣೆಯ ವಿದೇಶಿ ದೆವ್ವ! ವಿದೇಶಿ ಕೂಲಿನ ದೇಶದ್ರೋಹಿ ಅಂತ ಕರೆಯುವುದನ್ನೇ ರೂಢಿ ಮಾಡಿಕೊಂಡಿದ್ದ. ಉಸಿರು ಕಟ್ಟುವ ಹಾಗೆ ಅವನಿಗೆ ಶಾಪ ಹಾಕುತ್ತಿದ್ದ.

ಅವನಲ್ಲಿದ್ದ ಕೃತಕವಾದ ಜುಟ್ಟನ್ನು ಎಲ್ಲಕ್ಕಿಂತ ಹೆಚ್ಚಾಗಿ ಅಸಹ್ಯಪಡುತ್ತಿದ್ದ. ಕೃತಕ ಜುಟ್ಟನ್ನು ಧರಿಸಿದವನನ್ನು ಮನುಷ್ಯ ಅಂತಲೇ ಭಾವಿಸುತ್ತಿರಲಿಲ್ಲ. ಇನ್ನು ಅವನ ಹೆಂಡತಿ ನಾಲ್ಕನೇ ಸಲಕ್ಕೆ ಬಾವಿಗೆ ಬೀಳಲು ಪ್ರಯತ್ನಿಸಲಿಲ್ಲವಾದ ಕಾರಣ, ಅವಳೂ ಒಳ್ಳೆಯ ಹೆಂಗಸು ಎನಿಸಿಕೊಳ್ಳಲಿಲ್ಲ.

ಈಗ ಅನುಕರಣೆಯ ವಿದೇಶಿ ಪಿಶಾಚಿ ಹತ್ತಿರ ಬರುತ್ತಿದ್ದ.

"ಬೋಳು ತಲೆಯ ಕತ್ತೆ"......ತನಗೆ ಮಾತ್ರ ಕೇಳಿಸುವಂತೆ ಮೊದಮೊದಲು ಬೈಯುತ್ತಿದ್ದ. ಆದರೆ ಇವತ್ತು ಅವನೂ ಕೋಪದಲ್ಲಿದ್ದ. ತನ್ನೊಳಗಿನ ಉದ್ವೇಗವನ್ನೆಲ್ಲ ಚೆಲ್ಲಿಕೊಳ್ಳಬೇಕೆಂದು ಕಾಯುತ್ತಿದ್ದುದರಿಂದ, ಅವನಿಗರಿವಿಲ್ಲದೆ, ಪ್ರಯತ್ನ ಪೂರ್ವಕವಾಗಿ ಬೈಗುಳು ಹೊರಗೆ ಬಂದವು.

ದುರಾದೃಷ್ಟಕ್ಕೆ ಈ ಬೋಳುತಲೆ ಕಂದು ಬಣ್ಣದ ಹೊಳಪಿನ ಕೋಲೊಂದನ್ನು ಹಿಡಿದಿತ್ತು. ಆಹ್ಕ್ಯೂ ಇದನ್ನು ಶೋಕಧಾರಿ ದಂಡವೆಂದು ಕರೆಯುತ್ತಿದ್ದ. ವೇಗದ ಹೆಜ್ಜೆಯೊಂದಿಗೆ ಬಂದು ಆಹ್ಕ್ಯೂನ ಚೆನ್ನ ಮೇಲೆ ಬಿಗಿದ. ಇದನ್ನು ಈ ಮೊದಲೇ ನಿರೀಕ್ಷಿಸಿದ್ದ ಆಹ್ಕ್ಯೂ ತನ್ನ ಚೆನ್ನನ್ನು ಸೆಟೆಸಿ ಅಣಿಯಾಗಿದ್ದ. ಪ್ರತಿಧ್ವನಿಸುತ್ತ ಬಿದ್ದ ಧಪ್ ಧಪ್ ಹೊಡೆತ ಚೆನ್ನಿಂದ ತಲೆ ತಲುಪಿತು.

"ನನಗೆ ಗೊತ್ತಿತ್ತು." ಹತ್ತಿರ ನಿಂತಿದ್ದ ಮಗುವಿಗೆ, ಆಹ್ಕ್ಯೂ ಹೇಳಿದ.

ಧಪ್! ಧಪ್! ಧಪ್!

ಆಹ್ಕ್ಯೂಗೆ ನೆನಪಿದ್ದಂತೆ ಇದು ಎರಡನೇ ಸೋಲು, ಹೊಡೆತಗಳು ನಿಂತ ಮೇಲೆ, ಎಲ್ಲ ಮುಗೀತು ಅಂದುಕೊಂಡ. ಅವನಿಗೂ ಒಂದು ರೀತಿಯಲ್ಲಿ ಬಿಡುಗಡೆ ಎನಿಸಿತು. ಜೊತೆಗೆ ಹಿಂದಿನವರಿಂದ ಕಲಿತು ಬಂದಿದ್ದ ಮರೆತು ಬಿಡುವ ಗುಣ, ಅವನ ನೆರವಿಗೆ ಬಂತು. ನಿಧಾನವಾಗಿ ಹೆಜ್ಜೆ ಹಾಕುತ್ತ ಹೆಂಡದಂಗಡಿ ಸಮೀಪಿಸಿದಾಗ, ಅವನು ಮತ್ತೆ ಸಂತೋಷವಾಗಿದ್ದ.

ಅಷ್ಟು ಹೊತ್ತಿಗೆ ಸರಿಯಾಗಿ "ಕ್ವಯಟ್ ಸೆಲ್ಫ್ ಇಂಪ್ರೂವ್‌ಮೆಂಟ್" ಕಾನ್ವೆಂಟಿನ ಕ್ರೈಸ್ತ ಕಿರಿವಯಸ್ಸಿನ ಸನ್ಯಾಸಿಯೊಬ್ಬಳು ಅವನೆಡೆಗೆ ಬಂದಳು. ಸನ್ಯಾಸಿನಿ ದೃಷ್ಟಿಗೆ ಬೀಳುತ್ತಿದ್ದಂತೆ ಆಹ್ಕ್ಯೂಗೆ ತಪ್ಪೊಪ್ಪಿಕೊಳ್ಳುವಂತೆ ಅನಿಸುತ್ತಿತ್ತು. ಅವನಿಗಾದ ಅಷ್ಟೆಲ್ಲ ಅವನಮಾನದ ನಂತರವೂ ನಡೆದದ್ದನ್ನೆಲ್ಲ ನೆನಪಿಸಿಕೊಂಡಾಗ ಅವನ ಕೋಪ ಮರುಕಳಿಸಿತು.

"ಇವತ್ತಿನ ನನ್ನ ದುರಾದೃಷ್ಟವೆಲ್ಲ ನಿನ್ನನ್ನು ನೋಡಬೇಕಾಗಿ ಬಂದದ್ದಕ್ಕೆ!" ತನ್ನಲ್ಲಿಯೇ ಹೇಳಿಕೊಂಡ.

ಆಕೆಯ ಬಳಿಗೆ ಹೋಗಿ ಜೋರಾಗಿ ಸದ್ದು ಮಾಡುತ್ತ ಉಗಿದ.....ಊಹ್...ಪಾಹ್....

ಆ ಚಿಕ್ಕ ಸನ್ಯಾಸಿನಿ ಅವನ ಕಡೆ ಲಕ್ಷ್ಯವನ್ನೇ ಕೊಡದೆ, ತಲೆ ಬಗ್ಗಿಸಿಕೊಂಡು ನಡೆದಳು. ಆಹ್ಕ್ಯೂ ಅವಳ ಹತ್ತಿರ ಹೋಗಿ ಕೈಚಾಚಿ ಅವಳ ನುಣ್ಣನೆಯ ತಲೆ ಮೇಲೆ ಕೈಯಾಡಿಸಿದ. "ಬೋಳು ತಲೆ!.....ಬೇಗ ಹೋಗು. ನಿನ್ನ ಸನ್ಯಾಸಿ ನಿನಗಾಗಿ ಕಾಯುತ್ತಿರಬಹುದು....."

"ಯಾರನ್ನೋ ತಮಾಷೆ ಮಾಡ್ತಿರೋದು?......ನಾಚಿಕೆಯಿಂದ ಕೆಂಪಾಗುತ್ತ ಕೇಳಿದಳು. ಹಾಗೆಯೇ ಬೇಗ ಬೇಗ ಹೆಜ್ಜೆ ಹಾಕಿದಳು.

ಹೆಂಡದಂಗಡಿಯಲ್ಲಿ ಇದ್ದ ಜನ ನಗತೊಡಗಿದರು. ತನ್ನ ಸಾಹಸವನ್ನು ಮೆಚ್ಚಿದ್ದನ್ನು ಗಮನಿಸಿ, ಆಹ್ಕ್ಯೂ ಇನ್ನಷ್ಟು ಖುಷಿ ಪಟ್ಟ.

"ಸನ್ಯಾಸಿ ತಮಾಷೆ ಮಾಡಬಹುದಾದರೆ, ನಾನ್ಯಾಕೆ ಮಾಡಬಾರದು?" ಅಂತ ಹೇಳುತ್ತ ಅವಳ ಕೆನ್ನೆ ಚಿವುಟಿದ.

ಮತ್ತೆ ಹೆಂಡದಂಗಡಿಯಲ್ಲಿದ್ದವರು ಜೋರಾಗಿ ನಗಲು ತೊಡಗಿದರು. ಆಹ್ಕ್ಯೂ ಇನ್ನಷ್ಟು ಇದರಿಂದ ಖುಷಿಪಟ್ಟ, ನೋಡುತ್ತಿದ್ದವರನ್ನು ಮತ್ತೂ ತೃಪ್ತಿ ಪಡಿಸಲು, ಅವಳನ್ನು ಹೋಗಲು ಬಿಡುವ ಮುಂಚೆ ಮತ್ತೊಮ್ಮೆ ಕೆನ್ನೆ ಚಿವುಟಿದ.

ಇದೆಲ್ಲ ನಡೆಯುವಷ್ಟು ಹೊತ್ತಿಗೆ, ವಿಸ್ಕರ್ಸ್ ವ್ಯಾಂಗ್, ವಿದೇಶಿ ಪಿಶಾಚಿ, ಇವರುಗಳನ್ನೆಲ್ಲ ಮರೆತು ಬಿಟ್ಟಿದ್ದ. ಇಡೀ ದಿನದ ದುರಾದೃಷ್ಟಕ್ಕೆ ಪರಿಹಾರ ಸಿಕ್ಕಂತಾಗಿತ್ತು. ಆ ಹೊಡೆತಗಳು ತಿಂದ ಮೇಲೆ ಈಗ ನಿರಾಳ ಎನಿಸಿತ್ತು. ಗಾಳಿಯಲ್ಲಿ ತೇಲುತ್ತಿರುವಂತಹ ಅನುಭವ ಅವನದಾಗಿತ್ತು.

ದೂರದಲ್ಲಿ ಚಿಕ್ಕ ಸನ್ಯಾಸಿನಿ ಕಣ್ಣು ತುಂಬಿಕೊಂಡು "ನೀನು ಗಂಡು ಮಕ್ಕಳಿಲ್ಲದೆ ಸಾಯುವಂತಾಗು" ಎಂದು ಶಪಿಸಿದಳು.

ಆಹ್ಕ್ಯೂ ಅಟ್ಟಹಾಸದಿಂದ ನಕ್ಕ.

ಹೆಂಡದಂಗಡಿಯಲ್ಲಿದ್ದವರೂ ಇದೇ ರೀತಿಯಲ್ಲಿ ನಕ್ಕರಾದರೂ ನಗುವಿನ ತೀವ್ರತೆ ಸ್ವಲ್ಪ ಕಡಿಮೆ ಇತ್ತು.

ಅಧ್ಯಾಯ – 4

ಪ್ರೀತಿಯ ದುರಂತ

ಜಯಶಾಲಿಗಳಾದ ಕೆಲವು ಮಂದಿ ಇರುತ್ತಾರೆ. ತಮ್ಮ ಎದುರಾಳಿಗಳು ಬಹಳ ಪರಾಕ್ರಮಿಗಳಾಗಿದ್ದಾಗ ಸಿಂಹಗಳಂತೆ ಇದ್ದರೆ, ಅವರಿಂದಾಗುವ ಗೆಲುವನ್ನು ಹೆಮ್ಮೆಯಿಂದ

ಒಪ್ಪಿಕೊಳ್ಳುತ್ತಾರೆ; ಆದರೆ ಎದುರಾಳಿಗಳು ಹೇಡಿಗಳಾಗಿ, ಕುರಿಗಳಂತೆ ಇದ್ದರೆ, ಅವರ ಮೇಲೆ ಗೆಲುವನ್ನು ಪಡೆದರೂ ಆ ಗೆಲುವಿನಿಂದ ಸಂತೃಪ್ತರಾಗುವುದೇ ಇಲ್ಲ. ಇನ್ನೂ ಕೆಲವರು ಇರುತ್ತಾರೆ. ಶತ್ರುಗಳನ್ನು ಕೊಂದು, ಅವರು ಶರಣಾಗುವಂತೆ ಮಾಡಿ, ಸೋಲಿನಿಂದ ಪೂರ್ತಿಯಾಗಿ ಬಾಗುವಂತೆ ಮಾಡಿ.... ಇನ್ನೂ ಏನೇನೋ ರೀತಿಯಲ್ಲಿ ಗೆದ್ದಿದ್ದರೂ, ಅವರು ಒಂಟಿತನ, ಅನಾಥೆ, ಯಾರಿಗೂ ಬೇಡವಾದವರಂತೆ ತಮ್ಮನ್ನು ಭಾವಿಸಿಕೊಳ್ಳುತ್ತಾರೆ. ಆಗ ಅವರಿಗೆ, ಅವರ ಗೆಲವು ಕೇವಲ ಒಂದು ದುರಂತವಾಗಿ ಕಾಣಿಸುತ್ತದೆ. ಆದರೆ ನಮ್ಮ ಕಥಾನಾಯಕ ಇಷ್ಟೊಂದು ನರಸತ್ತವನಲ್ಲ. ಯಾವಾಗಲೂ ಉತ್ಸಾಹಿಯಾಗಿ ಇರುತ್ತಿದ್ದ. ಪ್ರಪಂಚದ ಇತರ ರಾಷ್ಟ್ರಗಳ ಮೇಲೆ ಚೀನಾದ ನೈತಿಕ ದಿಗ್ವಿಜಯಕ್ಕೆ ಇದು ಸಾಕ್ಷಿಯಾಗಿದೆ.

ಆಹ್ಕ್ಯೂನನ್ನು ನೋಡಿದಾಗ, ಗೆಲವು, ಸಂಭ್ರಮಗಳೊಂದಿಗೆ ಈ ಕ್ಷಣ ಹಾರಲು ಸಿದ್ಧನಾಗಿರುವಂತಿದ್ದಾನೆ.

ಈ ದಿಗ್ವಿಜಯಕ್ಕೆ ವಿಚಿತ್ರ ಪರಿಣಾಮಗಳು ಇಲ್ಲದೆ ಇಲ್ಲ. ಸಾಕಷ್ಟು ಹೊತ್ತು ಹಾರುತ್ತಲೇ ಇದ್ದ. ಹಾರುತ್ತ ಹಾರುತ್ತ ತನ್ನ ರಕ್ಷಕ ದೇವರ ಗುಡಿಗೆ ಹಾರಿದ. ಮಾಮೂಲಾಗಿದ್ದರೆ, ಅವನು ಅಲ್ಲಿ ತಲೆಯೂರಿದ ಕ್ಷಣದಲ್ಲೇ ನಿದ್ದೆ ಮಾಡುತ್ತಿದ್ದ. ಆದರೆ ಈ ದಿನ ಸಂಜೆ ಅವನಿಗೆ ನಿದ್ದೆ ಮಾಡಲು ಆಗಲೇ ಇಲ್ಲ. ತನ್ನ ಕೈ ಬೆರಳಿಗೆ ಏನೋ ಆದ ಹಾಗೆ ಇದೆ. ಮಾಮೂಲಿಗಿಂತ, ಮುಟ್ಟಿದರೆ ನುಣುಪಾಗಿದೆ, ಚಿಕ್ಕ ಸನ್ಯಾಸಿನಿಯ ಕೆನ್ನೆಯ ನುಣುಪಾದರೂ ಬೆರಳುಗಳಿಗೆ ಮೆತ್ತಿಕೊಂಡಿದೆಯೋ ಇಲ್ಲ ತನ್ನ ಬೆರಳುಗಳು ಅವಳ ಕೆನ್ನೆಯ ಮೇಲೆ ಮೃದುವಾದುದನ್ನೇನಾದರೂ ಸವರಿದೆಯೋ! ಹೇಳುವುದು ಕಷ್ಟ.

ಆಹ್ಕ್ಯೂ, ಗಂಡು ಮಕ್ಕಳಿಲ್ಲದೆ ನೀನು ಸಾಯುವಂತಾಗು.

ಈ ಮಾತುಗಳು ಆಹ್ಕ್ಯೂನ ಕಿವಿಗಳಲ್ಲಿ ಅನುರಣಿಸಿದವು. ಹೇಳಿದ್ದು ಸರಿ! ನಾನು ಮದುವೆಯಾಗಿ ಹೆಂಡತಿಯನ್ನು ಪಡೆಯಬೇಕು. ಇಲ್ಲವಾದಲ್ಲಿ ತನ್ನ ಪ್ರೇತಾತ್ಮಕ್ಕೆ ಪಿಂಡದಾನ ಮಾಡಲು ಯಾರೊಬ್ಬರು ಇರುವುದಿಲ್ಲ. ಖಂಡಿತ ನನಗೊಬ್ಬಳು ಹೆಂಡತಿ ಬೇಕೇ ಬೇಕು." ಮೂರು ರೀತಿಯ ರಕ್ತ ಸಂಬಂಧಗಳಿವೆ. ಆದರೆ ಅತ್ಯಂತ ಭಯಂಕರವಾದ ವಿಚಾರವೆಂದರೆ ಸಂತಾನವಿಲ್ಲದೆ ವಂಶ ಮುಂದುವರಿಸದೆ ಉಳಿಯುವುದು. ಎಲ್ಲಕ್ಕಿಂತ ಇನ್ನೊಂದು ದುರಂತವೆಂದರೆ, ಪ್ರೇತಾತ್ಮಗಳು, ತಮ್ಮ ವಂಶದವರಿಲ್ಲದೆ ಹೋದರೆ ಉಪವಾಸ ಸಾಯುತ್ತವೆ. ಈ ನಂಬಿಕೆಗಳು ಸಾಧು ಸಂತರು ಹೇಳಿರುವುದಕ್ಕೆ ಸರಿಯಾಗಿ ಹೊಂದಿಕೊಳ್ಳುತ್ತವೆ. ನಂತರ ಅವನು ಹುಚ್ಚುಹುಚ್ಚಾಗಿ ಓಡಿ ಹೋದದ್ದು ಅಯ್ಯೋ ಪಾಪ ಅನಿಸುತ್ತೆ.

"ಹೆಂಗಸು! ಹೆಂಗಸು" ಅವನು ಯೋಚಿಸಿದ. ಸನ್ಯಾಸಿ ಗೇಲಿ ಮಾಡ್ತಾನೆ..... ಹೆಂಗಸು......ಹೆಂಗಸು......ಮತ್ತೆ ಅವನು ಯೋಚಿಸಿದ.

ಆಮೇಲೆ ಆಹ್‌ಕ್ಯೂ ಯಾವಾಗ ನಿದ್ದೆಗೆ ಬಿದ್ದನೆಂದು ಗೊತ್ತಾಗಲಿಲ್ಲ. ಇದಾದ ಮೇಲೆ ಅವನಿಗೆ ಅವನ ಬೆರಳುಗಳು ಬಹಳ ಮೃದು ಅನಿಸತೊಡಗಿತು. ಮನಸ್ಸು ಹಗುರವಾಯಿತು. "ಹೆಂಗಸು!"......ಅವನು ಯೋಚಿಸಿದ.

ಇದಾದ ನಂತರ, ನಮಗೆ ಅನಿಸುತ್ತೆ ಹೆಂಗಸು ಮನುಷ್ಯ ಕುಲಕ್ಕೆ ಒಂದು ತಲೆನೋವು! ಎಂದುಕೊಂಡ. ಹೆಂಗಸರಿಂದಾಗಿ ಹಾಳಾಗದಿದ್ದರೆ ಎಷ್ಟೊಂದು ಚೀನೀ ಪುರುಷರು ಸಾಧು ಸಂತರಾಗಿ ಇರುತ್ತಿದ್ದರು. ಆದರೆ ದುರಾದೃಷ್ಟ ಹಾಗಾಗಲಿಲ್ಲ. ಷ್ಯಾಂಗ್ ವಂಶ ತಾಚೀ ಎಂಬ ಹೆಣ್ಣಿಂದ ನಾಶವಾಯಿತು. ಚಾ ವಂಶ ಪಾನ್‌ಷ್ಟುವಿನಿಂದ ನಿರ್ಮಮವಾಯಿತು. ಚಿನ್‌ವಂಶ ಹೇಗೆ ನಾಶವಾಯಿತು ಅನ್ನೋದಕ್ಕೆ ಐತಿಹಾಸಿಕ ಪ್ರಮಾಣವಿಲ್ಲದಿದ್ದರೂ, ಹೆಣ್ಣೊಬ್ಬಳು ಕಾರಣವಾಗಿರಬೇಕು ಎಂದರೆ, ಸತ್ಯಕ್ಕೆ ದೂರವೇನಲ್ಲ. "ತೂಂಗ್ ಷೋ"ನ ಸಾವು ತಿಯಾವೋ ಚಾನ್‌ಳಿಂದ ಸಂಭವಿಸಿದ್ದು ಸತ್ಯ ಸಂಗತಿಯಾಗಿದೆ.

ಆಹ್‌ಕ್ಯೂ ಕೂಡ ಪ್ರಾರಂಭಕ್ಕೆ ನೈತಿಕ ಶಿಸ್ತಿನ ಮನುಷ್ಯನೇ ಆಗಿದ್ದ. ಯಾರಾದರೂ ಗುರುಗಳು ಮಾರ್ಗದರ್ಶನ ನೀಡಿದರೋ ಏನೋ ಗೊತ್ತಿಲ್ಲ. ಅಂತೂ ಅವನು ಮಾತ್ರ ಸ್ತ್ರೀ ಪುರುಷ ಸಂಬಂಧಗಳನ್ನು ಪ್ರತ್ಯೇಕವಾಗಿ ಬೇರೆ ಬೇರೆಯಾಗಿ ಪರಿಗಣಿಸುತ್ತಿದ್ದ. ಸನ್ಯಾಸಿಯಂತೆ, ಅನುಕರಣೆಯ ವಿದೇಶಿ ಪಿಶಾಚಿಯಂತೆ ಅಸಂಪ್ರದಾಯಿಕವಾದ ಕೆಲಸಗಳನ್ನು ಮಾಡದೆ ಇದ್ದುದು ಸರಿಯಾಗಿತ್ತು. ಅವನದೇ ಆದ ಕೆಲವು ಅಭಿಪ್ರಾಯಗಳಿದ್ದವು. ಸನ್ಯಾಸಿಯ ಜೊತೆಯಲ್ಲಿ ಗುಪ್ತವಾಗಿ ವ್ಯವಹರಿಸಬೇಕು. ಹೆಣ್ಣೊಬ್ಬಳು ಬೀದಿಯಲ್ಲಿ ಒಂಟಿಯಾಗಿ ಹೋಗುವುದು ಪುರುಷರನ್ನು ದಾರಿ ತಪ್ಪಿಸುವುದಕ್ಕಾಗಿ ಗಂಡು–ಹೆಣ್ಣು ಒಟ್ಟಿಗೆ ಮಾತಾಡುತ್ತಿದ್ದರೆ, ತಾವು ತಮ್ಮ ಭೇಟಿಯನ್ನು ನಿರ್ಧರಿಸಲು ಮಾತ್ರ ಇರಬೇಕು!...... ಇಂಥವರನ್ನು ತಿದ್ದುವುದಕ್ಕಾಗಿ ಜೋರಾಗಿ ಏನಾದರೂ ಟೀಕೆ ಮಾಡುತ್ತಿದ್ದ. ದುರುಗುಟ್ಟಿ ಕೋಪದಿಂದ ನೋಡುತ್ತಿದ್ದ, ಸ್ಥಳದಲ್ಲಿ ಯಾರೂ ಇಲ್ಲದಿದ್ದರೆ ಹಿಂದಿನಿಂದ ಕಲ್ಲೊಂದನ್ನು ಎಸೆಯುತ್ತಿದ್ದ. ದೃಢವಾಗಿ ನಿಲ್ಲಬೇಕಾದ ಮೂವತ್ತನೇ ವಯಸ್ಸಿನಲ್ಲಿ ಇರುವವನು. ಸನ್ಯಾಸಿನಿಯ ವಿಷಯದಲ್ಲಿ ತಲೆಕೆಡಿಸಿಕೊಳ್ಳುತ್ತಾನೆಂದು ಯಾರು ತಾನೇ ಹೇಳಬಲ್ಲರು? ನಮ್ಮ ಪುರಾತನ ವಿಧಿನಿಯಮಗಳ ಪ್ರಕಾರ ಈ ಬಗೆಯ ನಿರಾಂತಕ ಮನಸ್ಸು ಆಕ್ಷೇಪಾರ್ಹವಾದುದು. ಹಾಗಾಗಿ ಹೆಂಗಸರು ಧಿಕ್ಕಾರ ಯೋಗ್ಯರು. ಆ ಎಳೆಯ ಸನ್ಯಾಸಿನಿಯ ಮುಖ ಮೃದುವಾಗಿ, ನುಣುಪಾಗಿ ಇದ್ದಿರದಿದ್ದರೆ ಆಹ್‌ಕ್ಯೂ ಅವಳಿಂದ ಹೀಗೆ ಮರುಳಾಗುತ್ತಿರಲಿಲ್ಲ. ಇಲ್ಲ ಅವಳು ತನ್ನ ಮುಖವನ್ನು ಬಟ್ಟೆಯಿಂದ ಮುಚ್ಚಿಕೊಂಡರೂ ಇಂತಹ ಅಪಾಯವಿರುತ್ತಿರಲಿಲ್ಲ. ಐದಾರು ವರ್ಷಗಳ ಹಿಂದೆ ಒಂದು ಸಲ ಯಾವುದೋ ಒಂದು ಒಪೆರಾ ನೋಡುತ್ತಿದ್ದಾಗ, ಪ್ರೇಕ್ಷಕ ಹೆಂಗಸೊಬ್ಬಳ ಕಾಲುಗಳನ್ನು ಚಿವುಟಿದ್ದ, ಆದರೆ ಅವಳು ಹಾಕಿದ್ದ ಟ್ರಾಜರ್‌ನಿಂದ ಅವನಿಗೆ ಅವಳ ಚರ್ಮದ ಸ್ಪರ್ಶ ಆಗಲಿಲ್ಲವಾದ ಕಾರಣ ಈ ರೀತಿ ಮರುಳಾಗಲಿಲ್ಲ. ಎಳೆ ಸನ್ಯಾಸಿನಿ ಬಟ್ಟೆಯಿಂದ ಮುಖ ಮರೆ ಮಾಡಿರದೆ ಸಂಪ್ರದಾಯ ಬಾಹಿರವಾಗಿ ಉಳಿಯುವುದರಿಂದ ಉಂಟಾಗುವ ಜಿಗುಪ್ಸೆಗೆ ಇದೊಂದು ನಿದರ್ಶನವಾಗಿತ್ತು.

"ಹೆಂಗಸು....." ಆಹ್ಕ್ಯೂ ಆಲೋಚಿಸಿದ. ಪುರುಷರನ್ನು ಮರಳುಗೊಳಿಸುವ ಹೆಂಗಸರ ಮೇಲೆ ಕಣ್ಣಿಟ್ಟಿದ್ದ. ತನ್ನೊಂದಿಗೆ ಮಾತನಾಡುವ ಹೆಂಗಸರನ್ನು ಜಾಗರೂಕತೆಯಿಂದ ಗಮನಿಸುತ್ತಿದ್ದ. ಆದರೆ ಯಾರೊಬ್ಬರೂ ಗುಪ್ತ ಪ್ರಣಯಕ್ಕೆ ಸಂಬಂಧ ಪಟ್ಟ ಏನನ್ನೂ ಮಾತಾಡಲಿಲ್ಲ. ಆಹಾ! ಸಂಪ್ರದಾಯ ಬಾಹಿರ ಹೆಂಗಸರಿಗೊಂದು ನಿದರ್ಶನ! ಎಲ್ಲರೂ ಸೋಗಿನ ಮರ್ಯಾದೆಯನ್ನು ಧರಿಸಿದ್ದರು.

ಒಂದು ದಿನ ಆಹ್ಕ್ಯೂ, ಚಾವೋನ ಮನೆಯಲ್ಲಿ ಅಕ್ಕಿ ಬೀಸುತ್ತಿದ್ದ. ರಾತ್ರಿ ಊಟ ಆದ ಮೇಲೆ ಪೈಪ್ ಸೇದಲೆಂದು ಅಡಿಗೆ ಮನೆಯಲ್ಲಿ ಕುಳಿತಿದ್ದ. ಬೇರೆಯವರ ಮನೆ ಆಗಿದ್ದರೆ, ರಾತ್ರಿ ಊಟದ ನಂತರ ಮನೆಗೆ ಹೊರಟು ಬಿಡುತ್ತಿದ್ದ. ಚಾವೋನ ಮನೆಯಲ್ಲಿ ರಾತ್ರಿಯೂಟ ಬೇಗನೇ ಮುಗಿದಿತ್ತು. ಸಾಮಾನ್ಯವಾಗಿ ಊಟ ಮುಗಿದ ತಕ್ಷಣ, ದೀಪ ಹಚ್ಚಬಾರದು. ಎಲ್ಲ ಹೋಗಿ ಮಲಗಬೇಕು ಅನ್ನೋ ನಿಯಮ ಇತ್ತು. ಆದರೂ ಒಮ್ಮೊಮ್ಮೆ ಈ ನಿಯಮವನ್ನು ಮೀರುವ ಸಂದರ್ಭಗಳು ಇರುತ್ತಿದ್ದವು. ಚಾವೋನ ಮಗ ಪಬ್ಲಿಕ್ ಪರೀಕ್ಷೆಗೆ ಓದಬೇಕಾಗಿದ್ದುದರಿಂದ ಅವನು ದೀಪ ಹಚ್ಚಲು ಪರವಾನಿಗೆ ಇತ್ತು. ಒಮ್ಮೊಮ್ಮೆ ಆಹ್ಕ್ಯೂಗೂ ಏನಾದರೂ ಸಣ್ಣ ಪುಟ್ಟ ಕೆಲಸಗಳನ್ನು ಮಾಡಬೇಕಾಗಿ ಬಂದಾಗ, ದೀಪ ಹಚ್ಚಬಹುದಾಗಿತ್ತು. ಇಂತಹ ಅಪವಾದಗಳಿಂದಾಗಿ ಆಹ್ಕ್ಯೂ ಅಡಿಗೆ ಮನೆಯಲ್ಲಿ, ತನ್ನ ಕೆಲಸ ಮುಂದುವರೆಸುವುದಕ್ಕೆ ಮೊದಲು ಪೈಪ್ ಸೇದಲು ಕುಳಿತ.

ಆಗ ಚಾವೋ ಮನೆಯ ಕೆಲಸದವಳು ಅಮಾಹ್ವೂ ಪಾತ್ರೆ ತೊಳೆದು ಇಟ್ಟ ಮೇಲೆ. ಅಲ್ಲಿಯೇ ಇದ್ದ ಬೆಂಚಿನ ಮೇಲೆ ಕುಳಿತ ಆಹ್ಕ್ಯೂ ಜೊತೆಗೆ ಹರಟೆಗೆ ತೊಡಗಿದಳು.

"ನಮ್ಮೊಡತಿ ಎರಡು ದಿನದಿಂದ ಏನನ್ನೋ ತಿಂದೇ ಇಲ್ಲ. ಯಾಕೇಂದ್ರೆ ಯಜಮಾನ್ರು ಸೂಳೇನ ತಂದು ಇರಿಸ್ಕೋತಾರಂತೆ!......."

"ಹೆಂಗಸು! ಅಮಾಹ್ವೂ..... ಈ ಎಳೆ ವಿಧವೆ....." ಆಹ್ಕ್ಯೂ ಯೋಚಿಸಿದ.

"ನಮ್ಮ ಚಿಕ್ಕೊಡತಿ 8ನೇ ತಿಂಗಳಲ್ಲಿ ಒಂದು ಮಗು ಹಡೀತಾರೆ....."

"ಹೆಂಗಸು......" ಆಹ್ಕ್ಯೂ ಯೋಚಿಸಿದ.

ಪೈಪನ್ನು ಕೆಳಗಿರಿಸಿ ಎದ್ದುನಿಂತ.

"ನಮ್ಮ ಚಿಕ್ಕೊಡತಿ.....ಆ ಅಮಾಹ್ವೂ ವಟಗುಟ್ಟಿದಳು. "ನಂಜೊತೆ ಮಲಗು!" ಇದ್ದಕ್ಕಿದ್ದಂತೆ ಆಹ್ಕ್ಯೂ ಮುನ್ನುಗ್ಗಿ ಹೋಗಿ ಅವಳ ಪಾದಗಳ ಬಳಿ ಬಿದ್ದ.

ಒಂದು ಕ್ಷಣ ನಿಸ್ತಬ್ಧ.

"ಅಯ್ಯೋ!" ದಿಗ್ಭ್ರಮೆಯಿಂದ ಒಂದು ಕ್ಷಣ ಮೂಕಳಾದಲು. ನಡುಗಲು ಪ್ರಾರಂಭಿಸಿದಲು. ನಂತರ ಅವನಿಂದ ತಪ್ಪಿಸಿಕೊಳ್ಳುತ್ತಾ, ಕಿರುಚುತ್ತಾ ಓಡಿದಳು. ಸ್ವಲ್ಪ ಹೊತ್ತಿನ ನಂತರ ಬಿಕ್ಕಿ ಬಿಕ್ಕಿ ಅಳುವುದು ಕೇಳಿಸಿತು.

ಆಹ್ಕ್ಯೂ ಕೂಡ ಗೋಡೆಗೆ ಒರಗಿ ಮೂಕ ವಿಸ್ಮಿತನಾಗಿ ಮೊಣಕಾಲೂರಿ ಕುಳಿತಿದ್ದ. ಖಾಲಿಯಾಗಿದ್ದ ಬೆಂಚನ್ನು ಎರಡೂ ಕೈಗಳಿಂದ ಗಟ್ಟಿಯಾಗಿ ಹಿಡಿದುಕೊಂಡು ಮೆಲ್ಲನೆ ಎದ್ದು ನಿಂತ. ಏನೋ ಅಚಾತುರ್ಯ ಆಗಿರುವುದು ಅಸ್ಪಷ್ಟವಾಗಿ ಗೋಚರಿಸಿತು. ಹಾಗೆ ನೋಡಿದರೆ ಅವನೇ ಬಹಳ ಹೆದರಿದ. ಆತುರಾತುರವಾಗಿ ಪೈಪನ್ನು ಸೊಂಟಕ್ಕೆ ಸಿಕ್ಕಿಸಿ, ಮತ್ತೆ ಅಕ್ಕಿ ಬಳಿಗೆ ಹೋಗಲು ನಿರ್ಧರಿಸಿದ, ಆದರೆ.....ತಕ್ಷಣ ಅವನ ತಲೆಮೇಲೆ ಬಲವಾಗಿ ಒಂದು ಗುದ್ದು ಬಿತ್ತು. ಸರ್ರನೆ, ತನ್ನನ್ನು ಹೊಡೆದ ವ್ಯಕ್ತಿಯಾರೆಂದು ತಿರುಗಿ ನೋಡಿದ. ಕೈಯಲ್ಲಿ ಬೆತ್ತದ ಕೋಲು ಹಿಡಿದು ಯಶಸ್ವಿ ರಾಜಕೀಯ ಅಭ್ಯರ್ಥಿ ನಿಂತಿದ್ದ.

"ನೀನು.....ನೀನು ನಿನಗೆಷ್ಟೋ ಧೈರ್ಯ? ದಪ್ಪನೆಯ ಬೆತ್ತ ಆಹ್ಕ್ಯೂನ ಭುಜಗಳ ಮೇಲೆ ಬಿತ್ತು. ತಲೆ ಮೇಲಿನ ಹೊಡೆತ ತಪ್ಪಿಸಿಕೊಳ್ಳಲು ಕೈಗಳನ್ನು ಮೇಲೆತ್ತಿ ಇಟ್ಟಾಗ ಅವನ ಗೆಣ್ಣುಗಳ ಮೇಲೆ ಏಟು ಬಿತ್ತು. ಅದರಿಂದಾಗಿ ವಿಪರೀತ ನೋವುಂಟಾಯಿತು. ಅಡಿಗೆ ಮನೆಯಿಂದ ತಪ್ಪಿಸಿಕೊಂಡು ಓಡುವ ಭರದಲ್ಲಿ ಅವನ ಬೆನ್ನಿಗೂ ಏಟು ಬಿದ್ದಹಾಗಿತ್ತು.

"ಆಮೆ ಮೊಟ್ಟಿ"– ಹೊಡೆದವನು ಆಹ್ಕ್ಯೂನನ್ನು ಶಪಿಸುತ್ತಾ ನಜ್ಜುಗುಜ್ಜಾಗುವಂತೆ ಬಾರಿಸಿದ. ಓಡಿ ಹೋಗಿ ಒಂದುಕಡೆ ಒಂಟಿಯಾಗಿ ನಿಂತ. ಅವನ ಗೆಣ್ಣುಗಳು ನೋಯುತ್ತಿದ್ದವು. ಅದಕ್ಕಿಂತ ಆಮೆಮೊಟ್ಟಿ ಅನ್ನುವ ಪದ ಅವನನ್ನು ಹೆಚ್ಚು ನೋಯಿಸಿತು. ವೀಷುವಾಂಗ್‌ನಲ್ಲಿ ಯಾರೂ ಆ ಪದವನ್ನು ಬಳಸುತ್ತಿರಲಿಲ್ಲ. ಕೇವಲ ಶ್ರೀಮಂತರು ಅಧಿಕಾರದಲ್ಲಿ ಇರುವವರು ಮಾತ್ರ ಇದನ್ನು ಬಳಸುತ್ತಿದ್ದರು. ಅವನಿಗೆ ಇದರಿಂದ ತುಂಬ ಹೆದರಿಕೆಯಾಗಿತ್ತು. ಅವನ ಮನಸ್ಸಿನ ಮೇಲೆ ತುಂಬಾ ಪರಿಣಾಮ ಬೀರಿತ್ತು. ಇಷ್ಟು ಹೊತ್ತಿಗೆ ಅವನ ತಲೆಯಿಂದ ಹೆಂಗಸು ವಿಚಾರ ಹಾರಿ ಹೋಗಿತ್ತು. ಈ ಬೈಗಳು, ಹೊಡೆತ ಎಲ್ಲ ಮುಗಿದ ಮೇಲೆ, ಏನೋ ಮುಗೀತು ಅಂತ ಅನ್ನಿಸಿ ನಿರಾಳವಾಗಿ ಅಕ್ಕಿಯನ್ನು ಬೀಸತೊಡಗಿದ. ಸ್ವಲ್ಪ ಹೊತ್ತು ಮಾಡಿದ ಮೇಲೆ ಸೆಕೆ ಅಂತ ಅನಿಸಿ, ಅಂಗಿಯನ್ನು ಬಿಚ್ಚಿದ.

ಅಂಗಿ ಬಿಚ್ಚುತ್ತಿರುವಾಗ ಹೊರಗಡೆಯಿಂದ ದೊಡ್ಡ ಗದ್ದಲ ಕೇಳಿಸಿತು. ಆಹ್ಕ್ಯೂಗೆ ಯಾವಾಗಲೂ ಇಂತಹ ಜಗಳ, ಕೂಗು ನೋಡುವುದೆಂದರೆ ಒಂದು ಥರಾ ಉತ್ಸಾಹ ಇರುತ್ತಿದ್ದರಿಂದ ಈಗಲೂ ಆ ಸದ್ದು ಕೇಳಿದ ದಿಕ್ಕನ್ನು ಹುಡುಕಿ ಹೊರಟ. ಕಡೆಗೆ ಚಾವೋನ ಒಳಾಂಗಣದಿಂದ ಎಂಬುದನ್ನು ಪತ್ತೆ ಹಚ್ಚಿದ. ಮುಸ್ಸಂಜೆ ಆಗಿದ್ದರೂ ಸಾಕಷ್ಟು ಜನ ಸೇರಿದ್ದನ್ನು ನೋಡಿದ. ಚಾವೋ ಕುಟುಂಬದವರೆಲ್ಲರೂ ಜೊತೆಗೆ ಎರಡು ದಿನದಿಂದ ಊಟ ಮಾಡದಿದ್ದ ಚಾವೋನ ಹೆಂಡತಿ ಕೂಡ ಇದ್ದರು. ಜೊತೆಗೆ ನೆರೆ ಹೊರೆಯವರಾದ ಶ್ರೀಮತಿ ತ್ಸವೋ ಮತ್ತು ನೆಂಟರಾದ ಚಾವೋ ಪೇ ಎನ್ ಮತ್ತು ಚಾವೋ ಷು ಚೆನ್ ರೂ ಇದ್ದರು. ಚಿಕ್ಕೊಡತಿ ಅಮಾಹ್ ವೂ ಲನ್ನು ಕೆಲಸದವರ ಕ್ವಾರ್ಟರ್ಸ್‌ನಿಂದ ಎಳೆದು ತಂದು ಹೇಳ ತೊಡಗಿದಲು.

"ಆಹೆ ಬಾ......ನಿನ್ನ ರೂಮಲ್ಲಿ ಕೂತ್ಕೊಂಡು ಯೋಚನೆ ಮಾಡ್ತಿರಬೇಡ."

"ಎಲ್ಲರಿಗೂ ಗೊತ್ತು. ನೀನು ಒಳ್ಳೆ ಹೆಂಗಸೂಂತ"

ಶ್ರೀಮತಿ ತ್ಸವೋ ಪಕ್ಕದಿಂದ ಹೇಳಿದಳು. ಆತ್ಮಹತ್ಯೆ ಮಾಡಿಕೊಳ್ಳೋ ಯೋಚನೆ ಮಾಡಬಾರದು.

ಅಮಾನ್ ನರಳಿದಳು. ಯಾರಿಗೂ ಕೇಳಿಸದಂತೆ ಅಸ್ಪಷ್ಟವಾಗಿ ಏನನ್ನೋ ಗೊಣಗಿದಳು.

"ಬಹಳ ಕುತೂಹಲಕರವಾಗಿದೆ" ಆಹ್ಕ್ಯೂ ಹೇಳಿಕೊಂಡ. ಏನು ತಲೆಹರಟೆ ಮಾಡೋಕೆ ಹೊರಟಿದ್ದಾಳೆ, ಈ ಚಿಕ್ಕ ವಿಧವೆ, ಅವನಿಗೆ ಏನೂಂತ ತಿಳಿಯುವ ಕುತೂಹಲ. ಚಾವೋ ಷೂ ಚೆನ್ ಬಳಿಗೆ ಸಾರುತ್ತಿದ್ದಂತೆ, ಚಾವೋನ ಹಿರಿಯ ಮಗ ಬಿದಿರಿನ ಕೋಲು ಹಿಡಿದುಕೊಂಡು ಬರುತ್ತಿದ್ದದು ಕಾಣಿಸಿತು. ಅದನ್ನು ನೋಡುತ್ತಿದ್ದಂತೆ ಅದರಿಂದ ಏಟು ತಿಂದದ್ದೂ ನೆನಪೂ ಆಯಿತು. ಈಗ ಇಲ್ಲಿ ನಡೀತಿರೋ ಘಟನೆ ಜೊತೆ ತನ್ನದೂ ಏನೋ ಸಂಬಂಧ ಇರಬೇಕು ಅನಿಸಿ, ಅಲ್ಲಿಂದ ತಪ್ಪಿಸಿಕೊಂಡು, ಕೋಲು ತನ್ನನ್ನು ಹಿಂಬಾಲಿಸಿ ತಡೆಯುತ್ತೆ ಅನ್ನುವ ಅರಿವಿಲ್ಲದೆ ಓಡಿದ. ಕೋಲು ಹಿಂಬಾಲಿಸಲು, ವಿರುದ್ಧ ದಿಕ್ಕಿಗೆ ಹೊರಳಿದ. ಸ್ವಲ್ಪ ಹೊತ್ತಿನಲ್ಲಿಯೇ ತನ್ನ ರಕ್ಷಕ ದೇವರ ಗುಡಿಯಲ್ಲಿದ್ದ.

ಸ್ವಲ್ಪ ಹೊತ್ತು ಕುಳಿತದ ಮೇಲೆ, ಅವನ ಚರ್ಮದಲ್ಲಿ ಚಳಿಗುಳ್ಳೆ ಕಾಣಿಸಿದವು. ವಸಂತ ಆಗಿದ್ದರೂ ರಾತ್ರಿಗಳು ಮಂಜಿನಿಂದ ಕೂಡಿರುತ್ತಿದ್ದುದರಿಂದ ಬರಿ ಮೈಯಲ್ಲಿ ಮಲಗುವುದು ಸಾಧ್ಯವಿರಲಿಲ್ಲ. ಅಂಗಿಯನ್ನು ಚಾವೋನ ಮನೆಯಲ್ಲಿ ಬಿಟ್ಟದ್ದು ನೆನಪಾಯಿತು. ಆದರೆ ಹೋಗುವುದಕ್ಕೆ ಹೆದರಿಕೆ, ಹೋದರೆ ಮತ್ತೊಮ್ಮೆ ಕೋಲಿನೇಟಿನ ರುಚಿ ನೋಡಬೇಕಾಗುತ್ತದೆ ಎನಿಸಿತು.

ಆಗ ದಂಡಾಧಿಕಾರಿ ಒಳಗೆ ಬಂದ, "ಹಾಳಾಗಿ ಹೋಗು ಆಹ್ಕ್ಯೂ, ಚಾವೋ ಮನೆಯ ಕೆಲಸದವರನ್ನೂ ಬಿಡೋದಿಲ್ಲ ಅಲ್ವ? ದುಷ್ಟ! ನನಗೆ ನಿದ್ದೆ ಇಲ್ದೆ ಇರೋ ಹಾಗೆ ಮಾಡಿದೆ.....ನೀನು....."

ಒಂದೇ ಸಮನೆ ಬೀಳುತ್ತಿದ್ದ ಬೈಗುಳ ಎದುರು ಆಹ್ಕ್ಯೂಗೆ ಏನೂ ಹೇಳಲಾಗಲಿಲ್ಲ. ಕೊನೆಗೆ, ರಾತ್ರಿ ಹೊತ್ತಾದ್ದರಿಂದ ಒಂದಕ್ಕೆ ಎರಡರಂತೆ ನಾಲ್ಕುನೂರು ನಾಣ್ಯಗಳನ್ನ ದಂಡವಾಗಿ ತೆರಬೇಕಾಯಿತು. ಆದರೆ ಅವನ ಬಳಿ ನಗದು ಹಣ ಇರಲಿಲ್ಲವಾದ ಕಾರಣ ತನ್ನ ಹ್ಯಾಟನ್ನು ಭದ್ರತೆಯಾಗಿರಿಸಿದ. ಜೊತೆಗೆ ಕೆಳಗೆ ಸೂಚಿಸಿರುವ ಷರತ್ತುಗಳಿಗೆ ಒಪ್ಪಿಕೊಳ್ಳಬೇಕಾಯಿತು.

1. ತಾನು ಮಾಡಿದ ಅಪರಾಧಕ್ಕಾಗಿ, ಆಹ್ಕ್ಯೂ ಮರುದಿನ ಬೆಳಗ್ಗೆ ಒಂದು ಪೌಂಡ್ ತೂಕದ ಒಂದು ಜೊತೆ ಕ್ಯಾಂಡಲ್‌ಗಳನ್ನ, ಒಂದು ಕಟ್ಟು ಧೂಪದಕಡ್ಡಿಯನ್ನು ಚಾವೋ ಕುಟುಂಬಕ್ಕೆ ತೆಗೆದುಕೊಂಡು ಹೋಗಿ, ಪರಿಹಾರ ರೂಪವಾಗಿ ನೀಡಬೇಕು.

2. ಆಹ್ಕ್ಯೂ ಚಾವೋ ಪುರೋಹಿತರಿಗೆ ಚಾವೋನ ಮನೆಯ ದುಷ್ಟ ಶಕ್ತಿಗಳನ್ನು ನಿವಾರಿಸಲು ಕರೆಸಿದ್ದರಿಂದ, ಸಂಭಾವನೆಯನ್ನು ಕೊಡಬೇಕು.

3. ಇನ್ನು ಮುಂದೆ ಆಹ್ಕ್ಯೂ ಚಾವೋನ ಮನೆಗೆ ಕಾಲಿಡಕೂಡದು.

4. ಅಮಾಹ್ವೂಗೆ ಏನಾದರೂ ಹೆಚ್ಚು ಕಡಿಮೆಯಾದರೆ, ಅದಕ್ಕೆ ಆಹ್ಕ್ಯೂನನ್ನೇ
   ಹೊಣೆ ಎಂದು ಪರಿಗಣಿಸಲಾಗುವುದು.

5. ಆಹ್ಕ್ಯೂ ತನ್ನ ಸಂಬಳಕ್ಕಾಗಲೀ, ಅಂಗಿಗಾಗಲೀ ಆ ಮನೆಗೆ ಹೋಗಬಾರದು.

ಆಹ್ಕ್ಯೂ ಎಲ್ಲ ಷರತ್ತುಗಳಿಗೆ ಒಪ್ಪಿಕೊಂಡ. ಆದರೆ ಪಾಪ! ಅವನಲ್ಲಿ ಆ ಸಮಯಕ್ಕೆ ಹಣ ಇರಲಿಲ್ಲ. ಅದೃಷ್ಟಕ್ಕೆ ವಸಂತ ಋತು ಅದಾಗಿತ್ತು. ತನ್ನ ಮೆತ್ತನೆಯ ತುಪ್ಪಳದ ಹೊದಿಕೆಯನ್ನು ಎರಡು ಸಾವಿರಕ್ಕೆ, ಮೇಲಿನ ಷರತ್ತುಗಳನ್ನು ಪೂರೈಸಲು ಅಡ ಇಟ್ಟ. ಹಾಕಿಕೊಳ್ಳಲು ಏನೂ ಇಲ್ಲದಿರುವುದನ್ನು ತಿಳಿದೂ ತನ್ನಲ್ಲಿ ಇನ್ನೂ ಉಳಿದಿದ್ದ ಹಣದಿಂದ ತನ್ನ ಹ್ಯಾಟನ್ನು ದಂಡಾಧಿಕಾರಿಯಿಂದ ಬಿಡಿಸಿಕೊಳ್ಳುವುದು ಬಿಟ್ಟು ಹೆಂಡಕ್ಕಾಗಿ ಖರ್ಚು ಮಾಡಿದ.

ಚಾವೋ ಮನೆಯಲ್ಲಿ ಧೂಪದ ಕಡ್ಡಿಯನ್ನಾಗಲಿ, ಕ್ಯಾಂಡಲ್‌ಗಳನ್ನಾಗಲೀ ಹಚ್ಚುತ್ತಿರಲಿಲ್ಲ. ಎನಿದ್ದರೂ ಮನೆಯೊಡತಿಯೊಬ್ಬರು ಯಾವಾಗಲಾದರೂ ಬುದ್ಧನ ಮುಂದೆ ಇವುಗಳನ್ನು ಉರಿಸುತ್ತಿದ್ದಳು. ಅದಕ್ಕೆಂದೇ ಇವುಗಳನ್ನು ತೆಗೆದು ಪಕ್ಕದಲ್ಲಿ ಇರಿಸಲಾಗಿತ್ತು. ಹರಿದ ಅಂಗಿಯನ್ನು ಹುಟ್ಟಿದ ಮಗುವಿನ ಕೆಳಗೆ ಹಾಕಲು ಉಪಯೋಗಿಸಲಾಗಿತ್ತು. ಇನ್ನು ಉಳಿದ ಹರಕು ಚಿಂದಿಗಳನ್ನು ಬೂಟಿನ ತಳಭಾಗಕ್ಕೆಂದು ಅಮಾಹ್ವೂ ಉಪಯೋಗಿಸಿದಳು.

ಅಧ್ಯಾಯ – 5

ಬದುಕಿನ ಸಮಸ್ಯೆ

ಚಾವೋ ಕುಟುಂಬದ ಷರತ್ತುಗಳನ್ನು ಒಪ್ಪಿ ನಡೆದುಕೊಂಡಮೇಲೆ ತನ್ನ ರಕ್ಷಕ ದೇವರ ಗುಡಿಗೆ ಹೋದ, ಸೂರ್ಯ ಮುಳುಗಿದ್ದ, ಅವನಿಗೆ ಏನೋ ಕೆಟ್ಟದ್ದಾಗಬಹುದೆಂಬ ವಿಚಾರ ಮೂಡುತ್ತಿತ್ತು. ಬೆನ್ನು ಬೆತ್ತಲೆಯಾಗಿರುವುದರಿಂದ ಈ ರೀತಿಯ ಆಲೋಚನೆ ಬಂದಿರಬಹುದು ಎಂದುಕೊಂಡ. ಹರಕಲು ಜಾಕೆಟ್ಟು ಇದ್ದುದು ನೆನಪಾಗಿ, ತೆಗೆದು ಹಾಕಿಕೊಂಡು ಮೈಚಾಚಿದ. ಕಣ್ಣು ಬಿಟ್ಟಾಗ ಸೂರ್ಯ ಪಶ್ಚಿಮ ಗೋಡೆಯ ಮೇಲೆ ಹೊಳೆಯುತ್ತಿದ್ದ. ಎದ್ದು ಕುಳಿತ, ಹಾಳಾಗಲಿ, ಎಂದ.

ಎದ್ದು ಮಾಮೂಲಿನಂತೆ ಬೀದಿಗಳಲ್ಲಿ ಅಲೆದಾಡಿದ, ಏನೋ ಹಿಂಸೆ ಎನಿಸುತ್ತಿತ್ತು. ಆದರೆ ಈಗ ಈ ಹಿಂಸೆ ದೇಹಕ್ಕೆ ಸಂಬಂಧಿಸಿದ್ದಲ್ಲ. ಬೆನ್ನಿಗೆ ಏನೂ ಇಲ್ಲವಾಗಿ ಚಳಿಯಾಗಿತ್ತು. ಅವತ್ತಿನಿಂದ ಹೆಂಗಸರು ಆಹ್ಕ್ಯೂ ಕಣ್ಣಿಗೆ ಬಿದ್ದೊಡನೆ ನಾಚುತ್ತಿದ್ದರು. ಮೆಲ್ಲಗೆ ಸರಿದು ಮರೆಯಾಗುತ್ತಿದ್ದರು. ಕಡೆಗೆ ಐವತ್ತು ವರ್ಷದ ಶ್ರೀಮತಿ ತ್ಸವೋ ಕೂಡ ಏನು ಮಾಡಬೇಕೆಂದು ತೋಚದೆ, ತನ್ನ ಹನ್ನೊಂದು ವರ್ಷದ ಮಗಳನ್ನು ಒಳಗೆ ಹೋಗುವಂತೆ ಹೇಳಿ ತಾನೂ ಒಳಗೆ ಮರೆಯಾದಳು. ಆಹ್ಕ್ಯೂಗೆ ಇದು ವಿಚಿತ್ರವಾಗಿ ಕಾಣಿಸಿತು. ಹಾಳು ಮುಂಡೇವು! ಎಂದುಕೊಂಡ. "ಇದ್ದಕ್ಕಿದ್ದಂತೆ ಇವರೆಲ್ಲ ಯುವತಿಯರ ಹಾಗೆ ನಾಚಿಕೊಳ್ಳೋಕ ಹೊರಟಿದ್ದಾರೆ!....."

ಇನ್ನೂ ಕೆಲವು ದಿವಸಗಳಾದ ಮೇಲೆ ಅವನಿಗೆ ಯಾಕೋ, ಏನೋ ಆಗಿದೆ. ಅಂತ ಅನಿಸತೊಡಗಿತು. ಹೆಂಡದಂಗಡಿಯವನು ಸಾಲ ಕೊಡೋದು ನಿಲ್ಲಿಸಿಬಿಟ್ಟ, ಗುಡಿಯ ಉಸ್ತುವಾರಿ ನೋಡಿಕೊಳ್ಳುತ್ತಿದ್ದ ಮುದುಕ ಏನೇನೋ ಕೆಟ್ಟದ್ದನ್ನು ಮಾತಾಡಿದ. ಆಹ್ಕ್ಯೂನನ್ನು ಅಲ್ಲಿಂದ ಕಳಿಸುವ ಉದ್ದೇಶವಿತ್ತು. ಮೂರನೆಯದಾಗಿ ಇತ್ತೀಚಿಗೆ ಕೆಲವು ದಿನಗಳಿಂದ ಯಾರೂ ತನ್ನನ್ನು ಕೆಲಸಕ್ಕೆ ಕರೆಯಲಿಲ್ಲ. ಹೆಂಡದವನು ಸಾಲಕೊಡದಿದ್ದರೂ ನಡೆಯುತ್ತೆ. ಮುದುಕ ಏನೆ ಬೈದರೂ ತಾನೇನೂ ಲಕ್ಷ್ಯ ಕೊಡಬೇಕಾದ್ದಿಲ್ಲ. ಆದರೆ ಯಾರೂ ಕೆಲಸ ಕೊಡದಿದ್ದರೆ ಹೊಟ್ಟೆ ತುಂಬೋದು ಹೇಗೆ? ಉಪವಾಸ ಇರಬೇಕಾಗುತ್ತೆ. ನಿಜವಾಗಿಯೂ ತನ್ನದು ದರಿದ್ರ ಸ್ಥಿತಿಯಾಗಿತ್ತು.

ಇನ್ನು ಅವನಿಂದ ಇರೋಕೆ ಆಗಲಿಲ್ಲ. ತಾನು ಮಾಮೂಲಾಗಿ ಹೋಗುತ್ತಿದ್ದ ಮನೆಗಳಿಗೆ ಹೋಗಿ, ತನ್ನನ್ನು ಕರೆಯದಿರಲು ಕಾರಣ ಏನೂಂತ ತಿಳ್ಕೋಬೇಕೊಂತ ಪ್ರಯತ್ನಿಸಿದ. ಚಾವೋ ಒಬ್ಬರ ಮನೆಯಲ್ಲಿ ಅವನಿಗೆ ಪ್ರವೇಶ ಸಿಗಲಿಲ್ಲ. ತನಗೆ ಎದುರಾದ ಒಬ್ಬ ವ್ಯಕ್ತಿ ಬಾಗಿಲಿಂದಲೇ ಸಿಟ್ಟಿನಿಂದ ಆಹ್ಕ್ಯೂನನ್ನು "ಹೋಗು ಹೋಗು! ಇಲ್ಲಿ ಏನೂ ಇಲ್ಲ" ಅಂತ ಹೇಳಿ ಭಿಕ್ಷಕರನ್ನು ಓಡಿಸುವ ಹಾಗೆ ಓಡಿಸಿದ.

ಆಹ್ಕ್ಯೂಗೆ ಇದು ತೀರ ವಿಶೇಷ ಎನಿಸಿತು, ಇವರಿಗೆ ಸಹಾಯ ಬೇಕಾದಾಗಲೆಲ್ಲ ನಾನು ಬೇಕಿದ್ದೆ. ಇದ್ದಕ್ಕಿದ್ದಂತೆ ಹೀಗೆಲ್ಲ ಮಾಡೋದೂಂದ್ರೆ! ಏನೋ ಇರಬೇಕು! ಎಂದುಕೊಂಡ. ಆಮೇಲೆ ಅವನಿಗೆ ಗೊತ್ತಾಯಿತು. ಸಣ್ಣಪುಟ್ಟ ಕೆಲಸಗಳಿಗೆ ಯಂಗೊಡಿಯನ್ನು ಕರೆಯುತ್ತಿದ್ದರು. ಆಹ್ಕ್ಯೂ ದೃಷ್ಟಿಯಲ್ಲಿ ಈ ಯಂಗೊಡಿ ಬಹಳ ಕೃಶನಾದವನು, ಯಾತಕ್ಕೂ ಪ್ರಯೋಜನವಿಲ್ಲದವನು, ವಿಸ್ಕರ್ಸ್‌ವಾಂಗ್‌ಗಿಂತಲೂ ಕಡೆ, ಆದರೂ ಯಾರು ತಾನೇ ಊಹಿಸಿದ್ದರು. ಇಂಥವನು ತನ್ನ ಹೊಟ್ಟೆ ಮೇಲೆ ಹೊಡಿತಾನೆ ಅಂತ? ಈ ಸಲ ಆಹ್ಕ್ಯೂನ ತಿರಸ್ಕಾರ ಧೋರಣೆ ಮಾಮೂಲಿಗಿಂತ ಹೆಚ್ಚಾಗಿತ್ತು. ತನ್ನ ರೀತಿಯಲ್ಲಿ ಹೆಜ್ಜೆ ಹಾಕುತ್ತ, ಸಿಟ್ಟಿನಿಂದ ಬುಸುಗುಡುತ್ತ ಇದ್ದಕ್ಕಿದ್ದಂತೆ "ಉಕ್ಕಿನ ಕೋಲಿನಿಂದ ನಿನ್ನನ್ನು ಚುಚ್ಚುವೆನು": ಎಂದು ಗುಣುಗುಣಿಸುತ್ತ ಸಾಗಿದ.

ಕೆಲವು ದಿನಗಳ ತರುವಾಯ ಮಿಸ್ಟರ್ ಚಿಯೆನ್‌ನ ಮನೆಯ ಮುಂದೆ ಆಹ್ಕ್ಯೂ ಯಂಗೊಡಿಯನ್ನು ಭೇಟಿಯಾದ. ಇಬ್ಬರು ಶತ್ರುಗಳು ಮುಖಾಮುಖಿಯಾದಾಗ ಕಣ್ಣುಗಳು ಕೆಂಡ ಸುರಿದವು. ಯಂಗೊಡಿ ಸುಮ್ಮನೆ ನಿಂತಿದ್ದ.

'ಮೂರ್ಖ ಕತ್ತೆ! ದುರು ದುರದುರನೆ ನೋಡುತ್ತಾ, ಬಾಯಿಯ ಬಳಿ ನೊರೆ ಕಾರುತ್ತೆ ಕೂಗಿದ.

"ನಾನೊಂದು ಕೀಟ.....ಆಯ್ತು?" ಯಂಗೊಡಿ ಹೇಳಿದ. ಅವನ ವಿನಯ ಆಹ್ಕ್ಯೂನನ್ನು ಮತ್ತಷ್ಟು ರೇಗಿಸಿತು. ಹೊಡೆಯಲು ಅವನ ಕೈಯಲ್ಲಿ ಉಕ್ಕಿನ ಕೋಲು ಇರಲಿಲ್ಲ. ತನ್ನೆರಡು ಕೈಗಳನ್ನು ಚಾಚಿ ಮುಂದಕ್ಕೆ ಹೋಗಿ ಅವನ ಜುಟ್ಟನ್ನು ಹಿಡಿದ. ಯಂಗೊಡಿ ಒಂದು ಕೈಯಿಂದ ತನ್ನ ಜುಟ್ಟನ್ನು ಬಿಡಿಸಿಕೊಳ್ಳಲು ಪ್ರಯತ್ನಿಸುತ್ತಲೇ ಇನ್ನೊಂದು ಕೈಯನ್ನು

ಆಹ್ಕ್ಯೂನ ಜುಟ್ಟಿಗೆ ಇರಿಸಿದ. ಆಹ್ಕ್ಯೂ ಕೂಡಾ ತನ್ನ ಜುಟ್ಟು ಬಿಡಿಸಿಕೊಳ್ಳಲು ಕೈಯನ್ನು ಹಾಕಿದ. ಹಿಂದೆ ಆಗಿದ್ದರೆ, ಯಂಗಡಿಯನ್ನು ಆಹ್ಕ್ಯೂ ಗಂಭೀರವಾಗಿ ಪರಿಗಣಿಸುತ್ತಿರಲಿಲ್ಲ. ಈಗ ಒಂದೆರಡು ದಿನಗಳಿಂದ ಉಪವಾಸ ಇದ್ದುದರಿಂದ ತನ್ನ ವಿರೋಧಿ ಇರುವಷ್ಟೇ ಸಣಕಲಾಗಿ, ದುರ್ಬಲನಾಗಿ ಇದ್ದ. ಆದ್ದರಿಂದಲೇ ಇಬ್ಬರೂ ಸಮಾಸಮ ಹೋರಾಡುವಂತೆ ಕಾಣಿಸಿತು. ನಾಲ್ಕು ಕೈಗಳು ಎರಡು ತಲೆಗಳನ್ನು ಹಿಡಿದಿದ್ದವು. ಸೊಂಟದ ಬಳಿ ಬಾಗಿದ್ದರು. ಇದು ಚಿಯಾನ್ ಮನೆಯ ಬಳಿ ಗೋಡೆಮೇಲೆ ಇಂದ್ರಧನುಸ್ಸಿನ ರೀತಿಯಲ್ಲಿ ಬಾಗಿದ ನೆರಳನ್ನು ಮೂಡಿಸಿತು.

"ಸರಿ! ಸರಿ! ನೋಡುತ್ತಿದ್ದ ಕೆಲವರು ಉದ್ಗರಿಸಿದರು. ಬಹುಶಃ ಅವರಿಬ್ಬರ ನಡುವೆ ರಾಜಿ ಮಾಡಿಸುವ ಪ್ರಯತ್ನದಲ್ಲಿದ್ದಿರಬೇಕು.

"ಚೆನ್ನಾಗಿದೆ! ಚೆನ್ನಾಗಿದೆ!" ಎಂದು ಮತ್ತಷ್ಟು ಮಂದಿ ಭಾವಾವೇಶದಿಂದ ಉದ್ಗರಿಸಿದರು. ಇಬ್ಬರ ನಡುವೆ ರಾಜಿ ಮಾಡಿಸಲೆಂದೋ, ಇಲ್ಲವೇ ಇಬ್ಬರನ್ನೂ ಪ್ರೋತ್ಸಾಹಿಸಲೆಂದೋ ಎನ್ನುವುದು ಮಾತ್ರ ಸ್ಪಷ್ಟವಾಗಿರಲಿಲ್ಲ.

ಇಬ್ಬರು ಸ್ಪರ್ಧಿಗಳು ಮಾತ್ರ ಇವರ ಯಾವ ಮಾತಿಗೂ ಕಿವಿಗೊಡಲಿಲ್ಲ. ಆಹ್ಕ್ಯೂ ಮೂರು ಹೆಜ್ಜೆ ಮುಂದೆ ಹೋದರೆ, ಯಂಗಡಿ ಮೂರು ಹೆಜ್ಜೆ ಹಿಂದೆ ನೆಗೆತಿದ್ದ. ಹಾಗಾಗಿ ಇಬ್ಬರೂ ನಿಲ್ಲುವುದು ಸಾಧ್ಯವಿತ್ತು. ಅದೇ ರೀತಿ ಯಂಗಡಿ ಮೂರು ಹೆಜ್ಜೆ ಮುಂದೆ ಬಂದರೆ ಆಹ್ಕ್ಯೂ ಹಿಂದೆ ನೆಗೆತಿದ್ದ. ಇದರಿಂದ ಮತ್ತೆ ಎದ್ದು ನಿಲ್ಲುವುದಕ್ಕೆ ಸಾಧ್ಯವಾಗುತ್ತಿತ್ತು. ಒಂದು ಅರ್ಧಗಂಟೇನೋ, ಒಂದು ಗಂಟೆನೋ, (ವಿಷುವಂಗೊನಲ್ಲಿ ಗಂಟೆ ಹೊಡೆಯುವ ಗಡಿಯಾರಗಳು ಕೆಲವೇ ಇದ್ದವು.) ಆದ ಮೇಲೆ ಇಬ್ಬರ ತಲೆ ಒಳಗಿಂದ ಹಬೆ ಹೊರಗೆ ಬರಲು ಶುರುವಾಯಿತು. ಕೆನ್ನೆಗಳ ಮೇಲಿಂದ ಬೆವರು ಸುರೀತಿತ್ತು. ಆಹ್ಕ್ಯೂ ತನ್ನ ಕೈಗಳು ಜಾರಲು ಬಿಟ್ಟ. ಅದೇ ಹೊತ್ತಿನಲ್ಲಿ ಯಂಗಡಿನ ಕೈಗಳೂ ಕೆಳಗೆ ಜಾರಿದವು. ಇಬ್ಬರೂ ನೆಟ್ಟಗೆ ನಿಂತರು. ಒಂದೊಂದು ಹೆಜ್ಜೆ ಹಿಂದು ಹಿಂದಕ್ಕೆ ಹಾಕಿ ನಿಂತಿದ್ದ ಗುಂಪಿನ ಮಧ್ಯದಿಂದ ಹಾದು ಹೊರಗೆ ಹೊರಟರು.

"ಇನ್ನೊಮ್ಮೆ ನೋಡಿಕೊಳ್ತೇನೆ ಲೋ!" ಯಂಗಡಿ ಹೇಳಿದ.

ಈ ಮಹಾಸಮರ ವಿಜಯದಲ್ಲಾಗಲಿ ಸೋಲಿನಲ್ಲಿಯಾಗಲೀ ಪರಿಸಮಾಪ್ತಿಯಾಗಲಿಲ್ಲ. ಪ್ರೇಕ್ಷಕರಿಗೆ ಇದರಿಂದ ತೃಪ್ತಿ ಆಯಿತೋ ಇಲ್ಲವೋ ಗೊತ್ತಿಲ್ಲ. ಯಾರೂ ಇದರ ಬಗ್ಗೆ ಏನನ್ನೂ ಅಭಿವ್ಯಕ್ತಿಸಲಿಲ್ಲ. ಆದರೂ ಯಾರೊಬ್ಬರೂ ಆಹ್ಕ್ಯೂನನ್ನು ಕೆಲಸಕ್ಕೆ ತೆಗೆದುಕೊಳ್ಳಲು ಮುಂದಾಗಲಿಲ್ಲ.

ಒಂದು ಬೇಸಿಗೆಯ ದಿನ ಹಿತವಾದ ಗಾಳಿ ಬೀಸಿ ಬೇಸಿಗೆ ಕಾಲದ ಸವಿಯನ್ನೂಡಿಸಿತು. ಆಹ್ಕ್ಯೂಗೆ ಚಳಿ ಎನಿಸಿತ್ತಾದರೂ ಹೇಗೋ ಸಾವರಿಸಿಕೊಂಡ. ಆದರೆ ಅವನ ಚಿಂತೆಯೆಲ್ಲ ಹೊಟ್ಟೆದು. ಹತ್ತಿಯ ಮೆತ್ತನೆ ಹೊದಿಕೆ ಹಾಗೂ ಹ್ಯಾಟು ಎಲ್ಲವೂ ಈಗಾಗಲೇ ಮಾಯವಾಗಿತ್ತು. ನಂತರ ತನ್ನ ಮೃದುವಾದ ಜಾಕೆಟ್ಟನ್ನೂ ಮಾರಿಬಿಟ್ಟಿದ್ದ. ಅವನು

ಹಾಕಿಕೊಂಡಿರುವ ಪ್ಯಾಂಟ್ ಬಿಟ್ಟು ಬೇರೇನೂ ಇರಲಿಲ್ಲ. ಅದನ್ನಂತು ಬಿಚ್ಚುವುದಕ್ಕೇ ಸಾಧ್ಯವಿರಲಿಲ್ಲ. ಚಿಂದಿ ಚಿಂದಿಯಾದ ಜಾಕೆಟ್ ಇತ್ತದರೂ ಬೂಟು ಹೊಲಿಯಲು ಬಳಸಬಹುದಾಗಿತ್ತೇ ಹೊರತು ಮತ್ಯಾವುದಕ್ಕೂ ಪ್ರಯೋಜನವಿರಲಿಲ್ಲ. ಬೀದೀಲಿ ಬಿದ್ದಿರೋ ಹಣವನ್ನಾದರೂ ತಗೊಳ್ಳೋ ಆಸೆ ಭರವಸೆ ಇತ್ತದರೂ ಇಲ್ಲೀನವರೆಗೂ ಅದು ಸಾಧ್ಯವಾಗಿರಲಿಲ್ಲ. ಈಗಲೋ ಆಗಲೋ ಬಿದ್ದು ಹೋಗೋ ಸ್ಥಿತೀಲಿ ಇರುವ ತನ್ನ ಕೋಣೆಯಲ್ಲಿ ನಿಧಿಯೇನಾದರೂ ಸಿಗಬಾರದೇ ಎಂದುಕೊಂಡು ಹುಡುಕಾಡಿದ. ಆದರೆ ಬರೀ ಖಾಲಿ ಖಾಲಿ! ಅದಾದ ಮೇಲೆ ತನ್ನ ಆಹಾರವನ್ನು ಹುಡುಕಿ ಹೊರಡಲು ಮನಸ್ಸು ಮಾಡಿದ.

ರಸ್ತೇಲಿ ನಡೆದು ಹೋಗುತ್ತಿರಬೇಕಾದರೆ, ತನ್ನ ಪರಿಚಿತವಾದ ಹೆಂಡದಂಗಡಿ, ರೊಟ್ಟಿ ಅಂಗಡಿ ಕಾಣಿಸಿತಾದರೂ ಅವನು ಅದರ ಕಡೆ ತಲೆ ಎತ್ತಿಯೂ ನೋಡಲಿಲ್ಲ. ಅವನಿಗೆ ಬೇಕಾದ್ದೂ ಇದಲ್ಲ. ಹಾಗಂತ ಅವನಿಗೆ ಏನು ಬೇಕಾಗಿದೆ ಅನ್ನೋದು ಸ್ಪಷ್ಟವಿರಲಿಲ್ಲ.

ವಿಷುವಾಂಗ್ ಅಂಥ ದೊಡ್ಡ ಊರೇನೂ ಆಗಿರಲಿಲ್ಲ. ಬೇಗ ಆ ಊರನ್ನು ದಾಟಿ ಹೋದ. ಊರಾಚೆ ಹೆಚ್ಚಾಗಿ ಬತ್ತದ ಗದ್ದೆಗಳೇ ಇದ್ದವು. ಅಚ್ಚ ಹಸುರಾದ ಎಳೆತೆನೆಗಳು ಚಲಿಸುತ್ತಿರುವ ವಸ್ತುಗಳ ಜೊತೆಗೆ ಚಲಿಸುತ್ತ ತೊನೆದಾಡುತ್ತ ಇರುವಂತೆ ಕಾಣಿಸಿತು. ಆ ಕಪ್ಪು ವಸ್ತುಗಳು ಕೆಲಸ ಮಾಡುತ್ತಿದ್ದ ರೈತರ ತಲೆಗಳಾಗಿದ್ದವು. ಆಹ್ಕ್ಯೂ ತನ್ನ ಪಾಡಿಗೆ ತಾನು ಅವುಗಳನ್ನು ಹಾದು ಹೋದ. ಯಾಕೆಂದರೆ ಅವನ ಪ್ರಯಾಣದ ಉದ್ದೇಶ ಜೀವನೋಪಾಯಕ್ಕೆ ದಾರಿ ಹುಡುಕುವುದಾಗಿತ್ತು. ಕಡೆಗೆ ಕ್ವಯೆಟ್ ಆಫ್ ಸೆಲ್ಫ್ ಇಂಪ್ರೂವ್‌ಮೆಂಟ್ ಕಾನ್ವೆಂಟ್ ಬಳಿಗೆ ಬಂದ.

ಕಾನ್ವೆಂಟ್‌ನ ಸುತ್ತಲೂ ಭತ್ತದ ಗದ್ದೆಗಳೇ ಇದ್ದವು. ಹಸಿರು ಗದ್ದೆಗಳ ನಡುವೆ ಬಿಳಿ ಗೋಡೆಗಳು ಕಾಣುತ್ತಿದ್ದವು. ಒಳಗೆ ತರಕಾರಿ ತೋಟವನ್ನು ಬೆಳೆಸಿದ್ದರು. ಆಹ್ಕ್ಯೂ ಒಂದೆರಡು ನಿಮಿಷ ಹಿಂದು ಮುಂದು ನೋಡಿದ. ನಂತರ ಮೋಟು ಮಣ್ಣಿನ ಗೋಡೆ ಹತ್ತಿದ. ಹಾಗೆಯೇ ಒಂದು ಬಳ್ಳಿಯನ್ನು ಹಿಡಿದುಕೊಂಡ. ಮಣ್ಣಿನ ಗೋಡೆ ಕುಸಿಯತೊಡಗಿತು. ಆಹ್ಕ್ಯೂ ಭಯದಿಂದ ನಡುಗಿದ. ಆದರೆ ಒತ್ತೊತ್ತಾಗಿ ಬೆಳೆದಿದ್ದ ಮರದ ಕೊಂಬೆಯೊಂದನ್ನು ಹಿಡಿದುಕೊಂಡು ಜಿಗಿಯುವುದರಲ್ಲಿ ಯಶಸ್ವಿಯಾದ. ಆದರೂ ಹೆಂಡವಾಗಲೀ, ಹಬೆ ರೊಟ್ಟಿಯಾಗಲೀ ಅಥವಾ ತಿನ್ನಬಹುದಾದ ಏನೊಂದು ಪದಾರ್ಥವಾಗಲೀ ಕಾಣಿಸಲಿಲ್ಲ. ಪಶ್ಚಿಮ ಗೋಡೆಗೆ ಆನಿಸಿಕೊಂಡಂತೆ ಎಳೆಯ ಬಿದಿರಿನ ಪೊದರೇ ಇದ್ದರೂ, ಅದನ್ನು ಬೇಯಿಸಿರಲಿಲ್ಲ. ಹಾಗೆಯೇ ರೇಪ್‌ಗಿದವೂ ಇತ್ತದರೂ ಅದು ಆಗಲೇ ಬೀಜಕ್ಕೆ ಬಂದಿತ್ತು. ಸಾಸಿವೆ ಗಿಡಗಳು ಹೂವಿಗೆ ಬಂದಿದ್ದವು. ಕೋಸು ಬಹಳ ಒರಟಾಗಿತ್ತು.

ಪರೀಕ್ಷೆಯಲ್ಲಿ ಫೇಲಾದ ವಿದ್ವಾಂಸನಿಗೆ ಆಗುವ ಹಾಗೆ ಅವನಿಗೆ ಅಸಮಾಧಾನವೆನಿಸಿತು. ನಿಧಾನವವಾಗಿ ಬಾಗಿಲ ಕಡೆ ನಡೆಯುತ್ತಿದ್ದಂತೆ ಒಮ್ಮೆಲೇ ಅವನಿಗೆ ತಡೆಯಲಾರದಷ್ಟು ಸಂತೋಷವಾಯಿತು. ನೋಡ್ತಾನೆ. ಪೂಗದಸ್ತಾಗಿ ಗುಂಪಾಗ ಬೆಳೆದ ಟರ್ನಿಪ್‌ಗಳು!

ಮೊಣಕಾಲೂರಿ ಅವುಗಳನ್ನು ಕೀಳತೊಡಗಿದ. ಇದ್ದಕ್ಕಿದ್ದಂತೆ ಗೇಟಿನ ಕಡೆಯಿಂದ ಯಾರೋ ಬಂದಂತಾಗಿ ತಿರುಗಿ ನೋಡಿದರೆ, ಬೇರೆ ಯಾರೂ ಅಲ್ಲ. ಮೊದಲು ನೋಡಿದ ಎಳೆ ಸನ್ಯಾಸಿನಿ ಅವಳಾಗಿದ್ದಳು. ಆದರೆ ಹಾಗೆಯೇ ಮರೆಯಾಗಿದ್ದಳು. ಇಂಥವರನ್ನು ಕಂಡರೆ ಆಹ್ಕ್ಯೂಗೆ ಅಗತ್ಯವಿರಲಿಲ್ಲವಾದರೂ ಕೆಲವು ಸಲ, ಧೈರ್ಯ, ಸಾಹಸಕ್ಕಿಂತ ವಿವೇಕ ಮುಖ್ಯವಾಗುತ್ತದೆ. ಒಂದು ನಾಲ್ಕು ಟರ್ನಿಫ್‌ಗಡ್ಡೆಗಳನ್ನು ಹೊರಕ್ಕೆಳೆದು ಎಲೆ ಕಿತ್ತು ಬಿಸಾಡಿ, ಗೆಡ್ಡೆಗಳನ್ನು ಜೇಬಿಗೆ ಇಳಿಸಿದ. ಇಷ್ಟು ಹೊತ್ತಿಗೆ ಆ ಸನ್ಯಾಸಿನಿ ಹೊರಗೆ ಹೊರಟು ಬಿಟ್ಟಿದ್ದಳು.

ಬುದ್ಧನು ನಿನ್ನನ್ನು ರಕ್ಷಿಸಿಲಿ ಆಹ್ಕ್ಯೂ, ನಮ್ಮ ತೋಟಕ್ಕೆ ಬಂದು ಟರ್ನಿಫ್‌ಗಳನ್ನು ಕೀಳುವಂಥಾದೇನಾಗಿತ್ತು ನಿನಗೆ? ಎಂಥ ಕೆಟ್ಟ ಕೆಲಸ.....ಎಂಥ ಕೆಟ್ಟ ಕೆಲಸ....ಬುದ್ಧನೇ ನಮ್ಮನ್ನು ಕಾಪಾಡಲಿ.

ನಾನ್ಯಾವಾಗ ಹತ್ತಿ ಬಂದು ನಿಮ್ಮ ತೋಟದ ಟರ್ನಿಫ್‌ಗಳನ್ನು ಕದ್ದಿದ್ದೇನೆ? ಪ್ರತಿಭಟಿಸುತ್ತಲೇ ಹೆಜ್ಜೆ ಹಾಕಿದ. ಅವಳನ್ನು ಇನ್ನೂ ಗಮನಿಸುತ್ತಿದ್ದ.

"ಈಗ ನೀನು ಕದೀಲಿಲ್ಲ?"....ಅವನ ಜಾಕೆಟ್ಟಿನ ಮಡಿಕೆಗಳತ್ತ ಬೊಟ್ಟು ಮಾಡುತ್ತ ಹೇಳಿದಳು.

"ಅವು ನಿನ್ನವೇನು? ನಿನಗೆ ಉತ್ತರ ಕೊಡುವ ಹಾಗೆ ಅವುಗಳನ್ನು ಮಾಡಬಲ್ಲೆಯೇನು?....ನೀನು...."

ವಾಕ್ಯವನ್ನು ಮುಗಿಸಿದ ಆಹ್ಕ್ಯೂ ಎಷ್ಟು ಸಾಧ್ಯವೋ ಅಷ್ಟು ಬೇಗ ಓಡತೊಡಗಿದ. ಅವನ ಹಿಂದಿನಿಂದ ಅವನಷ್ಟೇ ವೇಗವಾಗಿ, ಸಾಕಷ್ಟು ದಪ್ಪವಿದ್ದ ನಾಯಿಯೂ ಅವನನ್ನು ಹಿಂಬಾಲಿಸಿ ಓಡಿತು. ಸಾಮಾನ್ಯವಾಗಿ ಗೇಟಿನ ಮುಂದೆ ಇರುತ್ತಿದ್ದ. ಈ ನಾಯಿ ಹಿಂದಿನ ತೋಟಕ್ಕೆ ಹೇಗೆ ಬಂತು ಅನ್ನುವುದೇ ಒಂದು ರಹಸ್ಯವಾಗಿತ್ತು. ಆಹ್ ಕ್ಯೂನನ್ನು ಗುರ್ರೆಂದು ನೋಡುತ್ತ ಅವನನ್ನು ಹಿಂಬಾಲಿಸಿ, ಕಚ್ಚುವುದರಲ್ಲಿದ್ದಾಗ, ಬಚ್ಚಿಟ್ಟಿದ್ದ ಟರ್ನಿಫ್‌ಗಳು ಅವನ ಜಾಕೆಟ್ ಒಳಗಿಂದ ಕೆಳಗೆ ಬಿದ್ದವು. ಅಷ್ಟರಲ್ಲಿ ಆಹ್ಕ್ಯೂ ಒಂದು ಮರ ಹತ್ತಿ ಬಿಟ್ಟಿದ್ದ. ಮಣ್ಣಿನ ಗೋಡೆ ಏರುವ ಪ್ರಯತ್ನದಲ್ಲಿ ಜಾರಿ ಬಿದ್ದ. ಟರ್ನಿಫ್‌ಪುಗಳೂ ಅವನೂ ಎಲ್ಲ ಕಾನ್ವೆಂಟ್ ಹೊರಗೆ ಬಿದ್ದವು. ಹಿಪ್ಪಿನೇರಳೆ ಮರದ ಬಳಿ ಬೊಗುಳುತ್ತಿದ್ದ ಕಪ್ಪು ನಾಯಿಯನ್ನು ಮತ್ತು ವಯಸ್ಸಾದ ಸನ್ಯಾಸಿನಿ ಪ್ರಾರ್ಥಿಸುತ್ತಿದ್ದುದನ್ನು ಬಿಟ್ಟು ಹೊರಟ.

ಆ ಸನ್ಯಾಸಿನಿ, ಮತ್ತೆ ಆ ಕಪ್ಪು ನಾಯಿಯನ್ನು ತನ್ನ ಮೇಲೆ ಬಿಡಬಹುದೆಂದು ಭಾವಿಸಿ, ಆಹ್ಕ್ಯೂ ಟರ್ನಿಫ್‌ಗಳನ್ನು ಆಯ್ದುಕೊಂಡ, ಹಾಗೆಯೇ ಚಿಕ್ಕ ಚಿಕ್ಕ ಕಲ್ಲುಗಳನ್ನು ಕೆಲವನ್ನು ಆರಿಸಿಕೊಂಡು ನಡೆದ. ಕಪ್ಪುನಾಯಿ ಮತ್ತೆ ಕಾಣಿಸಲಿಲ್ಲ. ಕಲ್ಲುಗಳನ್ನು ಬಿಸಾಡಿದ. ಸಾಗುತ್ತಿದ್ದಂತೆ ತನ್ನೊಳಗೇ ಮಾತನಾಡಿಕೊಂಡ. ಇಲ್ಲಿ ಏನೂ ಸಿಗೋದು ಸಾಧ್ಯವಿಲ್ಲ. ಪಟ್ಟಣಕ್ಕೆ ಹೋಗೋದೆ ವಾಸಿ....

ಮೂರನೆ ಟರ್ನಿಫ್ ಮುಗಿಸುವ ಹೊತ್ತಿಗೆ ಪಟ್ಟಣಕ್ಕೆ ಹೋಗುವ ನಿರ್ಧಾರ ಮಾಡಿದ್ದ.

ಅಧ್ಯಾಯ – 6

ಪುನರುದ್ಧಾರದಿಂದ ಅವನತಿ ವರೆಗೆ

ಆ ವರ್ಷ ಮೂನ್ ಫೆಸ್ಟಿವಲ್ ಆದ ನಂತರದ ವರೆಗೆ ವೀಷುವಾಂಗ್ ಜನರು ಆಹ್ಕ್ಯುನನ್ನು ನೋಡಲೇ ಇಲ್ಲ. ಅವನು ಹಿಂತುರುಗಿದ ಸುದ್ದಿ ಕೇಳಿ ಎಲ್ಲರಿಗೂ ಆಶ್ಚರ್ಯ ಆಗಿತ್ತು. ಇಷ್ಟು ದಿವಸ ಎಲ್ಲಿದ್ದಿರಬಹುದು ಎಂದು ಆಶ್ಚರ್ಯ ಪಡುತ್ತಿದ್ದರು ಬೇರೆ!

ಹಿಂದೆ ಕೆಲವು ಸಂದರ್ಭಗಳಲ್ಲಿ ತಾನು ಪಟ್ಟಣಕ್ಕೆ ಹೋಗುವಾಗೆಲ್ಲ ಬಹಳ ಉತ್ಸಾಹದಿಂದ ಮೊದಲೇ ಎಲ್ಲರಿಗೂ ತಿಳಿಸಿರುತ್ತಿದ್ದ. ಆದರೆ ಈ ಬಾರಿ ಯಾರಿಗೂ ಹೇಳದೆ ಇದ್ದ ಕಾರಣ, ಒಬ್ಬರಿಗೂ ಅವನ ಪಟ್ಟಣಕ್ಕೆ ಹೋಗುವ ವಿಷಯ ಗೊತ್ತಿರಲಿಲ್ಲ. ಅವನು ತನ್ನ ಗುಡಿಯಲ್ಲಿದ್ದ ಮುದುಕನಿಗೆ ಹೇಳಿದ್ದನೇನೋ, ಆದರೆ ಪದ್ಧತಿ ಪ್ರಕಾರ ವಿಷುವಾಂಗ್ ಜನಕ್ಕೆ ಮಿಸ್ಟರ್ ಚಾವ್ಓ, ಮಿಸ್ಟರ್ ಚೀಯನ್ ಅಥವಾ ವಿದ್ಯಾವಂತ ಚಾವ್ಓ ಮಗ ಪಟ್ಟಣಕ್ಕೆ ಹೋಗುವ ಸುದ್ದಿಗೆ ಪ್ರಾಮುಖ್ಯತೆ ಇರುತ್ತಿತ್ತು. ವಿದೇಶಿ ಅನುಕರಣೆ ಪಿಶಾಚಿ ಹೋಗುವ ಸುದ್ದಿ ಕೂಡಾ ಹೆಚ್ಚು ಚರ್ಚಿತವಾಗುತ್ತಿತ್ತು. ಆಹ್ಕ್ಯುದು ಅಲ್ಪ ಸ್ವಲ್ಪ ಮಾತ್ರ ಚರ್ಚೆಯಾಗುತ್ತಿತ್ತು. ಅದಕ್ಕಾಗಿ ಮುದುಕ ಆಹ್ಕ್ಯು ಪಟ್ಟಣಕ್ಕೆ ಹೋದದ್ದನ್ನು ಯಾರ ಕಿವಿಗೂ ಬೀಳಿಸಲಿಲ್ಲ. ಊರಿನವರಿಗೆ ಇದರಿಂದ ತಿಳಿಯುವ ಅವಕಾಶವೂ ಆಗಲಿಲ್ಲ.

ಆಹ್ಕ್ಯು ಹಿಂತಿರುಗಿದ್ದು ಈ ಸಲ ಮಾಮೂಲಿಗಿಂತ ಭಿನ್ನವಾಗಿತ್ತು. ಎಲ್ಲರೂ ಆಶ್ಚರ್ಯ ಪಡುವಂಥ ಸಂದರ್ಭವೂ ಆಗಿತ್ತು. ಕತ್ತಲಾಗುತ್ತ ಬಂದಿತ್ತು. ಆ ಸಮಯದಲ್ಲಿ ನಿದ್ದೆ ಕಣ್ಣುಗಳನ್ನು ಪಿಳಿಪಿಳಿ ಬಿಡುತ್ತ ಹೆಂಡದಂಗಡಿ ಮುಂದೆ ನಿಂತಿದ್ದವನು ಕೌಂಟರ್ ಬಳಿಗೆ ನಡೆದ. ಜೇಬಿನಿಂದ ಒಂದು ಹಿಡಿ ಬೆಳ್ಳಿ ಮತ್ತು ತಾಮ್ರದ ನಾಣ್ಯಗಳನ್ನು ತೆಗೆದು ಮೇಲಕ್ಕೆ ಹಾರಿಸುತ್ತ ಕೌಂಟರ್ ಮೇಲೆ ಬೀಳಿಸಿದ. ನಗದು! ಎಂದ. ಹೆಂಡ ತಗೊಂಡು ಬಾ! ಹೊಸದಾದ ಲೈನಿಂಗ್ ಕೊಟ್ಟದ್ದ ಜಾಕೆಟ್ ಧರಿಸಿದ್ದ. ಅವನ ಬೆಲ್ಟಿನಿಂದ ಸಾಕಷ್ಟು ಹಣವಿದ್ದ ಥೈಲಿ ನೇತಾಡುತ್ತಿತ್ತು. ಥೈಲಿಯ ಭಾರಕ್ಕೆ ಅವನ ಬೆಲ್ಟ್ ಸ್ವಲ್ಪ ಜೋತಾಡುತ್ತಿತ್ತು. ವಿಷುವಾಂಗ್ ನಲ್ಲಿ ಒಂದು ಪದ್ಧತಿಯಿತ್ತು. ಯಾರಾದರೂ ಪರಿಸ್ಥಿತಿಯಲ್ಲಿ ಏನಾದರೂ ವ್ಯತ್ಯಾಸ ಕಂಡರೆ ಅಂತಹವನನ್ನು ನಿರ್ಲಕ್ಷ್ಯ ಮಾಡದೆ ಗೌರವದಿಂದ ಮಾತಾಡಿಸಬೇಕಿತ್ತು. ಈ ಆಹ್ಕ್ಯು ಯಾರೂಂತ ಚೆನ್ನಾಗಿ ಗೊತ್ತಿದ್ದರೂ ತನ್ನ ಚಿಂದಿ ಉಡುವ ಸ್ಥಿತಿಯಿಂದ ಈಗ ಬೇರೆಯಾಗಿದ್ದ. ಪ್ರಾಚೀನ ಹೇಳಿಕೆಯೊಂದಿದೆ. "ಒಬ್ಬ ವಿದ್ವಾಂಸ ಮೂರು ದಿವಸಕ್ಕಾದರೂ ದೂರ ಹೋಗಿ ಬಂದರೆ ಅವನನ್ನು ಹೊಸ ಕಣ್ಣಿಂದ ನೋಡಬೇಕು! ಅದಕ್ಕಾಗಿಯೇ ವೈಟರ್, ಹೋಟೆಲಿನ ಗ್ರಾಹಕರು ಹೋಗಿ ಬರುವ ಜನ ಎಲ್ಲರೂ ಗೌರವ ಪೂರ್ವಕ ಅನುಮಾನದ ಕಣ್ಣುಗಳಿಂದ ನೋಡಿದರು. ಹೋಟೆಲಿನವ ತಲೆಯಾಡಿಸುತ್ತ ವಿಚಾರಿಸಿದ.

"ಹಲೋ ಆಹ್ಕ್ಯು, ವಾಪಸ್ ಬಂದುಬಿಟ್ಟೆಯಾ?"

"ಹೌದು ವಾಪಸ್ ಬಂದೆ"

"ಓಹ್ ಚೆನ್ನಾಗಿ ದುಡ್ಡು ಮಾಡಿದ್ದೀಯ.....ಎಲ್ಲಿ?"

"ಪಟ್ಟಣಕ್ಕೆ ಹೋಗಿದ್ದೆ."

ಮಾರನೆಯ ದಿವಸದಷ್ಟು ಹೊತ್ತಿಗೆ ಈ ವಿಷಯ ಊರಿಗೆಲ್ಲ ಗೊತ್ತಾಗಿ ಹೋಯಿತು. ಪ್ರತಿಯೊಬ್ಬರಿಗೂ ಆಹ್ಕ್ಯೂನ ಯಶಸ್ಸಿನ ಕತೆ, ಅವನ ಹೊಸ ಜಾಕೆಟ್ನ ಕತೆ ಕೇಳುವುದಕ್ಕೆ ಕುತೂಹಲ ಇದ್ದುದರಿಂದ, ಗುಡಿಯ ಗುಹೆಗಳು ಹೊಟೆಲುಗಳಲ್ಲಿ ಈ ಸುದ್ದಿಯ ಸತ್ಯಾಸತ್ಯತೆಯನ್ನು ಪರೀಕ್ಷಿಸ ತೊಡಗಿದರು. ಪರಿಣಾಮವಾಗಿ ಆಹ್ಕ್ಯೂನನ್ನು ಭಿನ್ನವಾದ ರೀತಿಯಲ್ಲಿ ನೋಡತೊಡಗಿದರು.

ಆಹ್ಕ್ಯೂ ಹೇಳುವ ಪ್ರಕಾರ, ಅವನು ಸಫಲವಾದ ಪ್ರಾವೆನ್ಷಿಯಲ್ ಕ್ಯಾಂಡಿಡೇಟ್ ಮನೆಯಲ್ಲಿ ಕೆಲಸಕ್ಕಿದ್ದ ಕಥೆಯ ಈ ಭಾಗ ಕೇಳಿದವರಿಗೆ ಅಷ್ಟೇನೂ ಖುಷಿಯಾಗಲಿಲ್ಲ. ಈ ಕ್ಯಾಂಡಿಡೇಟ್ ಹೆಸರು ಪೆಯ್ ಅಂತ. ಇಡೀ ಪಟ್ಟಣದಲ್ಲಿ ಇವನೊಬ್ಬನೇ ಸಫಲವಾದ ಅಭ್ಯರ್ಥಿಯಾದರೂ ಹೇಳಬೇಕಾದ ಅಗತ್ಯವಿರಲಿಲ್ಲ. ಅದು ಅರ್ಥ ಆಗುತ್ತಿತ್ತು. ವಿಷ್ಣುವಾಂಗ್ನಲ್ಲಿ ಮಾತ್ರವೇ ಅಲ್ಲ. ಎಲ್ಲಿಯೂ ಈ ಬಗೆಯಲ್ಲಿ ವಿಶೇಷಣದೊಂದಿಗೆ ಹೇಳಬೇಕಾಗಿರಲಿಲ್ಲ. ಇಂಥವನ ಮನೆಯಲ್ಲಿ ಕೆಲಸ ಮಾಡಿದವನ ವಿಚಾರದಲ್ಲಿ ಗೌರವ ಅನಿವಾರ್ಯವಾಗಿತ್ತು. ಆದರೆ ಆಹ್ಕ್ಯೂ ಹೇಳಿದ ಪ್ರಕಾರ, ಅವನ ಮನೆಯಲ್ಲಿ ಕೆಲಸ ಮಾಡೋದು ಇಷ್ಟವಾಗಿರಲಿಲ್ಲ. ಯಾಕೇಂದ್ರೆ ಆಹ್ಕ್ಯೂ ದೃಷ್ಟಿಯಲ್ಲಿ ಅವನು ಶುದ್ಧ ಆಮೆ ಮೊಟ್ಟೆಯಾಗಿದ್ದ. ಇದನ್ನು ಕೇಳಿದ ಜನ ನಿಟ್ಟುಸಿರಿಟ್ಟರು. ಆದರೆ ಒಳಗೆ ಒಂದು ಥರಾ ಖುಷಿ ಪಟ್ಟರು. ಅವರಿಗೆ ಅನಿಸಿದ್ದು. ಆಹ್ಕ್ಯೂ ಅಂಥವನು, ಅವನಂಥ ದೊಡ್ಡ ವ್ಯಕ್ತಿ ಮನೇಲಿ ಕೆಲಸ ಮಾಡೋಕೆ ನಾಲಾಯಕ್ಕು. ಅವನು ಕೆಲಸ ಮಾಡದೇ ಹೋದದ್ದು ಅಯ್ಯೋ ಪಾಪ ಅಂತ ಅನಿಸಿತು.

ಆಹ್ಕ್ಯೂ ವಾಪಸ್ ಬರೋಕೆ ಮತ್ತು ಕಾರಣಗಳಿದ್ದವು. ಅವನಿಗೆ ಪಟ್ಟಣದವರ ಧೋರಣೆಗಳು ಹಿಡಿಸಲಿಲ್ಲ. ಉದ್ದನೆಯ ಬೆಂಚನ್ನು, ನೇರ ಬೆಂಚೆನ್ನುತ್ತಾರೆ. ಮೀನು ಹುರಿಯಲು ಎಳೆ ಎಳೆಯಾಗಿ ಶ್ಯಾಲೋಟನ್ನು ಬಳಸುತ್ತಾರೆ. ಹೆಂಗಸರು ನಡೆಯುವಾಗ ಸರಿಯಾಗಿ ಬಳಕುವುದಿಲ್ಲ–ಇತ್ಯಾದಿ ಕಾರಣಗಳಿದ್ದವು. ಆದರೆ ಪಟ್ಟಣದವರಲ್ಲಿ ಕೆಲವು ಒಳ್ಳೆಯ ಅಂಶಗಳು ಇದ್ದವು. ಉದಾಹರಣೆಗೆ ಹೇಳೋದಾದರೆ ವೀಷ್ಣುವಾಂಗ್ ಜನ, 23 ಬ್ಯಾಂಬು ಕೌಂಟರ್ ಆಟವನ್ನು ಆಡುವರು. ವಿದೇಶಿ ಅನುಕರಣೆ ಪಿಶಾಚೀ ಮಾತ್ರ ಮಾಹ್–ಜೋಂಗ್ ಆಟ ಆಡಬಲ್ಲ. ಆದರೆ ಪಟ್ಟಣದಲ್ಲಿ ಬೀದಿ ಮಕ್ಕಳೂ ಕೂಡಾ ಈ ಆಟದಲ್ಲಿ ಪರಿಣಿತರು. ಏನಿಲ್ಲ, ನಮ್ಮ ಈ ವಿದೇಶಿ ಅನುಕರಣೆ ಪಿಶಾಚೀನ ತಂದು ಈ ರ್ಯಾಸ್ಕಲ್ಸ್ ಮಧ್ಯ ನಿಲ್ಲಿಸಿ ಬಿಡಬೇಕು. ಆಗ ನೋಡಬೇಕು. ನಮ್ಮ ವಿದೇಶಿ ಪಿಶಾಚಿ ಹೇಗಿರ್ತಾನೇಂದ್ರೆ, ನರಕದ ರಾಜನ ಎದುರು ಸಣ್ಣ ಪಿಶಾಚಿ ಥರ ಇರ್ತಾನೆ! ಈ ಕಥೆ ಭಾಗ ಕೇಳಿದವರೆಲ್ಲರಿಗೂ ಒಂದು ಥರ ನಾಚುವಂತಾಯಿತು.

"ಮರಣದಂಡನೆ ವಿಧಿಸುವುದನ್ನು ನೀವೇನಾದರೂ ನೋಡಿದ್ದಿರಾ?" ಆಹ್ಕ್ಯೂ ಕೇಳಿದ. ಅದ್ಭುತ! ಅದ್ಭುತವಾದ ದೃಶ್ಯ! ತನ್ನ ತಲೆ ಅಲ್ಲಾಡಿಸುತ್ತ ಮಾತನಾಡುತ್ತಿದ್ದ ಆಹ್ಕ್ಯೂನ ಎಂಜಲು ಅವನಿಗೆ ಎದುರಾಗಿ ನಿಂತಿದ್ದ ಚಾವ್ಓ ಷೂ ಷೆನ್ ನ ಮುಖದ

ಮೇಲೆ ಬಿತ್ತು ಕಥೆಯ ಈ ಭಾಗ ಅಲ್ಲಿದ್ದವರೆಲ್ಲರೂ ನಡುಗುವಂತೆ ಮಾಡಿತು. ಒಂದು ಕ್ಷಣ ಸುತ್ತಲೂ ಕಣ್ಣಾಡಿಸಿದ. ಇದ್ದಕ್ಕಿದ್ದಂತೆ ತನ್ನ ಬಲಗೈಯನ್ನು ವಿಸ್ಕ್ರ್ಸ್ವಾಂಗ್ ಕತ್ತಿನ ಮೇಲೆ ಹಾಕಿದ. ವ್ಯಾಂಗೋ ತಲೆ ಮುಂದಕ್ಕೆ ಚಾಚಿ ಬಹಳ ಕುತೂಹಲದಿಂದ ಕತೆ ಕೇಳುತ್ತಿದ್ದ.

"ಕೊಲ್ಲು"– ಆಹ್ ಕ್ಯೂ ಕಿರುಚಿದ.

ವಿಸ್ಕರ್ ವಾಂಗ್ ಬೆಚ್ಚಿ ಬಿದ್ದ. ತನ್ನ ತಲೇನ ಮಿಂಚಿನಷ್ಟೇ ವೇಗವಾಗಿ ಹಿಂದಕ್ಕೆ ಎಳೆದುಕೊಂಡ. ಅಕ್ಕ ಪಕ್ಕದಲ್ಲಿ ನಿಂತಿದ್ದವರು ಆತಂಕ. ಭಯದಿಂದ ನಡುಗಿದರು. ಇದಾದ ಮೇಲೆ ವ್ಯಾಂಗ್ ಎಷ್ಟೋ ದಿನಗಳು ಇದೇ ಭಯದ ಗುಂಗಿನಲ್ಲಿದ್ದ. ಆಹ್ ಕ್ಯೂನ ನೆರಳಿಗೆ ಹೋಗಲೂ ಹೆದರಿದ.

ವಿಷುವಾಂಗ್ ಜನರ ದೃಷ್ಟಿಯಲ್ಲಿ ಆಹ್ ಕ್ಯೂ ಗೆ ಚಾವೋಗೆ ಇದ್ದುದಕ್ಕಿಂತಲೂ ಗೌರವ ಭಾವನೆ ಇತ್ತು ಎಂದು ಹೇಳುವುದು ಕಷ್ಟವಾದರೂ, ಇಬ್ಬರ ನಡುವೆಯೂ ಸಮಾನ ಗೌರವ ಇದ್ದಿತೆಂಬುದಂತೂ ಸತ್ಯವಾಗಿತ್ತು.

ಮತ್ತೆ ಸ್ವಲ್ಪ ದಿನಕ್ಕೆ ಆಹ್ ಕ್ಯೂನ ಖ್ಯಾತಿ ಹೆಂಗಸರ ಖೋಲಿಗಳೊಳಕ್ಕೂ ಪ್ರವೇಶವಾಯಿತು. ಚಾವೋ ಚಿಯೆನ್ ಕುಟುಂಬಗಳು ಬಿಟ್ಟರೆ ಮಿಕ್ಕವರೆಲ್ಲರದ್ದು ಬಡ ಸಂಸಾರಗಳು. ಆದರೂ ಹೆಂಗಸರ ಖೋಲಿಗಳು ಅಂದರೆ ಹೆಂಗಸರ ಖೋಲಿಗಳೇ! ಆಹ್ ಕ್ಯೂ ಕೀರ್ತಿ ಅಲ್ಲೆಲ್ಲ ನುಗ್ಗಿದ್ದಂತೂ ಒಂದು ಪವಾಡವಾಗಿತ್ತು. ಹೆಂಗಸರು ಸೇರಿದಾಗ ಪರಸ್ಪರ ಮಾತಾಡಿಕೊಳ್ಳುತ್ತಿದ್ದರು. ಮಿಸೆಸ್ ತ್ಯುವೋ ಆಹ್ ಕ್ಯೂನಿಂದ ನೀಲಿ ಸ್ಕರ್ಟ್ ಕೊಂಡುಕೊಂಡಳಂತೆ. ಅದು ಹಳೇದೇ ಆಗಿದ್ದರೂ ಕೇವಲ 90ರ ಸೆಂಟ್ ಗಳಷ್ಟು ಬೆಲೆ ಅಂತೆ. ಮತ್ತೆ ಚಾವೋ ಫೈ–ಯೆನ್ ನ ತಾಯಿ (ಇದನ್ನು ಪರೀಕ್ಷಿಸಬೇಕಿದೆ. ಯಾಕೆಂದರೆ, ಈಕೆಯನ್ನು ಚಾವೋ ಶೂ ಷೆನ್ ನ ತಾಯಿ ಎಂತಲೂ ಹೇಳಿದ್ದಾರೆ! ದಟ್ಟ ಕೆಂಪಿನ ಮಗುವಿನ ಫಾರೆನ್ ಕ್ಯಾಲಿಕೋ ಉಡುಪನ್ನು, ಸಾಕಷ್ಟು ಹೊಸದಾಗಿಯೇ ಇದ್ದುದನ್ನು, ಶೇಕಡ ಎಂಟರ ರಿಯಾಯತಿಯಲ್ಲಿ ಕೇವಲ ಮುನ್ನೂರಕ್ಕೆ ಕೊಂಡಳಂತೆ!"

ಯಾರು ತಮ್ಮ ಹತ್ತಿರ ಸಿಲ್ಕ್ ಅಥವಾ ಫಾರೆನ್ ಕ್ಯಾಲಿಕೋ ಬಟ್ಟೆಯ ಸ್ಕರ್ಟ್ ಇರಲಿಲ್ಲವೋ, ಅವರೆಲ್ಲ ಆಹ್ ಕ್ಯೂನನ್ನು ಕಾಣುವ ಉತ್ಸುಕತೆಯಲ್ಲಿದ್ದರು. ಯಾಕೆಂದರೆ ಅವರಿಗೂ ಅವನಿಂದ ಅವುಗಳನ್ನು ಕೊಳ್ಳುವ ಆಸೆಯಾಗಿತ್ತು. ಅವನಿಂದ ತಪ್ಪಿಸಿ ಕೊಳ್ಳುವುದಕ್ಕೆ ಬದಲಾಗಿ, ಈಗೀಗ ಅವನನ್ನೇ ಹಿಂಬಾಲಿಸಿ, ಅವನನ್ನು ನಿಲ್ಲಲು ಕೂಗಿ ಹೇಳುತ್ತಿದ್ದರು.

"ಆಹ್ ಕ್ಯೂ ನಿನ್ನ ಬಳಿ ಇನ್ನೂ ಸಿಲ್ಕ್ ಸ್ಕರ್ಟ್ ಗಳು ಇವೆಯೇನು? ಅವರು ವಿಚಾರಿಸುತ್ತಿದ್ದರು.

"ಇಲ್ಲವೇ? ನಿಮಗೆ ಫಾರೆನ್ ಕ್ಯಾಲಿಕೋ ಕೂಡ ಬೇಕಿತ್ತು. ನಿನ್ನ ಹತ್ತಿರ ಏನಾದರೂ ಇದೆಯೇನು?

ಈ ಸುದ್ದಿ ಬಡವರ ಮನೆಯಿಂದ ಶ್ರೀಮಂತರ ಮನೆಗಳ ವರೆಗೂ ಹರಡಿತು. ಮಿಸೆಸ್ ತ್ಸ್ವೋ ತಾನು ಕೂಡ ಸಿಲ್ಕ್ಸ್ಕರ್ಟ್‌ನಿಂದ ಎಷ್ಟೊಂದು ಖುಷಿ ಪಟ್ಟಿದ್ದಳೆಂದರೆ ಅದನ್ನು ಮಿಸೆಸ್ ಚಾವ್ಗೆ, ತೋರಿಸಿದಳು. ಮಿಸೆಸ್ ಚಾವ್ೋ ಅಂತೂ ಮಿಸ್ಟರ್ ಚಾವ್ೋ ಬಳಿ ಅದನ್ನು ಹೋಗಳಿದ್ದೇ ಹೋಗಳಿದ್ದು!

ಮಿಸ್ಟರ್ ಚಾವ್ೋ ರಾತ್ರಿ ಊಟದ ಸಮಯದಲ್ಲಿ ಈ ವಿಷಯವಾಗಿ ತನ್ನ ಮಗನೊಂದಿಗೆ ಮಾತನಾಡಿ, ಆಹ್ಕ್ಯೂ ವಿಚಾರದಲ್ಲಿ ಏನೋ ಇರಬೇಕು ಎಂಬ ಸಂದೇಹ ವ್ಯಕ್ತ ಪಡಿಸಿದ. ಅಲ್ಲದೆ ಅವನ ವಿಷಯದಲ್ಲಿ ಮನೆಯಲ್ಲಿ ಎಲ್ಲರೂ ಎಚ್ಚರಿಕೆಯಿಂದ ಇರಬೇಕೆಂದ. ಆಹ್ಕ್ಯೂ ಹತ್ತಿರ ಏನಿತ್ತೋ ಇರಲಿಲ್ಲವೋ, ಆದರೆ ಅವನಲ್ಲಿ ಒಂದು ಒಳ್ಳೆದಂತೂ ಇರಲೇಬೇಕು ಅನ್ನುವ ಅಭಿಪ್ರಾಯ ವ್ಯಕ್ತ ಪಡಿಸಿದ. ಮಿಸೆಸ್ ಚಾವ್ೋ, ಅಗ್ಗವಾದ ಉಣ್ಣೆಯ, ಅಂದವಾದ ಚಾಕೆಟ್ ಬೇಕೂಂತ ಆಸೆ ಪಟ್ಟಿದ್ದರಿಂದ, ಮನೆಯವರೆಲ್ಲರ ಜೊತೆ ಮಾತಾಡಿದ ಮೇಲೆ, ಮಿಸೆಸ್ ತ್ಸ್ವೋಳನ್ನು ಈ ಚಾಕೆಟ್ ಆಹ್ಕ್ಯೂ ಬಳಿ ಸಿಗುತ್ತದೆಯೇ ಎಂದು ವಿಚಾರಿಸಲು ಹೇಳಿದರು. ಇದಕ್ಕೆ ವಿಶೇಷ ಪರವಾನಿಗೆ ಕೊಟ್ಟು, ನಿಯಮ ಸಡಿಲಿಸಿ, ಆ ಸಂಜೆ ದೀಪ ಹಚ್ಚಲು ಅನುವು ಮಾಡಲಾಯಿತು.

ಸಾಕಷ್ಟು ಎಣ್ಣೆ ಖರ್ಚಾಯಿತಾದರೂ ಆಹ್ಕ್ಯೂ ಸುಳಿವೇ ಇರಲಿಲ್ಲ. ಚಾವ್ೋ ಮನೆಯವರೆಲ್ಲರೂ ನಿದ್ದೆಯಿಂದ ಆಕಳಿಸುತ್ತಿದ್ದರು. ಆಹ್ಕ್ಯೂನ ಅಶಿಸ್ತಿಗಾಗಿ ಅಸಮಾಧಾನಗೊಂಡಿದ್ದರು, ಬೇರೆಯವರೆಲ್ಲರೂ ತ್ಸ್ವೋಳನ್ನು ಆಹ್ಕ್ಯೂನನ್ನು ಹೊತ್ತಿಗೆ ಸರಿಯಾಗಿ ಬರಹೇಳಲಿಲ್ಲವೆಂದು ಬೈದರು. ಮಿಸೆಸ್ ಚಾವ್ೋ, ಹೋದ ವರುಷ ಹಾಕಿದ ಷರತ್ತುಗಳಿಂದಾಗಿ ಆಹ್ಕ್ಯೂ ಬರಲಿಲ್ಲವೇನೋ ಎಂದು ಹೆದರಿದಳು. ಆದರೆ ಮಿಸ್ಟರ್ ಚಾವ್ೋಗೆ ಹೀಗೇನೂ ಎನಿಸಲಿಲ್ಲ. ಅವನಿಗೆ ಗೊತ್ತು, ಈ ಸಲ ತಾನೇ ಹೇಳಿ ಕಳಿಸಿರುವುದರಿಂದ ಬರುತ್ತಾನೆ ಎಂದುಕೊಂಡಿದ್ದ. ಚಾವ್ೋನ ವಿಚಾರ ಸರಿಯಾಗಿತ್ತು. ಯಾಕೆಂದರೆ ಆಹ್ಕ್ಯೂ ಕಡೆಗೆ, ಮಿಸೆಸ್ ತ್ಸ್ವೋ ಜೊತೆಗೆ ಬಂದೇ ಬಂದ.

"ಅವನ ಹತ್ತಿರ ಈಗ ಅಂಥಾದೇನೂ ಉಳಿದಿಲ್ಲ ಅಂತ ಹೇಳಿದ್ದಾನೆ" ಎದುಸಿರು ಬಿಡುತ್ತ ತ್ಸ್ವೋ ಹೇಳಿದಳು. "ನೀನೇ ಹೋಗಿ ಇದನ್ನು ಅವರ ಹತ್ತಿರ ಹೇಳೂಂತ ಹೇಳ್ತಾನೆ ಇದ್ದೀನಿ. ಆದರೆ ಅವನೋ ಮಾತಾಡುತ್ತಲೇ ಇದ್ದ. ನಾನು ಅವನಿಗೆ ಹೇಳಿದೆ...."

ಸರ್, ಮುಗುಳು ನಗುವ ಪ್ರಯತ್ನದೊಂದಿಗೆ ಹೇಳಿದ.

"ಏನಪ್ಪ ನೀನು ಅಲ್ಲಿ ಹೋಗಿ ಬಹಳ ಸಾಹುಕಾರನಾಗಿ ಬಿಟ್ಟೆಯಂತೆ!" ಆಹ್ಕ್ಯೂ ಬಳಿಗೆ ಹೋಗಿ ಬಹಳ ಎಚ್ಚರಿಕೆಯಿಂದ ಅವನನ್ನೇ ನೋಡುತ್ತ ಚಾವ್ೋ ಹೇಳಿದ... "ತುಂಬಾ ಸಂತೋಷ, ಈಗ....ಅದೇ ಅವರೆಲ್ಲ ಹೇಳುತ್ತ ಇದ್ದಾರೆ....ನಿನ್ನ ಹತ್ತಿರ ಏನೇನೋ ಒಳ್ಳೊಳ್ಳೆ ವಸ್ತುಗಳು ಇವೆಯಂತೆ!..... ನಾವೆಲ್ಲ ನೋಡ್ಬೇಕೂಂತ ಇದ್ದೇವಿ. ಅವುಗಳನ್ನೆಲ್ಲ ಒಮ್ಮೆ ತಗೊಂಬಾ.....ನಮಗೆ ಇವು ಬೇಕಾಗಿರುವುದರಿಂದ ಹೇಳ್ತಾ ಇದೀನಿ...."

"ಮಿಸೆಸ್ ಠ್ವವೋಗೆ ಹೇಳಿದ್ದೆ, ನನ್ನ ಬಳಿ ಈಗ ಅವೇನೂ ಇಲ್ಲಾಂತ!'

"ಏನೂ ಇಲ್ಲೆ?" ಮಿಸ್ಟರ್ ಚಾವೋ ದನಿಯಲ್ಲಿ ನಿರಾಶೆ ವ್ಯಕ್ತವಾಗುತ್ತಿತ್ತು. "ಅಷ್ಟು ಬೇಗ ಅವೆಲ್ಲ ಹೇಗೆ ಖರ್ಚಾಯಿತು?"

"ಅವು ನನ್ನ ಫ್ರೆಂಡ್‌ಗೆ ಸೇರಿದ್ದು. ವಾಸ್ತವವಾಗಿ ನನ್ನ ಹತ್ತಿರ ಅಷ್ಟೊಂದು ಇರಲೂ ಇಲ್ಲ. ಜನ ಕೆಲವನ್ನು ಕೊಂಡುಕೊಂಡರು."

"ಸ್ವಲ್ಪನಾದರೂ ಉಳಿದಿರಬೇಕಲ್ಲ?"

"ಬಾಗಿಲು ಪರದೆ ಮಾತ್ರ ಒಂದು ಉಳಿದಿದೆ."

"ಹಾಗಾದರೆ ಅದನ್ನೇ ನೋಡೋಕೆ ತಗೊಂಡು ಬಾ." –ಮಿಸೆಸ್ ಚಾವೋ ಆತುರದಲ್ಲಿ ಹೇಳಿದಳು.

"ಆಯಿತು, ಅದನ್ನು ನಾಳೆ ತಂದರೂ ಆಗುತ್ತೆ" ಚಾವೋನ ಮಾತಿನಲ್ಲಿ ಅಷ್ಟೊಂದು ಕಾತರ ಇರಲಿಲ್ಲ.

"ಇನ್ನು ಮುಂದೆ ನಿನ್ನ ಹತ್ತಿರ ಏನಾದರೂ ಇದ್ದರೆ ಮೊದಲು ನಮಗೆ ತಂದು ತೋರಿಸಬೇಕು ಆಹ್ಕ್ಯೂ" ಚಾವೋ ಹೇಳಿದ.

"ಬೇರೆಯವರು ಕೊಡೋದಕ್ಕಿಂತ ಕಡಿಮೆ ಬೆಲೆಯೇನೂ ನಾವು ಕೊಡೋದಿಲ್ಲ" ಕೌಂಟಿ ಕ್ಯಾಂಡಿಡೇಟ್ ಹೇಳಿದ. ಆತನ ಹೆಂಡತಿ ಒಂದು ಸಲ ಆಹ್ಕ್ಯೂನ ಪ್ರತಿಕ್ರಿಯೆ ಏನೂಂತ ಗಮನಿಸಲು ಕಣ್ಣು ಹಾಯಿಸಿದಳು.

"ನನಗೆ ಫರ್ ಜಾಕೆಟ್ ಬೇಕಾಗಿದೆ." ಮಿಸೆಸ್ ಚಾವೋ ಹೇಳಿದಳು.

ಆಹ್ಕ್ಯೂ ಒಪ್ಪಿಕೊಂಡರೂ ಅವನು ಎಷ್ಟು ನಿರ್ಲಕ್ಷ್ಯದಿಂದ ವರ್ತಿಸಿದ ಅಂದರೆ, ಅವರು ಹೇಳಿದ್ದೆಲ್ಲ ಜಾಗರೂಕತೆಯಿಂದ ಮನಸ್ಸಿಗೆ ತೆಗೆದುಕೊಂಡದ್ದೇ ಅನುಮಾನ ಎನಿಸುವಂತಿತ್ತು. ಇದರಿಂದ ಮಿಸ್ಟರ್ ಚಾವೋಗೆ ಎಷ್ಟು ನಿರಾಶೆಯಾಯಿತು, ಎಷ್ಟು ಕೋಪ ಬಂತು, ಎಷ್ಟೊಂದು ಚಿಂತೆಯಾಯ್ತು ಎಂದರೆ ಆಕಳಿಸುವುದನ್ನೂ ನಿಲ್ಲಿಸಿ ಬಿಟ್ಟ. ಆಹ್ಕ್ಯೂ ವರ್ತನೆಯಿಂದ ಕೌಂಟಿ ಕ್ಯಾಂಡಿಡೇಟ್ ಕೂಡ ಎಷ್ಟು ಅಸಂತೃಪ್ತನಾಗಿದ್ದನೆಂದರೆ, "ಜನ ಇಂತಹ ಆಮೆ ಮೊಟ್ಟೆಯವರಿಂದ ದೂರ ಇರಬೇಕು. ಇಲ್ಲದೆ ವೀಷುವಾಂಗೊನಲ್ಲಿ ಇಂಥವರು ಇರುವುದಕ್ಕೆ ಅವಕಾಶ ಮಾಡಿಕೊಡದಂತೆ ಬೈಲಿಫ್‌ಗೆ ಹೇಳಬೇಕು" ಎಂದ.

ಚಾವೋ ಈ ಮಾತಿಗೆ ಒಪ್ಪಲಿಲ್ಲ. ಇದರಿಂದ ಅವನು ದ್ವೇಷ ಸಾಧಿಸಬಹುದು. ಹಾಗೆ ನಾವೇನೂ ಮಾಡಬಾರದು. ಹದ್ದು ತನ್ನ ಗೂಡಿನ ಮೇಲೆ ತಾನೇ ಎರಗುವುದಿಲ್ಲ. ನಮ್ಮೂರಿನ ಜನ ನಾವು ಹೆಚ್ಚು ಯೋಚನೆ ಮಾಡಬಾರದು. ಆದರೆ ಸ್ವಲ್ಪ ಎಚ್ಚರಿಕೆಯಿಂದ ಇರಬೇಕು. ತಂದೆಯ ಮಾತು ಬಹಳ ಸರಿ ಅಂತ ಅನ್ನಿಸಿ, ಆಹ್ಕ್ಯೂನನ್ನು ಊರಿಂದ ಓಡಿಸುವ ಆಲೋಚನೆಯನ್ನು ಆ ಕ್ಷಣಕ್ಕೆ ಕೈ ಬಿಟ್ಟ. ಆದರೆ ತಾನು ಹೇಳಿದ್ದನ್ನು ಯಾವುದೇ ಕಾರಣಕ್ಕೂ ಯಾರಿಗೂ ಹೇಳಬಾರದೆಂದು ಎಚ್ಚರಿಸಿದ.

ಮಾರನೇ ದಿನ ತ್ಸುವೋ ತನ್ನ ನೀಲಿ ಸ್ಕರ್ಟ್‌ನ್ನು ಕಪ್ಪು ಬಣ್ಣ ಹಾಕಿಸಲು ತೆಗೆದುಕೊಂಡು ಹೋದಾಗ ಚಾವೋನ ಮಗ ಹೇಳಿದ್ದನ್ನು ಹೇಳಿಯೇ ಹೇಳಿದಳು. ಆಹ್ಕ್ಯೂನನ್ನು ಓಡಿಸುವ ವಿಚಾರವನ್ನು ಬಹಿರಂಗ ಪಡಿಸಿದ್ದು ಆಹ್ಕ್ಯೂಗೆ ಹೆಚ್ಚು ಮಾರಕವಾಯಿತು. ಬೈಲಿಫ್ ಅವನ ಮನೆ ಬಾಗಿಲಿಗೆ ಬಂದು ಬಾಗಿಲಿನ ಪರದೆಯನ್ನು ತೆಗೆದುಕೊಂಡು ಹೋದ. ಮಿಸೆಸ್ ಚಾವೋ ಬೇಕೆಂದು ಹೇಳಿದ್ದಳೇಂತ ಎಷ್ಟೇ ಕೇಳಿಕೊಂಡರೂ ಅದನ್ನು ವಾಪಸ್ಸು ಕೊಡುವುದಿರಲಿ, ತಿಂಗಳು ತಿಂಗಳಿಗೆ ಅವನ ಗುಟ್ಟು ರಟ್ಟು ಮಾಡದಿರಲು ಹಣ ಕೊಡಬೇಕೆಂದೂ ಹೇಳಿದ. ಎರಡನೆಯದಾಗಿ ಊರಿನವರು ಗೌರವ ಕೊಡುವುದರಲ್ಲಿ ಬದಲಾವಣೆ ಕಾಣಿಸಿತು. ಅವನ ಜೊತೆ ಅಷ್ಟು ಸಲುಗೆ ತೆಗೆದುಕೊಳ್ಳದಿದ್ದರೂ ಅವನಿಂದ ತಪ್ಪಿಸಿಕೊಳ್ಳುವುದಕ್ಕೆ ಸಾಧ್ಯವಾದಷ್ಟು ಪ್ರಯತ್ನಿಸುತ್ತಿದ್ದರು. "ಕೊಲ್ಲು" ಅಂತ ಕಿರುಚಿದ್ದಕ್ಕೆ ಅವರಲ್ಲಿ ಉಂಟಾಗಿದ್ದ ಭಯಕ್ಕಿಂತ ಭಿನ್ನವಾಗಿ ಹಿಂದಿನವರು ದೆವ್ವಗಳ ಜೊತೆ ನಡೆದುಕೊಳ್ಳುತ್ತಿದ್ದ ರೀತಿಯಲ್ಲಿ ಭಯ ಭಕ್ತಿಯಿಂದ ದೂರವಿರುತ್ತಿದ್ದರು.

ಆದರೆ ಕೆಲವರು ಸೋಮಾರಿ ಉಡಾಳರು ವಿಷಯದ ಆಳ ತಿಳಿಯಲು ಆಹ್ಕ್ಯೂನನ್ನು ಜಾಣತನದಿಂದ ವಿಚಾರಿಸಿದರು. ಆಹ್ಕ್ಯೂ ಗುಟ್ಟಾಗಿ ಇಡಬೇಕು ಅನ್ನೋ ಪ್ರಜ್ಞೇನೂ ಇಲ್ಲದೆ ನಡೆದ ಎಲ್ಲವನ್ನೂ ಹೆಮ್ಮೆಯಿಂದ ಹೇಳಿಕೊಂಡ. ಅವನಿಂದ ಅವರಿಗೆ ತಿಳಿದದ್ದು, ಆಹ್ಕ್ಯೂ ಕೇವಲ ಒಬ್ಬ ಚಿಲ್ಲರೆ ಕಳ್ಳನಾಗಿದ್ದ. ಕಳ್ಳತನ ಮಾಡುವ ಸಾಹಸ ಇಲ್ಲದೆ, ಕದ್ದ ವಸ್ತುಗಳನ್ನು ಪಡೆಯುತ್ತಿದ್ದನಷ್ಟೆ.

ಒಂದು ರಾತ್ರಿ ಅವನಿಗೆ ಒಂದು ಗಂಟು ಸಿಕ್ಕಿತು. ಅವನ ಮುಖ್ಯಸ್ಥ ಮತ್ತೊಮ್ಮೆ ಒಳಗೆ ಹೋಗಿದ್ದ. ಸ್ವಲ್ಪ ಹೊತ್ತಿಗೆ ಒಳಗೆ ದೊಡ್ಡ ಗದ್ದಲ ಕೇಳಿಸಿತು. ಇದನ್ನು ಕೇಳಿದ್ದೇ ಆಹ್ಕ್ಯೂ ಕಾಲಿಗೆ ಬುದ್ಧಿ ಹೇಳುತ್ತ ಎಷ್ಟು ಸಾಧ್ಯವೋ ಅಷ್ಟು ವೇಗವಾಗಿ ಓಡಿ ಬಂದಿದ್ದ. ಆ ದಿನ ರಾತ್ರಿಯೇ ಪಟ್ಟಣ ಬಿಟ್ಟು ವೀಷುವಾಂಗ್‌ಗೆ ಹಿಂತಿರುಗಿದ್ದ. ಇದಾದ ಮೇಲೆ ಇಂಥ ಕೆಲಸಕ್ಕೆ ಎಂದಿಗೂ ಸಾಹಸ ಮಾಡಲಿಲ್ಲ. ಆದರೆ ಈ ಕಥೆ ಆಹ್ಕ್ಯೂನ ವ್ಯಕ್ತಿತ್ವಕ್ಕೆ ಅಪಾಯಕಾರಿಯಾಗಿತ್ತು. ಊರಿನ ಜನ ಈಗ ಆಹ್ಕ್ಯೂನ ಮೇಲೆ ಗೌರವವಿಟ್ಟು ದೂರವಿರುತ್ತಿದ್ದರು. ಅವನ ಕೋಪವನ್ನು ಎದುರಿಸಲು ಹೆದರುತ್ತಿದ್ದರು. ಅವನು ಕೇವಲ ಕಳ್ಳ ಮಾತ್ರ ಆಗಲು ಸಾಧ್ಯ ಅಂತ ಯಾರು ತಾನೇ ಊಹಿಸಿದ್ದರು? ಮತ್ತೊಂದು ಸಲ ಕಳ್ಳತನ ಮಾಡಲೂ ಹೆದರುವವನಿಗೆ, ತನ್ನ ಬಗ್ಗೆ ಹೆದರಿಕೆ ಉಂಟಾಗುವಂತೆ ಮಾಡುವುದಕ್ಕೆಲ್ಲಿದೆ ಸಾಮರ್ಥ್ಯ?

ಅಧ್ಯಾಯ – 7

ಕ್ರಾಂತಿ

1911 ರ ಕ್ರಾಂತಿಯಲ್ಲಿ ಷಾವೋಸಿಂಗ್ ಬಿಡುಗಡೆಯಾದ ದಿನ ಆಹ್ಕ್ಯೂ ತನ್ನ ಪರ್ಸನ್ನು ಚಾವೋ ಪೈಯೆನ್‌ಸಿಗೆ ಮಧ್ಯರಾತ್ರಿ ಮಾರಿದ. ಮೂರನೆ ಗಡಿಯಾರಕದಲ್ಲಿ ನಾಲ್ಕನೇ ಗಂಟೆ ಹೊಡೆದಾಗ, ಒಂದೂ ದೊಡ್ಡ ದೋಣಿ ಕಪ್ಪು ಬಟ್ಟೆಯ ಭಾವಣೆಯಿಂದ ಕೂಡಿದ್ದು ಚಾವೋನ ಮನೆಯ ಇಳಿದಾಣದ ಬಳಿ ಬಂದು ನಿಂತಿತು. ಈ ದೋಣಿ, ಊರಿನ ಜನ ಗಾಢ

ನಿದ್ದೆಯಲ್ಲಿ ಮುಳುಗಿರುವ ಸಮಯದಲ್ಲಿ ಕತ್ತಲಲ್ಲಿ ತೇಲಾಡುತ್ತಿತ್ತು. ಯಾರಿಗೂ ಇದರ ಬಗ್ಗೆ ಸುಳಿವು ಹತ್ತಲಿಲ್ಲ. ಬೆಳಗ್ಗೆ ಹೊತ್ತಿಗೆ ಅದು ಅಲ್ಲಿಂದ ಹೊರಟಿತ್ತಾದರೂ, ಹೋಗುವುದನ್ನು ಸುಮಾರು ಜನ ನೋಡಿದರು. ಸ್ವಲ್ಪ ಶೋಧನೆ ನಡೆಸಿದ ಮೇಲೆ ಗೊತ್ತಾಯಿತು, ಅದು ಚಾವ್ಹೋನ ಮಗನದಾಗಿತ್ತು.

ಈ ಘಟನೆ ವೀಷುವಾಂಗ್ ಜನಕ್ಕೆ ಯಾಕೋ ಕಷ್ಟಕ್ಕೆ ಬಂತು ಅಂತ ಅನ್ನಿಸಿತು. ಎಲ್ಲರ ಎದೆ ಬಡಿತ ಜೋರಾಯಿತು. ಚಾವ್ಹೋ ಕುಟುಂಬ ಮಾತ್ರ ಈ ದೋಣಿ ವಿಚಾರದಲ್ಲಿ ಮೌನ ವಹಿಸಿತ್ತು. ಹೆಂಡದಂಗಡಿ, ಟೀಹೌಸ್‌ಗಳಲ್ಲಿ ನಡೆದ ಹರಟೆಯಿಂದ ತಿಳಿದ ಸಮಾಚಾರವೆಂದರೆ, ಕ್ರಾಂತಿಕಾರರು ಪಟ್ಟಣ ಪ್ರದೇಶ ಮಾಡುವವರಿದ್ದರು. ಪ್ರಾವೆನ್‌ಷಿಯಲ್ ಕ್ಯಾಂಡಿಡೇಟಾಗಿದ್ದ ಚಾವ್ಹೋ ಮಗ ಊರಿಗೆ ಬಂದದ್ದು ರಕ್ಷಣೆ ಪಡೆಯೋಕೇಂತ ಎಂದು ಮಿಸೆಸ್ ತ್ಸುವ್ಹೋ ಆಲೋಚನೆ ಬೇರೆ ಇತ್ತು. ಅವಳ ಪ್ರಕಾರ ವಿಚೇತನಾದ ಪ್ರಾವೆನ್‌ಷಿಯಲ್ ಕ್ಯಾಂಡಿಡೇಟ್ ಸುಮ್ಮನೆ ಕೆಲವು ಹರಕಲು ಮುರುಕಲು ಪೆಟ್ಟಿಗೆಗಳನ್ನು ವೀಷುವಾಂಗ್‌ನಲ್ಲಿ ಇರಿಸಬೇಕೆಂದಿದ್ದ. ಆದರೆ ಚಾವ್ಹೋ ಅವುಗಳನ್ನು ವಾಪಸ್ ಕಳಿಸಿಬಿಟ್ಟ. ನಿಜ ಹೇಳಬೇಕಾದರೆ ಚಾವ್ಹೋ ಕುಟುಂಬದ ವಿಚೇತರಾದ ಪ್ರಾವೆನ್‌ಷಿಯಲ್ ಕ್ಯಾಂಡಿಡೇಟ್ ಕೌಂಟಿ ಕ್ಯಾಂಡಿಡೇಟ್ ಇಬ್ಬರೂ ಒಬ್ಬರಿಗೊಬ್ಬರು ಮಾತಾಡುತ್ತಿರಲಿಲ್ಲ. ಹಾಗಿರುವಾಗ ಕಷ್ಟ ಸಮಯದಲ್ಲಿ ಒಬ್ಬರಿಗೊಬ್ಬರು ಸಹಾಯ ಮಾಡುವುದಂತೂ ದೂರದ ಮಾತು. ಅಲ್ಲದೆ ತ್ಸುವ್ಹೋ, ಚಾವ್ಹೋನ ನೆರೆಯಾಕೆ ಆಗಿದ್ದುದರಿಂದ ಪಕ್ಕದ ಮನೇಲಿ ಏನು ನಡೀತಿದೆ ಅನ್ನೋದು ಚೆನ್ನಾಗಿ ಗೊತ್ತಾಗಿರಬೇಕು.

ಗಾಳಿ ಸುದ್ದಿ ಪರಿಣಾಮವಾಗಿ ಒಂದು ಮಾತಂತು ಗೊತ್ತಾಯಿತು. ವಿದ್ವಾಂಸ ತಾನೇ ಬರೆದಿದ್ದರೂ, ಚಾವ್ಹೋ ಕುಟುಂಬದೊಂದಿಗೆ ತನ್ನ ಸಂಬಂಧ ಎಂಥಾದ್ದು ಅನ್ನೋದನ್ನ ವಿವರಿಸಿ ಒಂದು ಪತ್ರ ಬರೆದಿದ್ದ. ಚಾವ್ಹೋ ಯೋಚಿಸಿದ ಮೇಲೆ, ಇದರಿಂದ ತಮಗೇನೂ ತೊಂದರೆ ಇಲ್ಲಾಂತ ಭಾವಿಸಿ, ತನ್ನ ಹೆಂಡತಿಯ ಹಾಸಿಗೆ ಕೆಳಗೆ ಅವುಗಳನ್ನು ಮರೆಸಿ ಇಟ್ಟ. ಕ್ರಾಂತಿಕಾರರ ವಿಷಯ ಹೇಳುವುದಾದರೆ, ಜನರ ಮಾತಿನಂತೆ ಅವರು ಬಿಳಿ ಶಿರ ಸ್ತ್ರಾಣಗಳನ್ನು ಕವಚಗಳನ್ನು ಧರಿಸಿ ಆ ರಾತ್ರಿಯೇ, ಸತ್ತ ತಮ್ಮ ಚಕ್ರವರ್ತಿ ಚುಂಗ್‌ಚೆನ್‌ಗಾಗಿ ಶೋಕಚಾರಣೆ ನೆಪದಲ್ಲಿ ಪಟ್ಟಣ ಪ್ರವೇಶ ಮಾಡಿದರಂತೆ.

ಆಹ್‌ಕ್ಯೂ ಕ್ರಾಂತಿಕಾರರ ಬಗ್ಗೆ ಮೊದಲಿಂದಲೂ ಅರಿತಿದ್ದ. ತಾನೆ ಖುದ್ದಾಗಿ ತನ್ನ ಕಣ್ಣಿಂದ, ಅವರ ಶಿರಚ್ಛೇದ ಆಗುವುದನ್ನು ಕಂಡಿದ್ದ. ಕ್ರಾಂತಿಕಾರರು ಪ್ರತಿಭಟನಾಕಾರರೂ ಆಗಿದ್ದರು. ಅಲ್ಲದೆ ಅವರಿಂದ ತುಂಬ ತೊಂದರೇನೂ ಆಗುತ್ತ ಅಂತ ನಂಬಿದ್ದರಿಂದ, ಅವರಿಂದ ಯಾವಾಗಲೂ ದೂರವೇ ಇದ್ದ. ಆದರೆ ಯಾರಿಗೆ ಗೊತ್ತಿತ್ತು, ಸುಮಾರು ಮೂವತ್ತು ಮೈಲು ಆಸುಪಾಸಿನವರೆಗೂ ಸಾಕಷ್ಟು ಹೆಸರಾಗಿದ್ದ ವಿಚೇತ ಪ್ರಾವೆನ್‌ಷಿಯಲ್, ಕ್ಯಾಂಡಿಡೇಟನನ್ನು ಇಷ್ಟೊಂದು ಹೆದರಿಸ್ತಾರೇಂತ! ಆಹ್‌ಕ್ಯೂಗೆ ಇದೆಲ್ಲ ಮೈ ಮರೆಯುವ ಹಾಗೆ ಮಾಡಿತು. ಇದರ ಜೊತೆಗೆ ಊರಿನವರ ಭಯ ಅವನ ಸಂತೋಷವನ್ನು ಇನ್ನಷ್ಟು ಹೆಚ್ಚಿಸಿತು.

"ಕ್ರಾಂತಿ ಅಂದರೆ ಕೆಟ್ಟದ್ದೇನೂ ಅಲ್ಲ." ಆಹ್ಕ್ಯೂಗೆ ಅನಿಸಿತು. ಎಲ್ಲರನ್ನೂ ಮುಗಿಸಿಡಬೇಕು......ಓಡಿ ಶಾಪ ಹಾಕಬೇಕು. ನನಗಂತೂ ಕ್ರಾಂತಿಕಾರರ ಬಳಿಗೆ ನಾನೇ ಖುದ್ದಾಗಿ ಹೋಗಬೇಕು ಅಂತ ಅನ್ನಿಸುತ್ತೆ!"

ಆಹ್ಕ್ಯೂ ಈಗ ಸ್ವಲ್ಪ ದಿನದಿಂದೀಚೆಗೆ ಗಟ್ಟಿಗೊಂಡಿದ್ದ. ಪಾಪ ಅಸಂತೃಪ್ತನೂ ಆಗಿದ್ದ. ಅವರ ಜೊತೆಗೆ ಬರಿ ಹೊಟ್ಟೆಲಿ ಒಂದೆರಡು ಬಟ್ಟಲು ಹೆಂಡಾನೂ ಇಳಿಸಿದ್ದ. ಪರಿಣಾಮವಾಗಿ ಕುಡುಕನಾದ. ಗಾಳೀಲಿ ಎಲ್ಲೋ ತೇಲುತ್ತಿರುವಂತೆ ಭಾವಿಸಿ ನಡೆದ. ಇದ್ದಕ್ಕಿದ್ದಂತೆ ವಿಚಿತ್ರವಾಗಿ ಅವನು ತನ್ನನ್ನೇ ಕ್ರಾಂತಿಕಾರ ಅಂತ ಭಾವಿಸಿಕೊಂಡ, ವೀಷುವಾಂಗ್ನ ಜನವೆಲ್ಲ ತನ್ನ ಸೆರೆಯಾಳುಗಳು ಅಂದುಕೊಂಡ. ತನ್ನ ಮೇಲೆ ನಿಯಂತ್ರಣ ತಪ್ಪಿ ಜೋರಾಗಿ ಕಿರುಚಿದ.

"ದಂಗೆ! ದಂಗೆ!"

ಅಲ್ಲಿದ್ದ ಊರಿನ ಜನವೆಲ್ಲ ಇದನ್ನು ಕೇಳಿ ಭಯಭ್ರಾಂತರಾಗಿ ನೋಡಿದರು. ಇಲ್ಲಿನವರೆಗೆ ಅವರ ಕಣ್ಣುಗಳಲ್ಲಿ ಇಂತಹ ದಯನೀಯ ನೋಟವನ್ನು ನೋಡಿರಲಿಲ್ಲ. ಇದನ್ನು ನೋಡಿದಾಗ ಅವನಿಗೆ ಬೇಸಿಗೆಯಲ್ಲಿ ತಂಪಾದ ಪಾನೀಯವನ್ನು ಕುಡಿದು ಹಾಯೆನಿಸಿದ ಹಾಗೆ ಆಯಿತು. ಇದರಿಂದ ಇನ್ನಷ್ಟು ಖುಷಿಪಡುತ್ತ ಕಿರುಚುತ್ತ ಹೆಜ್ಜೆ ಹಾಕಿದ.

"ಸರಿ, ನನಗೆ ಇಷ್ಟ ಬಂದದ್ದನ್ನು ತಗೋತೀನಿ. ನನಗೆ ಬೇಕಾದವರನ್ನು ಪ್ರೀತಿಸ್ತೇನೆ. ಲಾ! ಲ ಲಾ!

ಮರೆತು ಕೊಂದ ನನ್ನ ಸೋದರನ ಕೊಲೆಗಾಗಿ ಪಶ್ಚತ್ತಾಪ ಪಡುತ್ತೇನೆ.

ಕೊಂದಿದ್ದಕ್ಕಾಗಿ ಪರಿತಪಿಸುತ್ತೇನೆ.

ತ್ತಾ ಲಾ! ತ್ವಾ ಲಾ! ತುಂ ತಿ ತುಮ್! ತುಮ್!

ಉಕ್ಕಿನ ದಂಡದಿಂದ ತಲೆ ಒಡೆಯುತ್ತೇನೆ."

ಚಾವ್ವೋ ಮತ್ತು ಅವನ ಇಬ್ಬರು ಮಕ್ಕಳು, ತಮ್ಮ ಒಂದಿಬ್ಬರು ಬಂಧುಗಳೊಂದಿಗೆ, ಕ್ರಾಂತಿ ಬಗ್ಗೆ ಮಾತಾಡುತ್ತಾ ನಿಂತಿದ್ದರು. ಆಹ್ಕ್ಯೂ ಅವರು ನಿಂತಿದ್ದನ್ನು ಗಮನಿಸಿದ. ಟ್ರಾ ಲಾ ಲಾ ತುಮ್ ತಿ ತುಮ್! ಎಂದು ಹಾಡುತ್ತ ತಲೆ ಎತ್ತಿಕೊಂಡು ದಾಟಿ ಹೋದ.

"ಕ್ಯೂ! ಓಲ್ಡ್ ಚ್ಯಾಪ್!" ಹೆದರಿದ ಸಣ್ಣ ದನಿಯಲ್ಲಿ ಚಾವ್ವೋ ಕರೆದ. ಆಹ್ಕ್ಯೂ ಟ್ರಾ ಲ ಮತ್ತೆ ಹಾಡಿದ. ಓಲ್ಡ್ ಚ್ಯಾಪ್ ಅನ್ನುವುದರ ಜೊತೆ ತನ್ನ ಹೆಸರು ಸೇರಿರುತ್ತೆ. ಅನ್ನುವುದನ್ನು ಊಹಿಸಲಾರದವನಾಗಿದ್ದ. ಅದಕ್ಕೆಂದೇ ಓಲ್ಡ್ ಚ್ಯಾಪ್ ಅಂತ ಕರೆದದ್ದು, ತನ್ನನ್ನಲ್ಲವೆಂದು ತಿಳಿದು, ತನ್ನ ಪಾಡಿಗೆ ತಾನು ಹಾಡುತ್ತಾ ನಡೆದ.

ಕ್ಯೂ, ಓಲ್ಡ್ ಚ್ಯಾಪ್

"ಕೊಂದದ್ದಕ್ಕೆ ನಾನು ಪರಿತಪಿಸುತ್ತೇನೆ."

"ಆಹ್ಕ್ಯೂ" ಚಾವೂನ ಮಗ, ಹೆಸರಿಡಿದು ಕರೆಯಬೇಕಾಯಿತು.

ಆಗ ಮಾತ್ರ ಆಹ್ಕ್ಯೂ ನಿಂತ. ಚೆನ್ನಾಗಿದ್ದೀರಾ? ಒಂದು ಕಡೆಗೆ ತಲೆ ತಿರುಗಿಸಿ ಕೇಳಿದ.

"ಕ್ಯೂ! ಓಲ್ಡ್ ಚ್ಯಾಪ್!" ಈಗ ....ಚಾವೂಗೆ ಮುಂದೆ ಏನು ಮಾತಾಡಬೇಕೋ ತಿಳಿಯಲಿಲ್ಲ. "ಏನಪ್ಪ, ಬಹಳ ಶ್ರೀಮಂತನಾಗ್ತಿದ್ದೀಯ ಇತ್ತೀಚಿಗೆ?'

"ಶ್ರೀಮಂತನೇ? ಹೌದು! ನನಗೇನು ಇಷ್ಟವೋ ಅದನ್ನ ನಾನು ತೆಗೆದುಕೊಳ್ತೇನೆ."

ಆಹ್ಕ್ಯೂ, "ಓಲ್ಡ್ ಮ್ಯಾನ್, ನಮ್ಮಂತಹ ಬಡವರು ನಿನಗೆ ಲೆಕ್ಕಕ್ಕೇ ಇಲ್ಲ...." ಚಾವೂ ಪ್ಯೆಯನ್ ಅನುಮಾದಿಂದಲೇ ಹೇಳಿದ. ಕ್ರಾಂತಿಕಾರರ ಮನೋಧರ್ಮವನ್ನು ಧ್ವನಿಸುವಂತೆ.

"ಬಡ ಸ್ನೇಹಿತರು!..... ನನಗಿಂತ ನೀವೇ ಶ್ರೀಮಂತರು ಅನ್ನುವುದು ಸತ್ಯವಾದ ಮಾತು. ಆಹ್ ಈ ಮಾತು ಹೇಳಿ ಮುಂದೆ ನಡೆದು ಬಿಟ್ಟ.

ಅವರು ನಿರಾಶೆ ಮತ್ತು ನಿರ್ವಾಕ್ಕಾಗಿ ನಿಂತರು. ಚಾವೂ ಮತ್ತು ಮಗ ಮನೆಗೆ ಹಿಂತಿರುಗಿ ಆ ದಿನ ಸಂಜೆಯಿಂದ ಕತ್ತಲಾಗುವವರೆಗೆ ಪ್ರಶ್ನೆ ಕುರಿತು ಚರ್ಚಿಸಿದರು. ಚಾವೂ ಪ್ಯೆಯನ್ ಮನೆಗೆ ಹಿಂತಿರುಗಿದ ಮೇಲೆ ತನ್ನ ಪರ್ಸನ್ನು ಹೆಂಡತಿ ಕೈಗಿತ್ತು. ಒಳಗೆಲ್ಲಾದರೂ ಮುಚ್ಚಿಡಲು ಹೇಳಿದ.

ಸ್ವಲ್ಪ ಹೊತ್ತು ಆಹ್ಕ್ಯೂ ಗಾಳೀಲಿ ನಡೀತಿರೋ ಹಾಗೇ ಇದ್ದರೂ ತನ್ನ ರಕ್ಷಕ ದೇವರ ಗುಡಿ ತಲುಪಿದಾಗ ಮಾಮೂಲಿ ಸ್ಥಿತಿಗೆ ಬಂದಿದ್ದ. ಆ ದಿನ ಸಂಜೆ ಗುಡಿಯ ಮುದುಕ ಎಂದೂ ಇಲ್ಲದಂತೆ ತೀರಾ ಸ್ನೇಹಿತನಂತೆ ನಡೆದುಕೊಂಡ. ಅವನಿಗೆ ಚಹಾ ಸಹ ನೀಡಿದ. ನಂತರ ಆಹ್ಕ್ಯೂ ಎರಡು ತೆಳ್ಳನೆ ರೊಟ್ಟಿ ಕೇಳಿದ. ಅದನ್ನು ತಿಂದ ಮೇಲೆ ಬಳಸಿದ್ದ ನಾಲ್ಕು ಔನ್ಸಿನ ಕ್ಯಾಂಡಲ್ ಮತ್ತು ಕ್ಯಾಂಡಲ್ ಸ್ಟಿಕ್ಕನ್ನು ಕೇಳಿದ. ಕ್ಯಾಂಡಲ್ ಉರಿಸಿ, ತನ್ನ ಪುಟ್ಟ ಕೋಣೆಯಲ್ಲಿ ತಾನೊಬ್ಬನೇ ಮಲಗಿದ. ಆ ದಿನ ಅವನು ಎಂದೂ ಇಲ್ಲದಷ್ಟು ಸಂತೋಷವಾಗಿದ್ದ. ಗಾಳಿಗೆ ತೂರಾಡುತ್ತಿದ್ದ. ಉರಿದ ಕ್ಯಾಂಡಲ್ ಜ್ವಾಲೆಯು ಲಾಂಟೆರ್ನ್ ಹಬ್ಬದ ದಿನ ಅಲುಗಾಡುವಂತೆ ಕಾಣುತ್ತಿತ್ತು. ಅವನ ಕಲ್ಪನೆ ಎಲ್ಲೋ! ಅದರ ಜೊತೆಗೆ ಅವನೂ ಯಾವುದೋ ಲೋಕದಲ್ಲಿದ್ದ! ದಂಗೆ! ಎಷ್ಟು ತಮಾಶೆಯಾಗಿರುತ್ತೆ! ಕ್ರಾಂತಿಕಾರರು ಬಿಳಿ ಹೆಲ್ಮೆಟ್, ಬಿಳಿ ಕವಚ, ಕೈಯಲ್ಲಿ ಕತ್ತಿಗಳು, ಉಕ್ಕಿನ ದಂಡಗಳು, ಬಾಂಬುಗಳು, ವಿದೇಶಿ ಬಂದೂಕು, ಎರಡು ಕಡೆ ಧಾರೆಯಿರುವ ಚಾಕು, ಭಲ್ಲೆ ಭರ್ಚಿಗಳು.....ಇವುಗಳನ್ನೆಲ್ಲಾ ಹಿಡಿದುಕೊಂಡು ಬರ್ತಾರೆ...... ಅವರೆಲ್ಲ ಈ ರಕ್ಷಕ ದೇವರ ಗುಡಿ ಬಳಿ ಬಂದು ಕರೀತಾರೆ!.... ಆಹ್ಕ್ಯೂ! ಬಾ ನಂಜೊತೆ ಆಹ್ಕ್ಯೂ! ಬಾ ನಂಜೊತೆ!.... ಆಗ ನಾನು ಅವರ ಜೊತೆ ಹೋಗ್ತೀನಿ.....

"ಆಗ ಊರಿನವರೆಲ್ಲ ನಗು ಬರುವ ಹಾಗೆ, ದೈನ್ಯವಾಗಿ ನನ್ನ ಮುಂದೆ ಮೊಣಕಾಲೂರಿ, ಆಹ್ಕ್ಯೂ! ನಮ್ಮನ್ನು ಬಿಟ್ಟು ಬಿಡು!" ಎಂದು ಯಾಚಿಸುತ್ತಾರೆ. ಆದರೆ ಅವರ ಮಾತನ್ನು ಯಾರು ತಾನೇ ಕೇಳ್ತಾರೆ! ಸಾಯುವವರಲ್ಲಿ ಮೊದಲಿಗರೆಂದರೆ, ಯಂಗ್ಡಿ ಮತ್ತು

ಚಾವೋ, ಆಮೇಲೆ ವಿಜೇತನಾದ ಕೌಂಟ ಕ್ಯಾಂಡಿಡೇಟ್..... ವಿದೇಶಿ ಅನುಕರಣೆ ಪಿಶಾಚಿ....
ಒಂದಷ್ಟು ಜನಾನ ಸಾಧ್ಯವಾದರೆ ಬಿಡಬಹುದಾಗಿತ್ತೇನೋ, ವಿಸ್ಕರ್‌ವ್ಯಾಂಗ್‌ನ ಒಂದು ಸಲ
ಬಿಟ್ಟಿದ್ದೆ... ಆದರೆ ಈಗ ಮಾತ್ರ ಹಾಗಲ್ಲ.

"ಸಾಮಾನುಗಳು....ಮೊದಲು ನೆಟ್ಟಗೆ ಆ ಪೆಟ್ಟಿಗೆಗಳ ಹತ್ತಿರ ಹೋಗ್ತೀನಿ... ಬೆಳ್ಳಿ ನಾಣ್ಯ
ವಿದೇಶಿ ನಾಣ್ಯ. ವಿದೇಶಿ ಕ್ಯಾಲಿಕೋ ಜಾಕೆಟ್ಸ್, ಮೊದಲಿಗೆ ಕೌಂಟ ಕ್ಯಾಂಡಿಡೇಟ್ ಹೆಂಡತಿ
ಹಾಸಿಗೇನ ಗುಡಿಗೆ ಸಾಗಿಸ್ತೀನಿ. ಆಮೇಲೆ ಚೆಯನ್ ಮನೆಯ ಮೇಜು ಕುರ್ಚಿಗಳನ್ನು
ಇಲ್ಲವೆ ಚಾವೋ ಮನೆಯನ್ನ ಉಪಯೋಗಿಸಿಕೊಳ್ತೇನೆ. ನಾನಂತು ಒಂದು ಚೂರು ಕೆಲಸ
ಮಾಡೊಲ್ಲ. ಒಂದು ಕಡ್ಡಿ ಕೂಡ ಕದಲಿಸೊಲ್ಲ. ಯಂಗ್‌ಡಿ ಕೈಯಲ್ಲಿಯೇ ಎಲ್ಲವನ್ನೂ
ಮಾಡಿಸ್ತೀನಿ. ನನ್ನ ಕೈಯೇಟಿನ ರುಚಿ ಬೇಡವಾದರೆ ಅಚ್ಚುಕಟ್ಟಾಗಿ ಮಾಡು ಅಂತೀನಿ.

ಚಾವೋ ಫುಚೆನ್‌ನ ತಂಗಿ ನೋಡೋಕೆ ಕೆಟ್ಟದಾಗಿದ್ದಾಳೆ. ಮಿಸೆಸ್ ತ್ಸವೋ ಮಗಳನ್ನು
ಸ್ವಲ್ಪ ದಿನ ಆದ ಮೇಲೆ ಯೋಚನೆ ಮಾಡಬಹುದು. ವಿದೇಶಿ ಅನುಕರಣೆ ಪಿಶಾಚಿ ಹೆಂಡತಿ
ಪಿಗ್‌ಟ್ಯೆಲ್ ಇಲ್ಲದಿರುವ ಗಂಡಸಿನ ಜೊತೆ ಮಲಗೋಕೆ ರೆಡಿಯಾಗಿದ್ದಾಳೆ! ಥೀ! ಥೀ! ಆಕೆ
ಒಳ್ಳೆ ಹೆಂಗಸಾಗಿರಲು ಸಾಧ್ಯವಿಲ್ಲ! ಕೌಂಟ ಕ್ಯಾಂಡಿಡೇಟ್ ಹೆಂಡತಿಯ ಕಣ್ಣುರೆಪ್ಪೆಗಳ ಮೇಲೆ
ಕಲೆಗಳಿವೆ. ಅಮಾಹ್‌ವೂನ ನೋಡಿ ಬಹಳ ದಿನ ಆಯಿತು. ಅವಳು ಎಲ್ಲಿದ್ದಾಳೋ
ಗೊತ್ತಿಲ್ಲ. ಆದರೆ ಅಯ್ಯೋ ಅವಳ ಪಾದಗಳು, ಹಾಳಾದ್ದು ಎಷ್ಟು ದೊಡ್ಡವು.!

ಒಂದು ಸರಿಯಾದ ನಿರ್ಧಾರಕ್ಕೆ ಬರುವ ಮೊದಲೇ ಗೊರಕೆಗೆ ಇಳಿದಿದ್ದ. ನಾಲ್ಕು
ಟನ್ನಿನ ಕ್ಯಾಂಡಲ್ ಉರಿದು ಅರ್ಧ ಅಂಗುಲದಷ್ಟು ಮಾತ್ರ ಉಳಿದಿತ್ತು. ಹೊಯ್ದಾಡುತ್ತಿದ್ದ
ಜ್ವಾಲೆ ಅವನ ತೆರೆದ ಬಾಯನ್ನು ಮಾತ್ರ ಬೆಳಗಿಸಿತ್ತು.

"ಹೋ! ಹೋ!....ಬೊಬ್ಬೆಯಾಡುತ್ತ ಎದ್ದು ಸುತ್ತಲೂ ಗಾಭರಿಯಿಂದ ನೋಡಿದ ನಾಲ್ಕು
ಟನ್ನಿನ ಕ್ಯಾಂಡಲ್ ಅನ್ನು ನೋಡಿದವನೇ ಮತ್ತೆ ನಿದ್ದೆಗೆ ಉರುಳಿದ.

ಮಾರನೇ ದಿನ ಬೆಳಿಗ್ಗೆ ತಡವಾಗಿ ಎದ್ದ. ಹೊರಗೆ ಹೊರಟಾಗ, ಬೀದಿಯಲ್ಲಿ ಎಲ್ಲವೂ
ಮಾಮೂಲಿನಂತೆ ಇತ್ತು. ಅವನಿಗೆ ಹಸಿವಾಗಿತ್ತು. ತಲೆ ಕೆರೆದುಕೊಂಡರೂ ಏನು
ಮಾಡಬೇಕೆಂದು ಹೊಳೀಲಿಲ್ಲ. ನಂತರ ಇದ್ದಕ್ಕಿದ್ದಂತೆ ಅವನ ತಲೇಲಿ ಏನೋ
ಹೊಳೆದಂತಾಗಿ ನಿಧಾನವಾಗಿ ಹೆಜ್ಜೆ ಹಾಕಿದ. ಉದ್ದೇಶ ಪೂರ್ವಕವೋ, ಆಕಸ್ಮಿಕವೋ,
ನಡೆದು ಕಡೆಗೆ ಕ್ವಯಟ್ ಸೆಲ್ಫ್ ಇಂಪ್ರೂವ್‌ಮೆಂಟ್ ಕಾನ್ವೆಂಟನ್ನು ತಲುಪಿದ.

ಹಿಂದೊಮ್ಮೆ ವಸಂತಮಾಸದಲ್ಲಿ ಹೋಗಿದ್ದಾಗ ಹೇಗೆ ಪ್ರಶಾಂತವಾಗಿ ಇತ್ತೋ, ಹಾಗೆ
ಈಗಲೂ ಪ್ರಶಾಂತವಾಗಿತ್ತು. ಬಿಳಿ ಗೋಡೆಗಳು, ಕಪ್ಪು ಹೆಬ್ಬಾಗಿಲು, ಸ್ವಲ್ಪ ಹೊತ್ತು
ಯೋಚಿಸಿದ ನಂತರ ಗೇಟಿನ ಮೇಲೆ ಸದ್ದು ಮಾಡಿದ. ಇದರಿಂದ ನಾಯಿ ಒಳಗಿಂದಲೇ
ಬೊಗಳಿತು. ಬೇಗ ಬೇಗ ಹೋಗಿ ಒಂದಷ್ಟು ಹೆಂಟೆಗಳನ್ನು ಎತ್ತಿಕೊಂಡು ಮತ್ತೆ ಗೇಟಿನ
ಮೇಲೆ ಎಸೆದು, ಅವುಗಳಿಂದ ಗೇಟಿನ ಬಾಗಿಲ ಮೇಲೆ ಗುಳಿಗಳು ಕಾಣಿಸಿಕೊಳ್ಳುವವರೆಗೂ
ಬೀಸಿದ. ಕಡೆಗೆ ಯಾರೋ ಬಂದು ಬಾಗಿಲು ತೆಗೆಯುವ ಸದ್ದನ್ನು ಕೇಳಿದ.

ಮುರಿದ ಇಟ್ಟಿಗೆ ಚೂರನ್ನು ಕೈಲಿ ಹಿಡಿದು ಕಾಲುಗಳನ್ನು ಅಗಲಿಸಿ, ನಾಯಿ ಜೊತೆ ಕುಸ್ತಿ ಮಾಡಲು ಸಿದ್ಧನಾಗಿ ನಿಂತ. ಕಾನ್ವೆಂಟ್ ಬಾಗಿಲು ಸದ್ದು ಮಾಡುತ್ತ ತೆರೆದುಕೊಂಡಿತಾದರೂ ಕಪ್ಪು ನಾಯಿ ಹೊರಗೆ ಬರಲಿಲ್ಲ. ಒಳಗೆಲ್ಲ ನೋಡಿದಾಗ, ಅವನ ಕಣ್ಣಿಗೆ ಬಿದ್ದದ್ದು ಹಿಂದೆ ಕಂಡಿದ್ದ ಸನ್ಯಾಸಿನಿ.

"ಮತ್ತೆ ಯಾಕೆ ಇಲ್ಲಿ ಬಂದಿದ್ದೀಯ!" ಆಶ್ಚರ್ಯದಿಂದ ಕೇಳಿದಳು.

"ದಂಗೆ, ದಂಗೆ ಎದ್ದಿದೆ. ಗೊತ್ತಿಲ್ಲ ನಿನಗೆ?" ಆಹ್ಕ್ಯೂ ಅಸ್ಪಷ್ಟವಾಗಿ ಹೇಳಿದ.

"ದಂಗೆ! ಕ್ರಾಂತಿ! ಈಗಾಗಲೇ ಒಂದು ಮುಗೀತಲ್ಲ?" ಅತ್ತು ಕೆಂಪಾದ ಕಣ್ಣುಗಳಿಂದ ನುಡಿದಳು ಸನ್ಯಾಸಿನಿ. "ನಿನ್ನ ಕ್ರಾಂತಿಯಿಂದ ನಾವೇನಾಗ್ತೀವೀಂತ ಗೊತ್ತೇನು?"

"ಏನು?" ಆಶ್ಚರ್ಯದಿಂದ ಕೇಳಿದ ಆಹ್ಕ್ಯೂ.

"ನಿನಗೆ ಗೊತ್ತಾಗಲಿಲ್ಲವೇನೂ? ದಂಗೆ ಕೋರರು ಈಗಾಗಲೇ ಇಲ್ಲಿದ್ದಾರೆ."

"ಯಾರು?" ಇನ್ನಷ್ಟು ಆಶ್ಚರ್ಯದಿಂದ ಕೇಳಿದ.

"ಕೌಂಟ ಕ್ಯಾಂಡಿಡೇಟ್ ಮತ್ತು ಇಮಿಟೇಷನ್ ಫಾರಿನ್ ಡೆವಿಲ್"

ಆಹ್ಕ್ಯೂಗೆ ಇದು ಇನ್ನೂ ಆಶ್ಚರ್ಯದ ಸಂಗತಿಯಾಗಿತ್ತು. ಅಪ್ರತಿಭನಾಗದೆ ಇರುವುದು ಸಾಧ್ಯವೇ ಇರಲಿಲ್ಲ. ಕ್ರೈಸ್ತ ಸನ್ಯಾಸಿನಿ ಆಹ್ಕ್ಯೂ ತನ್ನ ಮೊದಲಿನ ಚರ್ಬನ್ನು ಕಳೆದುಕೊಂಡಿರುವುದನ್ನು ಗಮನಿಸಿ ಗೇಟು ಮುಚ್ಚಿಕೊಂಡಳು. ಆಹ್ಕ್ಯೂ ಮತ್ತೆ ತಳ್ಳಿದಾಗ ಬಾರದಿರುವಂತೆ ಚಿಲಕ ಹಾಕಿದ್ದಳು. ಆಹ್ಕ್ಯೂ ಗೇಟನ್ನು ತಳ್ಳಲು ಪ್ರಯತ್ನಿಸಿದಾಗ ಅದು ಒಂದಿಷ್ಟೂ ಕದಲದೆ ಹೋದಾಗ ಮತ್ತೊಮ್ಮೆ ಬಾಗಿಲು ಸದ್ದು ಮಾಡಿದ. ಆದರೆ ಯಾರೂ ಅದಕ್ಕೆ ಉತ್ತರಿಸಲಿಲ್ಲ.

ಇದೆಲ್ಲ ನಡೆದದ್ದು ಆ ದಿನ ಬೆಳಿಗ್ಗೆ, ಚಾವೋ ಮನೆಯ ಕೌಂಟ ಕ್ಯಾಂಡಿಡೇಟ್ ನಡೆದದ್ದೆಲ್ಲವನ್ನೂ ಕೇಳಿದ. ಕೇಳಿದ ಕ್ಷಣವೇ ಅವನಿಗೆ ಗೊತ್ತಾಯಿತು, ದಂಗೆಕೋರರು ಆ ರಾತ್ರಿಯೇ ಪಟ್ಟಣದೊಳಕ್ಕೆ ನುಗ್ಗಿದ್ದಾರೆ ಎಂದು. ತಕ್ಷಣವೇ ತನ್ನ ಜುಟ್ಟನ್ನು ಮೇಲಕ್ಕೆ ಎತ್ತಿ ಕಟ್ಟಿದ ಮತ್ತು ಮೊದಲಿಗೆ ಇಮಿಟೇಷನ್ ಫಾರೆನ್ ಡೆವಿಲ್ ನನ್ನು ನೋಡಲು ಹೋದ. ಈ ಮುಂದೆ ಅವರಿಬ್ಬರ ನಡುವೆ ಮಾತುಕತೆ ಇರಲಿಲ್ಲವಾದರೂ ಈಗ ಎಲ್ಲರೂ ಒಟ್ಟಿಗೆ ಸೇರಿ ಸುಧಾರಣೆಗಳನ್ನು ತರಬೇಕಾದ ಸಮಯ ಬಂದಿದ್ದರಿಂದ, ತಾನೇ ಹೋಗಿ ಅವನೊಂದಿಗೆ ಸಂತೋಷವಾಗಿ ಮಾತನಾಡಿದ. ಮತ್ತು ಒಳ್ಳೆಯ ಗೆಳೆಯನೂ ಆದ. ಇಬ್ಬರೂ ಒಬ್ಬರ ಕಣ್ಣಲ್ಲಿ ಒಬ್ಬರು ಕಣ್ಣಿಟ್ಟು ದಂಗೆಕೋರರೂ, ಕ್ರಾಂತಿಕಾರರೂ ಆಗಲು ಪ್ರತಿಜ್ಞೆ ಮಾಡಿದರು.

ತುಂಬಾ ಹೊತ್ತು ಯೋಚನೆ ಮಾಡಿದ ಮೇಲೆ, ಕ್ವಯೆಟ್ ಸೆಲ್ಫ್ ಇಂಪ್ರೂವ್‌ಮೆಂಟ್ ಕಾನ್ವೆಂಟಿನಲ್ಲಿ ಚಕ್ರವರ್ತಿ ಚಿರಾಯುವಾಗಲಿ ಎಂದು ಬರೆಯಲಾಗಿತ್ತು. ಮೊದಲು ಅದನ್ನು ನಾಶಪಡಿಸಬೇಕು ಎಂದುಕೊಂಡದ್ದೇ ಕೂಡಲೇ ಕಾನ್ವೆಂಟಿನ ಬಳಿಗೆ ನಡೆದು ಕಾರ್ಯ ಪ್ರವೃತ್ತರಾದರು. ಆ ಕ್ರೈಸ್ತ ಸನ್ಯಾಸಿನಿಯೊಬ್ಬಳು ಅವರನ್ನು ತಡೆಯಬೇಕು, ಅವರಿಗೆ

ಬುದ್ಧಿವಾದ ಹೇಳಬೇಕು ಎಂದುಕೊಂಡಳು. ಅವರು ಅವಳನ್ನು ಚಿಂಗ್ ಸರಕಾರವೆಂದು ಭಾವಿಸಿ, ತಲೆಗೆ ಬಲವಾದ ಪೆಟ್ಟು ನೀಡಿದರು. ಅಲ್ಲದೆ ಹತ್ತಾರು ಬಾರಿ ಅವಳನ್ನು ಕೋಲಿನಿಂದ ಮತ್ತು ಗೆಣ್ಣುಗಳಿಂದ ಹೊಡೆದರು. ಆ ಸನ್ಯಾಸಿನಿ ಅವರಿಂದ ಬಿಡಿಸಿಕೊಂಡು, ಅವರು ಹೋದ ಮೇಲೆ ಸುತ್ತಲೂ ಪರೀಕ್ಷಿಸಿದಳು. ರಾಜಫಲಕವನ್ನು ತುಂಡು ತುಂಡು ಮಾಡಿ ಎಸೆಯಲಾಗಿತ್ತು, ಮತ್ತು ಅಮೂಲ್ಯವಾದ ಸುವಾನ್ ತೆ ಸೆನ್ಸರ್, ಕರುಣೆಯ ದೇವತೆ ಕುವಾನ್‌ಯಿನ್ ಪ್ರತಿಮೆಯ ಮುಂದೆ ಇದ್ದುದನ್ನು ಅದೃಶ್ಯ ಮಾಡಿದ್ದರು.

ಆಹ್‌ಕ್ಯೂಗೆ ಇದೆಲ್ಲ ಆಮೇಲೆ ಗೊತ್ತಾಯಿತು. ಇದೆಲ್ಲ ನಡೆದಾಗ ತಾನು ದೀರ್ಘ ನಿದ್ದೆಯಲ್ಲಿ ಇದ್ದುದನ್ನು ನೆನೆದು ಶಪಿಸಿಕೊಂಡ. ಅವರು ಬಂದು ತನ್ನನ್ನು ಕರೆಯದಿದ್ದುದಕ್ಕಾಗಿ ಕೋಪ ಮಾಡಿಕೊಂಡ. ಕಡೆಗೆ, "ಬಹುಶಃ ನಾನೂ ದಂಗೆಕೋರನಿಗಿರುವುದು ಅವರಿಗೆ ಗೊತ್ತಿಲ್ಲ ಅಂತ ಕಾಣುತ್ತೆ" ಎಂದು ತನ್ನಲ್ಲಿಯೇ ಹೇಳಿಕೊಂಡು ಸಮಾಧಾನ ಪಟ್ಟ.

ಅಧ್ಯಾಯ – 8

ಕ್ರಾಂತಿಯಿಂದ ಹೊರಗೆ

ದಿನದಿನಕ್ಕೆ ವೀಷುವಾಂಗ್ ಜನಕ್ಕೆ ಹೆಚ್ಚಿನ ಭರವಸೆ ಮತ್ತು ಧೈರ್ಯ ಮೂಡಿತು. ಅವರಿಗೆ ಬಂದ ಸುದ್ದಿಯಿಂದ, ಕ್ರಾಂತಿಕಾರರು ಪಟ್ಟಣ ತಲುಪಿದ್ದರೂ, ಅವರ ಬರವಿನಿಂದ ಅಂತಹ ವ್ಯತ್ಯಾಸಗಳೇನೂ ಆಗದ್ದಿದ್ದುದು ಅವರಿಗೆ ಗೊತ್ತಾಯಿತು. ಮ್ಯಾಜಿಸ್ಟ್ರೇಟ್ ಸ್ಥಾನದಲ್ಲಿ ಏನೂ ವ್ಯತ್ಯಾಸವಾಗಿರಲಿಲ್ಲ. ಆದರೆ ಹೆಸರು ಮಾತ್ರ ಬದಲಾಗಿತ್ತು. ಪ್ರಾವೆನೆಷಿಯಲ್ ಕ್ಯಾಂಡಿಡೇಟ್‌ಗೂ ಯಾವುದೋ ಒಂದು ಪೋಸ್ಟ್ ಸಿಕ್ಕಿತು. ವೀಷುವಾಂಗ್ ಜನಕ್ಕೆ ಈ ಹೆಸರುಗಳೆಲ್ಲ ಅಷ್ಟಾಗಿ ನೆನಪಿರೋದಿಲ್ಲ. ಅವರಿಗೆ ಅವೆಲ್ಲ ಏನಿದ್ದರೂ ಒಂದು ಭರಾ ಸರಕಾರಿ ಅಧಿಕಾರ ಅಷ್ಟೇ! ಮಿಲಟರಿ ಅಧಿಕಾರಿ ಮೊದಲಿನ ಹಾಗೆ ಕ್ಯಾಪ್ಟನ್ ಎಂದೇ ಇದೆ. ಹೆದರಲು ಒಂದೇ ಒಂದು ಕಾರಣ ಅಂದ್ರೆ ಬಂದ ಕ್ರಾಂತಿಕಾರರು, ಎಲ್ಲರ ಜುಟ್ಟುಗಳನ್ನು ಕತ್ತರಿಸಿದ್ದು. "ಸೆವೆನ್ ಪೌಂಡರ್" ಅಂತ ಕರೀತಿದ್ದ ದೋಣಿ ಚಾಲಕ ಅವರ ಕೈಗೆ ಬಿದ್ದು, ನೋಡೋಕೆ ಆಗದ ಹಾಗೆ, ರೂಪ ಕೆಡಿಸಿದ್ದರು ಅಂತ ಹೇಳುತ್ತಿದ್ದರು. ಆದರೆ ವೀಷುವಾಂಗ್ ಜನಕ್ಕೆ ಇಂಥ ಭಯವೇನೂ ಇರಲಿಲ್ಲ. ಯಾಕೆಂದ್ರೆ ಅವರು ಪಟ್ಟಣಕ್ಕೆ ಹೋಗುತ್ತಿರಲಿಲ್ಲ. ಅಕಸ್ಮಾತ್ ಹೋಗಬೇಕೂಂತ ಯೋಚ್ನೆ ಮಾಡುತ್ತಿದ್ದವರೂ ಕೂಡ ಹೋಗೋದನ್ನ ತಪ್ಪಿಸಿದರು. ಸುಮ್ಮನೆ ಅಪಾಯಕ್ಕೆ ಸಿಗುವುದು ಬೇಡಾಂತ. ಆಹ್‌ಕ್ಯೂ ತನ್ನ ಹಳೆ ಸ್ನೇಹಿತರನ್ನು ನೋಡಿ ಬರಲು ಪಟ್ಟಣಕ್ಕೆ ಹೋಗಲು ಯೋಚಿಸುತ್ತಿದ್ದ. ಅವನಿಗೆ ಇದೆಲ್ಲ ಸುದ್ದಿ ತಿಳಿದ ಮೇಲೆ, ಆಸೆ ಬಿಟ್ಟು ಹೋಗುವ ಆಲೋಚನೆಯಿಂದ ಕೈತೊಳೆದುಕೊಂಡ.

ವೀಷುವಾಂಗ್‌ನಲ್ಲಿ ಏನೂ ಸುಧಾರಣೆ ಆಗಲಿಲ್ಲ. ಅಂತ ಹೇಳಿದರೆ ತಪ್ಪಾಗುತ್ತೆ. ಮುಂದಿನ ಕೆಲವು ದಿನಗಳಲ್ಲಿ, ತಮ್ಮ ಜುಟ್ಟನ್ನು (ಪಿಗ್‌ಟೈಲ್) ಸುರುಳಿ ಸುತ್ತಿ ತಲೆಮೇಲೆ

ಇರಿಸಿಕೊಂಡವರ ಸಂಖ್ಯೆ ಹೆಚ್ಚಿತು. ಇದರಲ್ಲಿ ಕೌಂಟಿ ಕ್ಯಾಂಡಿಡೇಟೇ ಮೊದಲಿಗನಾಗಿದ್ದ. ಆಮೇಲೆ ಮುಂದುವರೆಸಿದವರು ಚಾವ್ಹೋ ಚೆನ್ ಮತ್ತು ಚಾವ್ಹೋ ಫೈಯನ್ ಅವರಾದ ಮೇಲೆ ಆಹ್ಕ್ಯೂ. ಬೇಸಿಗೆ ಕಾಲವಾಗಿದ್ದರೆ ಹೀಗೆ ಜುಟ್ಟನ್ನು ತಲೆ ಮೇಲೆ ಸುರಳಿ ಸುತ್ತಿ ಕೊಳ್ಳುವುದೋ, ಇಲ್ಲವೆ ಗಂಟು ಹಾಕಿಕೊಳ್ಳುವುದೋ ಮಾಡಿದರೆ, ಯಾರಿಗೂ ವಿಚಿತ್ರವಾಗಿ ಅನ್ನಿಸುತ್ತಿರಲಿಲ್ಲ. ಆದರೆ ಇದು ಶರದೃತು ಮುಗಿಯಲು ಬಂದಿದ್ದ ಸಮಯವಾಗಿತ್ತು. ಬೇಸಿಗೆಯ ಈ ಪದ್ಧತಿಯನ್ನು ಶರದೃತುವಿನಲ್ಲಿ ಅನುಸರಿಸಿದ್ದು ಒಂದು ಸಾಹಸಕ್ಕಿಂತ ಕಡಿಮೆಯೇನೂ ಆಗಿರಲಿಲ್ಲ. ವೀಷುವಾಂಗ್ ವಿಷಯಕ್ಕೆ ಬಂದಾಗ, ಸುಧಾರಣೆಯ ಜೊತೆ ವೀಷುವಾಂಗ್‌ನ ಸಂಬಂಧ ಇಲ್ಲ ಅಂತ ಹೇಳೋಕಾಗೊಲ್ಲ.

ಕತ್ತಿನ ಹಿಂಭಾಗದಲ್ಲಿ ಕೂದಲಿಲ್ಲದೆ ಬಂದ ಚಾವ್ಹೋ ಷೂ ಚೆನ್‌ನನ್ನು ನೋಡಿ ಜನರು "ಆಹ! ನೋಡಿ ಕ್ರಾಂತಿಕಾರಿ ಬಂದ!" ಎಂದು ಉದ್ಗರಿಸಿದರು.

ಇದನ್ನು ಕೇಳಿದ ಆಹ್ಕ್ಯೂ ತುಂಬಾ ಪ್ರಭಾವಿತನಾದ ವಿಜೇತ ಕೌಂಟಿ ಅಭ್ಯರ್ಥಿ ಹೀಗೆ ತನ್ನ ಜುಟ್ಟನ್ನು ಸುರುಳಿ ಸುತ್ತಿ ತಲೆಮೇಲೆ ಇರಿಸಿಕೊಂಡಿದ್ದಾನೆ ಎಂಬುದನ್ನೇನೋ ಕೇಳಿದ್ದ. ಆದರೆ ಅದರಹಾಗೆ ಮಾಡಬೇಕೂಂತ ಅವನಿಗೆ ಎಂದೂ ಅನಿಸಿರಲಿಲ್ಲ. ಯಾವಾಗ ಚಾವ್ಹೋ ಷೂ ಚೆನ್ ಕೂಡಾ ಕೌಂಟಿ ಅಭ್ಯರ್ಥಿ ತರಹ ಮಾಡಿದ್ದನ್ನು ನೋಡಿ ತಾನೂ ಹಾಗೇಕೆ ಮಾಡಬಾರದು ಎಂದು ಯೋಚಿಸಿದ. ಅವನನ್ನೇ ಅನುಕರಿಸಲು ಮನಸ್ಸು ಮಾಡಿದ. ಬಿದಿರಿನ ಕಡ್ಡಿಗಳನ್ನು ಬಳಸಿ ತನ್ನ ಜುಟ್ಟನ್ನು ಸುರುಳಿ ಮಾಡಿ ತಲೆಮೇಲೆ ಇರಿಸಿಕೊಂಡ. ಮೊದಲು ಸಂಕೋಚವಾದರೂ ಆಮೇಲೆ ಹೊರಗೆ ಹೊರಟ.

ರಸ್ತೇಲಿ ನಡೆಯುತ್ತಿರುವಾಗ ಜನ ಅವನನ್ನು ಗಮನಿಸಿದರು. ಆದರೆ ಏನೂ ಹೇಳಲಿಲ್ಲ. ಆಹ್ಕ್ಯೂಗೆ ಸಂತೋಷವಾಗಲಿಲ್ಲ. ಆಮೇಲೆ ಅವನಿಗೆ ಕೋಪ ಬಂತು. ಇತ್ತೀಚಿಗೆ ಅವನು ಬಹಳ ಬೇಗ ಉದ್ವಿಗ್ನನಾಗುತ್ತಿದ್ದ. ಹಾಗೆ ನೋಡಿದರೆ ಅವನ ಬದುಕು ಕ್ರಾಂತಿಗೆ ಮೊದಲು ಹೇಗಿತ್ತೋ ಹಾಗೇ ಇತ್ತು. ಅದಕ್ಕಿಂತ ಕಷ್ಟ ಏನೂ ಆಗಿರಲಿಲ್ಲ. ಜನರೂ ಅವನನ್ನು ಮೃದುವಾಗೇ ಮಾತಾಡಿಸಿದರು. ಅಂಗಡಿಯವರು ನಗದು ರೂಪದಲ್ಲಿ ಕೊಡೂಂತ ಕೂಡ ಕೇಳುತ್ತಿರಲಿಲ್ಲ. ಆದರೂ ಆಹ್ಕ್ಯೂಗೆ ಏನೋ ಅಸಮಾಧಾನ, ಅಸಂತೃಪ್ತಿ, ಕ್ರಾಂತಿ ಆಗಿದೆ. ಅಂದಮೇಲೆ ಇನ್ನಷ್ಟು ಬದಲಾವಣೆ ಆಗಬೇಕಿತ್ತು. ಯಂಗೌಡಿಯನ್ನು ನೋಡಿದಾಗ ಅವನ ಕೋಪ ಕುದಿಯತೊಡಗಿತು.

ಯಂಗೌಡಿ ಕೂಡ ಜುಟ್ಟನ್ನು ಸುರುಳಿ ಸುತ್ತೋಕೆ ಬಿದಿರಿನ ಚಾಪ್‌ಸ್ಟಿಕ್‌ಗಳನ್ನೇ ಬಳಸಿದ್ದ. ತಾನು ಮಾಡಿದ ಹಾಗೆ ಮಾಡೋ ಧೈರ್ಯ ಅವನಿಗೆ ಇರುತ್ತೆ ಅಂತ ಆಹ್ಕ್ಯೂ ಊಹಿಸಿರಲಿಲ್ಲ. ಯಂಗೌಡಿ ಎಷ್ಟರವನು? ಈಗ ಅವನು ಸಾಕಷ್ಟು ಮೆದುವಾಗಿ ಬಿಟ್ಟಿದ್ದ. ಇಲ್ಲವಾದಲ್ಲಿ ಕೈಹಾಕಿ ಚಾಪ್‌ಸ್ಟಿಕ್‌ಗಳನ್ನು ಕಿತ್ತು, ಕೂದಲು ಮತ್ತೆ ಕತ್ತಿನ ಮೇಲೆ ಬಂದು ಬೀಳುವಂತೆ ಮಾಡುತ್ತಿದ್ದ. ಆದರೆ ಈ ಸಲ ಹಾಗೆ ಮಾಡದೆ ಅವನನ್ನು ಹೋಗಲು "ಷೋಹ್" ಎಂದು ಉದ್ಗರಿಸಿ, ಸುಮ್ಮನೆ ಅವನತ್ತ ದೃಷ್ಟಿ ಬೀರಿದ.

ಇತ್ತೀಚೆಗೆ ಪಟ್ಟಣಕ್ಕೆ ಹೋದವನೆಂದರೆ ವಿದೇಶಿ ಅನುಕರಣೆ ಪಿಶಾಚಿ (Imitation for-
eign devil). ವಿಜೇತ ಕೌಂಟಿ ಅಭ್ಯರ್ಥಿ, ತನ್ನ ಮನೇಲಿ ಇರಿಸಿಕೊಂಡಿದ್ದ ಪೆಟ್ಟಿಗೆಗಳ
ನೆವದಲ್ಲಿ ವಿಜೇತ ಪ್ರಾವೆನ್ಷಿಯಲ್ ಅಭ್ಯರ್ಥಿಯನ್ನು ಹೋಗಿ ಮಾತಾಡಿಸಬೇಕು ಅಂತ
ಅಂದುಕೊಂಡ. ಆದರೆ ಅವನು ತನ್ನ ಜುಟ್ಟನ್ನು ಪೂರ್ತಿಯಾಗಿ ಕತ್ತರಿಸಿ ಬಿಟ್ಟಿರುವ
ಸಾಧ್ಯತೆಯ ಅಪಾಯ ನೆನೆದು, ಅವನಲ್ಲಿಗೆ ಹೋಗುವುದನ್ನು ಸದ್ಯಕ್ಕೆ ನಿಲ್ಲಿಸಿದ.
ಔಪಚಾರಿಕವಾದ ಪತ್ರವೊಂದನ್ನು ಬರೆದು ವಿದೇಶಿ ಅನುಕರಣೆ ಪಿಶಾಚಿ ಕೈಯಲ್ಲಿ ಪಟ್ಟಣಕ್ಕೆ
ತೆಗೆದುಕೊಂಡು ಹೋಗಲು ಕೊಟ್ಟ. ಅಲ್ಲಿ ತನ್ನನ್ನು ಲಿಬರ್ಟಿ ಪಾರ್ಟಿ ಜೊತೆ
ಪರಿಚಯಿಸಿಕೊಳ್ಳ ಹೇಳಿದ. ಅವನು ವಾಪಸ್ ಬಂದಾಗ, ಕೌಂಟಿ ಅಭ್ಯರ್ಥಿಯನ್ನು ನಾಲ್ಕು
ಡಾಲರ್ ನೀಡಲು ಕೇಳಿದ. ಅದಾದ ನಂತರ ಇವನು ತನ್ನದೇ ಮೇಲೆ ಬೆಳ್ಳಿಯ
ಬ್ಯಾಡ್ಜೊಂದನ್ನು ತಗುಲಿಸಿಕೊಂಡ. ಜನರಿಗೆ ಒಂದು ಫರಾ ಚಿಂತೆಯಾಯಿತು. ಅವರಿಗೆ
"ಪೆರ್ಸಿಮ್ಮೋನ್ ಆಯಿಲ್ ಪಾರ್ಟಿ" ಅನ್ನೋದು ಗೊತ್ತಾಗಿ ಹೋಯಿತು. ಇದರಿಂದಾಗಿ
ಚಾವ್ಓನ ಗೌರವ ಇನ್ನಷ್ಟು ಹೆಚ್ಚಾಯಿತು. ಮೊಟ್ಟ ಮೊದಲ ಸಲ ಅವನ ಮಗ ಸರಕಾರಿ
ಪರೀಕ್ಷೆ ಪಾಸು ಮಾಡಿ ಬಂದಾಗ ತೋರಿದ ಗೌರವಕ್ಕಿಂತ ಹೆಚ್ಚಿನದಾಗಿತ್ತು. ಪರಿಣಾಮವಾಗಿ
ಎಲ್ಲರನ್ನೂ ಕೀಳಾಗಿ ಕಾಣತೊಡಗಿದ. ಆಹ್ಕ್ಯೂ ಅಂತೂ ಅವನ ದೃಷ್ಟೀಲಿ ಲೆಕ್ಕಕ್ಕೆ
ಇರಲಿಲ್ಲ.

ಒಂದೇ ಸಮನೆ ತನ್ನನ್ನು ಹೀಗೆ ನಿರ್ಲಕ್ಷಿಸುತ್ತ ಇರುವುದನ್ನು ನೋಡಿ ಬೇಸರ. ಪಟ್ಟ ಬೆಳ್ಳಿ
ಬ್ಯಾಡ್ಜ್ನ ವಿಷಯ ತಿಳಿದಾಗ, ತನ್ನನ್ನು ಹೀಗೆ ತಾತ್ಸಾರ ಮಾಡುತ್ತಿರುವುದು ಯಾಕೆಂತ
ಅರ್ಥವಾಯಿತು. ಸುಮ್ಮನೆ ಹೀಗೆ ಹೋಗಿ ಬರುವುದರಿಂದ ಜುಟ್ಟನ್ನು ಮೇಲಕ್ಕೆತ್ತಿ
ಕಟ್ಟುವುದರಿಂದ ಯಾರೂ ಕ್ರಾಂತಿಕಾರ ಆಗೊಲ್ಲ. ನಿಜವಾಗಿಯಾಂ ಕ್ರಾಂತಿ ಪಾರ್ಟಿ ಜೊತೆ
ಸಂಬಂಧ ಇಟ್ಟುಕೊಂಡರೇನೇ ಕ್ರಾಂತಿಕಾರ ಅಂತ ಕರೆಸಿಕೊಳ್ಳೋದು. ಅವನ
ಜೀವಮಾನದಲ್ಲಿ ಅವನಿಗೆ ಗೊತ್ತಿದ್ದದ್ದು ಇಬ್ಬರೇ ಇಬ್ಬರು ಕ್ರಾಂತಿವಾದಿಗಳು, ಅದರಲ್ಲಿ ಒಬ್ಬ
ಪಟ್ಟಣದಲ್ಲಿ ಎಲ್ಲೋ ತಲೆ ತಪ್ಪಿಸಿಕೊಂಡಿದ್ದ. ಉಳಿದ ಮತ್ತೊಬ್ಬ ವಿದೇಶಿ ಅನುಕರಣೆ ಪಿಶಾಚಿ.
ತಕ್ಷಣ ಹೋಗಿ ಅವನನ್ನು ಮಾತಾಡಿಸಿ ಬರಬೇಕು. ಇಲ್ಲವಾದರೆ ಅವನಿಂದ ಏನೂ
ಗೊತ್ತಾಗುವುದೇ ಇಲ್ಲ.

ಚಿಯೆನ್ ಮನೆಯ ಮುಂಬಾಗಿಲು ತೆರೆದೇ ಇತ್ತು. ಆಹ್ಕ್ಯೂ ಹೆದರುತ್ತಲೇ ಒಳಗೆ
ನುಸುಳಿದ. ಒಳಗೆ ಹೋದ್ದದ್ದೇ ಅಪ್ರತಿಭನಾದ, ಅವನಿಗೆ ಎದುರಾಗಿಯೇ ವಿದೇಶಿ
ಅನುಕರಣೆ ಪಿಶಾಚಿ ಅಂಗಳದ ಮಧ್ಯದಲ್ಲಿ ನಿಂತಿದ್ದ. ಪೂರ್ತಿ ಕಪ್ಪು ಬಣ್ಣದ ವಿದೇಶಿ
ಉಡುಪಿನಲ್ಲಿದ್ದ, ಜೊತೆಗೆ ಬೆಳ್ಳಿಯ ಬಿಲ್ಲೆಯೊಂದನ್ನು (ಪೀಚ್ ಆಕಾರದ) ಧರಿಸಿದ್ದ. ಅವನ
ಕೈಯಲ್ಲಿ ಆಹ್ಕ್ಯೂ ರುಚಿ ಕಂಡಿದ್ದ, ಪರಿಚಿತವಾದ ಕೋಲು ಒಂದನ್ನು ಹಿಡಿದಿದ್ದ. ಸ್ವಲ್ಪ
ಬೆಳೆದಿದ್ದ ಕೂದಲು ಅವನ ಭುಜಗಳನ್ನು ಸ್ಪರ್ಶಿಸುತ್ತಿದ್ದವು. ಸಂತ ಲಿಯುನ ಕೂದಲಿನ
ಹಾಗೆ ಅಸ್ತವ್ಯಸ್ತವಾಗಿತ್ತು. ಅವನ ಮುಂದೆ ಚಾವ್ಓ ಪ್ಯೆನ್ ಮತ್ತು ಇನ್ನೂ ಮೂವರು
ನೆಟ್ಟಗೆ ನಿಂತಿದ್ದರು. ಅವರೆಲ್ಲೂ ವಿದೇಶಿ ಅನುಕರಣೆ ಪಿಶಾಚಿ ಹೇಳುತ್ತಿದ್ದುದನ್ನು ತುಂಬ
ಗಂಭೀರವಾಗಿ ಕೇಳಿಸಿಕೊಳ್ಳುತ್ತಿದ್ದರು.

ಆಹ್ಕ್ಯೂ ಕಳ್ಳ ಹೆಜ್ಜೆಗಳನ್ನು ಇಡುತ್ತ ಒಳಗೆ ಹೋಗಿ ಚಾವೋ ಪೈಯೆನ್ನ ಹಿಂದೆ ಹೋಗಿ ನಿಂತುಕೊಂಡು ಅವನಿಗೆ ಅಭಿನಂದಿಸಬೇಕೆಂದುಕೊಂಡ. ಆದರೆ ಏನು ಹೇಳಬೇಕೆಂಬುದೇ ತಿಳಿಯಲಿಲ್ಲ. ವಿದೇಶಿ ಅನುಕರಣೆ ಪಿಶಾಚಿ ಎಂತಲೋ ವಿದೇಶಿ ಎಂತಲೋ ಕ್ರಾಂತಿಕಾರ ಎಂತಲೋ ಕರೆಯಬೇಕೆಂದುಕೊಂಡ. ಆದರೆ ಯಾವುದೂ ಅವನಿಗೆ ಸೂಕ್ತವೆನಿಸಲಿಲ್ಲ. ಇದ್ದುದರಲ್ಲಿ ಮಿಸ್ಟರ್ ವಿದೇಶಿ ಅನ್ನೋದೇ ಸರಿಯಾಗಿರುತ್ತೆ ಎಂದು ಭಾವಿಸಿದ.

ಆದರೆ ಮಿಸ್ಟರ್ ವಿದೇಶಿ ಅವನನ್ನು ಗಮನಿಸಿರಲಿಲ್ಲ. ಅವನು ಬಹಳ ಭಾವುಕನಾಗಿ ಕಣ್ಣಿನ ಮೂಲಕ ಅಭಿನಯಿಸಿ ಏನನ್ನೋ ಹೇಳುತ್ತಿದ್ದ.

"ನಾನು ಅಲ್ಲಿ ಎಷ್ಟು ಮುಖ್ಯನಾಗಿದ್ದೆ ಅಂದರೆ". ನಾನು ಹೇಳುತ್ತಾ ಹೋದೆ– "ಹಿರಿಯ ಹೂಂಗ್, ಅದರ ಜೊತೆ ಹೇಗೋ ಹೊಂದಿಕೊಳ್ಳಲೇ ಬೇಕು. ಆದರೆ ಅವನು ಯಾವಾಗಲೂ ಇಲ್ಲ ಎಂದೇ ಹೇಳುತ್ತಿದ್ದ. ಅದೊಂದು ವಿದೇಶಿ ಶಬ್ದ. ನಿಮಗೆ ಅರ್ಥವಾಗೋದಿಲ್ಲ ಬಿಡಿ. ಹಾಗಿಲ್ಲದಿದ್ದರೆ ನಮಗೆ ಯಾವಾಗಲೋ ಜಯ ಸಿಕ್ಕಿರೋದು. ಅವನು ಎಷ್ಟು ಜಾಗರೂಕನಾಗಿರುತ್ತಾನೆ ಅನ್ನೋದಕ್ಕೆ ಇದೊಂದು ನಿದರ್ಶನ. ಹುಪೆಹ್ಗೆ ಹೋಗೋಣಾಂತ ಪದೇ ಪದೇ ನನ್ನನ್ನು ಕೇಳಿದ. ನಾನು ಒಪ್ಪಲಿಲ್ಲ. ಆ ಸಣ್ಣ ಜಾಗದಲ್ಲಿ ಕೆಲಸ ಮಾಡೋದು ಯಾರಿಗೆ ಬೇಕಾಗಿದೆ?"

ಆಹ್ಕ್ಯೂ ಅವನು ಸುಮ್ಮನಾಗಲು ಕಾದ. ನಂತರ ಧೈರ್ಯನೆಲ್ಲ ತಂದುಕೊಂಡು ಮಾತಾಡಬೇಕೆಂದುಕೊಂಡ. ಅದೇನು ಕಾರಣವೋ ಇಷ್ಟೆಲ್ಲ ಆದರೂ ಮಿಸ್ಟರ್ ವಿದೇಶಿ ಅಂತ ಕರೆಯಲೇ ಇಲ್ಲ.

ಕೇಳುತ್ತಿದ್ದ ನಾಲ್ಕು ಜನ ಬೆಚ್ಚಿಬಿದ್ದು. ಆಹ್ಕ್ಯೂನನ್ನು ದಿಟ್ಟಿಸಿದರು. ಮಿಸ್ಟರ್ ವಿದೇಶಿ ಕೂಡಾ ಮೊದಲ ಬಾರಿಗೆ ಅವನನ್ನು ಗಮನಿಸಿದ.

"ಏನು?"

"ನಾನು...."

"ಸ್ಪಷ್ಟವಾಗಿ ಹೇಳು...."

"ನನಗೂ ಸೇರಬೇಕಂತ ಇದೆ..."

"ನಡೆಯೋ ಆಚೆ" ಮಿಸ್ಟರ್ ವಿದೇಶಿ ಬೆತ್ತ ತಗೊಂಡು ಹೊಡೆಯಲು ಪ್ರಯತ್ನಿಸುತ್ತಾ ಹೇಳಿದ.

ನಂತರ ಚಾವೋ ಪೈ ಯೆನ್ ಮತ್ತು ಇತರು, "ಮಿಸ್ಟರ್ ಚೆಯೆನ್ ನಿನ್ನನ್ನು ಹೋಗೂಂತ ಹೇಳ್ತಿದ್ದಾನೆ. ಕೇಳಿಸುವುದಿಲ್ಲವೇನು ನಿನಗೆ?"

ಕೈಗಳನ್ನು ಮೇಲೆತ್ತಿ ತಲೆಯನ್ನು ರಕ್ಷಿಸಿಕೊಳ್ಳಲು ಪ್ರಯತ್ನಿಸುತ್ತ, ತಾನು ಏನು

ಮಾಡುತ್ತಿದ್ದೀನಿ ಎನ್ನುವ ಪ್ರಶ್ನೆಯೂ ಇಲ್ಲದೆ, ಗೇಟಿನಿಂದ ಹೊರಗೆ ಹೊರಟ. ಈ ಬಾರಿ ಮಿಸ್ಟರ್ ವಿದೇಶಿ ಅವನನ್ನು ಅಟ್ಟಿಸಿಕೊಂಡು ಹೋಗಲಿಲ್ಲ. ಒಂದು ಅರವತ್ತು ಹೆಜ್ಜೆಯಷ್ಟು ನಡೆದ ಮೇಲೆ ನಿಧಾನಿಸಿದ. ಅವನಿಗೆ ಬಹಳ ಕೆಡಕೆನಿಸಿತು. ಮಿಸ್ಟರ್ ವಿದೇಶಿ ತನ್ನನ್ನು ಕ್ರಾಂತಿ ಒಳಗೆ ಸೇರಿಸಿಕೊಳ್ಳಲಿಲ್ಲ ಅಂದರೆ, ಅವನಿಗೆ ಬೇರೆ ದಾರಿನೇ ಇರಲಿಲ್ಲ. ಇನ್ನು ಮುಂದೆ ಎಂದೂ ಬಿಳಿ ಹೆಲ್ಮೆಟ್ ಕವಚಗಳಲ್ಲಿ ಜನರು ತನ್ನೊಡನೆ ಕಾಣಿಸುವುದೇ ಇಲ್ಲ. ಯಾರೂ ಬಂದು ಕರೆಯೋದೂ ಇಲ್ಲ. ಅವನ ಆಸೆ, ಆಕಾಂಕ್ಷೆ ಭರವಸೆ, ನೀರಿಕ್ಷೆ ಎಲ್ಲವೂ ಒಂದೇ ಸಲಕ್ಕೆ ಮುಗಿದು ಹೋಯಿತು. ಜನ ಈ ಸುದ್ದಿ ಹರಡಿ ಯಂಗೊಡಿ ವಿಸ್ಕ್ರ್‌ವ್ಯಾಂಗ್ ಅಂಥವರ ಎದುರು ನಗುವ ಹಾಗೆ ಮಾಡಿದರೆ ಅದೇನು ದೊಡ್ಡ ವಿಷಯವಿಲ್ಲ.

ಇವತ್ತು ಆದಂತೆ ಎಂದೂ ಹಿಂದೆ ಇಂಥ ನಿರಾಶೆ ಆಗಿರಲಿಲ್ಲ. ತನ್ನ ಜುಟ್ಟಿನ ಬಗ್ಗೆ ಜನ ಈಗ ಏನೇ ಅಂದರೂ, ಅವನಿಗೆ ಈಗ ಬೇಸರವಾಗುತ್ತಿರಲಿಲ್ಲ. ಸೇಡು ತೀರಿಸಿಕೊಳ್ಳುವ ಸಂಕೇತವಾಗಿ ಆ ಕೂಡಲೇ ಜುಟ್ಟನ್ನು ಬಿಚ್ಚಿ ಕೆಳಗೆ ಹರಡಲು, ಈಗ ಅವನು ಸಾಧುವಾಗಿ ಬಿಟ್ಟಿದ್ದ. ಸಂಜೆ ತನಕ ಅಡ್ಡಾಡಿದ. ಹೋಗಿ ಒಂದೆರಡು ಬಟ್ಟಲು ಹೆಂಡವನ್ನು ಸಾಲದ ಮೇಲೆ ಕುಡಿದು ಬಂದಾಗ ಸ್ವಲ್ಪ ಹಾಯೆನಿಸಿತು. ಆದರೆ ಅವನ ತಲೆ ತುಂಬ ಬರೀ ಹೆಲ್ಮೆಟ್‌ಗಳು, ಕವಚಗಳು ಮೊತ್ತೊಮ್ಮೆ ಕಾಣಿಸಿಕೊಂಡವು.

ಒಂದು ದಿನ ರಾತ್ರಿ ತುಂಬ ಹೊತ್ತು ಸುತ್ತಾಡಿದ. ಹೆಂಡದಂಗಡಿ ಮುಚ್ಚುವಾಗಷ್ಟೇ ತನ್ನ ಗುಡಿಗೆ ಮರಳಿದ.

"ಧಡ್!..."

ಇದ್ದಕ್ಕಿದ್ದಂತೆ, ಎಂದೂ ಕೇಳಿರದ ದೊಡ್ಡ ಸದ್ದಾಯಿತು. ಅದು ಪಟಾಕಿ ಸದ್ದಾಗಿರಲಿಲ್ಲ. ಆಹ್ಕ್ಯೂಗೆ ಮಾಮೂಲಾಗಿ ಈ ಥರದ ಎಕ್ಸ್‌ಟ್‌ಮೆಂಟ್ ಅಂದರೆ ಬಹಳ ಇಷ್ಟ. ಯಾವಾಗಲೂ ಇನ್ನೊಬ್ಬರ ವಿಷಯದಲ್ಲಿ ಮೂಗು ತೂರಿಸುವುದು ಅಂದರೆ ಬಹಳ ಖುಷಿ. ಈಗ ಸದ್ದು ಏನು, ಎಲ್ಲಿಂದ ಅಂತ ತಿಳಿಯಲು ಕತ್ತಲಲ್ಲಿ ಹೊರಟ. ಅವನಿಗೆ ಯಾರದೋ ಹೆಜ್ಜೆ ಸಪ್ಪಳ ಕೇಳಿಸಿತು. ಗಮನವಿಟ್ಟು ಕೇಳ ತೊಡಗಿದಾಗ ಥಟ್ಟನೆ ಒಬ್ಬ ಮನುಷ್ಯ ಅವನಿಗೆ ಎದುರಾಗಿ ಬಂದು ನಿಂತ. ಅವನನ್ನು ನೋಡಿದ ಕೂಡಲೇ ತಿರುಗಿ ಅವನನ್ನೇ ಆದಷ್ಟು ವೇಗವಾಗಿ ಅನುಸರಿಸಿದ. ಆ ಮನುಷ್ಯ ಹಿಂತಿರುಗಿದಾಗ, ಆಹ್ಕ್ಯೂ ಕೂಡ ತಿರುಗಿದ. ಆ ಮೂಲೆಯಲ್ಲಿ ತಿರುಗಿ ಆ ಮನುಷ್ಯ ನಿಂತ. ಆಹ್ಕ್ಯೂ ಕೂಡ ನಿಂತ, ನೋಡಿದ, ಹಿಂದೆ ಯಾರೂ ಇರಲಿಲ್ಲ. ಆ ಮನುಷ್ಯ ಬೇರೆಯಾರೂ ಇಲ್ಲ. ಯಂಗೊಡಿ ಆಗಿದ್ದ.

"ಏನು ಸಮಾಚಾರ?" ಆಹ್ಕ್ಯೂ ಸಿಡುಕಿನಿಂದ ಪ್ರಶ್ನಿಸಿದ.

"ಚಾವ್ಹೋ....ಚಾವ್ಹೋ ಮನೆಯಲ್ಲಿ ಕಳ್ಳತನವಾಗಿದೆ" ಎದುಸಿರಿನೊಂದಿಗೆ ಯಂಗೊಡಿ ಹೇಳಿದ.

ಆಹ್ಕ್ಯೂನ ಎದೆ ಬಡಿದುಕೊಳ್ಳತೊಡಗಿತು, ಇದನ್ನು ಹೇಳಿ ಯಂಗೊಡಿ ಅಲ್ಲಿಂದ ಹೊರಟು ಹೋದ. ಆಹ್ಕ್ಯೂ ಓಡತೊಡಗಿದ. ಒಂದೆರಡು ಬಾರಿ ನಿಂತುಕೊಂಡ. ಅವನು

ಈಗಾಗಲೇ ಕಳ್ಳತನದಲ್ಲಿ ಇದ್ದವನಾಗಿದ್ದರಿಂದ ಸ್ವಲ್ಪ ಧೈರ್ಯವಾಗಿ ಇದ್ದ ಬೀದಿ ಕೋನೆಯಿಂದ ಹೊರಟು ಗಮನವಿಟ್ಟು ಕೇಳಿದ. ಯಾರೋ ಕೂಗುತ್ತಿದ್ದರು. ಗಮನವಿಟ್ಟು ನೋಡಿದ. ತುಂಬಾ ಜನ ಬಿಳಿ ಹೆಲ್ಮೆಟ್‌ಗಳಲ್ಲಿ, ಕವಚಗಳಲ್ಲಿ ಇದ್ದು ದೊಡ್ಡ ದೊಡ್ಡ ಪೆಟ್ಟಿಗೆ, ಫರ್ನಿಚರ್, ಕೌಂಟ ಕ್ಯಾಂಡಿಡೇಟ್ಸ್‌ನ ಹೆಂಡತಿಯ ನಿಂಗ್ಲೋ ಹಾಸಿಗೆ ಎಲ್ಲವನ್ನೂ ಹೊತ್ತುಕೊಂಡು ಹೋಗುವುದನ್ನು ನೋಡುತ್ತೇನೆಂದು ಯೋಚಿಸಿದ. ಆದರೆ ಯಾರೂ ಸ್ಪಷ್ಟವಾಗಿ ಕಾಣಿಸಲಿಲ್ಲ. ಹತ್ತಿರ ಹೋಗಿ ನೋಡಬೇಕೆನಿಸಿತು. ಆದರೆ ಅಲ್ಲಿಂದ ಕದಲುವುದು ಸಾಧ್ಯವಾಗಲಿಲ್ಲ.

ಆ ದಿನ ರಾತ್ರಿ ಚಂದ್ರ ಇರಲಿಲ್ಲ. ದಟ್ಟ ಕತ್ತಲಲ್ಲಿ ವೀಷುವಾಂಗ್ ಮೌನವಾಗಿತ್ತು. ಹಿಂದಿನ ಚಕ್ರವರ್ತಿ ಪೋಸಿಯ ಕಾಲದಲ್ಲಿ ಶಾಂತವಾಗಿದ್ದಂತೆ ಇತ್ತು. ಆಸಕ್ತಿ ಕಳೆದುಕೊಳ್ಳುವವರೆಗೂ ನಿಂತಿದ್ದ. ಎಲ್ಲವೂ ಎಂದಿನಂತೆ ಸ್ತಬ್ಧವಾಗಿತ್ತು. ದೂರದಲ್ಲಿ ಜನ ಆ ಕಡೆ ಈ ಕಡೆ ಓಡಾಡುತ್ತ ಇದ್ದರು. ಪೆಟ್ಟಿಗೆಗಳನ್ನು ಕುರ್ಚಿ ಮೇಜುಗಳನ್ನು ನಿಂಗ್ಲೋ ಹಾಸಿಗೆಯನ್ನು ಹೊತ್ತು ಹೋಗುತ್ತಿದ್ದರು. ನಂಬುವುದಕ್ಕೆ ಸಾಧ್ಯವಿಲ್ಲದ ಹಾಗೆ ಹೊತ್ತ ಹೋದರು. ಹತ್ತಿರಕ್ಕೆ ಹೋಗಬಾರದೆಂದು ತೀರ್ಮಾನಿಸಿದ. ನಂತರ ಗುಡಿಯ ಕಡೆಗೆ ನಡೆದ. ಅವರ ರಕ್ಷಕದೇವರ ಗುಡಿಯಲ್ಲಿ ಇನ್ನೂ ದಟ್ಟವಾದ ಕತ್ತಲಿತ್ತು. ದೊಡ್ಡ ಬಾಗಿಲು ಮುಚ್ಚಿದ ಮೇಲೆ ತನ್ನ ಕೋಣೆಯ ಕಡೆಗೆ ನಡೆದ. ಸ್ವಲ್ಪ ಹೊತ್ತು ಮೈಚಾಚಿ ಮಲಗಿದ ಮೇಲೆ ಮನಸ್ಸಿಗೆ ಹಾಯೆನಿಸಿತು. ಆಗ ಇದೆಲ್ಲ ತನ್ನ ಮೇಲೆ ಹೇಗೆ ಪರಿಣಾಮ ಬೀರಿತು ಎಂದು ಯೋಚಿಸಲು ಸಾಧ್ಯವಾಯಿತು, ಬಿಳಿ ಹೆಲ್ಮೆಟ್, ಬಿಳಿ ಕವಚದ ಮಂದಿ ಬಂದಿದ್ದು ನಿಜವೇ ಆದರೂ ತನ್ನನ್ನು ಮಾತ್ರ ಕರೆದಿರಲಿಲ್ಲ. ಬೇಕಾದಷ್ಟು ಸಮಾನೆಲ್ಲ ಹೊತ್ತು ಹೋಗಿದ್ದರು. ಆದರೆ ಅದರಲ್ಲಿ ತನ್ನ ಪಾಲಿಲ್ಲ. ವಿದೇಶಿ ಪಿಶಾಚಿ ಇದೇ ತಪ್ಪು ಮಾಡಿದ ತನ್ನನ್ನು ಕ್ರಾಂತಿಯಿಂದ ಹೊರಗೆ ಹಾಕಿದ್ದ. ಇಲ್ಲದಿದ್ದರೆ ತನಗೆ ಪಾಲು ಇರುತ್ತಿರಲಿಲ್ಲವೇ?"

ಯೋಚಿಸಿದಷ್ಟೂ ಆಹ್‌ಕ್ಯೂಗೆ ಸಿಟ್ಟೇರುತ್ತಿತ್ತು. ಭುಗಿಲೇಳುವ ಮಟ್ಟಿಗೆ ಸಿಟ್ಟು ಹೆಚ್ಚಾಯಿತು. "ಹೂಂ! ನನಗೆ ಕ್ರಾಂತಿ ಇಲ್ಲ. ಎಲ್ಲ ನಿನಗೇ! ಹೌದಲ್ಲ" ವಿಕಟವಾಗಿ ಉದ್ಗರಿಸಿ ಹೇಳಿಕೊಂಡ. "ಹಾಳಾಗಿ ಹೋಗು ಪಿಶಾಚಿ!.... ಇರಲಿ... ಇರಲಿ....ನೀನೇ ದಂಗೆಕೋರ! ದಂಗೆಕೋರರ ತಲೆ ಕತ್ತರಿಸಿ ಶಿಕ್ಷೆ ಕೊಡುತ್ತಾರೆ. ನಾನೇ ಹೋಗಿ ಸುದ್ದಿ ತಿಳಿಸ್ತೀನಿ. ಬಂದು ನಿನ್ನನ್ನು ಪಟ್ಟಣಕ್ಕೆ ಎಳೆದುಕೊಂಡು ಹೋಗುತ್ತಾರೆ. ನಿನ್ನ ತಲೆ ಕತ್ತರಿಸುತ್ತಾರೆ. ನೀನು ಮತ್ತು ನಿನ್ನ ಕುಟುಂಬವೆಲ್ಲಾ.... ಕೊಲ್ಲಿರಿ! ಕೊಲ್ಲಿರಿ!"

ಅಧ್ಯಾಯ – 9

ಮಹಾ ಮುಕ್ತಾಯ

ಚಾವ್ಓ ಮನೆಯಲ್ಲಿ ಕಳ್ಳತನ ಆದದ್ದು, ಎಲ್ಲರಿಗೂ ಸಂತೋಷವಾಗಿದ್ದರೂ. ಏನೋ ಒಂದು ಥರ ಭಯ ಇತ್ತು. ಆಹ್‌ಕ್ಯೂ ಕೂಡ ಇದಕ್ಕೆ ಹೊರತಾಗಿರಲಿಲ್ಲ. ನಾಲ್ಕು ದಿವಸ ಆದ ಮೇಲೆ ಒಂದು ಮಧ್ಯರಾತ್ರಿ ಆಹ್‌ಕ್ಯೂನನ್ನು ಇದ್ದಕ್ಕಿದ್ದಂತೆ ಪಟ್ಟಣದ ಕಡೆ ಎಳೆದುಕೊಂಡು ಹೋದರು. ಸೈನಿಕರ ಒಂದು ತುಕಡಿ, ಮಿಲಿಟರಿ ತುಕಡಿ, ಒಂದಷ್ಟು ಜನ ಪೋಲೀಸರು,

ಗುಪ್ತದಳ ಸೈನಿಕರು ಮೆಲ್ಲಗೆ ಯಾರಿಗೂ ತಿಳಿಯದಂತೆ ವೀಷುವಾಂಗನ ಒಳಗೆ ಪ್ರವೇಶಿಸಿದರು. ನಂತರ ಮೆಶಿನ್‌ಗನ್ ಒಂದನ್ನು ಪ್ರವೇಶ ದ್ವಾರಕ್ಕೆ ಎದುರಾಗಿ ನಿಲ್ಲಿಸಿದ ಮೇಲೆ, ಕತ್ತಲಲ್ಲಿ ಆಹ್‌ಕ್ಯೂ ಇದ್ದ ರಕ್ಷಕ ದೇವರಗುಡಿಯನ್ನು ಮುತ್ತಿದರು. ಆಹ್‌ಕ್ಯೂ ಹೆದರಿ ಹೊರಗಡೆ ಓಡಿ ಹೋಗಲಿಲ್ಲ. ಸುಮಾರು ಹೊತ್ತು ಗುಡಿಯಲ್ಲಿ ಏನೂ ಚಲನವಲನ ಕಾಣಿಸಲಿಲ್ಲ. ಕ್ಯಾಪ್ಟನ್‌ಗೆ ಅಸಮಾಧಾನವಾಗುತ್ತಿತ್ತು. ಇಪ್ಪತ್ತು ಸಾವಿರ ಬಹುಮಾನ ಘೋಷಿಸಿದ. ಆಗ ಮಾತ್ರ ಒಂದಿಬ್ಬರು ಮಿಲಿಟರಿ ವ್ಯಕ್ತಿಗಳು ಧೈರ್ಯ ತಂದುಕೊಂಡು ಗೋಡೆ ಹಾರಿ ಒಳನುಗ್ಗಿದರು. ಅವರೊಂದಿಗೆ ಒಳಗಿದ್ದವರ ನೆರವಿನೊಂದಿಗೆ ಆಹ್‌ಕ್ಯೂನನ್ನು ಹೊರಗೆ ಎಳೆದುಕೊಂಡು ಹೋದರು. ಅವನನ್ನು ಮೆಶಿನ್‌ಗನ್ ಇರುವ ಜಾಗಕ್ಕೆ ಕರೆದೊಯ್ಯುವ ತನಕ ಮೆತ್ತಗಾಗಲಿಲ್ಲ.

ಪಟ್ಟಣ ತಲುಪುವ ಹೊತ್ತಿಗಾಗಲೇ ಮಧ್ಯಾಹ್ನವಾಗಿತ್ತು. ಆಹ್‌ಕ್ಯೂಗೆ ತಾನೊಂದು ಪಾಳುಬಿದ್ದ ಕಟ್ಟಡದಲ್ಲಿ ಇರುವುದು ಗೊತ್ತಾಯಿತು. ಐದಾರು ಸುತ್ತುಗಳಾದ ಮೇಲೆ ಒಂದು ಕತ್ತಲೆಯ ಕೋಣೆಯೊಳಕ್ಕೆ ನೂಕಿದರು. ಅವನನ್ನು ಒಳಗೆ ಎಸೀತಿದ್ದಂತೆ, ಮರದ ಬಾಗಿಲು ಅವನ ಹಿಂದೆಯೇ ಮುಚ್ಚಿಕೊಂಡಿತು. ಕೋಣೆಯಲ್ಲಿ ಮೂರು ಖಾಲಿ ಗೋಡೆಗಳಿದ್ದವು. ಜಾಗರೂಕತೆಯಿಂದ ಕೋಣೆಯ ಸುತ್ತ ಕಣ್ಣಾಡಿಸಿದಾಗ ಮೂಲೆಯಲ್ಲಿ ಒಂದಿಬ್ಬರು ಕುಳಿತದ್ದು ಕಾಣಿಸಿತು.

ಆಹ್‌ಕ್ಯೂಗೆ ಒಂದು ಘರಾ ಮುಜುಗರ ಎನಿಸಿದರೂ ಅವನೇನೂ ದುಃಖಿತನಾಗಿರಲಿಲ್ಲ. ಕಾರಣ ತಾನು ಮಲಗುತ್ತಿದ್ದ ಗುಡಿಯ ಕೋಣೆ ಇದಕ್ಕಿಂತ ಉತ್ತಮವಾಗೇನೂ ಇರಲಿಲ್ಲ. ಆ ಇಬ್ಬರೂ ಕೂಡ ಊರಿನವರಾಗಿದ್ದರು. ಪರಸ್ಪರ ಮಾತಾಡಿಕೊಳ್ಳುತ್ತಿದ್ದರು. ಒಬ್ಬ ಇನ್ನೊಬ್ಬನಿಗೆ ಹೇಳಿದ. ತನ್ನ ತಾತ ಪ್ರಾವೆನ್‌ಷಿಯಲ್ ಅಭ್ಯರ್ಥಿಗೆ ಬಾಕಿ ಇದ್ದ ಬಾಡಿಗೆ ಹಣಕ್ಕಾಗಿ ತನ್ನನ್ನು ಈ ರೀತಿ ಸಿಕ್ಕಿಸಿದ್ದಾನೆ ಎಂದು. ಇನ್ನೊಬ್ಬ ತನ್ನನ್ನು ಯಾವ ಕಾರಣಕ್ಕಾಗಿ ಕರೆತಂದಿದ್ದಾರೆ ಎನ್ನುವುದೇ ಗೊತ್ತಿಲ್ಲವೆಂದು ಹೇಳಿದ. "ನೀನು ಯಾವ ಅಪರಾಧಕ್ಕಾಗಿ ಬಂದೆ?" ಎಂದು ಆಹ್‌ಕ್ಯೂನನ್ನು ವಿಚಾರಿಸಿದರೆ, "ನಾನು ದಂಗೆ ಏಳಬೇಕೆಂದುಕೊಂಡೆ. ಅದಕ್ಕಾಗಿ ಬಂದೆ" ಎಂದ.

ಆ ದಿನ ಮಧ್ಯಾಹ್ನ ಅವನನ್ನು ತೆರೆದ ಬಾಗಿಲಿನಿಂದ ಎಳೆದುಕೊಂಡು ದೊಡ್ಡ ಹಜಾರವೊಂದಕ್ಕೆ ತಂದು ನಿಲ್ಲಿಸಿದರು. ದೂರದಲ್ಲಿ ನುಣ್ಣಗೆ ತಲೆ ಬೋಳಿಸಿದ ಮುದುಕನೊಬ್ಬ ಕುಳಿತಿದ್ದ. ಮೊದಲು ಅವನನ್ನು ಬೌದ್ಧ ಭಿಕ್ಷು ಇರಬೇಕೆಂದುಕೊಂಡ. ನಂತರ ಅವನ ಸುತ್ತಮುತ್ತ ಅವನ ಹಾಗೇ ಬೋಳಿಸಕೊಂಡವರಿದ್ದರೆ ಮತ್ತೆ ಕೆಲವರು ಭುಜಗಳ ತನಕ ವಿದೇಶಿ ಪಿಶಾಚಿ ಘರಾ ಕೂದಲು ಬೆಳೆಸಿದ್ದರು. ಅವರೆಲ್ಲರೂ ಇವನನ್ನು ದುರುಗುಟ್ಟಿ ನೋಡುತ್ತಿದ್ದರು. ಆಹ್‌ಕ್ಯೂ ಇವನ್ಯಾರೋ ಬಹಳ ಪ್ರಮುಖಿನಾದ ವ್ಯಕ್ತಿ ಇರಬೇಕೆಂದುಕೊಂಡ ತಕ್ಷಣ ಅವನ ಮೊಣಕಾಲುಗಳಲ್ಲಿನ ಜೋಮು ಬಿಟ್ಟಂತಾಗಿ, ಸ್ವಲ್ಪ ಆರಾಮವೆನಿಸಿತು.

"ನಿಂತುಕೊಂಡು ಮಾತಾಡು, ಮಂಡಿಯೂರಬೇಡ." ಉದ್ದನೆಯ ಅಂಗಿಗಳಲ್ಲಿ ಇದ್ದವರೆಲ್ಲ ಒಮ್ಮೇಲೆ ಅಬ್ಬರಿಸಿದರು.

ಆಹ್ಕ್ಯೂಗೆ ಅವರು ಹೇಳಿದ್ದು ಅರ್ಥವಾಗಿದ್ದರೂ ನಿಂತುಕೊಳ್ಳಲು ಸಾಧ್ಯವಾಗಲಿಲ್ಲ. ಅವನ ದೇಹ ಅಪ್ರಯತ್ನವಾಗಿ ಕುಳಿತಿಕೊಳ್ಳುವ ಸ್ಥಿತಿಗೆ ಬಂತು. ನಂತರ ನಿಧಾನವಾಗಿ ಮಂಡಿ ಮೇಲೆ ನಿಂತ.

"ಗುಲಾಮ" ಉದ್ದನೆಯ ಕೋಟಿನ ಮನುಷ್ಯ ಜಿಗುಪ್ಸೆಯಿಂದ ಅಬ್ಬರಿಸಿದ. ಆದರೆ ನಿಂತುಕೊಳ್ಳಬೇಕೆಂದು ಒತ್ತಾಯ ಮಾಡಲಿಲ್ಲ.

"ನಿಜ ಹೇಳು, ಕಡಿಮೆ ಶಿಕ್ಷೆಯಾಗುತ್ತೆ."

ತಲೆ ಬೋಳಿಸಿಕೊಂಡಿದ್ದ ಮುದುಕ ಮೆದುವಾದ ಆದರೆ ಸ್ಪಷ್ಟವಾದ ದನಿಯಲ್ಲಿ ಹೇಳಿದ. ಆಹ್ಕ್ಯೂನ ಮೇಲೆ ಕಣ್ಣುಗಳನ್ನು ಕೇಂದ್ರೀಕರಿಸಿದ್ದ. ನನಗೆ ಈಗಾಗಲೇ ಎಲ್ಲಾ ಗೊತ್ತಿದೆ. ಅಪರಾಧ ಒಪ್ಪಿಕೊಂಡರೆ ಹೋಗಲು ಬಿಡುತ್ತೇನೆ."

"ಅಪರಾಧ ಒಪ್ಪಿಕೋ" ಉದ್ದನೆಯ ಕೋಟಿನ ಮನುಷ್ಯ ಜೋರಾಗಿ ಹೇಳಿದ.

"ವಿಷಯ ಎನೂಂದ್ರೆ...... ನನಗೆ ...." ಅಸ್ಪಷ್ಟವಾಗಿ, ಅಸಂಬದ್ಧವಾಗಿ, ದಿಕ್ಕು ತೋಚದೆ ಹೇಳಿದ. "ಹಾಗಿರುವಾಗ ನೀನು ಯಾಕೆ ಬರಲಿಲ್ಲ?" ಮುದುಕ ಮೆದುವಾಗಿ ಕೇಳಿದ.

"ಅನುಕರಣೆ ವಿದೇಶಿ ಪಿಶಾಚಿ, ಬರೋಕೆ ಬಿಡಲಿಲ್ಲ."

"ನಾನ್‌ಸೆನ್ಸ್, ಈಗ ಮಾತಾಡಿ ಪ್ರಯೋಜನವಿಲ್ಲ. ಎಲ್ಲಿ ನಿನ್ನ ಗೆಳೆಯರು?"

"ಏನು?"

"ಅದೇ ಆ ರಾತ್ರಿ ಚಾವ್ಕೋ ಮನೆಗೆ ಕನ್ನ ಹಾಕಿದವರು."

"ನನ್ನನ್ನು ಕರೆಯೋಕೆ ಬರಲಿಲ್ಲ. ತಾವೇ ಸಾಮಾನೆಲ್ಲವನ್ನು ಸಾಗಿಸಿಬಿಟ್ಟರು. ಈ ಮಾತನ್ನು ಹೇಳಿದಾಗ ಆಹ್‌ಕ್ಯೂ ಸ್ವಲ್ಪ ಸಿಟ್ಟಾಗಿದ್ದ. ಅವರು ಹೋದದ್ದೆಲ್ಲಿಗೆ? ನನಗೆ ತಿಳಿಸಿದರೆ, ನಿನ್ನನ್ನು ಬಿಟ್ಟು ಬಿಡುತ್ತೇನೆ" ಇನ್ನಷ್ಟು ಮೆದುವಾಗಿ ಕೇಳಿದ. ಮುದುಕ.

"ನನಗೆ ಗೊತ್ತಿಲ್ಲ. ನನ್ನನ್ನು ಕರೆಯಲು ಅವರು ಬರಲಿಲ್ಲ...."

ಮುದುಕನ ಸಹಿಯ ನಂತರ ತೆರೆದ ಬಾಗಿಲ ಮೂಲಕ ಅವನನ್ನು ಎಳೆದೊಯ್ದರು. ಮಾರನೆಯ ದಿನ ಮತ್ತೊಮ್ಮೆ ಹೊರಗೆಳೆದು ತಂದರು.

ಆ ದೊಡ್ಡ ಹಜಾರದಲ್ಲಿ ಏನೊಂದೂ ವ್ಯತ್ಯಾಸವಾಗಿರಲಿಲ್ಲ. ನುಣ್ಣಗೆ ತಲೆ ಬೋಳಿಸಿದ್ದ ಮುದುಕ ತನ್ನ ಜಾಗದಲ್ಲಿ ಕುಳಿತಿದ್ದ. ಆಹ್‌ಕ್ಯೂ ಮತ್ತೆ ಮೊದಲಿನಂತೆ ಅವರ ಮುಂದೆ ಮಂಡಿಯೂರಿದ.

"ಇನ್ನೇನಾದರೂ ಹೇಳುವುದಿದೆಯಾ?" ಮುದುಕ ಪ್ರಶ್ನಿಸಿದ.

ಆಹ್‌ಕ್ಯೂ ಯೋಚನೆ ಮಾಡಿದ. ಹೇಳುವುದಕ್ಕೆ ಏನೂ ಇಲ್ಲವೆನಿಸಿತು. ಹೇಳಿದ—
"ಏನೂ ಇಲ್ಲ."

ಆಗ ಉದ್ದನೆಯ ಕೋಟಿನ ಮನುಷ್ಯ ಒಂದು ಕಾಗದ ಹಾಳೆ ಮತ್ತು ಬ್ರಷ್ ತಂದು ಆಹ್ಕ್ಯೂ ಮುಂದೆ ಹಿಡಿದ. ಅದನ್ನು ಆಹ್ಕ್ಯೂ ಕೈಯಲ್ಲಿ ತುರುಕಬೇಕೆಂದುಕೊಂಡ. ಆಹ್ಕ್ಯೂಗೆ ಬುದ್ಧಿ ಸಾಯುವಷ್ಟು ಮಟ್ಟಿಗೆ ಹೆದರಿಕೆ ಆಯಿತು. ಅವನ ಜನ್ಮದಲ್ಲಿ ಮೊಟ್ಟ ಮೊದಲ ಸಲ ಬರೆಯುವ ಬ್ರಷ್ ಕೈಗೆ ಬಂದಿತ್ತು. ಅದನ್ನು ಯಾವ ಕಡೆ ಹಿಡಿದುಕೊಬೇಕು ಎನ್ನುವುದೂ ಗೊತ್ತಿರಲಿಲ್ಲ. ಸಹಿ ಮಾಡಬೇಕಾದ ಜಾಗ ತೋರಿಸುತ್ತಿದ್ದಾಗ ಅವನಿಗೆ ದಿಕ್ಕೇ ತೋಚಲಿಲ್ಲ.

"ನಂಗೆ....ನಂಗೆ..... ಬರೆಯುವದಕ್ಕೆ ಬರೋದಿಲ್ಲ. ಬ್ರಷ್‌ನ್ನು ಕೈಲಿ ಹಿಡಿದು ನಾಚಿಕೆ, ಭಯ ಸಂಕೋಚದಿಂದ ಹೇಳಿದ.

"ಹಾಗಿದ್ದರೆ ಒಂದು ಸುಲಭದ ದಾರಿ ಇದೆ. ಒಂದು ವೃತ್ತವನ್ನು ಬರೆ"

ಆಹ್ಕ್ಯೂ ವೃತ್ತ ಬರೆಯೋಕೆ ಎಷ್ಟೇ ಪ್ರಯತ್ನಿಸಿದರೂ, ಕೈಲಿದ್ದ ಬ್ರಷ್ ನಡುಗುತ್ತಿದ್ದುದರಿಂದ ಸಾಧ್ಯವೇ ಆಗಲಿಲ್ಲ. ಆ ವ್ಯಕ್ತಿ ಹಾಳೆಯನ್ನು ಆಹ್ಕ್ಯೂಗಾಗಿ ಕೆಳಗೆ ಹಾಸಿದ. ಆಹ್ಕ್ಯೂ ಕಷ್ಟಪಟ್ಟು, ತನ್ನ ಬದುಕೇ ಅದರ ಮೇಲಿದೆ ಅನ್ನೋ ಹಾಗೆ ಕಡೆಗೂ ವೃತ್ತ ಬರೆದ. ಜನ ನಗಬಹುದು ಅಂತ ಹೆದರಿ ವೃತ್ತವನ್ನು ಗುಂಡಗೆ ಮಾಡಲು ನಿರ್ಧರಿಸಿದ್ದ. ಆದರೆ ಆ ದರಿದ್ರ ಬ್ರಷ್ ಎಷ್ಟೋ ಕಾಟ ಕೊಟ್ಟು ಕಡೆಗೂ ಸಾಧಿಸಲು ಸಾಧ್ಯವಾಗದಂತೆ, ಆ ಕಡೆಗೆ ವಾಲುವಂತೆ ಮಾಡಿತು. ಇನ್ನೇನು ವೃತ್ತ ಪೂರ್ತಿಯಾಗಲಿದೆ ಎನ್ನುವ ಸಮಯಕ್ಕೆ ಕರಬೂಜದ ಬೀಜದಂತೆ ಆಯಿತು.

ತಾನು ಗುಂಡಗೆ ವೃತ್ತ ಮಾಡಲು ಆಗಲಿಲ್ಲವಲ್ಲ ಎಂದು ನಾಚಿಕೆ ಪಡುತ್ತಿರುವಷ್ಟರಲ್ಲಿ ಆ ಮನುಷ್ಯ ಏನನ್ನೂ ಟೀಕೆ ಮಾಡದೆ ಹಾಳೆಯನ್ನು ಅವನಿಂದ ಹಿಂದಕ್ಕೆ ಪಡೆದಿದ್ದ. ಅವನನ್ನು ಮತ್ತೆ ಮೂರನೆ ಸಲ ಒಂದಷ್ಟು ಮಂದಿ ಎಳೆದುಕೊಂಡು ಹೋದರು.

ಈ ಸಲ ಅವನಿಗೆ ಕೋಪ ಬರಲಿಲ್ಲ. ವೇದಾಂತಿ ತರ ಯೋಚನೆ ಮಾಡಿದ. ಬಹುಶಃ ಎಲ್ಲರ ಬದುಕಿನಲ್ಲಿ ಒಂದಲ್ಲ ಒಂದು ಸಲ ಹೀಗೆ ಕಟಕಟೆ ಒಳಗೆ ಹೊರಗೆ ಇರಬೇಕಾಗುತ್ತೆ. ಹಾಳೆ ಮೇಲೆ ವೃತ್ತಗಳನ್ನು ಬರೀಬೇಕಾಗುತ್ತೆ? ಎಂದುಕೊಂಡ. ಅವನಿಗೆ ನೋವಾದದ್ದು, ವೃತ್ತವನ್ನು ಗೋಲಾಕಾರದಲ್ಲಿ ಬರೆಯಲಾಗಲಿಲ್ಲವಲ್ಲ. ಅದು ತನ್ನ ವ್ಯಕ್ತಿತ್ವಕ್ಕೆ ಒಂದು ಮಚ್ಚೆ ಇದ್ದ ಹಾಗೆ ಎನ್ನುವ ಕಾರಣಕ್ಕೆ ಕಡೆಗೆ. "ತಲೆ ಇಲ್ಲದವರು ಮಾತ್ರ ವೃತ್ತವನ್ನು ದುಂಡಗೆ ಮಾಡಲಿಕ್ಕೆ ಸಾಧ್ಯ" ಅಂತ ಯೋಚಿಸಿ ತನಗೆ ತಾನೇ ಸಮಾಧಾನ ತಂದುಕೊಂಡ. ಇದೇ ಯೋಚನೆಯಲ್ಲಿ ನಿದ್ದೆಮಾಡಿದ.

ಆದರೆ ಆ ರಾತ್ರಿಯಲ್ಲಿ ವಿಜೇತನಾದ ಪ್ರಾವೆನ್ಷಿಯಲ್ ಅಭ್ಯರ್ಥಿಗೆ ಅಷ್ಟಾಗಿ ಮಯರ್ಾದೆ ಕೊಡ್ತಿರಲಿಲ್ಲ. ಅದಕ್ಕಾಗಿ ಮೇಜಿನ ಮೇಲೆ ಮುಷ್ಟಿಯನ್ನು ಬಿಗಿ ಹಿಡಿದು ತೋರಿಸುತ್ತ, "ಒಬ್ಬನಿಗೆ ಶಿಕ್ಷೆ ಕೊಟ್ಟರೆ ನೂರು ಮಂದಿ ಹೆದರುತ್ತಾರೆ." ಈಗ ನೀನೇ ನೋಡು, ನಾನು ರೆವಲ್ಯೂಷನರೀ ಪಾರ್ಟಿಗೆ ಸೇರಿ ಇಪ್ಪತ್ತು ದಿವಸ ಕೂಡ ಆಗಿಲ್ಲ. ಡಜನ್‌ಗಿಂತಲೂ ಹೆಚ್ಚಿನ ಕಳ್ಳತನದ ಪ್ರಕರಣಗಳು. ಆದರೆ ಒಂದೂ ಪರಿಹಾರ ಆಗಿಲ್ಲ.

ಅದರ ಪ್ರಭಾವ ನನ್ನ ಮೇಲೆ ಏನಾಗಿರುಬಹುದು? ಈಗ ಇದೊಂದು ಮಾತ್ರ ಪತ್ತೆಯಾಗಿದೆ. ನೀನು ಒಳ್ಳೆ ಪಾಂಡಿತ್ಯ ಪ್ರದರ್ಶಕನ ಥರ ಮಾತಾಡ್ತೀಯ. ಇದರಿಂದ ಏನೂ ಪ್ರಯೋಜನವಿಲ್ಲ! ಇದು ನನಗೆ ಬಿಟ್ಟದ್ದು.

ಚಾರ್ವೋ ಮಗನಿಗೆ (ಪ್ರಾವೆನ್ಷಿಯಲ್ ಕ್ಯಾಂಡಿಡೇಟ್) ಇದರಿಂದ ಸಮಾಧಾನವಾಗಲಿಲ್ಲ. ತುಂಬಾ ಬೇಸರ ಆಯಿತು. ಕಳುವಾದ ಮಾಲನ್ನು ಹುಡುಕಿಸಿ ತೆಗೆಯಲೇಬೇಕೆಂದು ಹಟ ಹಿಡಿದ. ಅಸಿಸ್ಟೆಂಟ್ ಸಿವಿಲ್ ಅಡ್ಮಿನಿಸ್ಟ್ರೇಟರಾಗಿ ತನ್ನ ಕಡೆಯಿಂದಲೇ ಹುಡುಕಾಟ ಪ್ರಾರಂಭಿಸುವುದಾಗಿ ಹೇಳಿದ. "ನಿನಗೆ ಇಷ್ಟ ಬಂದ ಹಾಗೆ ಮಾಡು" ಅಂತ ಕ್ಯಾಪ್ಟನ್ ಹೇಳಿದ.

ಇದರ ಪರಿಣಾಮದಿಂದ ಪ್ರಾವೆನ್ಷಿಯಲ್ ಕ್ಯಾಂಡಿಡೇಟ್‌ಗೆ ರಾತ್ರಿ ನಿದ್ದೇನೆ ಸರಿಯಾಗಿ ಬರಲಿಲ್ಲ. ಮಾರನೆ ದಿವಸ ಸಂತೋಷವಾಗಿ ತನ್ನ ರಾಜಿನಾಮೆನಂತೂ ಕೊಡಬೇಕಾಗಲಿಲ್ಲ.

ಮೂರನೆ ಸಲ ಆಹ್ಕ್ಯೂನನ್ನು ಅದೇ ರಾತ್ರಿಯಾದ ಮೇಲೆ ಬೆಳಗ್ಗೆ ಎಳೆದುಕೊಂಡು ಕರೆದೊಯ್ದರು. ಸಭಾಂಗಣ ಅಥವಾ ದೊಡ್ಡ ಹಜಾರದಲ್ಲಿ ಮತ್ತೆ ಅದೇ ಮುದುಕ ಆಸೀನನಾಗಿದ್ದ. ಆಹ್ಕ್ಯೂ ಮಂಡಿಯೂರಿದ, ಮಾಮೂಲಿನಂತೆ ಕುಳಿತಿದ್ದ.

ಮುದುಕ ಮೃದುವಾಗಿ ಕೇಳಿದ. "ಏನಾದರೂ ನಿನಗೆ ಹೇಳುವುದಿದೆಯೇ?"

"ಏನೂ ಇಲ್ಲ" ಆಹ್ಕ್ಯೂ ತನಗೆ ಹೇಳಲು ಏನೂ ಇಲ್ಲವೆಂದು ಯೋಚಿಸಿ ಹೇಳಿದ.

ಉದ್ದನೆಯ ಕೋಟುಗಳಲ್ಲಿ, ತುಂಡಾದ ಜಾಕೆಟ್‌ಗಳಲ್ಲಿದ್ದ ಒಂದಷ್ಟು ಗಂಡಸರು ಇವನ ಬಳಿಗೆ ಬಂದು, ಇವನ ಮೇಲೆ ಬಿಳಿ ಬಟ್ಟೆಯನ್ನು ಹೊದಿಸಿದರು. ಅದರಲ್ಲಿ ಏನೇನೋ ಕಪ್ಪು ಚಿತ್ರಗಳಿದ್ದವು. ಇದು ಅಪಶಕುನದ ಸಂಕೇತ. ಇದು ಶೋಕದ ಉಡುಪಾಗಿತ್ತು. ಹಿಂದಿನಂತೆ ಎಳೆದೊಯ್ದರು.

ಆಹ್ಕ್ಯೂನನ್ನು ಎತ್ತಿ ತೆರೆದ ಗಾಡಿಯೊಂದರಲ್ಲಿ ಹಾಕಿದರು. ತುಂಡು ಜಾಕೆಟ್‌ಗಳಲ್ಲಿದ್ದ ಒಂದಷ್ಟು ಮಂದಿ ಅವನೊಂದಿಗೆ ಕುಳಿತರು. ತಕ್ಷಣವೇ ಗಾಡಿ ಚಲಿಸಿತು. ಮುಂದುಗಡೆ ಒಂದಷ್ಟು ಜನ ಸೈನಿಕರು, ಮಿಲಿಟರಿ ಸಿಬ್ಬಂದಿ ವಿದೇಶಿ ಬಂದೂಕಗಳನ್ನು ಹೆಗಲಿಗೇರಿಸಿ ನಡೆಯುತ್ತಿದ್ದರು. ರಸ್ತೆಯ ಎರಡು ಬದಿಗಳಲ್ಲಿ ಕುತೂಹಲದಿಂದ ನೋಡುತ್ತಿರುವ ಮಂದಿ ಇದ್ದರು. ಹಿಂದೆ ಏನಿದೆ ಅನ್ನುವುದು ಮಾತ್ರ ಆಹ್ಕ್ಯೂಗೆ ತಿಳಿದಿರಲಿಲ್ಲ. "ನನ್ನನ್ನೇನಾದರೂ ತಲೆ ಕಡಿಯಲು ಕರೆದೊಯ್ಯುತ್ತಿರಬಹುದೇ?" ಎಂಬ ಅನುಮಾನದ ಆಲೋಚನೆ ಬಂದದ್ದೇ ಅವನ ಕಣ್ಣು ಕತ್ತಲಿಟ್ಟಿತು. ಭಯ ಆವರಿಸಿತು. ಅವನ ಕಿವಿಯಲ್ಲಿ ಯಾರೋ ಗುನುಗುನಿಸಿದ ಸದ್ದಾಯಿತು. ಮೂರ್ಛೆ ಬಿದ್ದಿರುವೆನೋ ಎಂಬ ಭಾವನೆ ಬಂತು. ಆದರೆ ವಾಸ್ತವಾಗಿ ಮೂರ್ಛೆ ಬಿದ್ದಿರಲಿಲ್ಲ. ಸ್ವಲ್ಪ ಹೊತ್ತು ಭಯ ಬಿದ್ದಿರುವಂತೆ ಎನಿಸಿದರೂ ಪ್ರಶಾಂತಭಾಗಿದ್ದ. "ಬದುಕಿನಲ್ಲಿ ಪ್ರತಿಯೊಬ್ಬರೂ ಈ ರೀತಿ ಒಂದಲ್ಲ ಒಂದು ಸಲ ತಲೆ ಕೆಡಿಸಿಕೊಳ್ಳಬೇಕಾದ ಪ್ರಸಂಗ ಇದ್ದೇ ಇರುತ್ತೆಂತ ಕಾಣುತ್ತೆ" ಎಂದುಕೊಂಡು ಸಮಾಧಾನ ಪಟ್ಟ.

ಅವನಿಗೆ ದಾರಿ ಅಥವಾ ರಸ್ತೆ ಗುರುತು ಹತ್ತಿತು. ಅವನಿಗೆ ತನ್ನನ್ನು ಮರಣ ದಂಡನೆಯ ಜಾಗಕ್ಕೇಕೆ ಕರೆದೊಯ್ಯುತ್ತಿಲ್ಲ ಎಂದು ಆಶ್ಚರ್ಯವಾಯಿತು. ಸಾರ್ವಜನಿಕರಲ್ಲಿ ಭಯ ಹುಟ್ಟಿಸಲು, ನಿದರ್ಶನವಾಗಿ ತೋರಿಸಲು ತನ್ನನ್ನು ಕರೆದೊಯ್ಯುತ್ತಿದ್ದಾರೆಂಬ ವಿಷಯ ಅವನಿಗೆ ತಿಳಿದಿರಲಿಲ್ಲ. ಆದರೆ ತಿಳಿದ್ದಿದ್ದರೂ ಪರಿಣಾಮ ಇಷ್ಟೇ. ಮತ್ತೆ ಅದೇ ಆಲೋಚನೆ ಬರುತ್ತಿತ್ತು. "ಪ್ರಪಂಚದಲ್ಲಿ ಬಹುಶಃ ಎಲ್ಲರ ಹಣೆಬರಹ, ಹೀಗೆ ಪಬ್ಲಿಕ್ ಮುಂದೆ ನಿದರ್ಶನವಾಗಿ ನಿಲ್ಲುವುದೇ ಆಗಿರುತ್ತಿತ್ತು.!" ಎಂದು ಆಮೇಲೆ ಅವನಿಗೆ ಅರ್ಥ ಆಯಿತು. ಜನರಿಗೆ ತೋರಿಸುವುದಕ್ಕಾಗಿ ಹೀಗೆ ಸುತ್ತಾಡಿಸುತ್ತಿದ್ದಾರೆ ಎಂದು.

ವಧಾ ಸ್ಥಳಕ್ಕಂತೂ ಹೋಗಲೇ ಬೇಕಿತ್ತು. ಅವನ ತಲೆ ಕತ್ತರಿಸಲೇ ಬೇಕಾಗಿತ್ತು. ಪಶ್ಚಾತ್ತಾಪದಿಂದ ಸುತ್ತಲೂ ಕಣ್ಣು ಹಾಯಿಸಿದೆ. ಜನ ಇರುವೆಗಳ ಹಾಗೆ ಪಿಲಪಿಲನೆ, ನಿರೀಕ್ಷೆಗೂ ಮೀರಿದ ಪ್ರಮಾಣದಲ್ಲಿ ಸಂತೆಯಂತೆ ಸೇರುತ್ತಿದ್ದರು. ಆ ಗುಂಪಿನೊಳಗಿಂತ ಅಮಾಹ್ವು ಕಾಣಿಸಿದಳು. ಅದಕ್ಕೆ ಅವಳು ಎಷ್ಟು ದಿನ ಕಾಣಿಸಿರಲಿಲ್ಲ. ಕೆಲಸ ಮಾಡಲು ಪಟ್ಟಣ ಸೇರಿದ್ದಳು.

ಆಹ್ಕ್ಯೂಗೇ ಒಮ್ಮೆಲೇ ನಾಚಿಕೆ ಎನಿಸಿತು. ಅವನಲ್ಲಿ ಉತ್ಸಾಹ ಕುಂದಿತ್ತು. ಯಾವುದೆ ಅಪರಾಧ ಒಂದು ಸಾಲನ್ನೂ ಹೇಳಿಕೊಂಡಿರಲಿಲ್ಲ. ಅವನ ಆಲೋಚನೆಗಳು ಸುಳಿಗಾಳಿಯಂತೆ ಸುತ್ತಿದವು. "ಯುವ ವಿಧವೆ ಗಂಡನ ಸಮಾಧಿ ಬಳಿ ಇರಲು, ಅದು ಸಾಹಸವೇನಲ್ಲ!" ಎನ್ನುವ ಸಾಲು ಡ್ರ್ಯಾಗನ್ ಮತ್ತು ಹುಲಿಯ ಸಮರಯುದ್ಧ ಯಾಕೋ ಸಪ್ಪೆ ಎನಿಸಿತು. "ಕಬ್ಬಿಣ ಸರಳನ್ನು ಹಿಡಿಯುತ ಕೊಲ್ಲುವೆ" ಎಂಬುದೇ ವಾಸಿ. ತನ್ನ ಕೈಗಳನ್ನು ಮೇಲೆತ್ತಬೇಕೆಂದುಕೊಂಡ. ಹಿಂದಿನಿಂದ ಅವುಗಳನ್ನು ಕಟ್ಟಿ ಹಾಕಿದ್ದನ್ನು ನೆನಪಿಸಿಕೊಂಡ. ಅದಕ್ಕೆ ಹೇಳಬೇಕೆಂದುಕೊಂಡ, ಕಬ್ಬಿಣದ ಸರಳು....." ಸಾಲನ್ನು ಹೇಳಲೇ ಇಲ್ಲ.

ಇನ್ನು ಇಪ್ಪತ್ತು ವರ್ಷಗಳಲ್ಲಿ ನಾನು ಇನ್ನೊಬ್ಬ ಬಲಿಷ್ಠ ಯುವಕನಾಗುತ್ತೇನೆ. (ಸಾಮಾನ್ಯವಾಗಿ ಎಲ್ಲ ಅಪರಾಧಿಗಳು, ತಮಗೆ ಸಾವಿನ ಬಗ್ಗೆ ಇದ್ದ ಧಿಕ್ಕಾರವನ್ನು ಸೂಚಿಸಲು ಹೀಗೆ ಹೇಳಿಕೊಳ್ಳುತ್ತಿದ್ದರು.) ಮೇಲಿನ ಸಾಲನ್ನು ಅರ್ಥ ಮಾತ್ರ ಕಲಿತಿದ್ದ. ಮುಂದಿನದನ್ನು ಅವನು ಅಭ್ಯಾಸ ಮಾಡಿರಲಿಲ್ಲ. ನೆರೆದಿದ್ದ ಗುಂಪು "ಒಳ್ಳೆಯದು!" ಎಂದು ಕಿರುಚಿತು. ಆದರೆ ಅದು ತೋಳಗಳ ಊಳಿನಂತೆ ಕೇಳಿಸಿತು.

ಗಾಡಿ ನೇರವಾಗಿ ಮುಂದೆ ಸಾಗಿತು. ಕೂಗಿನ ಮಧ್ಯೆ ಆಹ್ಕ್ಯೂ ಅಮಾಹ್ವುಳಿಗಾಗಿ ಅರಸುತ್ತಿದ್ದ. ಅವನು ಅವಳನ್ನು ನೋಡಿದರೂ, ಅವಳು ಮಾತ್ರ ಇವನ ಕಡೆ ನೋಡದೆ ಸೈನಿಕರು ಹೊತ್ತ ವಿದೇಶಿ ಬಂದೂಕುಗಳನ್ನು ನೋಡುತ್ತಿದ್ದಳು. ಅದಕ್ಕೆ ಆಹ್ಕ್ಯೂ ಕೂಗುತ್ತಿರುವ ಗುಂಪಿನ ಕಡೆ ನೋಡಿದ.

ಆ ಕ್ಷಣಕ್ಕೆ ಅವನ ತಲೆಯಲ್ಲಿ ಆಲೋಚನೆಗಳ ಸುಳಿಯೆದ್ದಿತು. ನಾಲ್ಕು ವರ್ಷಗಳ ಹಿಂದೆ ಬೆಟ್ಟದ ತಪ್ಪಲಲ್ಲಿ ಒಂದು ಹಸಿದ ತೋಳ ಅವನಿಗೆ ಎದುರಾಗಿತ್ತು. ತಿನ್ನಲು ಅವನನ್ನೇ ಹಂಬಾಲಿಸಿ ನಡೆದಿತ್ತು. ಭಯದಿಂದ ಹೆಚ್ಚು ಕಡಿಮೆ ಸತ್ತೇ ಹೋಗಿದ್ದ. ಅದೃಷ್ಟಕ್ಕೆ ಆಗ ಅವನ

ಕೈಯಲ್ಲಿ ಕೊಡಲಿ ಇತ್ತು. ಅದೇ ಅವನಿಗೆ ವಿಷುವಾಂಗ್‌ನ್ನು ತಲುಪಲು ಧೈರ್ಯ ನೀಡಿತ್ತು. ತೋಳದ ಕಣ್ಣುಗಳನ್ನು ಮರೆತಿರಲಿಲ್ಲ. ನೋಡಲು ಭಯಂಕರವಾಗಿತ್ತಾದರೂ ಅದರಲ್ಲಿ ಹೇಡಿತನವನ್ನು ಗಮನಿಸಿದ್ದ. ಏನಿದ್ದರೂ ದೂರದಿಂದಲೇ ತನ್ನನ್ನು ತಿವಿಯುವಂತೆ ನೋಡುತ್ತಿತ್ತು. ಈಗ ಅವನ ಕಣ್ಣುಗಳನ್ನು ಗಮನಸಿದ. ತೋಳದ ಕಣ್ಣುಗಳಿಗಿಂತ ಕ್ರೂರವಾಗಿದ್ದವು. ಕಾಂತಿಹೀನವಾಗಿತ್ತು. ಆದರೆ ನೋಟ ತಿವಿಯುವಂತೆ ಇತ್ತು. ತನ್ನ ಶಬ್ದಗಳನ್ನು ಕಿತ್ತು ತಿನ್ನುತ್ತಿದ್ದವು. ಆದರೆ ಈಗ ತನ್ನ ರಕ್ತ ಮಾಂಸದ ಆಚೆಗೂ ಏನನ್ನೋ ತಿನ್ನಲು ಬಯಸುವಂತಿದ್ದವು.

ಎಲ್ಲ ಕಣ್ಣುಗಳೂ ಒಂದಾಗಿ ಕೂಡಿ ತನ್ನ ಆತ್ಮವನ್ನು ಬಗಿಯುತ್ತಿತ್ತು.

"ಸಹಾಯ ಮಾಡಿ! ಸಹಾಯ ಮಾಡಿ!"

ಆಹ್ಕ್ಯೂ ಈ ಮಾತುಗಳನ್ನು ಉಚ್ಚರಿಸಲೇ ಇಲ್ಲ. ಎಲ್ಲವೂ ಕತ್ತಲಲ್ಲಿ ಲೀನವಾಗಿತ್ತು. ಕಿವಿಯಲ್ಲಿ ಮಾತ್ರ ಗುಂಯ್ ಗುಡುವ ಶಬ್ದ, ತನ್ನ ದೇಹ ಹಗುರಾದ ಹುಡಿಯ ಹಾಗೆ ಚೆಲ್ಲಾಪಿಲ್ಲಿಯಾದಂತೆನಿಸಿತು.

ಕಳ್ಳತನದಿಂದಾದ ಹೆಚ್ಚಿನ ನಷ್ಟವನ್ನು ಅನುಭವಿಸಿದವನು, ನಂತರ ಎದುರಾದ ಪರಿಣಾಮಗಳಿಗೆ ಒಳಗಾದವನೆಂದರೆ ಪ್ರಾವೆನ್ಶಿಯಲ್ ಅಭ್ಯರ್ಥಿ ಯಾಕೆಂದರೆ ಕಳುವಾದ ವಸ್ತುಗಳು ಸಿಗಲೇ ಇಲ್ಲ. ಅವನ ಕುಟುಂಬವೆಲ್ಲ ತಲೆಯ ಮೇಲೆ ಕೈ ಹೊತ್ತು ಕುಳಿತಿತ್ತು. ನಂತರದವನೆಂದರೆ ಚಾವ್ಓ, ಕಂಟ್ರಿ ಅಭ್ಯರ್ಥಿ ಪಟ್ಟಣಕ್ಕೆ ಹೋಗಿ ರಿಪೋರ್ಟ್ ಬರೆಸಬೇಕೆಂದಾಗ, ಆ ಕೆಟ್ಟ ದಂಗೆ ಕೋರರು ಪಿಗ್‌ಟೈಲ್ ಕತ್ತರಿಸಿದ್ದಷ್ಟೇ ಅಲ್ಲದೆ, ಬಹುಮಾನ ರೂಪದಲ್ಲಿ 20 ಸಾವಿರ ಹಣವನ್ನು ಈ ಚೌಕಾಶಿಯಲ್ಲಿ ಕಳೆದುಕೊಂಡಿದ್ದ. ಆದ್ದರಿಂದ ಇಡೀ ಕುಟುಂಬವೇ ಶೋಕಸಾಗರದಲ್ಲಿ ಮುಳುಗಿತ್ತು. ಅದಾದ ನಂತರ, ಆ ದಿನದಿಂದ ಉಳಿದು ಬದುಕಿದ ವಂಶದವರ ಹಾಗೆ ನಡೆದುಕೊಳ್ಳತೊಡಗಿದರು.

ಈ ಘಟನೆಗೆ ಸಂಬಂಧಿಸಿದಂತೆ ಚರ್ಚೆಯಾಗಲೀ, ಪ್ರಶ್ನೆಗಳಾಗಲೀ ವೀಷುವಾಂಗ್ ನಲ್ಲಿ ಕೇಳಿ ಬರಲಿಲ್ಲ. ಒಮ್ಮತದ ಒಂದೇ ಒಂದು ಅಭಿಪ್ರಾಯ ಕೇಳಿಸಿದ್ದು, ಆಹ್ಕ್ಯೂ ಕೆಟ್ಟವನು; ಅವನಿಗೆ ಆದ ಮರಣದಂಡನೆಯೇ ಅದಕ್ಕೆ ಸಾಕ್ಷಿ. ಅವನು ಕೆಟ್ಟವನಲದೆ ಹೋಗಿದ್ದರೆ, ಅವನ್ನೇಕೆ ಸಾಯಿಸುತ್ತಿದ್ದರು? ಪಟ್ಟಣದಲ್ಲಿ ಮಾತ್ರ ಅಭಿಪ್ರಾಯ ಅಷ್ಟು ಅನುಕೂಲವಾಗಿರಲಿಲ್ಲ. ಗುಂಡಿಟ್ಟು ಕೊಲ್ಲುವ ನೋಟ ಅಂತಹ ರೋಮಾಂಚಕಾರಿ ಏನಲ್ಲ. ಅವನೆಂತಹ ಭಯಂಕರ ಅಪರಾಧಿಯಾಗಿದ್ದರೂ ಅಪರಾದ ಒಂದು ಸಾಲನ್ನೂ, ರಸ್ತೆಯಲ್ಲಿ ಕೊಂಡೊಯ್ಯುತ್ತಿದ್ದಾಗ, ಹಾಡಲೇ ಇಲ್ಲ. ಅವನನ್ನು ಹಿಂಬಾಲಿಸಿದ್ದು ಬರೀ ವ್ಯರ್ಥ!

●●

10

ಚಂದ್ರನೆಡೆಗೆ

ಮನುಷ್ಯರ ಆಕಾಂಕ್ಷೆ ಬುದ್ಧಿವಂತ ಪ್ರಾಣಿಗಳಿಂದ ಸಾಕಾರಗೊಳ್ಳುತ್ತದೆ ಎನ್ನುವ ಮಾತು ಸತ್ಯ. ಗೇಟು ಕಣ್ಣಿಗೆ ಬೀಳುತ್ತಿದ್ದಂತೆ ಕುದುರೆ ತನ್ನ ನಡಿಗೆಯನ್ನು ನಿಧಾನವಾಗಿಸಿತು. ತನ್ನ ಸವಾರ ಇಳಿಯುತ್ತಿದ್ದಂತೆ ತಲೇನ ಕೆಳಗೆ ಹಾಕಿ ನಿಧಾನವಾಗಿ ಅಕ್ಕಿ ಕುಟ್ಟುವ ಒನಕೆಯ ಶಬ್ದದಂತೆ ಶಬ್ದ ಮಾಡುತ್ತ ಹೆಜ್ಜೆ ಹಾಕತೊಡಗಿತು.

ಸಂಜೆಯ ಮಂಜು ಮನೆ ಮೇಲೆ ಕವಿದಿತ್ತು. ನೆರೆ ಹೊರೆಯವರ ಮನೆಗಳ ಚಿಮ್ಮಿಗಳಿಂದ ಕಪ್ಪು ಹೊಗೆಯೇಳುತ್ತಿತ್ತು. ಅದು ರಾತ್ರಿ ಊಟದ ಸಮಯವಾಗಿತ್ತು. ಕುದುರೆ ಗೊರಸಿನ ಸದ್ದು ಕೇಳಿ ಬರುತ್ತಿದ್ದಂತೆ, ಸೇವಕರು ಹೊರಗೆ ಬಂದು ನೆಟ್ಟಗೆ ಶಿಸ್ತಿನಿಂದ ಕೈಕಟ್ಟಿಕೊಂಡು ಪ್ರವೇಶ ದ್ವಾರದ ಬಳಿ ನಿಂತರು. "ಯೀ" ಬೇಸರದಿಂದಲೇ ದೊಡ್ಡ ಕಸದ ರಾಶಿಯ ಪಕ್ಕದಲ್ಲಿ ಇಳಿದು ನಿಂತ. ಸೇವಕರು ಲಗಾಮು, ಜೀನುಗಳನ್ನು ಅವನಿಂದ ತೆಗೆದುಕೊಳ್ಳಲು ಮುಂದೆ ಬಂದರು. ಹೊಸ್ತಿಲು ದಾಟಿ ಒಳಹೋಗುವ ಸಮಯದಲ್ಲಿ ತನ್ನ ಸೊಂಟದಲ್ಲಿದ್ದ ಬತ್ತಳಿಕೆಯಲ್ಲಿನ ಹೊಸದಾಗಿದ್ದ ಬಾಣಗಳನ್ನು, ಮೂರು ಕಾಗೆ ಮತ್ತು ಚಿಂದಿಯಾಗಿದ್ದ ಗುಬ್ಬಚ್ಚಿಯಿದ್ದ ಚೀಲವನ್ನು ಗಮನಿಸಿದ. ಮನಸ್ಸು ಸ್ವಲ್ಪ ಮುದುಡಿತು. ಆದರೂ ಗೆಲುವಾಗಿ ಕಾಣಿಸಿಕೊಳ್ಳುತ್ತಾ, ತನ್ನ ಬತ್ತಳಿಕೆಯಲ್ಲಿನ ಬಾಣಗಳನ್ನು ಸದ್ದು ಮಾಡುತ್ತ ಒಳ ನಡೆದ.

ಒಳ ಅಂಗಳಕ್ಕೆ ಹೋದ ಮೇಲೆ, ಚ್ಯಾಂಗೋ ಕಿಟಕಿಯಿಂದ ನೋಡುತ್ತಿದ್ದುದನ್ನು ನೋಡಿದ. ಅವಳ ತೀಕ್ಷ್ಣವಾದ ಕಣ್ಣುಗಳು

ಕಾಗೆಗಳನ್ನು ಗಮನಿಸಿರಬೇಕು. ಗಾಬರಿಯಿಂದ ಒಮ್ಮೆಲೆ ನಿಂತುಬಿಟ್ಟ. ಆದರೆ ಅವನಿಗೆ ಒಳಗೆ ಹೋಗಬೇಕಿತ್ತು. ಸೇವಕಿಯರು ಅವನನ್ನು ಸ್ವಾಗತಿಸಲು ಹೊರಗೆ ಬಂದರು. ಅವನು ನೇತುಹಾಕಿಕೊಂಡಿದ್ದ ಬಿಲ್ಲು ಬಾಣ ಬತ್ತಳಿಕೆಗಳನ್ನು ಅವನಿಂದ ಕಳಚಿದರು. ಅವನ ಬೇಟೆಯ ಚೀಲವನ್ನು ಕೈಗೆ ತೆಗೆದುಕೊಂಡರು. ಅವರ ಮುಗುಳ್ನಗೆ ಬಲವಂತದ್ದೆಂದು ಗಮನಿಸಿದ.

ಮುಖ ಕೈಗಳನ್ನು ಒರೆಸಿಕೊಂಡ ಮೇಲೆ ಒಳಭಾಗಕ್ಕೆ ನಡೆದು 'ಮೇಡಂ' ಎಂದ.

ಚ್ಯಾಂಗೋ ಗೋಲಾಕಾರವಾಗಿದ್ದ ಕಿಟಕಿಯಿಂದ ಸೂರ್ಯಾಸ್ತವನು ಗಮನಿಸುತ್ತಿದ್ದಳು. ನಿಧಾನವಾಗಿ ತಿರುಗಿ, ಅವನನ್ನು ಎದುರುಗೊಳ್ಳದೆ, ನಿರ್ಲಕ್ಷ್ಯದಿಂದ ಮುಖ ತಿರುಗಿಸಿದಳು.

ಅವಳ ಈ ರೀತಿಯ ನಡವಳಿಕೆ ಇತ್ತೀಚಿಗೆ ಅದೂ ಒಂದು ವರ್ಷದಿಂದ ಅವನಿಗೆ ಅಭ್ಯಾಸವಾಗಿ ಹೋಗಿತ್ತು. ಆದರೂ ಮಾಮೂಲಿನಂತೆ ಒಳಗೆ ಹೋಗಿ ಮರದ ಸೋಫಾದ ಮೇಲೆ ಹಾಸಿದ್ದ ಹಳೆಯ ಚಿರತೆ ಚರ್ಮದ ಮೇಲೆ ಅವಳಿಗೆ ಎದುರಾಗಿ ಕುಳಿತ. ತಲೆ ಕೆರೆದುಕೊಳ್ಳುತ್ತ ಗೊಣಗುವ ದನಿಯಲ್ಲಿ ಹೇಳಿದ. " ಈ ದಿನ ಕೂಡ ನನ್ನ ಅದೃಷ್ಟ ಚೆನ್ನಾಗಿಲ್ಲ. ಕಾಗೆ ಬಿಟ್ಟು ಮತ್ತೇನೂ ಸಿಗಲಿಲ್ಲ...."

"ಫೂಹ್!"

ತನ್ನ ನೀಟಾದ ಹುಬ್ಬುಗಳನ್ನು ಏರಿಸಿ, ಚ್ಯಾಂಗೋ ಎದ್ದು ನಿಂತು ಕೋಣೆಯಿಂದ ಹೊರಗೆ ನಡೆಯುತ್ತ ಗೊಣಗಿಕೊಂಡಳು.

"ಮತ್ತೆ ಅದೇ ನೂಡಲ್ಸ್ ಮತ್ತು ಕಾಗೆ ಸಾಸ್! ಅದು ಯಾರು ತಾನೇ ವರ್ಷ ಪೂರ್ತಿ, ಮತ್ತು ಮುಂದಿನ ವರ್ಷಕ್ಕೆ ನೂಡಲ್ಸ್ ಮತ್ತು ಕಾಗೆ ಸಾಸ್ ತಿಂತಾರೋ ನನಗಂತೂ ಗೊತ್ತಿಲ್ಲ. ವರ್ಷ ಪೂರ್ತಿ ಇದನ್ನೇ ತಿನ್ನೋಕೆಂತ ನಿನ್ನನ್ನು ಮದುವೆ ಮಾಡಿಕೊಂಡು ಅದೇನು ಪಾಪ ಮಾಡಿದ್ದೇನೋ?"

"ಮೇಡಂ!" ಯೀ ಜಿಗಿದು ಅವಳ ಕಾಲ ಬಳಿ ನಡೆದು ಅವಳನ್ನೇ ಹಿಂಬಾಲಿಸಿದ. ಇವತ್ತು ಅಂಥದ್ದೇನೂ ಕೆಟ್ಟದ್ದಾಗಿಲ್ಲ. ಒಂದು ಗುಬ್ಬಚ್ಚಿಯೇನೂ ಸಿಕ್ಕಿದೆ. ಮಾತನ್ನು ಮೆಲ್ಲಗೆ ಮುಂದುವರೆಸಿದ. ಅದನ್ನೇ ಒಳ್ಳೆ ಅಡಿಗೆ ಮಾಡಬಹುದು ನಿಮಗಾಗಿ. "ನೂ ಷೀನ್!" ಸೇವಕಿಯನ್ನು ಕರೆದ.

"ನಿನ್ನ ಯಜಮಾನಿಗೆ ತೋರಿಸಲು ಆ ಗುಬ್ಬಚ್ಚಿಯನ್ನು ತೆಗೆದುಕೊಂಡು ಬಾ" ಸತ್ತ ಹಕ್ಕಿಗಳನ್ನು ಅಡಿಗೆ ಮನೆಗೆ ತೆಗೆದುಕೊಂಡು ಹೋದರು. ನೂ–ಷೀನ್ ಗುಬ್ಬಚ್ಚಿಯನ್ನು ತಂದು ಎರಡೂ ಕೈಗಳಲ್ಲಿ ಹಿಡಿದು ಚ್ಯಾಂಗೋ ಮುಂದೆ ಹಿಡಿದಳು. "ಅದಾ!" ತಿರಸ್ಕಾರದ ನೋಟ ಬೀರಿ ಮೆಲ್ಲಗೆ ಕೈ ಚಾಚಿ ಅದನ್ನು ಸ್ಪರ್ಶಿಸಿದಳು. "ಎಷ್ಟು ಅಸಹ್ಯ!" ಮುಖ ಕಿವುಚಿ ಹೇಳಿದಳು. "ನೀನಂತೂ ಚೂರು ಚೂರು ಮಾಡಿ ಬಿಟ್ಟಿದ್ದೀಯ, ಎಲ್ಲಿದೆ ಮಾಂಸ?"

"ನನಗೆ ಗೊತ್ತು" ಯೀ ಮುಜುಗರದಿಂದಲೇ ಒಪ್ಪಿಕೊಂಡ "ನನ್ನ ಬಿಲ್ಲು ಬಹಳ ಶಕ್ತನಾಗದ್ದು, ನನ್ನ ಬಾಣಗಳು ಬಹಳ ಅಗಲ"

"ಸಣ್ಣ ಬಾಣಗಳನ್ನು ಬಳಸಬಾರದೇ?"

"ನನ್ನ ಹತ್ತಿರ ಒಂದೂ ಇಲ್ಲ. ನಾನು ಒಂದು ದೊಡ್ಡ ಹಂದಿಯನ್ನು ಹೆಬ್ಬಾವನ್ನು ಹೊಡೆದಾಗ...."

"ಇದೇನು ದೊಡ್ಡ ಹಂದೀನಾ ಇಲ್ಲ ಹೆಬ್ಬಾವಾ?"

ನೂ–ಶೀನ್ ಕಡೆ ತಿರುಗಿ ಹೇಳಿದಳು. "ಇದನ್ನು ಸೂಪ್‌ಗೆ ಉಪಯೋಗಿಸಿ." ನಂತರ ಅವಳು ತನ್ನ ಕೋಣೆಗೆ ಹೋದಳು.

ನಿರಾಸೆಯಿಂದ ಯೀ ಗೋಡೆಗೆ ಒರಗಿ, ಅಡಿಗೆ ಮನೆಯಿಂದ ಉರಿಯುವ ಸೌದೆ ಉಂಟು ಮಾಡುತ್ತಿದ್ದ ಚಿಟ್ ಚಿಟಿಲ್ ಶಬ್ದ ಕೇಳುತ್ತಾ ಕುಳಿತ. ದೈತ್ಯಾಕಾರದ ಹಂದಿ ಅವನ ಕಣ್ಮುಂದೆ ಒಂದು ಸಣ್ಣ ಗುಡ್ಡದ ತೆರದಲ್ಲಿ ದೂರದಲ್ಲಿ ಮೂಡಿದ್ದನ್ನು ನೆನಪಿಸಿಕೊಂಡ. ಅದನ್ನು ಆಗ ಹೊಡೆದು ಸಾಯಿಸದಿದ್ದರೆ, ಇವತ್ತಿನವರೆಗೂ ಹಾಗೇ ಬಿಟ್ಟಿದ್ದರೆ ಕಡೇ ಪಕ್ಷ ಆರು ತಿಂಗಳವರೆಗೆ ಮಾಂಸ ಸಿಗುತ್ತಿತ್ತು. ಅಲ್ಲದೆ ದಿನಾ ಈ ರೀತಿ ಊಟಕ್ಕಾಗಿ ತಲೆ ಕೆಡಿಸಿಕೊಳ್ಳೋದು ತಪ್ಪುತ್ತಿತ್ತು. ಆ ದೊಡ್ಡ ಹೆಬ್ಬಾವು! ಎಂಥೆಂಥ ಸೂಪ್‌ಗಳನ್ನು ಮಾಡಬಹುದಿತ್ತು!

ನೂ–ಯೀ ದೀಪ ಹಚ್ಚಿದಳು. ದೀಪದ ಬೆಳಕಿನಲ್ಲಿ ಕೆಂಪು ಬಣ್ಣದ ಗೋಡೆಗೆ ಹೊಂದಿಕೊಂಡಿದ್ದ ಕಪ್ಪು ಬಣ್ಣದ ಬಿಲ್ಲುಗಳು, ಅಡ್ಡ ಬಿಲ್ಲು, ಕತ್ತಿ, ಬಾಕು ಹೊಳೆದವು. ಯೀ ತಲೆ ಬಗ್ಗಿಸಿ, ಒಂದು ನಿಟ್ಟುಸಿರೆಳೆದ. ನೂಶೀನ್ ಊಟ ತಂದು ಮಧ್ಯದ ಮೇಜಿನ ಮೇಲೆ ಇರಿಸಿದಳು. ಎಡಗಡೆ ದೊಡ್ಡದಾದ ಐದು ಬಟ್ಟಲುಗಳಲ್ಲಿ ನೂಡಲ್ಸ್ ಬಲಗಡೆ ಎರಡು ದೊಡ್ಡ ಬಟ್ಟಲುಗಳಲ್ಲಿ ನೂಡಲ್ಸ್ ಮತ್ತು ಸೂಪ್, ಮಧ್ಯದಲ್ಲಿ ದೊಡ್ಡ ಬಟ್ಟಲೊಂದರಲ್ಲಿ ಕಾಗೆ ಸೂಪ್ ಇರಿಸಿದಳು.

ಊಟ ಮಾಡಲು ಕುಳಿತಾಗ, ಹೀಗೆ ಇದು ನಿಜವಾಗಿ ಸರಿಯಾದ ಊಟವಲ್ಲ ಎನ್ನುವುದನ್ನು ಒಪ್ಪಿಕೊಳ್ಳಬೇಕಾಯಿತು. ಚ್ಯಾಂಗೋಳತ್ತ ಒಮ್ಮೆ ನೋಡಿದ, ಕಾಗೆ ಸೂಹಿನ ಕಡೆ ಸಾಧ್ಯವಾದಷ್ಟು ಕಣ್ಣು ತಪ್ಪಿಸಿ. ನೋಡಲ್ಸ್‌ನ್ನು ಸಾಸಿನಲ್ಲಿ ಮುಳಿಗಿಸಿ ಅರ್ಧ ಮಾತ್ರ ತಿಂದು ಕೆಳಗಿರಿಸಿದಳು. ಅವಳ ಮುಖ ಮೊದಲಿಗಿಂತ ಬಿಳುಚಿಕೊಂಡಿದೆ. ಕೃಶವಾಗಿದೆ ಎನ್ನುವುದನ್ನು ಯೀ ಗಮನಿಸಿದ. ಅವಳೇನಾದರೂ ಖಾಯಿಲೆ ಬಿದ್ದರೆ?

ಎರಡನೆ ಸಲ ನೋಡಿದಾಗ, ಅವಳು ಸ್ವಲ್ಪ ಗೆಲುವಿನಿಂದ, ಆದರೆ ಒಂದ ಮಾತೂ ಆಡದೆ, ಮಂಚದ ತುದಿಯಲ್ಲಿ ನೀರು ಕುಡಿಯಲು ಕುಳಿತಳು, ಯೀ ಮರದ ಸೋಫಾ ಮೇಲೆ, ಚಿರತೆ ಚರ್ಮವನ್ನು ತಟ್ಟುತ್ತಾ ಕುಳಿತ.

"ಆಹ್! ನಾವು ಮದುವೆ ಆಗೋಕೆ ಮೊದಲು ಪಶ್ಚಿಮ್ ಘಟ್ಟಗಳಲ್ಲಿ ಇದನ್ನು ನಾನು ಸಂಪಾದಿಸಿದೆ" ಎಂದು ಸಮಾಧಾನ ಪಡಿಸುವ ದನಿಯಲ್ಲಿ ಹೇಳಿದ. "ಎಷ್ಟು ಚೆನ್ನಾಗಿತ್ತು ಅಂತ! ಹೊಳೆವ ಚಿನ್ನದ ರಾಶಿ!"

ಹಿಂದೆ ತಾವು ಹೇಗೆ ಇದ್ದೆವು ಎನ್ನುವುದನ್ನು ಅದು ನೆನಪಿಗೆ ತಂದಿತು. ಕರಡಿಯ ಪಂಜುಗಳು, ಒಂಟೆ ಡುಬ್ಬು ಬಿಟ್ಟು ಬೇರೇನೂ ತಿನ್ನುತ್ತಿರಲಿಲ್ಲ. ಆ ಪ್ರಾಣಿಗಳ ಉಳಿದ ಭಾಗಗಳನ್ನೆಲ್ಲ ಕೆಲಸದವರಿಗೆ ಕೊಟ್ಟು ಬಿಡುತ್ತಿದ್ದರು. ದೊಡ್ಡ ಬೇಟೆ ಮುಗಿಸಿದ ಮೇಲೆ ಮೊಲಗಳು, ಹಂದಿಗಳು ಮತ್ತು ಒಂದು ಜಾತಿಯ ಹಕ್ಕಿಗಳನ್ನು ತಿನ್ನುತ್ತಿದ್ದರು. ಅವನು ಬಹಳ ಒಳ್ಳೆಯ ಬಿಲ್ಲುಗಾರನಾಗಿದ್ದ. ತನಗಿಷ್ಟ ಬಂದಷ್ಟು ಬೇಟೆಯಾಡುತ್ತಿದ್ದ.

ಒಂದು ನಿಟ್ಟುಸಿರು ಹೊರಟಿತು.

"ನಾನು ಒಳ್ಳೆಯ ಗುರಿಕಾರ ಆಗಿರುವುದೇ ಒಂದು ವಿಶೇಷ" ಅವನು ಹೇಳಿದ. "ಬಹುಶಃ ಅದಕ್ಕೇ ಜಾಗನೆಲ್ಲ ಶುಚಿಮಾಡಿ, ತೆರವು ಮಾಡಿ ಇಟ್ಟಿದ್ದಾರೆ. ಯಾರಿಗೆ ಗೊತ್ತಿತ್ತು ಬರೀ ಕಾಗೆ ಬಿಟ್ಟರೆ ಇವತ್ತು ನಮ್ಮ ಹಣೇಲಿ ಏನೂ ಬರೆದಿದಲ್ಲಾಂತ!"

ಚಾಂಗೋ ಮುಗಳ್ನಗೆ ಬಿಂಬಿಸಿದಳು.

"ಹಾಗೆ ನೋಡಿದರೆ ಬೇರೆ ದಿವಸಗಳಿಗಿಂತ ಇವತ್ತು ನನ್ನ "ಅದೃಷ್ಟ ಚೆನ್ನಾಗಿತ್ತು. ಕಡೇ ಪಕ್ಷ ಒಂದು ಗುಬ್ಬಚ್ಚಿಯಾದರೂ ಸಿಕ್ಕಿತು. ಇಲ್ಲಾಂದ್ರೆ ಅದಕ್ಕಾಗಿ ಒಂದು ಮೂವತ್ತು ಲೀ ಬೇರೆ ನಡೀಬೇಕಾಗ್ತಿತ್ತು." ಬಹಳ ಉತ್ಸಾಹದಿಂದ ಹೇಳಿದ.

"ಇನ್ನೂ ಸ್ವಲ್ಪ ದೂರ ಹೋಗಬಹುದಾಗಿತ್ತಲ್ಲ?"

"ಹೌದು ಮೇಡಂ, ನಾನು ಹಾಗೇ ಮಾಡಬೇಕೆಂದಿದ್ದೆ. ನಾಳೆ ಬೆಳಿಗ್ಗೆ ಬೇಗ ಎದ್ದು ಬಿಡುತ್ತೇನೆ, ನೀವೇನಾದರೂ ಬೇಗ ಎದ್ದರೆ ಒಂದು ಕೂಗು ಹಾಕಿ, ನಾನು ಒಂದೈವತ್ತು ಲೀ ಅಷ್ಟು ದೂರಾನಾದರೂ ಹೋಗಿ ಮೊಲಗಳೋ ಅಥವಾ ಗಂಡು ಜಿಂಕೆಗಳೋ ಏನಾದರೂ ಸಿಗಬಹುದಾ ನೋಡ್ತೀನಿ. ಅದು ಅಷ್ಟು ಸುಲಭ ಏನೂ ಅಲ್ಲ. ಆದರೂ.... ನಾನೊಂದು ದೊಡ್ಡ ಹೆಬ್ಬಾವು, ದೊಡ್ಡ ಹಂದಿ ಬೇಟೆಯಾಡಿದ್ದು ನೆನಪು ಇದೆಯೇನು? ಕಪ್ಪು ಕರಡಿಗಳು ನಿಮ್ಮಮ್ಮನ ಮನೆಯ ಮುಂದೆ ಹಾದು ಹೋಗುತ್ತಿದ್ದವು. ಅವುಗಳನ್ನು ಹೊಡಿ ಅಂತ ಎಷ್ಟೋ ಸಲ ನನಗೆ ಹೇಳಿದ್ದುಂಟು."

"ನಿಜವಾಗ್ಲೂ?" ಅದನ್ನೆಲ್ಲ ಚಾಂಗೋ ಮರೆತಿದ್ದ ಹಾಗಿತ್ತು.

"ಯಾರಿಗೆ ಗೊತ್ತಿತ್ತು, ಅವೆಲ್ಲ ಹೀಗೆ ಕಣ್ಮರೆಯಾಗಿ ಬಿಡುತ್ತವೆಂದು? ಯೋಚನೆ ಮಾಡಿದರೆ, ಇನ್ನು ಮುಂದೆ ಹೇಗಪ್ಪಾ ಅನಿಸುತ್ತೆ. ನನಗೇನೂ ಪರವಾಗಿಲ್ಲ, ಪೂಜಾರಿ ಕೊಟ್ಟ ಆ ಸಿದ್ಧರಸ ಕುಡಿದು ಬಿಟ್ಟರೆ ಸಾಕು. ಸ್ವರ್ಗಕ್ಕೆ ಹಾರಿ ಬಿಡುತ್ತೇನೆ, ಆದರೆ ಮೊದಲು ನಿನ್ನ ಬಗ್ಗೆ ಚಿಂತೆ ಮಾಡಬೇಕಲ್ಲ....ಅದಕ್ಕೇ ನಾಳೆ ಇನ್ನಷ್ಟು ದೂರ ಹೋಗೋಣಾಂತ ಇದ್ದೇನಿ"

"ಉಂ!"

ಚಾಂಗೋ ನೀರು ಕುಡಿದಾಗಿತ್ತು. ಮೆಲ್ಲಗೆ ಹಾಗೇ ಒರಗಿ ಕಣ್ಣು ಮುಚ್ಚಿದಳು.

ಸಣ್ಣಗೆ ಉರಿಯುತ್ತಿದ್ದ ದೀಪದ ಬೆಳಕು, ಬಾಡಿದ ಮುಖದ ಮೇಲೆ ಬಿತ್ತು.

ಹಚ್ಚಿಕೊಂಡಿದ್ದ ಪೌಡರ್ ಕರಗಿಹೋಗಿತ್ತು. ಅವಳ ಕಣ್ಣುಗಳ ಕೆಳಗೆ ಕಪ್ಪು ಉಂಗುರಗಳಿದ್ದವು. ಅವಳ ಒಂದು ಹುಬ್ಬು ಮತ್ತೊಂದಕ್ಕಿಂತ ದಪ್ಪಗಾಗಿತ್ತು. ಆದರೂ ಅವಳ ತುಟಿ ಬೆಂಕಿಯಷ್ಟು ಕೆಂಪಾಗಿತ್ತು. ಅವಳು ನಗುತ್ತಿರಲಿಲ್ಲವಾದರೂ ಗುಳಿಬಿದ್ದ ಕೆನ್ನೆಗಳನ್ನು ಸೂಕ್ಷ್ಮವಾಗಿ ಕಾಣಬಹುದಾಗಿತ್ತು.

"ಆಹಾ! ಇಲ್ಲ! ಇಂತಹ ಹೆಣ್ಣಿಗೆ ಕೇವಲ ನೂಡಲ್ಸ್ ಮತ್ತು ಕಾಗೆ ಸಾಸ್‌ನಿಂದ ಊಟ ಮಾಡಿಸುವುದು ಸರಿಯೇ!"

ಅವನಿಗೆ ನಾಚಿಕೆ ಎನಿಸಿ ಕೆಂಪಾದ.

I

ರಾತ್ರಿ ಕಳೆದು ಬೆಳಗಾಯಿತು. ಒಂದು ಕ್ಷಣದಲ್ಲಿ ಕಣ್ಣು ಬಿಟ್ಟ, ಪಶ್ಚಿಮ ಗೋಡೆ ಮೇಲೆ ವಾಲಿದ ಕಿರಣ ಹೊತ್ತಾಗಿರುವುದನ್ನು ಸೂಚಿಸಿತು. ಚಾಂಗೋಳ ಕಡೆ ನೋಡಿದ. ದೀರ್ಘ ನಿದ್ದೆಯಲ್ಲಿದ್ದಳು. ಸದ್ದಿಲ್ಲದೆ ಚಿರತೆ ಚರ್ಮ ಹೊದಿಸಿದ, ಸೋಫಾದಿಂದ ಇಳಿದು ಬಟ್ಟೆ ಧರಿಸಿದ. ಹೊರಗೆ ಹಜಾರಕ್ಕೆ ಬಂದ. ಮುಖ ತೊಳೆಯುತ್ತಿದ್ದಂತೆ ನೂಕೆಂಗ್‌ಗೆ ಕುದುರೆ ಸಿದ್ಧ ಮಾಡಲು ಹೇಳಿದ.

ಇಷ್ಟೆಲ್ಲ ಮಾಡಬೇಕಾಗಿದ್ದರಿಂದ ಈ ನಡುವೆ ತಿಂಡಿ ತಿನ್ನುವದನ್ನೇ ಬಿಟ್ಟು ಬಿಟ್ಟಿದ್ದ. ನೂಯಿ ಬೇಯಿಸಿದ ಐದು ರೊಟ್ಟಿ ಐದು ಈರುಳ್ಳಿ ದಂಟು ಮತ್ತು ಪಾಪ್ರಿಕಾದ ಒಂದು ಪೊಟ್ಟಣವನ್ನು ತನ್ನ ಬೇಟೆ ಚೀಲದಲ್ಲಿ ಇರಿಸಿ ಅದನ್ನು ತನ್ನ ಸೊಂಟಕ್ಕೆ ಗಟ್ಟಿಯಾಗಿ ಸಿಕ್ಕಿಸಿದ. ಜೊತೆಗೆ ಬಿಲ್ಲು ಬಾಣಗಳನ್ನು ಸಿಕ್ಕಿಸಿಕೊಂಡ. ತನ್ನ ಬೆಲ್ಟನ್ನು ಬಿಗಿಗೊಳಿಸಿ ಸದ್ದಿಲ್ಲದಂತೆ ಹಜಾರದಿಂದ ಹೊರಗೆ ಹೊರಡುತ್ತ, ಎದುರಾಗಿ ಬಂದ ನೂಕೆಂಗ್‌ಗೆ ಹೇಳಿದ. "ನಾನು ಇವತ್ತು ಬೇಟೆ ಹುಡುಕಿ ಇನ್ನಷ್ಟು ದೂರ ಹೋಗಬೇಕೆಂದಿದ್ದೇನೆ. ಬರುವುದಕ್ಕೆ ಹೊತ್ತಾಗಬಹುದು. ನಿನ್ನ ಯಜಮಾನಿ ಬೆಳಗ್ಗೆ ತಿಂಡಿ ಮುಗಿಸಿದ ಮೇಲೆ ಗೆಲುವಾಗಿರುವಾಗ ನೋಡಿಕೊಂಡು ನಾನು ಕ್ಷಮೆ ಕೇಳಿದೆ ಅಂತ ಹೇಳು. ಹಾಗೇನೇ ರಾತ್ರಿ ಊಟಕ್ಕೆ ನನಗಾಗಿ ಕಾಯಲು ಹೇಳು. ನಾನು ಕ್ಷಮೆ ಕೇಳಿದ್ದನ್ನು ಹೇಳೋದು ಮರೆಯಬೇಡ!"

ವೇಗವಾಗಿ ಹೆಜ್ಜೆ ಹಾಕುತ್ತ ನಡೆದು ಕುದುರೆ ಬೆನ್ನಿನ ಮೇಲೆ ಜಿಗಿದು ಕುಳಿತು ತನ್ನೆರಡೂ ಬದಿಯಲ್ಲಿ ಸಾಲಾಗಿ ನಿಂತಿದ್ದ ಸೇವಕರನ್ನು ಹಾದು ಮಿಂಚಿನ ವೇಗದಲ್ಲಿ ಊರನ್ನು ದಾಟಿದ. ದಿನ ನಿತ್ಯ ಹಾದು ಹೋಗುತ್ತಿದ್ದ. ಕಾವೊಲಿಂಗ್ ಗದ್ದೆಗಳು ಕಾಣಿಸಿದವು. ಅಲ್ಲಿ ಏನೂ ಬೆಳೆಯದೆ ನಿರುಪಯುಕ್ತವಾಗಿದ್ದುದನ್ನು ತಿಳಿದಿದ್ದ ಕಾರಣ ಅವನು ಆ ಕಡೆ ಲಕ್ಷ ಕೊಡಲಿಲ್ಲ. ಒಂದೆರಡು ಬಾರಿ ಚಾಟಿ ಚುರುಕು ಮುಟ್ಟಿಸಿ ಒಂದೇ ಸಮನೆ ಸವಾರಿ ಮಾಡುತ್ತ ಅರವತ್ತು 'ಲೀ' ಗಳಷ್ಟು ದೂರ ಬಂದು ಬಿಟ್ಟ. ಮುಂದೆ ದಟ್ಟವಾದ ಕಾಡಿತ್ತು. ಅವನ ಕುದುರೆ ದಣಿದು ಏದುಸಿರು ಬಿಡುತ್ತಿದ್ದುದರಿಂದ ಸ್ವಲ್ಪ ನಿಧಾನಿಸಿದ. ಇನ್ನೊಂದು ಹತ್ತು ಲೀ ದೂರ ಸಾಗಿ ಕಾಡಿನೊಳಗೆ ಪ್ರವೇಶಿಸಿದ. ಆದರೆ ಅಲ್ಲಿ ಅವನಿಗೆ ಕಂಡದ್ದು

ಮಿಡತೆ, ಕಣಜ ಮತ್ತು ಚಿಟ್ಟೆಗಳು ಮಾತ್ರ. ಒಂದು ಹಕ್ಕಿಯ ಸುಳಿವಾಗಲೀ ಪ್ರಾಣಿಯ ಸುಳಿವಾಗಲೀ ಸಿಗಲಿಲ್ಲ. ತಾನೆಂದೂ ಬಾರದಿದ್ದ ಪ್ರದೇಶಕ್ಕೆ ಬಹಳ ಆಸೆಗಳನ್ನಿಟ್ಟುಕೊಂಡು ಬಂದಿದ್ದ. ಒಂದೆರಡು ನರಿಗಳೋ, ಮೊಲಗಳೋ ಸಿಗಬಹುದೆಂದು ಎಣಿಸಿದ್ದ. ಆದರೆ ಈಗ ಅದೆಲ್ಲವೂ ವ್ಯರ್ಥ ಕನಸುಗಳು ಎನಿಸಿದವು. ಇನ್ನೂ ಸ್ವಲ್ಪ ದೂರ ನಡೆದು, ಇನ್ನೊಂದು ಕಡೆ ಕಾವ್ಹೋಲಿಂಗ್ ಗದ್ದೆಗಳನ್ನು ನೋಡಿದ. ಅದರ ನಡುವೆ ದೂರದಲ್ಲಿ ಒಂದೆರಡು ಮಣ್ಣಿನ ಗುಡಿಸಲು ಕಾಣಿಸಿದವು. ಗಾಳಿ ಆಹ್ಲಾದಕರವಾಗಿತ್ತು. ಸೂರ್ಯ ಸ್ವಲ್ಪ ಬೆಚ್ಚಗಿದ್ದ, ಕಾಗೆಯಾಗಲೀ, ಗುಬ್ಬಚ್ಚಿಯಾಗಲೀ ಕೂಗಿದ ಸದ್ದು ಕೇಳಿಸಲಿಲ್ಲ.

"ಹಾಳಾಗಿ ಹೋಗಲಿ" ಮನಸ್ಸನ್ನು ಹಗುರುಗೊಳಿಸಿಕೊಳ್ಳಲು ಗೊಣಗಿಕೊಂಡ.

ಒಂದು ಹತ್ತೆಂಟು ಹೆಜ್ಜೆ ಮುಂದೆ ಹೋದದ್ದೇ, ಸಂತೋಷದಿಂದ ಅವನ ಮನಸ್ಸು ತೆರೆಯಿತು. ಸಮತಲ ನೆಲದ ಮೇಲೆ ದೂರದಲ್ಲಿದ್ದ ಆ ಮಣ್ಣಿನ ಗುಡಿಸಲು ಮುಂದೆ ಒಂದು ಕೋಳಿಯನ್ನು ನೋಡಿದ. ಒಂದೊಂದು ಹೆಜ್ಜೆಗೂ ಅದು ನಿಂತು ಕುಕ್ಕಿ ಆಯ್ದು ಕೊಳ್ಳುತ್ತಿದ್ದುದನ್ನು ನೋಡಿದರೆ ದೊಡ್ಡ ಪಾರಿವಾಳದಂತೆ ಕಾಣಿಸುತ್ತಿತ್ತು. ಬಿಲ್ಲನ್ನು ತೆಗೆದು ಬಾಣ ಹೂಡಿ ಹಗ್ಗ ಎಳೆದು ಬಿಟ್ಟಿದ್ದೇ ಬಾಣ ಉಲ್ಕಾಪಾತದಂತೆ ಬಿಲ್ಲಿನಿಂದ ಹೊರಟಿತು. ತನ್ನ ಬಾಣ ಎಂದೂ ಗುರಿ ತಪ್ಪಿದ್ದಿಲ್ಲದವೆಂದು ಖಾತರಿಯಿಂದ ಬಾಣ ಬಿಟ್ಟ ದಿಕ್ಕಿಗೆ ವೇಗವಾಗಿ ಹೆಜ್ಜೆ ಹಾಕಿ ತನ್ನ ಬೇಟೆಯನ್ನು ತೆಗೆದುಕೊಂಡು ಬರಬೇಕೆಂದು ಹೊರಟ. ಅವನು ಆ ಜಾಗ ತಲುಪಿದ್ದೇ ವಯಸ್ಸಾದ ಹೆಂಗಸೊಬ್ಬಳು ತಾನಿದ್ದ ಕುದುರೆಯ ಕಡೆಗೆ ಬರತೊಡಗಿದಳು. ಅವನು ಹೊಡೆದು ಬೀಳಿಸಿದ್ದ ದೊಡ್ಡ ಪಾರಿವಾಳವನ್ನು ಎತ್ತಿಕೊಂಡು ಗದರಿಸಿ ಕೇಳಿದಳು. "ಯಾರೋ ನೀನು? ಯಾಕೋ ನನ್ನ ಮೊಟ್ಟೆ ಇಡುವ ಕೋಳಿಯನ್ನು ಕೊಂದೆ? ನಿನಗೆ ಮಾಡೋಕೆ ಕೆಲಸ ಇಲ್ವ?"

ಯೀ ಎದೆ ಬಡಿತ ನಿಂತಿತು. ಸ್ವಲ್ಪ ಚೇತರಿಸಿಕೊಂಡು, "ಏನು ಅದು ಕೋಳೀನಾ?" ಭಯದಿಂದ ಕೇಳಿದ. "ನಾನು ಅದನ್ನು ಯಾವುದೋ ಕಾಡು ಪಾರಿವಾಳ ಎಂದುಕೊಂಡಿದ್ದೆ."

"ನಿಂಗೆ ಕಣ್ಣು ಕಾಣಿಸೋದಿಲ್ವೇನು? ನಲವತ್ತೆರಡಕ್ಕೂ ಮೀರಿದ ವಯಸ್ಸಾಗಿರಬೇಕಲ್ಲ?"

ಹೌದು ಮೇಡಂ ಹೋದ ವರ್ಷ ನಲವತ್ತೈದಕ್ಕೆ ಬಂತು. "ಮುದಿ ಮೂರ್ಖನಿಗಿಂತ ಬೇರೆ ಮೂರ್ಖ ಇರಲಾರ. ಕೋಳೀನ ಕಾಡು ಪಾರಿವಾಳ ಅಂದ್ಕೊಂಡ್ರೆ, ಏನಂತ ತಿಳ್ಕೋಬೇಕು? ಇಷ್ಟಕ್ಕೂ ನೀನು ಯಾರು?

"ನಾನು ಯೀ" ಇದನ್ನು ಹೇಳುತ್ತ ಗಮನಿಸಿದ, ತನ್ನ ಬಾಣ ನೇರವಾಗಿ ಕೋಳಿಯ ಎದೆ ಇರಿದು, ಕೂಡಲೇ ಸಾಯಿಸಿದೆ. ಕುದುರೆ ಇಳಿದು ಹೇಳುತ್ತಿದ್ದಂತೆ ಅವನ ಧ್ವನಿ ಕ್ಷೀಣವಾಯಿತು.

ಯೀ! ಆ ಹೆಸರನ್ನು ಎಂದೂ ಕೇಳಿಯೇ ಇಲ್ಲ!" ಅವನ ಮುಖವನ್ನು ಸೂಕ್ಷ್ಮವಾಗಿ ಗಮನಿಸಿದಳು.

"ನನ್ನ ಹೆಸರು ತಿಳಿದವರಿದ್ದಾರೆ, ಅದರಲ್ಲೂ ಸಜ್ಜನ ದೊರೆ ಯೋ ನ ಕಾಲದಲ್ಲಿ ನಾನು ಕಾಡು ಹಂದಿ, ಹಾವುಗಳನ್ನು ಬೇಟೆಯಾಡುತ್ತಿದ್ದೆ."

"ಲೋ ಸುಳ್ಳುಗಾರ ! ಹಂದಿಗಳನ್ನು ಹಾವುಗಳನ್ನು ಬೇಟೆಯಾಡುತಿದ್ದವರು ಫೆಂಗ್‌ಮೆಂಗ್ ಮತ್ತು ಇತರರು. ಬಹುಶಃ ಅವರಿಗೆ ನೀನು ಸಹಾಯ ಮಾಡಿರಬಹುದು. ಅದಕ್ಕೆಂತ ಎಲ್ಲಾ ನೀನೇ ಮಾಡಿದ್ದೂಂತ ಹೊಗಳಿಕೊಳ್ಳೋದು ಸರೀನಾ? ನಾಚಿಗೇಡು...."

"ಯಾಕೆ ಮೇಡಮ್, ಆ ಫೆಂಗ್‌ಮೆಂಗ್, ಕಳೆದ ಕೆಲವು ವರ್ಷಗಳಿಂದ ನನ್ನಲ್ಲಿಗೇ ಬಂದು ಕಲಿಯಲು ಶುರುಮಾಡಿದ್ದ. ನಾವಿಬ್ಬರೂ ಒಟ್ಟಿಗೆ ಎಂದೂ ಕೆಲಸ ಮಾಡಲಿಲ್ಲ. ಅವನೆಂದೂ ನನ್ನ ಜೊತೆ ಭಾಗಹಿಸಲಿಲ್ಲ.

"ಸುಳ್ಳುಗಾರ! ಎಲ್ಲರೂ ಹಾಗೇಂತಲೇ ಹೇಳ್ತಾರೆ. ತಿಂಗಳಿಗೆ ನಾಲ್ಕೈದು ಸಲವಾದರೂ ಹಾಗಂತ ಹೇಳ್ತಾರೆ."

"ಸರಿ ಬಿಡು, ಈಗ ನೇರವಾಗಿ ಮಾತಿಗೆ ಬರೋಣ ಈಗ ಈ ಕೋಳಿ ವಿಷಯ ಏನೂ?"

"ಅದಕ್ಕೆ ಪರಿಹಾರ ಕೊಡಬೇಕು. ಅದು ನನಗೆ ತೀರಾ ಬೇಕಾದ್ದು. ಪ್ರತಿದಿನಾ ನನಗೆ ಒಂದೊಂದು ಮೊಟ್ಟೆ ಕೊಡ್ತಿತ್ತು. ಅದಕ್ಕಾಗಿ, ಅದರ ಬದಲಿಗೆ ಎರಡು ಗುದ್ದಲಿ ಮತ್ತು ಮೂರು ಕದಿರಣೆಗೆ () ಕೊಡಬೇಕು."

"ನೋಡಿ ಮೇಡಮ ನಾನು ನೆಲ ಊಳೋದು ಇಲ್ಲ. ನೂಲು ತೆಗೆಯೋದೂ ಇಲ್ಲ. ಆದ್ದರಿಂದ ಗುದ್ದಲಿಗಳನ್ನು ಕದಿರಣೆಗೆಗಳನ್ನು ಎಲ್ಲಿಂದ ತರಲಿ? ಈಗ ನನ್ನ ಹತ್ತಿರ ಹಣವೂ ಇಲ್ಲ. ಬೇಯಿಸಿದ ಐದು, ಬಿಳಿ ಹಿಟ್ಟಿಂದ ಮಾಡಿದ ರೊಟ್ಟಿಗಳಿವೆ. ಕೋಳಿಗೆ ಬದಲಾಗಿ ರೊಟ್ಟಿಗಳನ್ನು, ಈರುಳ್ಳಿ ದಂಟುಗಳನ್ನು ಪಾಪ್ರಿರಾ ಪೊಟ್ಟಣವನ್ನೂ ಕೊಡ್ತೇನೆ ಏನು ಹೇಳ್ತಿ?"

ಒಂದು ಕೈಯಿಂದ ಚೀಲದೊಳಗಿನ ರೊಟ್ಟಿಗಳನ್ನು ತೆಗೆಯುತ್ತ ಮತ್ತೊಂದು ಕೈಯಲ್ಲಿ ಕೋಳಿ ಹಿಡಿದ.

ಬಿಳಿ ಹಿಟ್ಟಿನಿಂದ ಮಾಡಿದ ರೊಟ್ಟಿಗಳನ್ನು ತೆಗೆದುಕೊಳ್ಳಲು ಮುದುಕಿಗೆ ಅಭ್ಯಂತರವಿರಲಿಲ್ಲ. ಆದರೆ ಹದಿನ್ಯೆದು ರೊಟ್ಟಿ ಬೇಕೆಂದು ಹಠ ಹಿಡಿದಳು. ಕಡೆಗೆ ಚೌಕಾಶಿ ಮಾಡಿ ಹತ್ತಕ್ಕೆ ಒಪ್ಪಿಸಲಾಯಿತು. ಯೆ ಹೆಚ್ಚೆಂದರೆ ನಾಳೆ ಮಧ್ಯಾಹ್ನದ ಒಳಗೆ ಉಳಿದವುಗಳನ್ನು ತಂದುಕೊಡುವುದಾಗಿ ಭರವಸೆ ಕೊಟ್ಟ. ತನ್ನ ಬಾಣವನ್ನು ನಂಬಿಕೆಗಾಗಿ ಅವಳಲ್ಲಿಯೇ ಇರಿಸಿದ. ಈಗ ಅವನಿಗೆ ಸಮಾಧಾನವಾಗಿತ್ತು. ಸತ್ತ ಕೋಳಿಯನ್ನು ಚೀಲದೊಳಕ್ಕೆ ತುರುಕಿದ. ಕುದುರೆ ಬೇನ್ನೇರಿ ಕುಳಿತು ಮನೆ ಕಡೆ ದೌಡಾಯಿಸಿದ. ಹಸಿದು ಕಂಗಾಲಾಗಿದ್ದರೂ ಸಂತೋಷವಾಗಿದ್ದ. ಕೋಳಿ ಸಾರು ತಿಂದು ಒಂದು ವರ್ಷಕ್ಕೂ

ಹೆಚ್ಚಾಗಿತ್ತು. ಕಾಡಿಂದ ಹೊರಗೆ ಬಂದಾಗ ಮಧ್ಯಾಹ್ನವಾಗಿತ್ತು. ಮನೆಗೆ ಬೇಗ ಸೇರಬೇಕೆಂಬ ತವಕದಲ್ಲಿ ಒಂದೆರಡು ಚಾಟಿ ಏಟು ಬಿಟ್ಟ. ಅವನ ಕುದುರೆ ಸಾಕಷ್ಟು ದಣಿದಿತ್ತು. ಹೀಗಾಗಿ ಮುಸ್ಸಂಜೆಯಾಗುವವರೆಗೂ ಕಾವ್ಹೋಲಿಂಗ್ ಗದ್ದೆಗಳನ್ನು ತಲುಪಲು ಸಾಧ್ಯವಾಗಲಿಲ್ಲ. ಸ್ವಲ್ಪ ದೂರ ಮನುಷ್ಯಾಕೃತಿಯ ನೆರಳು ಕಾಣಿಸಿತು. ಒಂದೇ ಸಲಕ್ಕೆ ಬಾಣವೊಂದು ಅವನೆಡೆಗೆ ಗಾಳಿಯಲ್ಲಿ ಹಾದು ಬಂತು.

ಹೆಜ್ಜೆ ಹಾಕುತ್ತಿದ್ದ ಕುದುರೆಗೆ ಕಡಿವಾಣ ಹಾಕದೆ, ಯೀ ತನ್ನ ಬಿಲ್ಲಿಗೆ ಬಾಣವೇರಿಸಿ ಬಿಟ್ಟ. "ಝುಂಗ್"–ಸದ್ದಿನೊಡನೆ ಎರಡು ಬಾಣಗಳೂ ಡಿಕ್ಕಿ ಹೊಡೆದು ಕಿಡಿಗಳು ಹಾರಿದವು. ಎರಡೂ ಕಡೆಯಿಂದ ಹೂಡಿದ ಬಾಣಗಳು ತಲೆಕೆಳಗಾದ v ಅಕ್ಷರದಂತೆ ಪರಸ್ಪರ ಸಿಡಿದು ನೆಲಕ್ಕುರುಳುವ ಮೊದಲು ಕಾಣಿಸಿತು. ಎರಡೂ ಕಡೆಗಳಿಂದ ಬಾಣ ಪ್ರಯೋಗ ನಡೆದು ಬಾಣಗಳು ಡಿಕ್ಕಿ ಹೊಡೆದು ಕೆಳಗುರುಳುತ್ತಿದ್ದವು. ಇದೇ ರೀತಿ ಒಂಬತ್ತು ಸಲ ನಡೆಯಿತು. ಯೀ ನ ಬತ್ತಳಿಕೆ ಖಾಲಿಯಾಗಿತ್ತು. ಈಗ ತನ್ನೆದುರು ಫೆಂಗ್‌ವೆಂಗ್ ನಿಂತು ತನ್ನ ಕುತ್ತಿಗೆಗೆ ಗುರಿಯಿಟ್ಟು ಹೆಮ್ಮೆಯಿಂದ ಬೀಗುತ್ತಿದ್ದುದನ್ನು ನೋಡಿದ.

"ಓಹೋ, ಹೀಗೋ" ಯಿ ಯೋಚಿಸಿದ. ಇಲ್ಲೇ ಸಮುದ್ರ ತೀರದಲ್ಲಿ ಅಲೆದಾಡುತ್ತ ಮೀನು ಹಿಡಿಯುತ್ತಿದ್ದು, ಈಗ ಇಂಥ ದರಿದ್ರ ಕೆಲಸ ಮಾಡಲು ಹೊರಟಿರಬೇಕು. ಆ ಮುದುಕಿ ಆಗ ಮಾತಾಡಿದ್ದು ಈಗ ಅರ್ಥ ಆಗ್ತಿದೆ...."

ಮಿಂಚಿನಂತೆ, ಚಂದ್ರನ ಆಕಾರದಲ್ಲಿದ್ದ ಬಿಲ್ಲಿನಿಂದ ಹೊರಟ ಬಾಣ ಯೀನ ಕುತ್ತಿಗೆಯೆಡೆಗೆ ಬರುತ್ತಿತ್ತು. ಗುರಿ ತಪ್ಪಿ ಬಾಣ ಯೀನ ಬಾಯಿಯೆಡೆಗೆ ಬಂದು ತಗುಲಿತು. ಯೀ ಎಡವಿ ದಿಗ್ಬ್ರಾಂತನಾಗಿ ನಿಂತವನು, ನೆಲಕ್ಕುರುಳಿದ, ಅವನ ಕುದುರೆ ನಿಶ್ಚಲವಾಗಿ ನಿಂತಿತು.

ಯೀ ಸತ್ತಿರಬೇಕೆಂದು ಭಾವಿಸಿದ ಫೆಂಗ್‌ಮೆಂಗ್ ಮೆಲ್ಲನೆ ಅಲ್ಲಿಂದ ಜಾರಿದ. ತನ್ನ ಗೆಲುವಿಗೆ ಗರ್ವ ಪಡುತ್ತ, ಹೆಣದತ್ತ ಮುಗಳ್ನಗುತ್ತ ನೋಡಿದ.

ಅವನು ದಿಟ್ಟಿಸುತ್ತ ನಿಂತಿರುವಾಗ ಯೀ ಕಣ್ಣು ಬಿಟ್ಟು ಎದ್ದು ಕುಳಿತ.

"ನೂರು ಸಲ ನನ್ನ ಹತ್ತಿರ ಬಂದಿದ್ದರೂ ನೀನಿನ್ನೂ ಏನನ್ನೂ ಕಲಿತಿಲ್ಲ" ಬಾಣವನ್ನು ಹೊರಕ್ಕೆ ಉಗುಳಿ ನಕ್ಕ. "ಬಾಣವನ್ನು ಅಗಿಯುವ ನನ್ನ ಕಲೆಯ ಪರಿಚಯ ನಿನಗಿಲ್ಲವೇನು? ಛೆ! ಛೆ!.... ಬಹಳ ಕೆಟ್ಟದಾಯ್ತು! ನಿನ್ನ ಈ ತಂತ್ರಗಳಿಂದ ನನಗೇನೂ ಪ್ರಯೋಜನವಿಲ್ಲ. ಕಲಿತ ಬಾಕ್ಸಿಂಗ್‌ನಿಂದ ಬಾಕ್ಸಿಂಗ್ ಕಲಿಸಿದ ಗುರುವನ್ನು ಕೊಲ್ಲುವುದಕ್ಕೆ ಆಗೊಲ್ಲ. ನಿನ್ನದೇ ಸ್ವತಂತ್ರ ರೀತಿಯನ್ನು ಕಲೀಬೇಕು."

"ನಿನ್ನಿಂದ ಕಲಿತ ಪಾಠದಿಂದಲೇ ನಿನಗೆ ಪಾಠ ಕಲಿಸಬೇಕೆಂದಿದ್ದೆ." ಗೊಣಗುಟ್ಟಿದ. ವಿಜಯಿಯಾಗಿದ್ದ ಫೆಂಗ್ ಮೆಂಗ್!

ತೃಪ್ತಿಯಾಗುವಷ್ಟು ನಗುತ್ತ ಎದ್ದು ನಿಂತ. "ಯಾವಾಗಲೂ ಏನಾದರೂ ಹೇಳಿ, ಕೇಳುಪವರಸ್ನು ಬೇಸ್ತು ಬೀಳಿಸಬೇಕೆಂದುಕೊಳ್ಳುತ್ತೀಯ. ಆ ಮುದುಕಿ ಅಂತಹವರನ್ನು

ಮರುಳು ಮಾಡಬಹುದೇ ಹೊರತ, ನನ್ನಂಥವರನ್ನಲ್ಲ. ಯಾವಾಗಲೂ ಬೇಟೆಯಾಡಿದ್ದೇನೆಯೇ ಹೊರತಾಗಿ, ನಿನ್ನ ಹಾಗೆ ದಾರಿಗಳ್ಳನಾಗಿರಲಿಲ್ಲ...."

ಚೀಲದಲ್ಲಿದ್ದ ಕೋಳಿ ನಜ್ಜುಗುಜ್ಜಾಗದೆ ಇದ್ದುದನ್ನು ನೋಡಿ ಸಮಾಧಾನ ಪಟ್ಟುಕೊಂಡ. ಕುದುರೆ ಹತ್ತಿ ದೌಡಾಯಿಸಿದ.

"ಹಾಳಾಗಿ ಹೋಗು" ... ಶಾಪವ್ಹೊಂದು ಹಿಂಬಾಲಿಸಿತು.

"ಅವನು ಇಷ್ಟು ಹಾಳಾಗಿ ಹೋಗಬೇಕಾ? ಇಷ್ಟು ಚಿಕ್ಕವನು. ಹೀಗೆ ಶಾಪ ಗೀಪ ಹಾಕೋದು ನೋಡು. ಆ ಮುದುಕಿ ಅವನನ್ನು ನಂಬಿದ್ದು ಆಶ್ಚರ್ಯವೇನಲ್ಲ" ದುಃಖದಿಂದ ತಲೆಯಾಡಿಸುತ್ತಾ ಮುಂದೆ ಸಾಗಿದ.

ಕಾವ್ಹೊಲಿಯಾಂಗ್ ಗದ್ದೆಗಳ ಕೊನೆಗೆ ಬರುವಷ್ಟು ಹೊತ್ತಿಗೆ ರಾತ್ರಿಯಾಗಿತ್ತು. ದಟ್ಟ ನೀಲಿ ಆಕಾಶದಲ್ಲಿ ನಕ್ಷತ್ರಗಳು ಕಾಣಿಸಿಕೊಂಡವು. ಪಶ್ಚಿಮ ದಿಕ್ಕಿನಲ್ಲಿ ಸಂಜೆ ನಕ್ಷತ್ರಗಳು ಕಾಣಿಸಕೊಂಡವು. ಪಶ್ಚಿಮ ದಿಕ್ಕಿನಲ್ಲಿ ಸಂಜೆ ನಕ್ಷತ್ರ ಅಪರೂಪ ಕಾಂತಿಯಿಂದ ಹೊಳೆಯುತ್ತಿತ್ತು. ಕುದುರೆ ಕಾವ್ಹೊಲಿಂಗ್ ಗದ್ದೆಗಳ ನಡುವಿನ ಹಾದಿ ಹಿಡಿದು ಹೆಜ್ಜೆ ಹಾಕುತ್ತಿತ್ತು. ಅದು ಬಹಳ ದಣಿದಿದ್ದರಿಂದ ಎಂದಿಗಿಂತ ನಿಧಾನವಾಗಿ ಮುಂದೆ ಸಾಗುತ್ತಿತ್ತು. ಅದೃಷ್ಟವಶಾತ್ ಆಕಾಶದಲ್ಲಿ ಚಂದ್ರನ ಬೆಳ್ಳಿ ಬೆಳಕನ್ನ ಚೆಲ್ಲುತ್ತಿತ್ತು.

"ಹಾಳಾಗಿ ಹೋಗಲಿ!" ಯೀನ ಹೊಟ್ಟೆಯಲ್ಲಿ ಗುಲು ಗುಲು ಆರಂಭವಾಯಿತು. ಸಹನೆ ಕಳೆದುಕೊಂಡ. ಎಷ್ಟು ಕಷ್ಟಪಟ್ಟು ಜೀವನ ನಡೆಸುವುದಕ್ಕೆ ಪ್ರಯತ್ನಿಸಿದರೆ, ಅಷ್ಟೂ ಕಷ್ಟವೇ ಹೆಚ್ಚಾಗುತ್ತಿದೆ. ಆಗಬಾರದ್ದೆಲ್ಲ ಆಗಿ ಸುಮ್ಮನೆ ವ್ಯರ್ಥವಾಗುತ್ತಿದೆ." ಮತ್ತೊಮ್ಮೆ ಕುದುರೆಗೆ ಚುರುಕು ಮುಟ್ಟಿಸಿದ. ಕುದುರೆ ಸುಮ್ಮನೆ ತಿರುಗಿ ನೋಡಿ, ಮೊದಲಿನಷ್ಟೇ ನಿಧಾನವಾಗಿ ಸಾಗಿತು.

"ತುಂಬಾ ಹೊತ್ತಾಗಿದೆ. ಚಾಂಗೋ ಖಂಡಿತ ಕೋಪ ಮಾಡಿಕೊಂಡು ಇರ್ತಾಳೆ ಎಂದು ಯೋಚಿಸಿದ. ಸಿಟ್ಟಿಂದ ಎಗರಿ ಬೀಳ್ತಾಳೆ. ಅಬ್ಬ ಸದ್ಯ ಈ ಕೋಳಿಯಾದರೂ ಇದೆಯಲ್ಲ ಸಮಾಧಾನ ಪಡಿಸೋಕೆ! ನಾನು ಹೇಳ್ತೇನೆ. "ಮೇಡಂ ನಾನು ನಿನಗಾಗಿ ಇದನ್ನ ತರೋಕೇಂತ ಇನ್ನೂರು ಲೀಗಳಷ್ಟು ದೂರ ಕ್ಷಮಿಸಿದೆ...:" ಬೇಡ ಯಾಕೋ ಚೆನ್ನಾಗಿಲ್ಲ. ತುಂಬ ಹೊಗಳಿಕೊಂಡ ಹಾಗೆ ಅನ್ನಿಸುತ್ತೆ.

ಮುಂದೆ ದೀಪಗಳು ಕಾಣಿಸಿದ್ದೇ ಅವನ ಚಿಂತೆ ದೂರವಾಗಿ ಸಂತೋಷವಾಯಿತು. ಯಾವುದೇ ಪ್ರಚೋದನೆ ಇಲ್ಲದೆ ಕುದುರೆ ನಾಗಾಲೋಟದಿಂದ ಸಾಗಿತು. ದುಂಡನೆಯ ಮಂಜು ಬಿಳಿಪಿನ ಚಂದ್ರ ತನ್ನ ಮುಂದಿದ್ದ ದಾರಿಯನ್ನು ಬೆಳಗಿದ. ತಣ್ಣನೆಯ ಗಾಳಿ ಅವನ ಕೆನ್ನೆಗಳಿಗೆ ತಂಪು ನೀಡಿತು. ದೊಡ್ಡ ಬೇಟೆಯಿಂದ ಮನೆಗೆ ಹಿಂತಿರುಗುವುದಕ್ಕಿಂತ ಇದು ಹಿತವೆನಿಸಿತು.

ಕುದುರೆ ತನಗೆ ತಾನೇ ಕಸದ ರಾಶಿಯ ಪಕ್ಕದಲ್ಲಿ ನಿಂತುಕೊಂಡಿತು. ಯೀ ಒಮ್ಮೆ ಕಣ್ಣು ಹಾಯಿಸಿದ. ಏನೋ ವ್ಯತ್ಯಾಸವಾದಂತೆ ಕಾಣಿಸಿತು. ಇಡೀ ಮನೆ ಅಸ್ತವ್ಯಸ್ತದಂತಿತ್ತು.

ಚಾವ್ಞೇ ಫೂ ಮಾತ್ರವೇ ಅವನನ್ನು ಸ್ವಾಗತಿಸಲು ಹೊರಗೆ ಬಂದ.

"ಏನಾಯ್ತು? ವ್ಯಾಂಗ್ ಷೆಂಗ್ ಎಲ್ಲಿ? ಅವನು ಕೇಳಿದ.

"ಯಜಮಾನಿಯನ್ನು ಹುಡುಕಿಕೊಂಡು ಯಾವ್ಞೋ ಮನೆಗೆ ಹೋಗಿದ್ದಾನೆ."

"ಏನು? ನಿನ್ನ ಯಜಮಾನಿ ಯಾವ್ಞೋ ಮನೆಗೆ ಹೋಗಿದ್ದಾಳೆಯೇ? ಇಳಿಯಬೇಕೆನ್ನುವುದನ್ನೂ ಮರೆತು ದಿಗ್ಭ್ರಾಂತನಾಗಿದ್ದ.

"ಹೌದು ಸ್ವಾಮಿ ಹೇಳುತ್ತಾ ಅವನಿಂದ ಜೇನು ಮತ್ತು ಚಾಟಿಯನ್ನು ತೆಗೆದುಕೊಂಡ.

ನಂತರ ಯೀ ಕುದುರೆಯಿಂದ ಇಳಿದು ಮನೆಯ ಹೊಸ್ತಿಲು ದಾಟಿದ ಮುರಕ್ಷಣ ಏನನ್ನೋ ಕೇಳಬೇಕೆಂದುಕೊಂಡು ತಿರುಗಿದ.

"ನನಗಾಗಿ ಕಾದು ಕಾದು ಬೇಸತ್ತು ಹೋಟೆಲ್ಗೆ ಹೋಗಿಲ್ಲ ಅಂತ ಖಾತ್ರಿ ಏನು?"

"ಖಂಡಿತ ಇಲ್ಲ. ನಾನು ಎಲ್ಲ ಹೋಟೆಲುಗಳಲ್ಲಿಯೂ ವಿಚಾರಿಸಿದೆ. ಇರಲಿಲ್ಲ."

ಯೋಚನೆಯಲ್ಲಿ ತಲೆ ತಗ್ಗಿಸಿದ. ಯೀ ಮನೆ ಒಳಗೆ ಹೋದ. ಮೂರು ಜನ ಕೆಲಸದ ಹೆಣ್ಣುಗಳು ಹೆದರಿಕೆಯಿಂದ ಹಜಾರದ ಮುಂದುಗಡೆ ನಿಂತಿದ್ದರು. ಅವನು ಆಶ್ಚರ್ಯದಿಂದ ಗಟ್ಟಿಯಾಗಿ ಅಬ್ಬರಿಸಿದ. "ಏನೂ ನೀವೆಲ್ಲ ಇಲ್ಲೇ ಇದ್ದೀರಾ? ನಿಮ್ಮ ಯಜಮಾನಿ ಒಬ್ಬಳೇ ಯಾವ್ಞೋ ಮನೆಗೆ ಎಂದೂ ಹೋಗೋದಿಲ್ಲ."

ಅವರೆಲ್ಲ ಮೌನವಾಗಿ ಅವನತ್ತ ನೋಡಿದರು. ನಂತರ ಅವನಿಂದ ಬಿಲ್ಲು, ಬಾಣ, ಚೀಲಗಳನ್ನು ಕೋಳಿಯ ಸಹಿತವಾಗಿ ತೆಗೆದುಕೊಂಡರು. ಒಂದು ಕ್ಷಣ ಯೀ ಗೆ ಭಯವಾಯಿತು. ಒಂದು ವೇಳೆ ಚಾಂಗೋ ಏನಾದರೂ ಕೋಪದಲ್ಲಿ ಆತ್ಮಹತ್ಯೆ ಮಾಡಿಕೊಂಡಿದ್ದರೆ? ನೂಕೆಂಗನ್ನು ಚಾವ್ಞೇ ಫೂ ಬಳಿಗೆ ಕಳಿಸಿ ಹಿಂದೆ ಇದ್ದ ಕೊಳ ಮತ್ತು ಮರಗಳ ನಡುವೆ ಹುಡುಕಲು ಹೇಳಿದ. ಕೋಣೆ ಒಳಗೆ ಬಂದಾಗ, ಬಹುಶಃ ತನ್ನ ಊಹೆ ತಪ್ಪಿದ್ದರೂ ಇರಬಹುದೆನಿಸಿತು. ಕೊಠಡಿಯೆಲ್ಲ ಅಸ್ತವ್ಯಸ್ತವಾಗಿತ್ತು. ಡ್ರಾಯರ್ಗಳೆಲ್ಲ ತೆರೆದಿದ್ದವು. ಹಾಸಿಗೆ ಹಿಂದೆ ಒಮ್ಮೆ ಕಣ್ಣು ಹಾಯಿಸಿದಾಗ ಆಭರಣದ ಪೆಟ್ಟಿಗೆ ಮಾಯವಾಗಿರುವುದು ಕಾಣಿಸಿತು. ಕೊರೆವ ತಣ್ಣನೆಯ ನೀರಿನಲ್ಲಿ ಮುಳಿಗಿದಂತೆನಿಸಿತು. ಚಿನ್ನ, ಮುತ್ತುಗಳು ಅವನಿಗೆ ಅಷ್ಟಾಗಿ ಬೇಕಾಗಿರಲಿಲ್ಲ. ಆದರೆ ಪೂಜಾರಿಯೊಬ್ಬ ಕೊಟ್ಟಿದ್ದ ಸಿದ್ಧರಸ ಅದೇ ಪೆಟ್ಟಿಗೆಯಲ್ಲಿತ್ತು.

ಒಂದೆರಡು ಸಲ ಆ ಕೋಣೆಯಲ್ಲಿ ಅತ್ತಿಂದಿತ್ತ ಓಡಾಡಿದ ಮೇಲೆ ಬಾಗಿಲಲ್ಲಿ ವ್ಯಾಂಗ್ಷೆಂಗ್ ನಿಂತಿರುವುದು ಕಾಣಿಸಿತು.

"ಸ್ವಾಮಿ, ಒಡತಿ ಯಾವ್ಞೋರ ಮನೆಯಲ್ಲಿ ಇಲ್ಲ. ಅವರು ಈ ದಿನ ಮಾಹ್ಜೊಂಗ್ ಆಟ ಆಡುತ್ತಿಲ್ಲ."

ಯೇ ಅವನ ಕಡೆ ನೋಡಿ ಸುಮ್ಮನಾದ. ವ್ಯಾಂಗ್‌ಷೆಂಗ್ ಅಲ್ಲಿಂದ ಹೊರಟ.

"ನೀವು ನನ್ನನ್ನು ಕರೆದಿರಾ ಸ್ವಾಮಿ?" ಚಾವ್ಚೋ ಫೂ ಒಳಗೆ ಬರುತ್ತಾ ಕೇಳಿದ.

ಯೇ, ಇಲ್ಲ ಎಂಬಂತೆ ತಲೆಯಾಡಿಸಿ, ಹೋಗಲು ಕೈಯಿಂದ ಸನ್ನೆ ಮಾಡಿದ.

ಕೋಣೆ ಒಳಗೆ ಓಡಾಡಿ ಕಡೆಗೆ ಹಜಾರಕ್ಕೆ ಬಂದು ಕುಳಿತುಕೊಂಡ. ತಲೆ ಎತ್ತಿ ಎದುರಿಗೆ ಗೋಡೆ ಮೇಲಿದ್ದ ಕುಂಕುಮ ಬಣ್ಣದ ಬಿಲ್ಲು ಬಾಣ, ಕಪ್ಪು ಬಿಲ್ಲು ಬಾಣಗಳನ್ನು, ಡೊಂಕು ಡೊಂಕಾದ ಬಿಲ್ಲು ಬಾಣಗಳನ್ನು, ಕತ್ತಿ, ಬಾಕುಗಳನ್ನು ನೋಡಿದ. ಸ್ವಲ್ಪ ಯೋಚಿಸಿದ ನಂತರ ಸ್ತಬ್ಧರಾಗಿ, ನಿಶ್ಚಲರಾಗಿ ನಿಂತಿದ್ದ ಸೇವಕಿಯರನ್ನು "ಒಡತಿ ಎಷ್ಟು ಹೊತ್ತಿಂದ ಕಾಣೆಯಾಗಿದ್ದಾಳೆ? ಎಂದು ವಿಚಾರಿಸಿದ.

"ನಾನು ದೀಪಾನ ಒಳಗೆ ತಂದಾಗ ಆಕೆ ಇರಲಿಲ್ಲ. ಆದರೆ ಆಕೆ ಹೋಗುವುದನ್ನು ಯಾರೂ ನೋಡಲೂ ಇಲ್ಲ." ಎಂದು ನೂ–ಯಿ ತಿಳಿಸಿದಲು. "ಆಕೆ ಔಷಧಿ ಏನಾದರೂ ತೆಗೆದುಕೊಂಡು ಹೋಗಿದ್ದನ್ನು, ಗಮನಿಸಿದ್ದೀರಾ? ಯೇ ಕೇಳಿದ.

"ಏನಾದರೂ ಮೇಲೆ ಹಾರೋದನ್ನು ನೋಡಿದೆಯೇನು? ಯೇ ಕೇಳಿದ.

"ಓಹ್" ನೂಹ್‌ಸಿನ್‌ಗೆ ಏನೋ ಹೊಳೆದ ಹಾಗಾಯಿತು. "ದೀಪ ಹಚ್ಚಿಟ್ಟು ಹೊರಗೆ ಬರುವಾಗ ಕಪ್ಪು ನೆರಳೊಂದು ಈ ಕಡೆ ಹಾರಿದ್ದನ್ನು ನೋಡಿದೆ. ಅದು ಒಡತೀದು ಇರಬಹುದೆಂದು ನಾನೆಂದೂ ಊಹಿಸಲಿಲ್ಲ" ಅವಳ ಮುಖ ಬಿಳುಚಿಕೊಂಡಿತು.

"ನಾನು ಅಂದುಕೊಂಡ ಹಾಗೇ ಆಗಿರಬೇಕು." ತನ್ನ ತೊಡೆಗಳನ್ನು ತಟ್ಟಿಕೊಂಡು ಎದ್ದುನಿಂತ. ನೂ–ಸಿನ್‌ನ ಕೇಳಬೇಕೆಂದು ಹೊರ ನಡೆದ. "ನೆರಳು ಯಾವ ಕಡೆ ಹಾರಿತು?" ಎಂದ.

ನೂ–ಸಿನ್ ಬೊಟ್ಟು ಮಾಡಿ ದಿಕ್ಕನ್ನು ತೋರಿಸಿದಲು. ಆದರೆ ಅವರಿಗೆ ಕಾಣಿಸಿದ್ದು ಆಕಾಶದಿಂದ ತೂಗು ಹಾಕಿದ್ದ ದುಂಡನೆಯ ಮಂಜು ಬಿಳಿಪಿನ ಚಂದ್ರ ಮತ್ತು ಆ ಬೆಳಕಿನಲ್ಲಿ ಅಸ್ಪಷ್ಟವಾದ ಬಯಲು ಮತ್ತು ಮರಗಳು ಮಾತ್ರ. ಅವನು ಮಗುವಾಗಿದ್ದಾಗ ಅವನ ಅಜ್ಜಿ ಚಂದ್ರನ ಲೋಕದಲ್ಲಿದ್ದ ಸುಂದರ ಪ್ರಕೃತಿಯ ದೃಶ್ಯಗಳನ್ನೆಲ್ಲ ವಿವರಿಸಿ ಹೇಳುತ್ತಿದ್ದಲು. ಇನ್ನೂ ಆ ವಿವರಣೆ ಮಸುಕು ಮಸಕಾಗಿ ಅವನ ನೆನಪಿನಲ್ಲಿತ್ತು. ನೀಲ ಸಮುದ್ರದಲ್ಲಿ ತೇಲುತ್ತಿದ್ದ ಚಂದ್ರನನ್ನು ನೋಡುತ್ತಿದ್ದಂತೆ ಅವನ ಕಾಲುಗಳು ಭಾರವೆನಿಸಿದವು.

ಅವನಲ್ಲಿ ಆವೇಶ ಬಂದ ಹಾಗಾಯಿತು. ಇದರಿಂದ ಅವನಿಗೆ ಕೊಲ್ಲಬೇಕೆನಿಸಿತು. ಅಡಿಯಿಂದ ಮುಡಿವರೆಗೆ ಹರಿದ ಸಿಟ್ಟಿನಿಂದ ಸೇವಕಿಯರ ಮೇಲೆ ಅಬ್ಬರಿಸಿದ.

"ನನ್ನ ಬಿಲ್ಲು ತೆಗೆದುಕೊಂಡು ಬನ್ನಿ, ಅದೇ, ನಾನು ಸೂರ್ಯರನ್ನು ಹೊಡೆದಿದ್ದೆನಲ್ಲ! ಹಾಗೆಯೇ ಮೂರು ಬಾಣಗಳನ್ನು ತನ್ನಿ!"

ನೂ–ಯೀ, ನೂ–ಕೆಂಗ್ ಇಬ್ಬರೂ ಭಾರವಾದ ಆ ಬಿಲ್ಲನ್ನು ಕೆಳಗೆ ಇಳಿಸಿ ಧೂಳು ಕೊಡವಿದರು. ಮೂರು ಬಾಣಗಳ ಜೊತೆಗೆ ಅದನ್ನು ಅವನ ಕೈಗೆ ಕೊಟ್ಟರು.

ಬಿಲ್ಲನ್ನು ಒಂದು ಕೈಲಿ ಹಿಡಿದು, ಅದಕ್ಕೆ ಮೂರು ಬಾಣಗಳನ್ನು ಹೂಡಿ, ನೇರವಾಗಿ ಚಂದ್ರನಿಗೆ ಗುರಿಯಿಟ್ಟು ಎಳೆದ. ಬಂಡೆಯ ಮೇಲೆ ಗಟ್ಟಿಯಾಗಿ ಕಾಲೂರಿ ನಿಂತಿದ್ದ. ಅವನ ಕಣ್ಣು ಮಿಂಚನ್ನು ಎಸೆದಿತ್ತು. ಅವನ ಗಡ್ಡ ಮೀಸೆಗಳು ಬೆಂಕಿಯ ಜ್ವಾಲೆಗಳಂತೆ ಗಾಳಿಯಲ್ಲಿ ಹಾರಾಡುತ್ತಿದ್ದವು. ಮತ್ತೊಮ್ಮೆ ಅವನಿಗೆ ಬಹಳ ಬಹಳ ಹಿಂದೆ ಸೂರ್ಯನನ್ನೇ ಹೊಡೆದ ಹೀರೋನಂತೆ ತಾನು ಎನಿಸಿತು.

ಒಂದೇ ಒಂದು ಸೀಟಿ ಕೇಳಿಸಿತು. ಮೂರು ಬಾಣಗಳು ಒಂದರ ಹಿಂದೆ ಒಂದು ವೇಗವಾಗಿ, ಬಿಲ್ಲಿನಿಂದ ಹೊರಟವು. ಕಣ್ಣಿನಿಂದ ನೋಡಲಾಗದಷ್ಟು ಕಿವಿಯಿಂದ ಕೇಳಲಾಗದಷ್ಟು ವೇಗವಾಗಿದ್ದವು ಅವು. ಅವೆಲ್ಲವೂ ಒಂದರ ಹಿಂದೆ ಒಂದು ಇದ್ದದ್ದರಿಂದ ಒಂದೇ ಜಾಗಕ್ಕೆ ತಗಲಿರಬೇಕು. ಅವು ತಮ್ಮ ಗುರಿಯನ್ನು ತಪ್ಪಬಾರದೆಂಬ ಕಾರಣಕ್ಕೆ ಒಂದೊಂದನ್ನು ತೀರಾ ಸ್ವಲ್ಪವಾಗಿ ಬೇರೆ ಬೇರೆ ದಿಕ್ಕಿಗೆ ಜೋಡಿಸಿದ್ದ. ಹಾಗಾಗಿ ಅವು ಮೂರು ಬಾಣಗಳೂ ಮೂರು ದಿಕ್ಕುಗಳಿಂದ ಹೊರಟು ಮೂರು ಕಡೆ ಫಾಸಿ ಮಾಡುವುದು ಖಚಿತವಾಗಿತ್ತು.

ಸೇವಕಿಯರು ಚಿಟ್ಟನೆ ಚೀರಿದರು. ಚಂದ್ರ ನಡುಗುತ್ತಿದ್ದಂತೆ ಮತ್ತು ಇನ್ನೇನೂ ಬಿದ್ದೆ ಬಿಡುತ್ತಿದ್ದಾನೆಂಬಂತೆ ಕಾಣಿಸಿತು. ಆದರೆ ಹಾಗೇನೂ ಆಗದೆ ಚಂದ್ರ ಮೂರು ಹೆಜ್ಜೆ ಹಿಂದೆ ಬಿದ್ದ. ಮೂರು ಹೆಜ್ಜೆ ಹಿಂದೆ ಹೋದರೆ, ಚಂದ್ರ ಮೂರು ಹೆಜ್ಜೆ ಮುಂದೆ ಬಂದ.

ಇಬ್ಬರೂ ಮೌನವಾಗಿ ಒಬ್ಬರನ್ನೊಬ್ಬರು ನೋಡಿದರು. ಅವನು ಕೂತು ನಿಟ್ಟುಸಿರಿಟ್ಟ. "ಸರಿ ಬಿಡಿ, ನಿಮ್ಮ ಒಡತಿ ಇನ್ನು ಮುಂದೆ ಯಾವಾಗಲೂ ಸುಖವಾಗಿ ಇರ್ತಾಳೆ. ನನ್ನೊಬ್ಬನನ್ನು ಇಲ್ಲಿ ಬಿಟ್ಟು ಅಲ್ಲಿಗೆ ತಾನೊಬ್ಬಳೇ ಹಾರಿ ಹೋಗಲು ಮನಸ್ಸಾದರೂ ಹೇಗೆ ಬಂತು? ಯಾಕೆ ನನಗೆ ವಯಸ್ಸಾಗಿ ಹೋಯಿತು, ಅಂತ ಅನ್ನಿಸ್ತಾ? ಹೋದ ತಿಂಗಳೇ ಹೇಳಿದ್ದಲ್ಲ! ನೀನೇನೂ ಮುದುಕ ಆಗಿ ಹೋಗಿಲ್ಲ. ಹಾಗೇನಾದರೂ ವಯಸ್ಸಾಗಿದೆ, ಮುದುಕ ಆಗಿದ್ದೇನೆ ಎಂದುಕೊಂಡರೆ ಅದು ಮನಸ್ಸಿನ ದೌರ್ಬಲ್ಯ ಅಷ್ಟೆ!" ಎಂದಿದ್ದಳು.

"ಹಾಗೇನೂ ಇರಲಾರದು" ನೂ– ಯೀ ಹೇಳಿದಳು.

"ಜನ ಈಗಲೂ ನಿಮ್ಮನ್ನು ಹೀರೋ ಅಂತಲೇ ತಿಳೀತಿದ್ದಾರೆ ಸ್ವಾಮಿ."

"ಹೇ ಒಂದೊಂದು ಸಲ ನೀನು ಒಳ್ಳೇ ಕವಿ ಥರ ಕಾಣಿಸ್ತೀಯ" ನೂ–ಸಿನ್ ಹೇಳಿದಳು.

"ಏನಿಲ್ಲ ಸುಮ್ಮಿರು. ವಿಷಯ ಏನೂಂದ್ರೆ, ನೂಡಲ್ಸ್ ಮತ್ತು ಕಾಗೆ ಸೂಪ್ ತಿನ್ನೋದು ಸಾಧ್ಯ ಆಗ್ತಿರಲಿಲ್ಲ. ಅದು ಅವಳ ತಪ್ಪಲ್ಲ...."

ಆ ಚಿರತೆ ಚರ್ಮ ಒಂದು ಕಡೆ ಹರಿದು ಹೋಗಿದೆ. ಗೋಡೇ ಕಡೆಗಿರೋ ಕಾಲಿನಿಂದ ಒಂದು ಚೂರು ಕತ್ತರಿಸಿ, ಹೊಲಿಗೆ ಹಾಕಿ ಸರಿ ಮಾಡ್ತೇನಿ. ನೋಡೋಕೆ ಆಗ ಚೆನ್ನಾಗಿರುತ್ತೆ." ನೂಸಿನ್ ಒಳಗೆ ನಡೆದಳು.

"ಸ್ವಲ್ಪ ಇರು." ಯೀ ಹೇಳಿ ಯೋಚಿಸಿದ. ಈಗ ಅದಕ್ಕೆ ಅವಸರ ಇಲ್ಲ. ನಾನು ಹಸಿವಿನಿಂದ ಸಾಯ್ತಿದ್ದೀನಿ. ಬೇಗ ಹೋಗಿ ಕೋಳಿ ಮತ್ತು ಪಾಪ್ರಿಕಾ ಹಾಕಿ ಏನಾದರೂ ಪಲ್ಯಮಾಡಿ, ದೋಸೆ ಮಾಡು. ತಿಂದಾದ ಮೇಲೆ ಮಲಗಲು ಹೋಗ್ತೀನಿ. ನಾಳೆ ಹೋಗಿ ಮತ್ತೆ ಆ ಪೂಜಾರೀನ ಸಿದ್ಧಸಿ ಕೊಡೋಕೆ ಹೇಳ್ತೀನಿ. ನಾನೂ ಅದರಿಂದ ಅವಳ ಹಿಂದೆ ಹೋಗಬಹುದು. ಬ್ಯಾಂಗ್ ಫೆಂಗ್‌ಗೆ ಹೇಳು, ನನ್ನ ಕುದುರೆಗೆ ನಾಲ್ಕು ಸೇರು ಹುರಳಿ ತಿನ್ನಿಸಲಿ!"

••

ನಮ್ಮ ಪ್ರಕಟಣೆಗಳು

1.	ಕನಸುಗಳಿಗೆ ಕಿನಾರಗಳಿರುವುದಿಲ್ಲ*	ರವಿಕುಮಾರ್	ರೂ. 70.00
2.	ಕಿಲಾರಿ *	ಡಾ. ಎಸ್.ಎಂ. ಮುತ್ತಯ್ಯ	ರೂ. 50.00
3.	ಸಂವೇದನೆ (ಬರಗೂರು ರಾಮಚಂದ್ರಪ್ಪ ಜೀವನ ಮತ್ತು ಸಾಹಿತ್ಯ)*		
		ಡಾ. ಎಸ್. ಮಾರುತಿ	ರೂ. 160.00
4.	ಬೆಳಕಿನ ಪಾದ *	ಬಾಲಕೃಷ್ಣ ನಾಯಕ್ ಡಿ.	ರೂ. 40.00
5.	ಪಾತ್ರಗಳು ಇರಲಿ ಗೆಳೆಯ *	ಸತ್ಯನಾರಾಯಣರಾವ್ ಅಣತಿ	ರೂ. 50.00
6.	ದೂಸ್ರಾ *	ರವಿಕುಮಾರ್	ರೂ. 60.00
7.	ನೆಲದ ಮರೆಯ ನಿಧಾನ *	ಸಿದ್ದು ಯಾಪಲಾಪರವಿ	ರೂ. 40.00
8.	ಅಪರೂಪದ ಮನುಷ್ಯ *	ಆತ್ಮಕೂರ ವಾಮನಾಚಾರ್ಯ	ರೂ. 80.00
9.	ವಸಂತಶ್ರೀ *	ಡಿ.ಅರ್. ನಾಗರಾಜ್	ರೂ. 70.00
10.	ಮಹಿಳೆ ಮತ್ತು ದುಡಿಮೆ *	ಡಾ. ಬಿ.ಹೆಚ್. ಅಂಜನಪ್ಪ	ರೂ. 200.00
11.	ಸರ್ವಜ್ಞನ ವಚನಗಳು	ಡಾ. ಕೆ.ಅರ್. ಗಣೇಶ್	ರೂ. 200.00
12.	ಕೃತಿಪ್ರವೇಶ (ಪ್ರೊ. ಮಲ್ಲೇಪುರಂ ಜಿ. ವೆಂಕಟೇಶ್ ಅವರ ಕೃತಿಗಳ ಸಮಗ್ರ ಅವಲೋಕನ)	ಡಾ.ಎಸ್.ಎಸ್.ಅಂಗಡಿ.	ರೂ. 100.00
13.	ಮಣ್ಣಿನ ಕವಿತೆ *	ಡಾ. ನಿಂಗಪ್ಪ ಮುದೇನೂರು	ರೂ. 60.00
14.	ಸೊಂಡೂರು ಕುಮಾರಸ್ವಾಮಿ *	ಡಾ. ನಿಂಗಪ್ಪ ಮುದೇನೂರು	ರೂ. 160.00
15.	ಲಿಖಿತ – ಅಲಿಖಿತ *	ಡಾ. ಎಸ್.ಎಂ. ಮುತ್ತಯ್ಯ	ರೂ. 160.00
16.	ವರ್ತಮಾನ *	ಬಿ.ಪಿ. ಶಿವಾನಂದ ರಾವ್	ರೂ. 85.00
17.	ಗಾದೆಯ ಮಾತು *	ಪ್ರೊ. ಮಲ್ಲೇಪುರಂ ಜಿ. ವೇಂಕಟೇಶ್	ರೂ. 25.00
18.	ಹಡೆ ಏರಿಸಿದ ಸೂರ್ಯನ ಕುದುರೆ *	ಸತ್ಯನಾರಾಯಣ ರಾವ್ ಅಣತಿ	ರೂ. 25.00
19.	ನಿಜದ ಬೆಳಗು *	ಅಕ್ಕಿ ಬಸವೇಶ್	ರೂ. 30.00
20.	ವಚನ ಬೆಳಗು *	ಡಾ. ನಾಗರಾಜ ಎಂ.	ರೂ. 70.00
21.	ವರದಿಗಾರರೇ ಈ ಕಡೆ ಸ್ವಲ್ಪ ನೋಡಿ*	ಪಿ. ರಾಜೇಂದ್ರ	ರೂ. 60.00
22.	ನಮ್ಮ ಕರ್ನಾಟಕ	ಪಿ. ರಾಜೇಂದ್ರ	ರೂ. 70.00
23.	ವೇದ–ತಂತ್ರ–ಸಂಸ್ಕೃತಿ *	ಡಾ. ಜಿ.ಬಿ. ಹರೀಶ್	ರೂ. 90.00
24.	ಸಖಿ–ಸಖಿ (ಗಜಲ್‌ಗಳು) *	ರವಿ ಹಂಪಿ	ರೂ. 40.00
25.	ಆಕಾಶದ ಹಾಡು *	ಅನಸೂಯದೇವಿ	ರೂ. 120.00
26.	ಬಿಂಬದೊಳಗಣ ಪ್ರಾಣ *	ಡಾ. ಹೆಬ್ಬಾಲೆ ನಾಗೇಶ್	ರೂ. 50.00
27.	ವಿಜಯನಗರ ಸಾಮ್ರಾಜ್ಯದ ಕನಸುಗಾರ ಕುಮಾರರಾಮ	ಓಂಕಾರಪ್ಪ	ರೂ. 250.00
28.	ಮಳೆಗಾಲದ ಕಾಡು *	ಸ್ವಾಮಿನಾಥ	ರೂ. 30.00
29.	ವಾಲ್ಮೀಕಿ *	ಡಾ. ಸರಜೂ ಕಾಟ್ಕರ್	ರೂ. 100.00
30.	ಕರ್ನಾಟಕ ಬುಡಕಟ್ಟು ಭಾಷೆ *	ಡಾ. ಎಸ್.ಎಸ್. ಅಂಗಡಿ	ರೂ. 225.00
31.	ಕತ್ತಲ ಬೆಳಗು *	ಜ.ನಾ. ತೇಜಶ್ರೀ	ರೂ. 40.00
32.	ನವವಿಸರ್ಗ *	ಡಾ. ಕವಿತಾ ರೈ	ರೂ. 130.00
33.	ಕಡಲ ತಡಿಯ ತಲ್ಲಣ	ಉಷಾ ಕಟ್ಟೆಮನೆ	ರೂ. 150.00
		ಡಾ. ಪುರುಷೋತ್ತಮ ಬಿಳಿಮಲೆ	
34.	ಬಂಟರು ಬದುಕು ಮತ್ತು ಬದಲಾವಣೆ	ಡಾ. ಶೇಖರ	ರೂ. 300.00
35.	ಸೆಕ್ಸ್ ವರ್ಕರ್ ಒಬ್ಬಳ ಆತ್ಮಕಥನ	ಕೆ. ನಾರಾಯಣಸ್ವಾಮಿ	ರೂ. 150.00
36.	ಈಕ್ಷಣ *	ಜ್ಯೋತಿ ಗುರುಪ್ರಸಾದ್	ರೂ. 65.00
37.	ಗಣೇಶನ ಬೆಂಗೂರು ಯಾತ್ರೆ*	ಪ್ರಕಾಶ್ ಕೆ. ನಾಡಿಗ್	ರೂ. 65.00
38.	ಕೃಷ್ಣ ಕಷಾಯ *	ಪಿ.ವಿ. ರಾಮಚಂದ್ರ	ರೂ. 100.00
39.	ರಾವಣನ ಡೈರಿ	ಹಾ.ಮೈ. ಸೂರಿ	ರೂ. 150.00
40.	ಮೊಪಾಸಾನ ಕಥೆಗಳು	ಪಿ.ವಿ. ರಾಮಚಂದ್ರ	ರೂ. 350.00
41.	ತಂತಿ ಪಕ್ಷಿ *	ಜ್ಯೋತಿ ಗುರುಪ್ರಸಾದ್	ರೂ. 60.00
42.	ವಕ್ರರೇಖೆ *	ಡಾ. ಜಿ.ಬಿ. ಹರೀಶ್	ರೂ. 300.00
43.	ತುಮಕೂರು ಜಿಲ್ಲೆಯಲ್ಲಿ ಸ್ವಾತಂತ್ರ್ಯ ಚಳುವಳಿ *		ಡಾ. ಎಸ್.

	ನಾಗಾರ್ಜುನ	ರೂ.	250.00
91.	ವೀರವಸ್ತೆ ದುರ್ಗವ್ವ (ನಾಟಕ)	ಡಾ. ಯಲ್ಲಪ್ಪ ಕೆ.ಕೆ.ಪುರ	ರೂ. 70.00
92.	ಹಕ್ಕಿ ಹರಿವ ನೀರು	ಡಾ. ಕವಿತಾ ರೈ	ರೂ. 40.00
93.	ವೀರವಸ್ತೆ ದುರ್ಗವ್ವ (ಕಾದಂಬರಿ)	ಡಾ. ಯಲ್ಲಪ್ಪ ಕೆ.ಕೆ.ಪುರ	ರೂ. 120.00
94.	ಲೋಕಾಮುದ್ರಾ	ಡಾ. ಕವಿತಾ ರೈ	ರೂ. 50.00
95.	ಸಾಹಿತ್ಯ ಸಂಸ್ಕೃತಿ	ಡಾ. ತಳವಾರ ವಾಮದೇವ	ರೂ. 110.00
96.	ಅಲ್ಲುಂಟು ನೆಂಟು	ಬಿ.ಎಸ್. ಲಕ್ಷ್ಮೀನಾರಾಯಣ	ರೂ. 70.00
97.	ವೇಶ್ಯೆಯರು ಮತ್ತು ಲೈಂಗಿಕ ಅಲ್ಪಸಂಖ್ಯಾತರು	ಪ್ರೊ. ಶಿವರಾಮಯ್ಯ	ರೂ. 100.00
98.	ಪಟಾಣಿಗಳಿಗಾಗಿ ಪುಟ್ಟ ಕಥೆಗಳು *	ಪ್ರಕಾಶ್ ಕೆ. ನಾಡಿಗ್	ರೂ. 70.00
99.	ತುತಿಗೊಂದು ಕಥೆ (ಮಕ್ಕಳ ಕಥೆಗಳು)	ಸುನೀತಾ ರಾಜು	ರೂ. 80.00
100.	ಬ್ಲಾಗಿಸು ಕನ್ನಡ ಡಿಂಡಿಮವ	ಚೇತನ ತೀರ್ಥಹಳ್ಳಿ	ರೂ. 90.00
101.	ಭಾರತ ಮತ್ತು ಪಾಕಿಸ್ತಾನ ಕಾಶ್ಮೀರ *	ಡಾ. ಸಿ.ಚಂದ್ರಪ್ಪ	ರೂ. 225.00
102.	ತರಂಗಿಣಿ ತೀರದಲ್ಲಿ *	ಆತ್ಕೂರ ವಾಮನಾಚಾರ್ಯ	ರೂ. 225.00
103.	ಆಲೋಡನ *	ಆನಂದ ಝುಂಜರವಾಡ	ರೂ. 150.00
104.	ನಾದಲೋಕದ ರಸನಿಮಿಷಗಳು	ಶಿರೀಷ ಜೋಶಿ	ರೂ. 150.00
105.	ಕುವೆಂಪು ಕಾವ್ಯಯಾನ *	ಡಾ. ಬಿ.ಆರ್.ಸತ್ಯನಾರಾಯಣ	ರೂ. 200.00
106.	ಸಂಘರ್ಷ *	ಮಾಲತೇಶ ಸಿದ್ಧಮನವರು	ರೂ. 50.00
107.	ಅಜ್ಜಿ ಹೇಳಿದ ಕಥೆಗಳು *	ಡಾ. ಅನಸೂಯದೇವಿ	ರೂ. 100.00
108.	ಭುವನದ ಬೆರಗು *	ತ್ರಿವೇಣಿ ಶಿವಕುಮಾರ್	ರೂ. 150.00
109.	ಅಮ್ಮಿ *	ರಾಹ	ರೂ. 300.00
110.	ಪ್ರಕೃತಿ ಮತ್ತು ಪ್ರೀತಿ *	ಡಾ. ಅನಸೂಯದೇವಿ	ರೂ. 300.00
111.	ರಾಣಿ ಕಥೆಗಳು	ಡಾ. ವೀರಭದ್ರಗೌಡ	ರೂ. 150.00
112.	ಶತಪದಗಳ ಸುಳಿಯಲ್ಲಿ	ಮಹೇಶ ದೇಶಪಾಂಡೆ	ರೂ. 70.00
113.	ಪ್ರಾಚೀನ ಭಾರತದ ವೈದ್ಯ ವಿಜ್ಞಾನ *	ಡಾ. ಕವಿತಾ ಎಸ್.ಎಚ್.	ರೂ. 80.00
114.	ಜೋಲಿ ಲಾಲಿ (ಭಾಗ-2) *	ಜ್ಯೋತಿ ಗುರುಪ್ರಸಾದ್	ರೂ. 250.00
115.	ನಮ್ಮ ಆರೋಗ್ಯ ನಮ್ಮ ಕೈಯಲ್ಲಿ	ಡಾ. ಲೀಲಾವತಿ ದೇವದಾಸ್	ರೂ. 200.00
116.	ಬೇಂದ್ರೆ-ಶರೀಫರ ಕಾವ್ಯಯಾನ	ಸುನಾಥ ದೇಶಪಾಂಡೆ	ರೂ. 350.00
117.	ಪಡು–ಮೂಡು *	ಕೆ. ಕೇಶವಶರ್ಮ	ರೂ. 500.00
118.	ವಸಾಹತುಶಾಹಿ ಪರಿಕಲ್ಪನೆಗಳು	ಕೆ. ಕೇಶವಶರ್ಮ	ರೂ. 350.00
119.	ಸಾಂಸ್ಕೃತಿಕ ಪರಿಕಲ್ಪನೆಗಳು	ಕೆ. ಕೇಶವಶರ್ಮ	ರೂ. 350.00
120.	ಸೀವಾದಿ ಪರಿಕಲ್ಪನೆಗಳು	ಕೆ. ಕೇಶವಶರ್ಮ	ರೂ. 350.00
121.	ಸುಗಂಧ ಪುಷ್ಪ *	ಹಾ.ಮ. ನಾಗಾರ್ಜುನ	ರೂ. 175.00
122.	ಸೆಕ್ಯುಲರ್ವಾದ : ಬುಡ–ಬೇರು	ರಾಹ	ರೂ. 300.00
123.	ಕವಿತೆಯ ಓದು	ಪ್ರಭಾಕರ ಆಚಾರ್ಯ	ರೂ. 150.00
124.	ಆರನೆಯ ಹೆಂಡತಿಯ ಆತ್ಮಕಥೆ	ರಾಹ	ರೂ. 400.00
125.	ಮೈ ಫಾದರ್ ಬಾಲಯ್ಯ	ಡಾ. ರಾಜಣ್ಣ ತಗ್ಗಿ	ರೂ. 180.00
126.	ಸೀಠಾಧಿಪತಿಯ ಪತ್ನಿ	ರಾಹ	ರೂ. 350.00
127.	ಹಾಡುವ ಹಕ್ಕಿಯ ಶೋಕಗೀತೆ	ಡಾ. ಅಗ್ಗರೆ ಸೋಮಶೇಖರ್	ರೂ. 130.00
128.	ವಿಮರ್ಶೆಯ ಪರಿಕಲ್ಪನೆಗಳು	ಕೇಶವಶರ್ಮ್ ಕೆ.	ರೂ. 500.00
129.	ಯಾತ್ರಿಕನ ಕನಸು	ರಾಜಣ್ಣ ತಗ್ಗಿ	ರೂ. 125.00
130.	ದಾಂಪತ್ಯ ನಿಷ್ಠೆ ಪರಿಕಲ್ಪನೆ ಬದಲಾಗುತ್ತಿದೆಯೇ?	ಸುನಂದೆ ಕಡಮೆ	ರೂ. 160.00
131.	ಕುಮಾರವ್ಯಾಸ ಭಾರತ ಭಾಷಾ ವೈಜ್ಞಾನಿಕ ವಿಶ್ಲೇಷಣೆ	ಓಂಕಾರಪ್ಪ	ರೂ. 200.00
132.	ನೋಯುವ ಹಲ್ಲಿಗೆ ಹೊರಳುವ ನಾಲಿಗೆ	ಡಾ.ಹೆಚ್.ಎಸ್. ಅನುಪಮಾ	ರೂ. 200.00
133.	ತತ್ತ್ವಜ್ಞಾನದ ಪರಿಕಲ್ಪನೆಗಳು	ಕೇಶವಶರ್ಮ್ ಕೆ.	ರೂ. 500.00
134.	ಬಹುರೂಪಿ ಭಾರತ	ತ್ರಿವೇಣಿ ಶಿವಕುಮಾರ್	ರೂ. 250.00
135.	ಮಾರ್ಕ್ಸ್ವಾದಿ ಪರಿಕಲ್ಪನೆಗಳು	ಕೇಶವಶರ್ಮ್ ಕೆ.	ರೂ. 400.00
133.	ಹೊಸಪಕ್ಕಿ ರಾಗ	ಜ್ಯೋತಿ ಗುರುಪ್ರಸಾದ್	ರೂ. 200.00
134.	ತೇಲ್ನೋಟ	ಕು.ಗೋ	ರೂ. 150.00
135.	ಆಟಗಳು	ಪ್ರಕಾಶ್ ಕೆ. ನಾಡಿಗ್	ರೂ. 80.00
136.	ಕನಸಿನೂರಿನ ಕಿಟ್ಟಣ್ಣ	ಕೆ. ಪ್ರಭಾಕರನ್	ರೂ. 80.00

(THE HUNCH BACK OF NOTRE DAME)

* ಪ್ರತಿಗಳು ಮುಗಿದಿವೆ